നോവൽ

ഹൃദയജാലകം

കലവൂർ രവികുമാർ

ഗ്രീൻബുക്സ്

green books private limited
gb building, civil lane road, ayyanthole,
thrissur- 680 003, kerala, ph: +91 487-2381066, 2381039
website: www.greenbooksindia.com
e-mail: info@greenbooksindia.com

malayalam
hridayajalakam
novel
by
kalavoor ravikumar

published october 2021

cover design : rajesh chalode

branches:
thrissur 0487-2422515
thiruvananthapuram 0471-2335301
calicut 0495 4854662

isbn : 978-93-90429-62-2

₹ 255.00
GBPL/1193/2021

ഗ്രീൻ ബുക്സ്

ഹൃദയജാലകം

കലവൂർ രവികുമാർ

എഴുത്തുകാരൻ, തിരക്കഥാകൃത്ത്.
ആലപ്പുഴ കലവൂർ മുണ്ടുപറമ്പിൽ ജനനം.
കണ്ണൂർ എസ്.എൻ. കോളേജ്, മദ്രാസ്
സർവകലാശാല എന്നിവിടങ്ങളിൽ വിദ്യാഭ്യാസം.
ഇഷ്ടം, നമ്മൾ, മഞ്ഞുപോലൊരു പെൺകുട്ടി,
ഗോൾ, സ്വ.ലേ എന്നിവ ശ്രദ്ധേയ ചിത്രങ്ങൾ.
ഫാദേർസ് ഡേ, കുട്ടികളുണ്ട് സൂക്ഷിക്കുക എന്നീ
ചിത്രങ്ങൾ തിരക്കഥ എഴുതി സംവിധാനം ചെയ്തു.
ഒരിടത്തൊരു പുഴയുണ്ട് എന്ന കുട്ടികളുടെ
ചിത്രത്തിന്റെയും സംവിധായകൻ.

**ഗ്രീൻ ബുക്സ് പ്രസിദ്ധീകരിച്ച
ഗ്രന്ഥകാരന്റെ ഇതര കൃതികൾ**

ദുൽഖറും മാലാഖമാരും
(നോവൽ)

നക്ഷത്രങ്ങളുടെ ആൽബം
(നോവൽ)

പോക്കുവെയിൽ ചുവപ്പ്
(നോവലെറ്റുകൾ)

സമർപ്പണം

കഥ തന്നു
കടന്നുപോയ
ഒരാൾക്ക്

ഒന്ന്

‘‘**അ**ച്ഛാ, ഇന്നെങ്കിലും ഞങ്ങളെ പുറത്തു കൊണ്ടുപോകണം.’’ ഒരു ആറു വയസ്സുകാരിയെ പോലെ ലയ ചിണുങ്ങി.

‘‘ഇന്നു കൊണ്ടുപോയില്ലെങ്കിൽ പിന്നെ എപ്പഴാ അച്ഛാ?’’ അച്ഛന്റെ തോളിൽ പിടിച്ചുകൊണ്ട് ശ്രേയ അനിയത്തിയെ പിന്താങ്ങി.

അമൃത അച്ഛനെയും മക്കളെയും അങ്ങനെ നോക്കിയിരുന്നതല്ലാതെ ഒന്നും മിണ്ടിയില്ല. അമൃതയ്ക്കറിയാം ശ്രേയയുടെയും ലയയുടെയും അച്ഛന്റെ മട്ട്. വീട്ടിൽ നിന്നിറങ്ങിയാൽ ഓഫീസ്. അവിടെനിന്നിറങ്ങിയാൽ വീട്. അതല്ലാതെ ഒരൊറ്റ ലോകമേ രതീഷിനുള്ളൂ. ഷട്ടിൽ ബാഡ്മിന്റൻ ഗ്രൗണ്ട്. വളരെ കുഞ്ഞുനാൾ മുതൽ രതീഷ് ഷട്ടിൽ കളിക്കും.

അയൽവക്കത്തെ കുട്ടികൾ കളിക്കുന്നതു കണ്ടു തുടങ്ങിയതാണ്. അന്ന് ഷട്ടിൽ വാങ്ങാനുള്ള കഴിവൊന്നും രതീഷിന്റെ വീട്ടുകാർക്കുണ്ടായിരുന്നില്ല. ആരോ പഴയ പൊട്ടിയ ഒരു ബാറ്റ് സമ്മാനിച്ചു. അതു വെച്ചു തുടങ്ങിയതാണു കളി. പടിപടിയായി ഉയർന്ന് സംസ്ഥാന തലത്തിൽവരെ മത്സരിച്ചിട്ടുണ്ട്.

‘‘നല്ല കോച്ചിങ് ഒക്കെ ലഭിച്ചിരുന്നേ ഞാൻ പുറത്തുപോയി കളിച്ചേനേ’’ എന്ന് രതീഷ് ഇടയ്ക്കു നെടുവീർപ്പിടും.

ഇപ്പോൾ ഈ നാല്പത്തിമൂന്നാം വയസ്സിലും രതീഷ് ഷട്ടിൽ കളിക്കും. ഒരു പതിനേഴുകാരന്റെ പ്രസരിപ്പോടെ. അതും എത്ര നേരം വേണമെങ്കിലും, വിയർത്തു കുളിച്ച്.

വീടിനുള്ളിൽ മൗനം തളം കെട്ടാൻ തുടങ്ങിയപ്പോൾ അമൃത ചോദിച്ചു:

‘‘രതീഷ്... ലയ ഇന്ന് എസ്.എസ്.എൽ.സി. പാസായ ദിവസമല്ലേ? അതും എത്ര നല്ല നിലയിൽ. അപ്പോൾ അവളെ നമ്മൾ പുറത്തു കൊണ്ടുപോകണം. ഏറ്റവും ചുരുങ്ങിയത് ഒരു ഐസ്ക്രീമെങ്കിലും വാങ്ങിക്കൊടുക്കണം. വേണ്ടേ? പിന്നെ, കൂടെ ഫ്രീയായി ഞങ്ങളും വരുമെന്നു മാത്രം.’’

അച്ഛന്റെ ഗൗരവം അലിയിക്കാനുള്ള അമ്മയുടെ ശ്രമം കണ്ട് ശ്രേയയും ലയയും ചിരിച്ചു. അതോടെ രതീഷ് സമ്മതിച്ചു.

''ഈ വീട്ടിലെ ഭൂരിപക്ഷം നിങ്ങളാണല്ലോ? നിവൃത്തിയില്ലാതെ ന്യൂനപക്ഷം കീഴടങ്ങുന്നു. അതാണല്ലോ പതിവും. ഇന്നു രാത്രി പുറത്തു നിന്ന്.''

ആ വേള ഒരു കാരണവുമില്ലാത്ത ഒരു വേദന അമൃതയെ തൊട്ടു. അങ്ങോട്ടു പറയും മുൻപേ തന്നെയും കുഞ്ഞുങ്ങളെയും രതീഷ് പുറത്തു കൊണ്ടുപോയിരുന്നെങ്കിൽ എത്ര ഭംഗിയായിരുന്നേനേ എന്ന് അവൾ ഓർത്തു.

അതൊരിക്കലും ഉണ്ടാവില്ല എന്നു പിന്നാലെ അമൃത അമൃതയോടു തന്നെ പറഞ്ഞു. എല്ലാ കാലത്തും രതീഷ് ഇങ്ങനെയാണ്.

അമൃത കോളേജിൽ ചേർന്ന കാലത്താണ് രതീഷിനെ ആദ്യമായി കാണുന്നത്. ഷട്ടിൽഗ്രൗണ്ടിൽ വിയർത്തു കുളിച്ചു തലങ്ങും വിലങ്ങും പായുന്ന മെലിഞ്ഞ ഒരു ചെറുപ്പക്കാരൻ. ആരോടും അധികം വർത്ത മാനങ്ങളില്ല. അവരിരുവരും ഒരേ ബസ്സിലാണ് കോളേജിൽ പോയി ക്കൊണ്ടിരുന്നത്. എന്നാലും പരസ്പരം കണ്ട ഭാവമില്ല. കണ്ണിൽ നോക്കുക പോലുമില്ല.

അമൃതയ്ക്ക് അന്ന് വായനയിലായിരുന്നു കമ്പം. ലൈബ്രറിയിൽ എത്രനേരം വേണമെങ്കിലും ഇരിക്കും. അങ്ങനെ വായിച്ചു വായിച്ചു സ്വയം മറന്ന്, നേരം വല്ലാതെ വൈകിയ ഒരു വൈകുന്നേരം അമൃത പുസ്തകങ്ങൾ മടക്കി എഴുന്നേൽക്കാൻ തുനിഞ്ഞ നിമിഷം... പൊടു ന്നനെ അവൾ സീറ്റിൽ തന്നെ അമർന്നിരുന്നുപോയി. ലൈബ്രറിയിൽ മറ്റാരുമില്ല. പുറത്താണേ നിറയെ കുട്ടികൾ. അമൃതയ്ക്കു മനസ്സിലായി. പെട്ടു... തീർത്തും പെട്ടു. അവളുടെ ചുരിദാറിൽ രക്തം പുരണ്ടിട്ടുണ്ട്. വായനയുടെ രസത്തിൽ അതറിഞ്ഞതേയില്ല. എങ്ങനെ എഴുന്നേൽക്കും? പുറത്തേക്കു നടക്കും? ആ നേരത്താണ് അവിടെ രതീഷ് പ്രത്യക്ഷ പ്പെടുന്നത്. കളിക്കളത്തിലേക്കു പോകാനുള്ള ഒരുക്കത്തിലാണ്. ടീഷർ ട്ടിനുമേൽ സർവകലാശാലയെ പ്രതിനിധീകരിക്കാൻ കിട്ടിയ ബ്ലെയ്സ റുണ്ട്. അമൃത മെല്ലെ ചോദിച്ചു.

''എക്സ്ക്യൂസ് മീ.''

രതീഷ് അവളെ തണുപ്പൻ മട്ടിൽ നോക്കി. ഇങ്ങനുണ്ടോ ആൺകുട്ടി കൾ? എന്നാലും അവൾ അടങ്ങിയില്ല.

''എനിക്കാ കുപ്പായം ഒന്നും കടം തരുമോ?''

എന്തിനാണ് ഈ കുട്ടിക്ക് എന്റെ കുപ്പായം? രതീഷ് പകയ്ക്കാ തിരുന്നില്ല. പിന്നെ സംശയത്തോടെ അവൻ കുപ്പായം നീട്ടി. അത്

അരയിൽ ചുറ്റി അമൃത പുറത്തു കടന്നു. ഒരു സ്റ്റൈൽ പോലെ. പക്ഷേ, അവൾ തിരിഞ്ഞുനോക്കിയില്ല. രതീഷിനെപ്പോലും.

പിറ്റേന്ന്-

''സോറി, ഒരു നിവൃത്തിയും ഇല്ലാത്ത കൊണ്ടായിരുന്നു'' എന്നവൾ നേരിട്ടു ചെന്നു പറഞ്ഞ്, ആ ബ്ലെയ്സറും തിരിച്ചുകൊടുത്തു. ആ നിമിഷം രതീഷ് നാണംകൊണ്ടെന്ന പോലെ ചിരിച്ചു. താനല്ലേ ചെക്കാ നാണിക്കേണ്ടത് എന്ന് അമൃത അപ്പോൾ ആശയക്കുഴപ്പത്തിലാവുകയും ചെയ്തു. പക്ഷേ, ചോദിക്കാൻ പറ്റിയില്ല. ഇങ്ങോട്ടെന്തെങ്കിലും പറഞ്ഞാലല്ലേ ചോദിക്കാൻ പറ്റൂ. പിന്നെ ഇരുവരും കോളേജ് വിട്ടു. ശേഷം വർഷങ്ങൾ തമ്മിൽ കണ്ടിട്ടേ ഇല്ല. പക്ഷേ, നിനച്ചിരിക്കാതെ ഒരു പ്രഭാതത്തിൽ വീട്ടുമുറ്റത്ത് രതീഷ്.

വന്നപാടെ അച്ഛനോടും അമ്മയോടും അയാൾ പറഞ്ഞു:

''എനിക്ക് അമൃതയെ അറിയാം. കോളേജിൽ എന്റെ ജൂനിയറായിരുന്നു. എനിക്കിപ്പോൾ ജോലി കിട്ടി. ഒരു പത്രത്തിന്റെ സ്പോർട്സ് ലേഖകനാണ്. വീട്ടുകാർ വിവാഹം ആലോചിക്കാനും തുടങ്ങിയിട്ടുണ്ട്. അപ്പോഴാണ് ഞാൻ അമൃതയുടെ കാര്യം ഓർത്തത്.'' വളരെ ധൃതിയിൽ, കാണാപാഠം പഠിച്ചതുപോലുള്ള പറച്ചിൽ...

വരാന്തയിലേക്കു ചായയുമായി വരികയായിരുന്ന അമൃത പ്രകടമായും ഞെട്ടി. ചായ തുളുമ്പുകയും ചെയ്തു. ഈശ്വരാ, അന്നത്തെ നാണംപുരണ്ട ചിരി, ഒരു പ്രണയകഥയുടെ തുടക്കമായിരുന്നോ? എന്നിട്ടും ഈ മനുഷ്യൻ നാളിതുവരെയും വാക്കുകൊണ്ടോ നോക്കുകൊണ്ടോ ഒരു സൂചനപോലും നൽകിയില്ലല്ലോ എന്നും അമൃത വിചാരപ്പെട്ടു. സത്യത്തിൽ ഇങ്ങേർക്കു നല്ല കുത്തുവെച്ചുകൊടുക്കുകയാണു വേണ്ടത് എന്നും അവൾ ഉറപ്പിച്ചു.

''നിങ്ങൾക്കും അമൃതയ്ക്കും ഇഷ്ടമാണെങ്കിൽ ഞാനെന്റെ രക്ഷിതാക്കളെ ഇങ്ങോട്ടയയ്ക്കാം.'' ഒറ്റശ്വാസത്തിൽ പറഞ്ഞു രതീഷ്. പിന്നെ അവിടെനിന്നങ്ങ് ഇറങ്ങിപ്പോയി.

ചായയുമായി എത്തിയ തന്നെ അഭിമുഖീകരിക്കാൻ വയ്യാതെ ഒരാൾ ഓടി രക്ഷപ്പെടുകയാണെന്ന് ഊഹിക്കാൻ അമൃത അധിക സമയമെടുത്തില്ല. സത്യത്തിൽ അപ്പോൾ അയാളെ ഇടംകാലിട്ടു വീഴ്ത്താൻ പോലും അമൃതയ്ക്കു തോന്നി. പക്ഷേ, ശേഷം നീണ്ട വിചാരണയുടെ ആരംഭമായിരുന്നു.

''ആമീ, ഇതു നിങ്ങൾ രണ്ടും കൃത്യമായി ആസൂത്രണം ചെയ്ത പദ്ധതിയല്ലേ?'' അച്ഛൻ മൂത്തുനരച്ച ഒരു ഹെഡ്കോൺസ്റ്റബിളായി.

''അതെ. നിങ്ങൾ തമ്മിൽ കടുത്ത പ്രണയത്തിലാ. അതു മറച്ചുവച്ചുകൊണ്ട് ആ ചെക്കൻ വന്ന് ഇവിടെ നാടകം നടത്തുകയായിരുന്നില്ലേ?''

അമ്മയും ഒട്ടും മോശമല്ല. അല്ലെങ്കിലും അച്ഛന്റെ പിന്തുണയുണ്ടെങ്കിൽ അമ്മ ഏതുക്കും മേലെയാ... പക്ഷേ അമൃതയ്ക്കു ദേഷ്യം വന്നു.

‘‘ശരി. ഞാനും ആ ഷട്ടിൽ താരവും ചേർന്നു നാടകം കളിച്ചതാണെങ്കിൽ അങ്ങനെ. പക്ഷേ, നിങ്ങൾക്കീ നാടകത്തിനു കർട്ടനിടാലോ. എനിക്കൊരു പ്രശ്നവുമില്ല. എനിക്കീ കല്യാണം വേണ്ട. വേണ്ടാ വേണ്ടാ. എന്തേ?’’

അച്ഛനും അമ്മയും അതു കേട്ടു പകച്ചു. അമൃത അതു ശ്രദ്ധിക്കാൻ പോയില്ല. പക്ഷേ, ഓരോ നിമിഷവും അമൃത അറിഞ്ഞു. തനിക്കങ്ങനെ ബലം പിടിക്കാൻ പറ്റുന്നില്ല. ആരോ ഉള്ളിലിരുന്ന് തന്നെ പിടിച്ചുകുലുക്കുന്നുണ്ട്. അങ്ങനെ ആലോചിച്ചപ്പോൾ അമൃതയ്ക്കു വ്യക്തമായി. പ്രണയം പറയാതെ, എന്തിനു പ്രകടിപ്പിക്കുകപോലും ചെയ്യാതെ. അത് ഉള്ളിൽ കൊണ്ടുനടന്നു. ഒടുവിൽ സമയമായപ്പോൾ, അതു തികച്ചും മാന്യമായി തന്റെ അച്ഛനമ്മമാരെ അറിയിച്ച ആ ചെറുപ്പക്കാരനെ താൻ കുറേശ്ശെ ബഹുമാനിക്കാൻ തുടങ്ങിയിട്ടുണ്ട്. ഒരാളെ ബഹുമാനിക്കുന്നത് ഒരു ക്രിമിനൽ കുറ്റമേ അല്ല. ഇന്ത്യൻ ഭരണഘടന അങ്ങനെ പറയുന്നുമില്ല. ചിലപ്പോഴെല്ലാം താൻ അയാളെ ഉള്ളിൽ കളിയാക്കിയിരുന്നത് ഒഴിവാക്കാമായിരുന്നെന്നും ഇപ്പോൾ അവൾക്കു തോന്നി. പക്ഷേ, അതൊക്കെ ഇംഗ്ലീഷിലെ പാസ്റ്റ്ടെൻസാണ്. അഥവാ കയ്യീന്നു പോയ കേസാണ്. അങ്ങനെയിരിക്കെ അച്ഛനും അമ്മയും പറഞ്ഞു.

‘‘അപ്പോ ആമീ, നിനക്കീ കല്യാണം വേണ്ടാത്ത സ്ഥിതിക്ക് ഞങ്ങളാ വിവരം ആ ചെക്കനെ അറിയിച്ചു കഴിഞ്ഞു. ഇനി വേറെ വല്ലതും വന്നാ അപ്പോ നോക്കാം.’’

അച്ഛനമ്മ മാരാണെങ്കിലും അവരെ എടുത്തു കിണറ്റിലിടാൻ ചിലപ്പോഴൊക്കെ മക്കൾക്കു തോന്നുന്നതു തികച്ചും സ്വഭാവികമാണെന്ന് അമൃത വിചാരിച്ചു. അതിന് ഒരു മക്കളെയും കുറ്റം പറയാൻ പറ്റില്ല.

പക്ഷേ, അവൾ അങ്ങനെ വിട്ടുകൊടുക്കാൻ തയ്യാറായിരുന്നില്ല. പാടുപെട്ടു കോളേജിലെ പഴയ സഹപാഠികളെ കണ്ടുപിടിച്ച് അവരിൽ നിന്നു രതീഷിന്റെ വിലാസം തപ്പിയെടുത്തു. പിന്നെ അയാളുടെ പത്രം ഓഫീസിൽ കയറിച്ചെന്നു. ഒരു കംപ്യൂട്ടറിനു മുന്നിലിരുന്ന് എന്തോ ടൈപ്പ് ചെയ്യുകയായിരുന്നു അയാൾ. ചെന്നു മുന്നിലിരുന്ന് അമൃത ചുമച്ചു.

രതീഷപ്പോൾ അവളെ തല ഉയർത്തി നോക്കി. പക്ഷേ, ചിരിച്ചില്ല. അതിന്റെ കാര്യം അറിയാവുന്നതുകൊണ്ട് അമൃത പറഞ്ഞു:

‘‘എന്റെ അച്ഛനമ്മമാർ പറഞ്ഞത് ഒക്കെ നുണയാ.’’

‘‘എന്ത്?’’

“എനിക്കിയാളെ ഇഷ്ടമല്ലാന്ന് അവർ പറഞ്ഞിട്ടുണ്ടെങ്കിൽ അതു അത്ര ശരിയല്ല.” രതീഷ് അവളെ ആഴത്തിൽ നോക്കി.

അപ്പോ ഇയാൾക്കു പെൺകുട്ടികളെ നോക്കാനും അറിയാം. ആ വിചാരമടക്കി അമൃത ഒന്നു കൂടി സമ്മതിച്ചു.

“ഞാൻ സത്യത്തിൽ ഈ കല്യാണത്തിനു തയ്യാറാ.”

അപ്പോഴും അയാളൊന്നും മിണ്ടിയില്ല.

അങ്ങനെ കുറെ നേരം ഇരുന്നപ്പോൾ അമൃതയിൽ സങ്കടം പരന്നു. താൻ പറഞ്ഞത് തന്റെ പ്രണയമല്ലേ. ഏറ്റവും തീവ്രമായ പ്രണയം അതു കേൾക്കാൻ ഇയാൾ കാത്തിരുന്നിട്ടില്ലേ? എന്നിട്ടും ഇരിക്കുന്നതു കണ്ടില്ലേ? ഒരു വാക്കുപോലും പകരം തരാതെ.

അതെ, ആ പഴയ പാട്ടിലെ നീലക്കരിമ്പിൻ തുണ്ടൊന്നുമല്ല ഇയാൾ കല്ലുതന്നെയാണ്. ഇതിൽ കൂടുതൽ കാഠിന്യമുള്ള കല്ല് ഇന്ത്യയിലുണ്ടാകാൻ സാദ്ധ്യതയില്ല. അമൃത ഉറപ്പിച്ചു.

തിരിച്ചു വീട്ടിലെത്തി അമൃത വല്ലാതെ തളർന്നിരിക്കുമ്പോൾ അമ്മ അടുത്തെത്തി പറഞ്ഞു:

“നാളെ നിനക്ക് ഒരു നല്ല ആലോചന വരുന്നുണ്ട്.”

രണ്ട്

"എന്തായാലും നിന്റെ അനുവാദത്തിനൊന്നും നിൽക്കാതെ ഞങ്ങൾ മുന്നോട്ടു പോവുകാ."

അമ്മയുടെ വാക്കു കേട്ടപ്പോൾ അമൃതയിൽ മൗനം നിറഞ്ഞു. ഏറെ നേരം അവൾ അങ്ങനെ തന്നെ ഇരുന്നു. അതുകണ്ട് അച്ഛൻ മകളുടെ തോളിൽ കൈവച്ചു ചിരിച്ചു.

"നിന്നെ പിടിച്ചു കെട്ടിച്ചിട്ടേയുള്ളൂ കാര്യം. അല്ലേ നാളെ വല്ല ഫുട്ബോൾ പ്ലെയേഴ്സോ ക്രിക്കറ്റ് പ്ലെയേഴ്സോ ഒക്കെ ഈ മുറ്റത്തു വന്ന് ഇതേ നാടകം കളിച്ചാലോ."

ക്ഷമ മനുഷ്യന് ഏറ്റവും അനിവാര്യമായ ഗുണമാണെന്ന് അമൃത വിചാരിച്ചു. പ്രത്യേകിച്ചും ഇങ്ങനെയുള്ള അച്ഛനമ്മമാർ ഉണ്ടാകുമ്പോൾ. പക്ഷേ, അവർ പുറത്തു പറഞ്ഞത് ഇങ്ങനെയാണ്:

"ആ ആലോചനക്കാരെ വിടണ്ട. ഏതാളായാലും എനിക്കൊന്നുമില്ല. ഞാൻ കെട്ടിക്കോളാം."

ശേഷം അവൾ രതീഷ് മുറ്റത്തു കാൽ കുത്തിയ നിമിഷത്തെ മനസ്സിൽ തെറി പറഞ്ഞു. അവൾക്കറിയാവുന്ന നല്ല മുട്ടൻ തെറികൾ. അത്രമേൽ നിരാശ അവളെ വന്നുമൂടിയിരുന്നു.

രണ്ടു ദിവസം അവളാരോടും ഒന്നും മിണ്ടിയില്ല. ഒരാഗ്രഹവും ഇല്ലാതിരുന്ന ഒരാളെ, ആകാശത്തേക്കു പിടിച്ചുയർത്തി കൈവിടുക എന്നു പറഞ്ഞാൽ ഇതാണ് എന്നൊക്കെ അമൃത ഇടയ്ക്കിടെ പിറുപിറുത്തു.

അതിനടുത്ത ദിവസം അമൃതയെ പെണ്ണുകാണാൻ മദ്ധ്യവയസ്സു കഴിഞ്ഞ അച്ഛനമ്മമാർ കടന്നുവന്നത് ഉച്ചതിരിഞ്ഞാണ്. അമൃതയെ ഉത്സാഹം വന്നുതൊട്ടില്ല. അത് അമൃതയുടെ അച്ഛനും അമ്മയും പ്രതീക്ഷിച്ചില്ലെന്നും തോന്നി. ഒടുവിൽ അമ്മ പറഞ്ഞു:

"ഒന്നു മുടി ചീകി, കണ്ണെഴുതുകയെങ്കിലും ചെയ്തുകൂടേ നിനക്ക്?"

അമൃത കണ്ണെഴുതി. പക്ഷേ, മഷി കണ്ണിനു ചുറ്റും ആകാവുന്നത്ര പടർത്തി. കഥകളി ഒക്കെ കഴിഞ്ഞുവരുന്ന ഒരു കഥാപാത്രമാണു താൻ എന്നപ്പോൾ അവൾ ഉള്ളിൽ ചിരിച്ചു. അത്ര ബോറായിരുന്നു ആ കണ്ണെഴുത്ത്. കുറച്ചുകൂടി ബോറാക്കണം എന്നുണ്ടായിരുന്നു. അമ്മയും അച്ഛനും ചീത്ത പറയും എന്നു ഭയന്ന് അവളടങ്ങി. എല്ലാത്തിനും ഒരു പരിധിയുണ്ടല്ലോ?

പക്ഷേ, അടുത്ത നിമിഷം എല്ലാം അബദ്ധമായെന്ന് അമൃത തിരിച്ചറിഞ്ഞു. കടന്നൽകുത്തിയ മുഖവുമായി ചായ നൽകുമ്പോൾ അതിഥികളിലൊരാൾ പറഞ്ഞു:

''രതീഷ് പറഞ്ഞ് കുട്ടിയെ ഞങ്ങൾക്കു നന്നായി അറിയാം.'' അമൃതയുടെ കയ്യിലിരുന്ന ചായ തുളുമ്പി - പഴയതുപോലെ. പിന്നിൽ അവളുടെ അച്ഛനും അമ്മയും ചിരിച്ചു. മുന്നിൽ ഭാവി ഭർത്താവിന്റെ അച്ഛനമ്മമാരായതുകൊണ്ട് തന്റെ മാതാപിതാക്കളെ വിളിക്കാൻ നാവിൽ വന്ന ചീത്ത മുഴുവൻ അവൾ വിഴുങ്ങി. എന്തായാലും രതീഷിന്റെ അച്ഛനമ്മമാരുടെ വക അധികം ചോദ്യങ്ങളൊന്നുമുണ്ടായില്ല.

''രതീഷിനൊരു പ്രണയമുണ്ടാകുമെന്നു ഞങ്ങൾ സ്വപ്നത്തിൽ പോലും വിചാരിച്ചില്ല.'' ആയമ്മ പറഞ്ഞു.

'ഞാനും വിചാരിച്ചില്ലമ്മേ' എന്നു പറയണമെന്നുണ്ടായിരുന്നു അവൾക്ക്. അമ്മായിയമ്മയെ ഇപ്പഴേ ചൊടിപ്പിക്കുന്നതു ബുദ്ധിയല്ല എന്നു വിചാരിച്ച് അവൾ പിന്നെ തന്നെ അടക്കി. അതിന്റേതായ സമയം ഉണ്ടല്ലോ... വരട്ടെ... വരട്ടെ...

പക്ഷേ, വിചാരിച്ചപോലല്ല കാര്യങ്ങൾ നടന്നത്.

അമൃതയുടെ അച്ഛൻ പറഞ്ഞു:

''രതീഷിന്റെ വീട്ടുകാർക്കു നമ്മുടെ വീടും പരിസരവും ഒന്നും ഇഷ്ടപ്പെട്ടില്ല. അവർ കുറേക്കൂടി സമ്പന്നരായ ആളുകളെയാണത്രേ പ്രതീക്ഷിച്ചത്.''

അമൃത അസ്വസ്ഥയായി.

വീടിനെയും പറമ്പിനെയും കല്യാണം കഴിക്കുന്ന ആളുകളാണ് ഇക്കാലത്തു കൂടുതൽ അല്ലെങ്കിൽ സ്വർണം. അതാണു വരന്റെ വീട്ടുകാർക്കു വേണ്ടത്. അങ്ങനെ ഒരാൾ തന്റെ ജീവിതത്തിൽ വേണ്ട എന്ന് അമൃത തീരുമാനിച്ചു. പക്ഷേ, അവൾക്കു വേദനയുണ്ടെന്ന് അച്ഛനമ്മമാർക്കു തോന്നി. അവളാകട്ടെ കൂടുതൽ ഉച്ചത്തിൽ ചിരിച്ച്, തമാശകൾ പറഞ്ഞ്, ഒന്നും കീഴ്മേൽ മറിഞ്ഞിട്ടില്ലെന്ന് അച്ഛനമ്മമാരെ ബോദ്ധ്യപ്പെടുത്താൻ ശ്രമിച്ചു.

സത്യം പറഞ്ഞാൽ അച്ഛനമ്മമാരെ കൂടുതൽ വേദനിപ്പിച്ചത് അതാണ്.

മക്കളുടെ നാടകം ഏറ്റവും ആദ്യം മനസ്സിലാകുന്നത് അവർക്കായിരിക്കുമല്ലോ?

അങ്ങനെ ചത്തുമലച്ചു ദിവസങ്ങൾ കടന്നുപോകേ ഒരു കോൾ–

''ഞാൻ രതീഷാണ്...'' അമൃത ഫോണെടുത്തപ്പോൾ അങ്ങേത്തലയ്ക്കൽനിന്നുള്ള ശബ്ദം. അതിനു ഞാനെന്തുവേണം എന്നു ചോദിക്കാൻ അവൾക്കു തോന്നിയതാണ്. അങ്ങനെ ചോദിക്കണ്ടേ, സത്യത്തിൽ.

''എനിക്കൊന്നു കാണണമെന്നുണ്ട്. ഒന്നു നഗരത്തിലേക്കു വരാമോ?'' രതീഷ് പിന്നാലെ അപേക്ഷിച്ചു.

അതൊക്കെ ഇനി എന്തിന് എന്നു ചോദിക്കാൻ അവൾ നാവെടുത്തു. പിന്നെ അതും അങ്ങ് അടക്കി. അതു നന്നായെന്നു പിന്നീടവൾക്കു മനസ്സിലാവുകയും ചെയ്തു. കടപ്പുറത്തിനടുത്തുള്ള ഒരു ഓപ്പൺ എയർ റസ്റ്ററന്റിൽ ഓരോ കപ്പ് കാപ്പിക്കു മുന്നിൽ അവർ ഇരുവരും ഇരുന്നു.

''ആമീ...'' അമൃതയെ ആദ്യമായി രതീഷ് ആമീ എന്നു വിളിച്ചത് അപ്പോഴാണ്.

അവൾ സ്വപ്നത്തിലെന്നപോലെ തലയുയർത്തി നോക്കി. രതീഷിൽ വിഷാദം തളംകെട്ടിനിന്നിരുന്നു. ആ സ്വരത്തിലും വിഷാദം. അതിനപ്പുറം ആമി എന്ന വിളിയിൽ ഒരു സുഗന്ധമുണ്ടെന്നും തോന്നി. നിശ്ശബ്ദമായ പ്രണയത്തിന്റെ സുഗന്ധം. അതുകൊള്ളാം.

അമൃതയ്ക്ക് ഉള്ളിന്റെയുള്ളിൽ ചിരി വന്നു.

''കഴിഞ്ഞ കുറച്ചു ദിവസമായി ഞാനെന്റെ വീട്ടുകാരെ പറഞ്ഞു സമ്മതിപ്പിക്കാൻ ശ്രമിക്കയായിരുന്നു. പക്ഷേ അവർ എനിക്കു കൂടുതൽ മെച്ചപ്പെട്ട ബന്ധം ലഭിക്കുമെന്ന് ആവർത്തിച്ചുകൊണ്ടേയിരിക്കുന്നു.''

''അതിനെന്താ രതീഷ്. രതീഷിന് അവരെ അനുസരിക്കാം. എനിക്കു വിരോധമേ ഇല്ല.'' അത്രയും അമൃത പറഞ്ഞത് ഒരു നിമിഷംപോലും ആലോചിക്കാതെയാണ്.

വീട്ടിലെ സമ്മർദ്ദം മറികടക്കാൻ ഈ ചെറുപ്പക്കാരനു ശക്തിയുണ്ടാകില്ല. താനതു മനസ്സിലാക്കുന്നു. മാത്രമല്ല താനാ നിസ്സഹായതയുടെ ആഴം കൂട്ടാനും ഉദ്ദേശിക്കുന്നില്ല.

രതീഷ് അവളെത്തന്നെ നോക്കിയിരുന്നു. പിന്നെ ഒരു മന്ത്രംപോലെ പറഞ്ഞു തുടങ്ങി:

''ക്യാംപസിൽ ഞാൻ ഷട്ടിൽ കളിക്കുമ്പോൾ, പ്രത്യേകിച്ചും അന്നത്തെ ആ സംഭവത്തിനുശേഷം, ഒരാളെയേ ശ്രദ്ധിച്ചിട്ടുള്ളൂ. അത്ര താത്പര്യമില്ലാതെ എന്നെ നോക്കിയിരിക്കുന്ന, ആ മെലിഞ്ഞ കുസൃതിയെ

പുറമേ പാവം കുട്ടി ചമയുമ്പോഴും ഉള്ളിൽ എന്നോടുള്ള പരിഹാസമോ പുച്ഛമോ ഒക്കെ കൊണ്ടുനടക്കുന്ന ആമിയെ.''

അവിടെ അമൃത ഞെട്ടി. ഞെട്ടി എന്നല്ല, തലകുത്തി വീണു. താനറിയാതെ, തന്നെമാത്രം ശ്രദ്ധിച്ചുകൊണ്ടു നടന്നിരുന്ന രതീഷിന്റെ കണ്ണുകൾ അവൾ അപ്പോൾ കണ്ടു. അവൾക്കയാളോടു പാവം തോന്നി. ലോകത്തിൽ ഇങ്ങനെയും ചില മനുഷ്യരുണ്ടെന്ന അറിവ് അവളെ സന്തോഷിപ്പിച്ചു. അപ്പോഴും അമൃതയ്ക്ക് ഒരു സംശയമുണ്ടായി. എന്നിട്ടും രതീഷ് എന്തേ അക്കാലത്ത് ഇതേക്കുറിച്ച് ഒരക്ഷരം പോലും മിണ്ടാതിരുന്നത്? അത് ഭയങ്കര അക്രമമായിപ്പോയില്ലേ? അവളുടെ ഹൃദയം വായിച്ചതുപോലെ രതീഷ് തുടർന്നു:

''അന്ന് ഇയാളോട് അടുപ്പം തോന്നുന്നെന്നോ പ്രണയം തോന്നുന്നെന്നോ പറയാൻ തീരെ ധൈര്യമില്ലായിരുന്നു. ഒരു നെഗറ്റീവ് ആയ മറുപടിയാ വരുന്നതെങ്കിലോ? അതു കേൾക്കണ്ടാന്നു തോന്നി. ഇപ്പോ ഞാൻ കുറേക്കൂടി ലോകം കണ്ടു. ജോലിയൊക്കെയായി. അതിന്റെ ഒരു ധൈര്യവും ഉണ്ട്. അതുകൊണ്ട് ആരും സമ്മതിച്ചില്ലെങ്കിലും എനിക്കെന്റെ ഇഷ്ടത്തിൽ ഉറച്ചുനിൽക്കാൻ തടസ്സമില്ല. ഇനി എല്ലാം ആമി, ആമി ഒരാൾ തീരുമാനിച്ചാൽ മതി.''

അതുകൂടിയായപ്പോൾ അമൃതയ്ക്കെന്തു പറയണമെന്ന് അറിയാതെയായി.

കാപ്പി പാതിയേ കുടിച്ചുള്ളൂവെങ്കിലും അവളിറങ്ങി നടന്നു. കണ്ണീരോടെ. അത് പ്രണയത്തിന്റെ സ്ഫടികതുല്യമായ കണ്ണീരായിരുന്നു. അന്നു രാത്രി മുഴുവൻ മഴ പെയ്തു. ഭക്ഷണം കഴിക്കാതെ, ഉറങ്ങാതെ, തന്റെ മുറിയിലെ ജനാലയിലൂടെ മഴ നോക്കി അമൃത ഇരുന്നു. അവളാ മഴയിൽ രതീഷിനെ കണ്ടു. കോളേജിലെ ഷട്ടിൽ കോർട്ടിൽ, പൊരിഞ്ഞ കളിക്കിടയിലും തന്നെ പാളിനോക്കുന്ന രതീഷിനെ. താനയാളെ അറിഞ്ഞതേ ഇല്ലല്ലോ എന്നവൾ ഓർത്തു. പിന്നെ ഫോണിനടുത്തു ചെന്നു. അവൾ ഡയൽ ചെയ്തു.

''ഹലോ.''

''ആമീ.''

''എനിക്കൊരു കാര്യം പറയാനുണ്ട് രതീഷ്.''

''ഞാനിങ്ങനെ ഒരു കോൾ പ്രതീക്ഷിച്ചില്ല.''

''ഞാനിനി പറയാൻ പോവുന്നതും പ്രതീക്ഷിക്കാത്തതാവും.''

അതിനു രതീഷ് മറുപടി പറഞ്ഞില്ല.

''എനിക്കു നിന്നെ വേണം ചെക്കാ... ശരിക്കും വേണം.'' ശേഷം അവൾ കരച്ചിലോടെ തന്നെ ഫോൺ വെച്ച് മുറിയിൽ ചെന്നു കിടന്നു.

രതീഷ് തിരിച്ചുവിളിക്കുന്നുണ്ടായിരുന്നു. അമൃത ഫോൺ എടുത്തതേയില്ല. അവൾക്കു പിന്നെയും പിന്നെയും കരയണമെന്നു തോന്നി.

നിഗൂഢമായ ആഹ്ലാദം നിറഞ്ഞ ആ കരച്ചിൽ അമൃതയ്ക്കു മുൻപരിചയമുണ്ടായിരുന്നില്ല. പിന്നെ ഇങ്ങനെയാണ് ഓരോരുത്തരെ പരിചയപ്പെടുന്നതെന്നും പ്രണയം ഒരു ചിരിയല്ല വിങ്ങലാണെന്നും കണ്ണുനീരാണെന്നുമൊക്കെ അന്ന് അമൃത സ്വന്തം കണ്ണാടിയിൽ നോക്കി പറഞ്ഞു.

അങ്ങനെയൊക്കെയാണ് അവരുടെ വിവാഹം നടന്നത്. രതീഷിന്റെ വീട്ടുകാർ വന്നില്ല. അയാളുടെ അടുത്ത സുഹൃത്തുക്കൾ എത്തി. അവരൊക്കെ രതീഷിനെ തൊട്ടുനിൽക്കുന്നത് അമൃത കണ്ടു. അതവളിൽ സന്തോഷം നിറച്ചു. പക്ഷേ, ഇടയ്ക്കിടെ അവൾ പാളിനോക്കിക്കൊണ്ടിരുന്നതു രതീഷിനെ തന്നെയാണ്. ചെക്കൻ ഒട്ടും മോശമല്ല. സുന്ദരന്മാരിൽ സുന്ദരൻ തന്നെ.

ഒന്നിച്ചു വിവാഹസദ്യ കഴിക്കുമ്പോൾ അവൾ രതീഷിന്റെ കാതിൽ പറഞ്ഞു:

''സാമ്പാർ അധികം കഴിക്കണ്ട.''

''എന്തേ?''

''പാചകക്കാരൻ പരമേശ്വരൻ ചേട്ടന്റെ മുടി വീണത്, അങ്ങേരു തന്നെ എടുത്തു മാറ്റുന്നതു ഞാൻ കണ്ടതാ.''

രതീഷ് ചിരിച്ചു. ഉറക്കെ. അമൃതയാവട്ടെ ഒപ്പം ചിരിക്കുകയും ചെയ്തു. ആളുകൾ അതുകണ്ട് കുറച്ച് അന്തംവിടുകയും ചെയ്തു. ജീവിതം മുഴുവൻ അങ്ങനെ ഒരു ചിരിയാവുമെന്നാണ് അമൃത കണക്കുകൂട്ടിയത്. പക്ഷേ സംഭവിച്ചത് അതാണോ? അല്ല. രതീഷ് അത്രയൊന്നും ചിരിച്ചില്ല. എന്തിന് വർത്തമാനങ്ങൾപോലും കുറവ്. അതു കാണുമ്പോൾ അമൃതയുടെ അമ്മ ചോദിക്കാറുണ്ടായിരുന്നു.

''മോളേ, അവൻ നിന്നോടു വർത്തമാനം പറയുമല്ലോ, അല്ലേ?''

''ചിലപ്പോഴൊക്കെ'' എന്നു പാതി കളിയായും പാതി കാര്യമായും അമൃത മറുപടി നൽകും. മറ്റുള്ളവർ അതുകേട്ടു ചിരിക്കുമെങ്കിലും അമൃത മിണ്ടാതിരിക്കും.

കിടക്കയിലും രതീഷ് അത്രയൊന്നും മിണ്ടുകയില്ല. പക്ഷേ, അവിടെ അയാൾ ഷട്ടിൽ ഗ്രൗണ്ടിലെ താരമാണെന്നുമാത്രം. വിവാഹത്തിന്റെ ആദ്യനാളുകളിൽ അമൃത ചോദിച്ചുപോയിട്ടുണ്ട്-

''ബെഡ്റൂം ഷട്ടിൽ ഗ്രൗണ്ടാണെന്നാണോ രതീഷിന്റെ വിചാരം?'' അപ്പോഴും മറുപടി പറയില്ല. അമർത്തി ചിരിക്കും. പിന്നാലെ വന്നു

പൂണ്ടടക്കം പിടിക്കും. അതിൽനിന്നു പിന്നെ രക്ഷപ്പെടാനാകില്ല. അത്ര യ്ക്കു കരുത്തുണ്ട് രതീഷിന്. അങ്ങനെ സഹികെടുന്ന ദിവസങ്ങളിൽ അമൃത നേരത്തേ കയറിക്കിടക്കും. മനഃപൂർവം ഉറക്കം നടിക്കും. പറ്റിയാൽ കൂർക്കവും വലിക്കും.

കുറെനേരം രതീഷ് കട്ടിലിൽ വന്നിരിക്കും. അവളെ നോക്കിയ ങ്ങനെ... പരിഭവം നിറഞ്ഞ കണ്ണുകളോടെ കാത്തിരിക്കും. അമൃത അപ്പോൾ കണ്ണുകൾ ഒന്നുകൂടി മുറുകെ അടയ്ക്കും. അതോടെ രതീഷ് കിടക്കയുടെ ഓരം പറ്റി കിടക്കുന്നതു കാണാം. ബലപ്രയോഗത്തിൽ വിശ്വസിക്കുന്ന പുരുഷനായിരുന്നില്ല രതീഷ്. ആ ബഹുമാനം അമൃതയ്ക്കു രതീഷിനോട് എപ്പോഴും ഉണ്ട്. എന്നാലും മിണ്ടാപ്പൂച്ച യുടെ കരുത്ത് ഭീകരം. കലമുടയ്ക്കുകയല്ല, കലം തകർക്കുകയാണു ചെയ്യുന്നത്. എന്റമ്മേ...

അയാൾ കൂടുതൽ വർത്തമാനം പറഞ്ഞിരുന്നെങ്കിൽ. ഒന്നുകൂടി നന്നായി സ്നേഹം പ്രകടിപ്പിച്ചിരുന്നെങ്കിൽ എന്നവൾ സദാ ഉള്ളിൽ കരുതും. ചിലപ്പോഴൊക്കെ 'പ്രകടിപ്പിക്കാത്ത സ്നേഹവും എടുക്കാത്ത നോട്ടും ഒരു പോലെയാണ്' എന്നൊക്കെ അവൾ തത്ത്വശാസ്ത്രം വിളമ്പും. ആരു കേൾക്കാൻ? ഫിലോസഫിയും കക്ഷിക്ക് ഒരു പിടിയു മില്ലെന്നു തോന്നുന്നു.

ശ്രേയയും ലയയും പിറന്നപ്പോഴെങ്കിലും രതീഷ് കുറേക്കൂടി മാറു മെന്ന് അമൃത വിചാരിച്ചു. കുഞ്ഞുങ്ങൾ... അവരുടെ ചിരി ആരെയും അലിയിക്കുമല്ലോ? അവരെ കാണുമ്പോൾ, എടുത്തു നടക്കുമ്പോൾ ഒക്കെ വാക്കുകളും വർത്തമാനങ്ങളും നമ്മളറിയാതെ, നമ്മളിലേക്കു വിരുന്നു വരുമല്ലോ? അർത്ഥമില്ലാത്ത വാക്കുകളെങ്കിലും...

അങ്ങനെ ഒന്നും സംഭവിച്ചില്ല. രതീഷ് കുറേക്കൂടി മൗനിയായതേയുള്ളൂ. ഇടയ്ക്ക് അവൾക്കു തോന്നും താനെന്തെങ്കിലും തെറ്റു ചെയ്തിട്ടാണോ? അല്ലെങ്കിൽ രതീഷിനു മറ്റു വല്ല ഇഷ്ടങ്ങളുമുണ്ടോ. അതാണോ അയാൾ ഓരോ ദിവസവും ഇങ്ങനെ 'മിണ്ടാപ്രാണി' ആകുന്നത്?

അതിന് ഒരു ഉത്തരവും അമൃതയ്ക്ക് ഇതുവരെ കിട്ടിയിട്ടില്ല. ഒരു സംശയവും തോന്നിയിട്ടുമില്ല. എന്നാൽ അയാൾക്കു സ്നേഹമില്ല എന്നു പറയുവാനേ വയ്യ. അവളുടെയും കുഞ്ഞുങ്ങളുടെയും എല്ലാ ആവശ്യ ങ്ങളും പറയുംമുൻപേ രതീഷ് നിറവേറ്റിയിട്ടുണ്ട്. ആ കരുതൽ എത്ര ഗൃഹസ്ഥന്മാർക്കുണ്ട്? പക്ഷേ, തന്റെ മനസ്സിൽ ആ പഴയ രതീഷാണ്. താനറിയാതെ തന്നെ അറിഞ്ഞ ചെറുപ്പക്കാരൻ. അങ്ങനെയെല്ലാം അമൃത ഓർത്തുനിൽക്കേ പിന്നിൽ രതീഷിന്റെ ശബ്ദം.

''നീയെന്താ ആലോചിക്കുന്നതെന്ന് എനിക്കറിയാം ആമീ.''

''എന്തേ?''

‘‘നീ കരുതുന്നതൊക്കെ, കുറേയൊക്കെ ശരിയാണ്.’’

‘‘എന്തു ശരിയാണെന്ന്?’’

‘‘ആമി കരുതാറില്ലേ, ഞാൻ പഴയ രതീഷല്ല. ഒരിക്കൽ അകലെ നിന്നു സ്നേഹിച്ച പോലെ ഇപ്പോ സ്നേഹിക്കുന്നില്ലാന്ന്.’’ അമൃത മിണ്ടിയില്ല.

‘‘അതു ശരിയാ ആമീ. അന്നത്തെ ആ തീവ്രതയിൽ എനിക്ക് ആമിയുടെ അടുത്തുവരാനാകുന്നില്ല. ആമിയെ സ്നേഹിക്കാനാവുന്നില്ല.’’ അമൃത കാറ്റിൽ അകപ്പെട്ട ഒരു കരിയിലപോലെ വിറച്ചുപോയി. സങ്കടത്തിന്റെ ഒരു കടൽ അവളുടെ ആത്മാവിൽ തിളച്ചുതൂവി.

‘‘അതിനു കാരണവുമുണ്ട്.’’

എന്താണതെന്നു ചോദിക്കാൻ അമൃതയ്ക്കു നാവു വഴങ്ങിയില്ല. അത്രമേൽ മരവിച്ചു പോയിരുന്നു അവൾ.

‘‘ഞാൻ പറയാം ആമീ, എല്ലാം ഇന്ന് അത്താഴത്തിനു നമ്മൾ പുറത്തുപോകുന്ന യാത്രയ്ക്കിടയിൽ... ഇനി അതൊക്കെ മറച്ചു വെയ്ക്കുന്നതിൽ എന്ത് അർത്ഥം?’’

അതും പറഞ്ഞ് രതീഷ് പുറത്തേക്കു നടന്നപ്പോൾ ഒരു മരുഭൂവിലെ പൊള്ളുന്ന വേനലിൽ തനിച്ചുനിൽക്കുന്ന ഒറ്റമരമായി അമൃത.

അപ്പോൾ ഷട്ടിൽകോർട്ടിൽനിന്ന് തന്നെ എന്നും പാളി നോക്കിക്കൊണ്ടിരുന്ന ആ പഴയ ചെക്കൻ ഇപ്പോൾ രതീഷിന്റെ ഉള്ളിലില്ലേ? അയാൾ മരിച്ചുപോയോ? പുതിയ രതീഷിനു തന്നെ വേണ്ടേ? അതോർക്കേ അമൃതയുടെ കണ്ണുകൾ കരകവിയുന്ന ഒരു പുഴയായി.

മൂന്ന്

രാത്രി.

ഹോട്ടലിലേക്കു പോകുമ്പോൾ രതീഷ് തന്നെയാണ് കാർ ഡ്രൈവ് ചെയ്തത്. അമൃത മുൻസീറ്റിൽ. ശ്രേയയും ലയയും പിന്നിൽ. ആരും ഒന്നും മിണ്ടിയില്ല. പൊതുവേ അമൃതയെങ്കിലും എന്തെങ്കിലും പറയുന്നതാണ്. ഒരു വെറും വാക്കോ തമാശയോ ഒക്കെ. മൗനം അസഹ്യമായപ്പോൾ ശ്രേയ ചോദിച്ചു.

''ഇതെന്താ ഫസ്റ്റ് ഡേ അവാർഡു സിനിമ കാണുംപോലെ?''

ആ സാധാരണ തമാശയ്ക്കുപോലും അമൃത ചുമ്മാ ചിരിക്കുന്നതാണ്. പക്ഷേ ഇപ്പോൾ അവൾ അനങ്ങിയതേയില്ല.

അതോടെ ശ്രേയയ്ക്കു തോന്നി, ഇന്ന് ഇവർ വഴക്കിട്ടോ? കുട്ടികളെ ഏറ്റവും ഭയപ്പെടുത്തുന്നതും അതാണല്ലോ അച്ഛനമ്മമാരുടെ യുദ്ധം. ആ യുദ്ധത്തിൽ നിസ്സഹായരാവുന്നതും പരുക്കേറ്റു വീഴുന്നതും വെറും സാക്ഷികളായ കുട്ടികളാണല്ലോ. എന്നാൽ തങ്ങളുടെ അച്ഛനമ്മമാർക്ക് അങ്ങനെ ഒരു ഹോബി ഇല്ലെന്നു ശ്രേയയ്ക്കും ലയയ്ക്കും അറിയാം. അച്ഛനു പ്രതിഷേധങ്ങൾ പോലുമില്ല. അമ്മയ്ക്ക് ചില മുനവച്ച നോട്ടങ്ങളുണ്ടാവും. അല്ലെങ്കിൽ സമർത്ഥമായ പരിഹാസം വഴി തന്റെ വിയോജിപ്പോ പ്രതിഷേധമോ രേഖപ്പെടുത്തും. അച്ഛൻ ഒരു ഐസുകട്ടയാണെങ്കിൽ പറ്റിയാൽ ആ ഐസുകട്ടയെ കടിക്കണം എന്ന് ഉള്ളിൽ മാത്രം വിചാരിക്കുന്ന ഉറുമ്പാണ് അമ്മ.

അല്പം കൂടി കഴിഞ്ഞു ലയ പറഞ്ഞു.

''ഞങ്ങൾക്കിങ്ങനെ ഒന്നും മിണ്ടാതെ യാത്ര ചെയ്യാൻ വയ്യ.''

''അതെയ് നിങ്ങൾക്കിടയിൽ എന്തെങ്കിലും ഭൂമികുലുക്കമുണ്ടെങ്കിൽ, അതിപ്പോ പറ. ഞങ്ങൾ മദ്ധ്യസ്ഥരാവാം.'' ശ്രേയ പറഞ്ഞു.

''ഉവ്വ, മദ്ധ്യസ്ഥരാവാൻ പറ്റിയ രണ്ടെണ്ണം.'' അമൃത ചിരിച്ചു.

അതോടെ കാറിനുള്ളിലെ മൗനത്തിന് ഒരയവു വന്നു. രതീഷ് എ.സി. ഓഫ് ചെയ്ത്, ചില്ലുകൾ താഴ്ത്തി. പുറത്തുനിന്നു ഒരിളംകാറ്റ് ആ കുടുംബത്തെ ചുറ്റിപ്പിടിച്ചു.

ആ വേള രതീഷ് പറഞ്ഞു തുടങ്ങി: ''ആമീ നീ നിന്നോടു തുറന്നു പറയാമെന്നു പറഞ്ഞതെല്ലാം തുറന്നുപറയാൻ പോവ്വാണ്.''

''അതു ശരി. അതിനിടയിൽ നിങ്ങൾ മാത്രം കുടുക്കകഷായം വെയ്ക്കുന്നുണ്ടായിരുന്നു അല്ലേ?ഞങ്ങളത് ഊഹിക്കേണ്ടതായിരുന്നു.'' ശ്രേയ അച്ഛന്റെ തോളിൽ പിടിച്ചു.

''കുട്ടികളുടെ മുൻപിൽവച്ചാണോ പറയാൻ പോവുന്നത്. വേണ്ട.'' അമൃത ഇടയ്ക്കു കയറി.

''അതു ശരി. കാര്യങ്ങൾ അത്ര സീരിയസ്സാണോ?'' ലയ

''ആമീ, അങ്ങനെ വിചാരിക്കണ്ട നമ്മൾ. ശ്രേയയും ലയയും വളർന്നു. അവർക്കു പല കാര്യത്തിലും നമ്മളേക്കാൾ പക്വതയും കാഴ്ചപ്പാടും ഉണ്ട്.''

''അദ്ദാണ്...'' ശ്രേയയും ലയയും ഒന്നിച്ച് ഒച്ചവച്ചു.

''അതുകൊണ്ട് അവരെല്ലാം കേട്ടോട്ടെ.''

അതിന് അമൃത മറുപടി പറഞ്ഞില്ല. പറഞ്ഞാൽത്തന്നെ ശ്രേയയും ലയയും ഇനി സമ്മതിക്കില്ല. അച്ഛൻ അവരുടെ പക്ഷത്താണല്ലോ. അവ രിപ്പോൾ നാലിൽ മൂന്ന് ഭൂരിപക്ഷം നേടിക്കഴിഞ്ഞു. ശേഷം രതീഷ് വളരെ മെല്ലെ പറഞ്ഞു തുടങ്ങി.

''ഞാൻ പോലും അറിയാത്ത ഒരു ഞാൻ എന്റെ ഉള്ളിലുണ്ട്. ഞാനിപ്പോ അയാളെക്കുറിച്ചാ നിങ്ങളോടു പറയാൻ പോകുന്നേ.''

അമൃതയും കുട്ടികളും പരസ്പരം നോക്കി. രതീഷിന്റെ ഈ വാക്കു കളും സ്വരവും അവർക്കു തീർത്തും അപരിചിതമായ അനുഭവമായിരുന്നു.

''മക്കളേ, അച്ഛനും അമ്മയും പ്രണയിച്ചാണ് വിവാഹം ചെയ്തത് എന്നു നിങ്ങൾക്കറിയാമല്ലോ.''

''അച്ഛനാരുന്നു ഡീപ് ലൗ. അമ്മയുടെ കാര്യത്തിൽ എനിക്ക് ഇപ്പോഴും ഡൗട്ടുണ്ട്.'' ലയ ചിരിച്ചു.

''പോടീ...'' അമൃത ചൂടായി.

''ഞാനങ്ങനെ കരുതുന്നില്ല.'' രതീഷ് തുടർന്നു. ''പക്ഷേ, വിവാഹ ശേഷം പതുക്കെപ്പതുക്കെ ഞാൻ എന്റെ മാത്രം ലോകത്തിലേക്കു വീണു. എത്ര ശ്രമിച്ചിട്ടും എനിക്കാ ലോകത്തിൽനിന്നു കരകയറാനായില്ല. ഇപ്പോഴും ആ ലോകം എന്നെ ചൂഴ്ന്നു നില്പുണ്ട്.''

അമൃതയ്ക്കു രതീഷ് എന്താണു പറഞ്ഞുവരുന്നതെന്നോർത്ത് ആശങ്കയായി. താനറിയാത്ത, രതീഷിനു മാത്രം അറിയുന്ന രതീഷിന്റെ ലോകം ഏതാണ്?

''ഷട്ടിൽ കളിക്കാൻ തുടങ്ങിയ കാലത്ത് അച്ഛന്റെ വീട്ടിൽ ഇല്ലായ്മകളേ ഉണ്ടായിരുന്നുള്ളൂ. പക്ഷേ, കളി അച്ഛന് ജീവിതത്തെക്കുറിച്ച് വലിയ പ്രതീക്ഷ നൽകി. ലോകം മുഴുവൻ പോയി കളിക്കണം. അറിയപ്പെടുന്ന ഒരു താരം ആകണം. പ്രകാശ് പാദുക്കോണിനെ ഒക്കെ പോലെ.''

''നമ്മുടെ ദീപിക പാദുക്കോണിന്റെ അച്ഛൻ.'' ലയ മന്ത്രിച്ചു.

''ശേഷം ആരും കൊതിക്കുന്ന രീതിയിൽ ജീവിക്കണം. അതിനായി ഞാനെന്നെത്തന്നെ രൂപപ്പെടുത്തിക്കൊണ്ടിരിക്കുകയായിരുന്നു. അതിനിടയിലാ തികച്ചും യാദൃച്ഛികമായി നിങ്ങളുടെ അമ്മയെ കാണുന്നത്.''

''ങാ, കഥയിലെ ഫസ്റ്റ് ടിസ്റ്റ് ഇവിടെയാ അല്ലേ?''

ശ്രേയ ചിരിച്ചു.

''പിന്നെ എന്റെ സ്വപ്നങ്ങളിൽ ഷട്ടിൽ ബാഡ്മിന്റനെക്കാളേറെ നിങ്ങളുടെ അമ്മയായി. എന്നെ കണ്ടിട്ടും കാണാതെ നടക്കുന്ന നിങ്ങൾടെ അമ്മ.''

അമൃതയിൽ അപ്പോൾ ഭൂതകാലത്തിന്റെ തിരകളത്രയും ഒഴുകിപ്പരന്നു. എന്തൊരു തണുപ്പുള്ള തിരകൾ.

''അമ്മയെ വിവാഹം ചെയ്യാൻവേണ്ടി മാത്രം ഞാൻ പതുക്കെ കളി മറന്നു. എങ്ങനെയെങ്കിലും ഒരു ജോലി സംഘടിപ്പിക്കണമെന്നായി ചിന്ത. ജോലിയില്ലാത്ത ഒരാൾ എങ്ങനെ ഒരു കുടുംബം നടത്തും? അല്ലെങ്കിലേ നിങ്ങടമ്മ എന്നെ മൈൻഡ് ചെയ്യാറില്ല. ജോലികൂടി ഇല്ലാതെ ചെന്നാ പിന്നെ ഓടിക്കില്ലേ?''

ശ്രേയയ്ക്കും ലയയ്ക്കും രസം പിടിച്ചു. അവർ അച്ഛന്റെ തോളിൽ പിടിച്ചു ചിരിച്ചു. ''കറക്ട്.''

''അങ്ങനെ കഷ്ടപ്പെട്ട് ഒരു കുഞ്ഞു ജോലി സംഘടിപ്പിച്ചു. അപ്പോഴെല്ലാം അച്ഛനോട്, നീ കളി തുടരുകയാണു വേണ്ടത്. നീ രാജ്യത്തിനു വേണ്ടി കളിക്കേണ്ട ആളാ എന്നു പറഞ്ഞ സുഹൃത്തുക്കളുണ്ട്. കോച്ചുകളുണ്ട്. അച്ഛനതൊന്നും കേൾക്കാൻ തോന്നിയില്ല. എത്രയും വേഗം നിങ്ങടെ അമ്മയെ സ്വന്തമാക്കുക, അതു മാത്രമായി അച്ഛന്റെ സ്വപ്നം.''

''കാമുകന്മാരായാ ഇങ്ങനെ വേണം. അച്ഛാ ഞാനും ഇങ്ങനത്തെ ഒരു കാമുകനെയേ കല്യാണം കഴിക്കൂ.'' ലയ അച്ഛനെ പിന്താങ്ങി.

''ങാ... കാമുകൻ, പ്രേമം എന്നൊക്കെ പറഞ്ഞിങ്ങു വാ. മുട്ടേന്നു വിരിഞ്ഞില്ല. ഞാൻ മുട്ടുകാലു തല്ലി ഒടിക്കും.''

അമൃത ചിരിച്ചു.

''ഇതാണ് അച്ഛനമ്മമാരുടെ കുഴപ്പം. അവർക്കു പ്രേമിക്കാം. മക്കൾക്കു പാടില്ല.'' ലയ.

''ബാക്കി കഥ പോരട്ടെ. ബാക്കി കഥ...'' ശ്രേയ ധൃതി വെച്ചു.

''അങ്ങനെ കളിക്കുന്നതിനേക്കാൾ കഷ്ടപ്പെട്ടു നിങ്ങളുടെ അമ്മയുടെ കല്യാണം കഴിച്ചു. ദോഷം പറയുന്നില്ല, കല്യാണം കഴിഞ്ഞതോടെ അച്ഛന് അമ്മയോടുള്ള പ്രണയം അങ്ങ് കൂടി.''

''അത് അച്ഛന്റെ കുറ്റമല്ല അച്ഛാ. ഞങ്ങടമ്മ സുന്ദരിയാണ്. സുശീലയാണ്. ഇനി വേറെ എന്തൊക്കെയാണോ അതൊക്കെയാണ്.'' ശ്രേയ പൊട്ടിച്ചിരിച്ചു.

അമൃതയ്ക്ക് അതുകേട്ടു രസം തോന്നാതിരുന്നില്ല.

''പിന്നാലെ ശ്രേയക്കുട്ടി വന്ന് എന്നെ അച്ഛാന്നു വിളിച്ചു. ആ വിളിയിലെ കൊഞ്ചൽ മാറുംമുമ്പു ലയക്കുട്ടിയും വന്ന് എന്നെ അച്ഛാന്നു മുറുകെപ്പിടിച്ചു.''

''അതെ ഞങ്ങളെപ്പോലുള്ള രണ്ടു പിള്ളാരെ കിട്ടിയ അച്ഛനല്ലേ ലോകത്തിലെ ഏറ്റവും ഭാഗ്യവാനായ അച്ഛൻ.'' ശ്രേയ വിടാൻ ഭാവമില്ല.

''നീ തള്ളിക്കോ. പക്ഷേ തള്ളി അച്ഛനെ മറിച്ചിടരുത്. എനിക്കു വയ്യ ഹോസ്പിറ്റലിൽ കൊണ്ടുപോകാൻ.'' അമൃത ചിരിച്ചു.

''ങാ, പറഞ്ഞുവന്നത് നിങ്ങളും നിങ്ങളുടമ്മയും നമ്മുടെ കുഞ്ഞു വീടും നിറഞ്ഞ ലോകത്തിൽ മുങ്ങിപ്പോകുന്നതിനിടയിൽ അച്ഛൻ അച്ഛന്റെ സ്വപ്നങ്ങളും കളിയും ഒക്കെ പാടേ മറന്നു. എന്തെന്നാൽ നിങ്ങളെ വളർത്താൻ മോശമല്ലാത്ത ഓട്ടം തന്നെ എനിക്കോടേണ്ടി വന്നു. വീട്, നമ്മുടെ എല്ലാം ചെലവുകൾ. ഒക്കെ നടക്കണ്ടേ, അപ്പോൾ പിന്നെ അച്ഛന്റെ സ്വപ്നങ്ങൾക്കെന്തു വില?''

വളരെ മെല്ലെ കാറോടിച്ചുകൊണ്ടായിരുന്നു രതീഷിന്റെ ആ പറച്ചിൽ. അത് ഒരു അമർത്തിയ നിലവിളിയാണെന്ന് അമൃതയ്ക്കു തോന്നി. വീട് ഒരിക്കലും കണ്ടിട്ടില്ലാത്ത, അറിഞ്ഞിട്ടില്ലാത്ത നിലവിളി. പല അച്ഛനമ്മമാരുടെയും ഉള്ളിൽ ഇത്തരം നിലവിളി ഉണ്ടാവാം. സ്വന്തം മോഹങ്ങൾ കുഴിവെട്ടി മൂടിയതിന്റെ വേദന പുരണ്ട നിലവിളി. ജീവിതാവസാനം വരെ അവർ അതു പുറത്തു പറയണമെന്നുപോലുമില്ല. രതീഷ് അറിയാതെ പറഞ്ഞുപോയെന്നു മാത്രം.

''അങ്ങനെ അച്ഛന്റെ ലക്ഷ്യങ്ങൾ കൈവിട്ടുപോയി എന്ന നിരാശ കൊണ്ടാണോ അച്ഛൻ എന്നെയും ലയയെയും ചെറുപ്പത്തിലേ ഷട്ടിൽ ബാഡ്മിന്റൻ കളിക്കാൻ നിർബ്ബന്ധിച്ചത്?'' ശ്രേയ ചോദിച്ചു.

“അങ്ങനെയല്ലെന്നു ഞാനെങ്ങനെ പറയും. എനിക്ക് കൈമോശം വന്ന സ്വപ്നങ്ങൾ നിങ്ങളിലൂടെ എത്തിപ്പിടിക്കാൻ ഞാൻ ശ്രമിച്ചിട്ടുണ്ട്.”

“പക്ഷേ, എനിക്കു ഷട്ടിലിനോട് ഒരിഷ്ടവും ഇല്ല അച്ഛാ.” ശ്രേയ വേദനയോടെ പറഞ്ഞു.

“എനിക്കതു മനസ്സിലായിരുന്നു മോളെ. പക്ഷേ ലയയ്ക്കു പ്രതിഭയുണ്ടായിരുന്നു. ഒരു അത്‌ലറ്റിന്റെ ശരീരമുണ്ടായിരുന്നു. എന്നിട്ടും അവൾ കളിയിൽ നിന്നൊഴിഞ്ഞു.” രതീഷ് നിസ്സംഗനായെന്നപോലെ പറഞ്ഞു.

“രക്ഷിതാക്കളുടെ സഫലമാകാത്ത മോഹങ്ങൾ സാക്ഷാത്കരിക്കുവാനുള്ള ഉപകരണങ്ങളാണോ കുട്ടികൾ? അവരെ അവരുടെ വഴിക്കു വിടുകയല്ലേ വേണ്ടത്?” അമൃതയ്ക്ക് അപ്പോൾ ഇടയ്ക്കു കയറാതിരിക്കാനായില്ല. മാത്രമല്ല അത് അവളുടെ ഉറച്ച അഭിപ്രായവും ആയിരുന്നു.

“ഞാൻ അങ്ങനെതന്നെയല്ലേ ചെയ്തുള്ളൂ. ഞാനെന്റെ കുട്ടികളെ പിന്നെ കളിക്കാൻ നിർബന്ധിച്ചോ?”

അതാർക്കും സമ്മതിക്കാതിരിക്കാൻ ആയില്ല. ലയയും കളിക്കളത്തിൽനിന്നു പിന്മാറിയപ്പോൾ രതീഷ് ഒരക്ഷരം മിണ്ടിയില്ല.

“പക്ഷേ, ഞാൻ ആകെ തനിച്ചായപോലെ തോന്നി. വീട്ടിലല്ല, എന്റെ മനസ്സിൽ. പിന്നെ എന്നെ വിഷാദം കാർമേഘം പോലെ മൂടി. അതെങ്ങനെ പറഞ്ഞറിയിക്കുക എന്നറിയില്ല. ഞാൻ അറിയാതെ ആമിയോടും നിങ്ങളോടും ഒക്കെ അകന്നു. സ്നേഹശൂന്യതയല്ല, ഒരുതരം വിരക്തി, നിസ്സംഗത എല്ലാത്തിനോടും.”

അമൃതയ്ക്ക് അയാളെ മനസ്സിലായി. തന്നോടുള്ള പ്രണയവും ദാമ്പത്യവും തന്റെ സ്വപ്നങ്ങൾ തകർത്തുകളഞ്ഞതായി രതീഷിന്റെ മനസ്സ് അയാളെ ബോദ്ധ്യപ്പെടുത്തിയിട്ടുണ്ടാവാം. അതാവാം വാക്കുകളും വർത്തമാനങ്ങളും ചിരിയും നഷ്ടപ്പെട്ട ഒരാളായി അയാൾ വീടിനകത്തു കഴിഞ്ഞത്.

“ഒരു നിമിഷം വണ്ടി നിർത്ത്വോ രതീഷ്?”

അമൃത അറിയാതെ ചോദിച്ചു. അയാൾ വണ്ടി നിർത്തി. ഒഴിഞ്ഞ ഒരു മൈതാനത്തിനടുത്ത്. അമൃത അതിൽനിന്നിറങ്ങി. കുട്ടികൾ പകച്ച് അകത്തുതന്നെയിരുന്നു. പക്ഷേ, എന്തോ സംഭവിക്കാൻ പോകുന്നു എന്നവർ ആകുലരായി.

“ഇനി ഇപ്പോ ഞാൻ എന്താ ചെയ്യേണ്ടത്?” അമൃത ചോദിച്ചു.

“ശരിയാണ് എന്നോടുള്ള പ്രണയം, നമ്മുടെ വിവാഹം അതൊക്കെ ആകാശത്തോളം വളരാനുള്ള രതീഷിന്റെ മോഹങ്ങൾക്കു വിലങ്ങുതടിയായിട്ടുണ്ടാവും. പക്ഷേ, എന്റെയും മോഹങ്ങൾ നമ്മുടെ കുടുംബത്തിനു

വേണ്ടി ഞാനും വേണ്ടെന്നു വച്ചിട്ടുണ്ട്. വളരെ ചെറുതായിരിക്കാം പലതും. വിവാഹശേഷം രതീഷുമായി നമ്മുടെ പഴയ കോളേജിലെ ആ ഷട്ടിൽ കോർട്ടിൽ ഒരു രാത്രി ചെന്നുനിൽക്കണമെന്നു ഞാൻ മോഹിച്ചിട്ടുണ്ട്. പക്ഷേ, ഇന്നുവരെ ആ നിസ്സാരമോഹം പോലും പറഞ്ഞില്ല. പറഞ്ഞാൽ സാധിച്ചു തരില്ല എന്ന ആശങ്കകൊണ്ട്. എന്നുവെച്ച് എന്റെ ആഗ്രഹങ്ങൾ ആഗ്രഹങ്ങളല്ലാതാകുന്നില്ല... ഞാനും ഒരു മനുഷ്യനല്ലേ? അല്ലേ വേണ്ട... ഞാൻ പറയാൻ തുടങ്ങിയാൽ ഒന്നും തീരില്ല. അതൊക്കെ വിടൂ. ഇപ്പോ, ഞാൻ അല്ല, ഞങ്ങൾ എന്താ വേണ്ടത്? ഞങ്ങൾ രതീഷിന്റെ ജീവിതത്തിൽനിന്നു പാടേ മാറിത്തരണോ, അങ്ങ് ഒഴിഞ്ഞുപോവണോ, എങ്കിൽ രതീഷിനു സന്തോഷാവ്വോ? സ്വന്തം സ്വപ്നങ്ങൾ പിന്തുടരാൻ സഹായാവ്വോ? അങ്ങനാണേ ഞങ്ങൾ അതിനും റെഡി. കാരണം രതീഷിനേക്കാൾ വലുതൊന്നുമില്ല ഞങ്ങൾക്കു മൂന്നാൾക്കും... ഒരു കാലത്തും... അല്ലേ നമ്മുടെ കുഞ്ഞുങ്ങളോടു ചോദിക്കൂ.'' ശേഷം അമൃത കാറിലേക്കു കൈ ചൂണ്ടി. രതീഷ് നോക്കുമ്പോൾ അയാളുടെ ആത്മാവിന്റെ ഭാഗമായ ആ രണ്ടു കുട്ടികളും കരച്ചിലിന്റെ തൊട്ടു മുന്നിലുള്ള നിമിഷത്തിലാണ്. ഇങ്ങനെ ഉള്ളുലഞ്ഞ് അവർ നിൽക്കുന്നത് രതീഷ് കണ്ടിട്ടേയില്ല.

അതുകണ്ട് അവരുടെ അടുത്തുചെന്നു രതീഷ് പറഞ്ഞു:

''മക്കളെ, ഇതല്ല അച്ഛൻ ഉദ്ദേശിച്ചതും, പറയാൻ തുനിഞ്ഞതും.''

''പിന്നെ?'' അമൃത വല്ലാതെ ക്ഷുഭിതയായി.

''ഇനി ഇങ്ങനെയല്ല ജീവിക്കേണ്ടത് എന്നാണ് എന്റെ തിരിച്ചറിവ്. എന്റെ ഒരു കാലത്തെ സ്വപ്നങ്ങൾ മാത്രമല്ല. ആ കാലവും അങ്ങ് ഒഴുകിപ്പോയിക്കഴിഞ്ഞു. ഞാനോ ആ കാലത്തെ ഓർത്ത് അവിടെ ത്തന്നെ നിൽക്കുന്നു. മൂടിക്കെട്ടി ജീവിക്കുന്നു. അങ്ങനെ നിങ്ങടെ സന്തോഷങ്ങളിൽ പൂർണ്ണമായി പങ്കുചേരാതിരിക്കുന്നു. അല്ലെങ്കിൽ യാന്ത്രികമായി പങ്കുചേരുന്നു. അതുകൊണ്ടിനി ഭൂതകാലത്തെക്കുറിച്ചു ഞാനിനി ചിന്തിക്കുന്നില്ല. വേവലാതിപ്പെടുന്നില്ല. അതങ്ങു മായ്ച്ചു കളഞ്ഞ്, വർത്തമാന കാലത്തിൽ നിങ്ങളോടൊപ്പം എനിക്കു കഴിയണം. നിങ്ങൾ ചിരിക്കും പോലെ ചിരിക്കണം.'' അമൃതയും കുട്ടികളും അമ്പരന്ന് അയാളെ നോക്കി.

''അതെ. സ്നേഹം അത്രയൊന്നും പ്രകടിപ്പിക്കാനറിയാത്ത, എന്നിലെ ഭർത്താവും അച്ഛനും ഒന്നും ഇനി ഇല്ല. ഞാൻ, ആമി ഉള്ളിൽ കൊണ്ടു നടക്കുന്ന സകല പരാതികളും തീർത്ത് ഒന്നു ജീവിക്കാൻ ശ്രമിക്കാൻ പോവ്വാ. ശരിക്കും ഒരു ശ്രമം.''

''അച്ഛനെന്താ ഞങ്ങൾടെ മുൻപിൽ അഭിനയിക്കാൻ പോവ്വാണോ?'' ലയ ചൂടായി.

''അല്ലെടാ. ഞാൻ കുടുംബത്തിനു വേണ്ടി വല്ലതും ത്യജിച്ചിട്ടുണ്ടേ അതൊരു വല്യ കാര്യമല്ലെന്ന് ഇപ്പോൾ തിരിച്ചറിയുന്നു. എല്ലാ ഗൃഹ നാഥന്മാരും ഇതൊക്കെ ചെയ്യുന്നുണ്ട്. ഒരു തരത്തിലല്ലെങ്കിൽ മറ്റൊരു തരത്തിൽ. ഇതിലും വലിയ ത്യാഗങ്ങൾ ചെയ്തവരും ചെയ്യുന്നവരു മുണ്ട്. അപ്പോ എന്റെ കാര്യം എത്ര നിസ്സാരം. ഞാൻ അതൊക്കെ മറന്നു. അതൊന്നും വലിയ കാര്യമല്ലെന്നു സത്യസന്ധമായി അറിഞ്ഞു. നിങ്ങളോടൊപ്പം ജീവിക്കാൻ തുടങ്ങുന്നു. അതിനു രണ്ടു കാരണങ്ങളു മുണ്ട്. എന്നെ എന്നും ഏറ്റവും ആഴത്തിൽ അച്ഛാ എന്നു വിളിക്കുന്ന രണ്ടു കുഞ്ഞുങ്ങളെ അതിനേക്കാൾ ആഴത്തിൽ ഞാൻ സ്നേഹിക്കുന്നു. അവരുടെ ചിരി കാണുന്നതാണ് എന്റെ ഏറ്റവും വലിയ സന്തോഷം. പിന്നെ ഇന്നും എന്നെ തരംകിട്ടിയാൽ ഉള്ളിൽ പരിഹസിക്കുന്ന എന്റെ പഴയ കോളേജ്മേറ്റിനെ, നിങ്ങളുടെ അമ്മയെ, പണ്ടു കണ്ട അതേ തീവ്രതയിൽ ഓരോ നിമിഷവും ഞാൻ കാണുന്നുണ്ട്. അവൾക്ക് എന്റെ നോട്ടത്തിന്റെ അർത്ഥം ഒരിക്കലും മനസ്സിലാവില്ലെങ്കിലും.''

അതു പറയുമ്പോൾ രതീഷിന്റെ ശബ്ദം ഇത്തിരി ഇടറി. അമൃതയ്ക്ക് അപ്പോൾ തന്റെ പാതിയോടു വല്ലാത്ത പാവം തോന്നി. ഞാൻ കരു തുന്ന ആളൊന്നുമല്ല രതീഷ്. അയാൾ ഇപ്പോഴും ആ ഷട്ടിൽകോർട്ടിൽ നിന്നു തന്നെ നോക്കുകയാണ്. ആ ഇരുപത്തിയൊന്നുകാരനെയാണ് താനിടയ്ക്കിടെ ഉള്ളിൽ കുറ്റപ്പെടുത്തുന്നത്.

രതീഷ് പിന്നെ വണ്ടിയിൽ തിരിച്ചു കയറി. അമൃത പിന്നാലെ ചെന്നു. ശ്രേയ പിന്നിൽനിന്ന് അമ്മയുടെയും ലയ അച്ഛന്റെയും തോളിൽ കൈ ഇട്ടു. അവരുടെ കണ്ണുകൾ നിറഞ്ഞിരുന്നു. പിന്നെ രതീഷ് ഡ്രൈവ് ചെയ്തു തുടങ്ങിയപ്പോൾ ലയ മന്ത്രിച്ചു.

''അച്ഛൻ എത്ര നന്നായാ, ഐ ലവ് യൂ പറഞ്ഞേ, അമ്മയോട്. എന്നാൽ ആ വാക്കുകൾ ഒട്ടും ഉപയോഗിക്കാതെ. അച്ഛനാ അച്ഛാ ഒരു ഭയങ്കര കാമുകൻ.''

ശ്രേയ പൊട്ടിച്ചിരിച്ചു.

''ശരിയാ അമ്മേ, അച്ഛൻ ഒരു സംഭവാ...''

അമൃത മക്കളുടെ കവിളിൽ നുള്ളി ''പോടീ'' എന്ന് ഒച്ചവെച്ചു. തെല്ലു കഴിഞ്ഞ് അവൾ കുട്ടികളോട് ആജ്ഞാപിച്ചു:

''രണ്ടും കണ്ണടച്ചേ...''

''എന്താ കാര്യം?'' ഇരുവരും ഒന്നിച്ചെതിർത്തു.

''അതെനിക്കു നിങ്ങളുടെ അച്ഛനെ ഒന്ന് ഉമ്മവെയ്ക്കണം.''

''അതിപ്പോ, അമ്മ പിറകേ നടന്ന് അച്ഛനെ പിടിച്ചുവെച്ച് ഉമ്മവെയ്ക്കു ന്നതു ഞങ്ങൾ സ്ഥിരം കാണുന്നതല്ലേ?''

ലയ വീണ്ടും പരിഹസിച്ചു.

''അതുകൊണ്ട് കണ്ണടയ്ക്കുന്ന പ്രശ്നമില്ല.''

''ഇത് അതുപോലല്ല.'' അമൃത പ്രസ്താവിച്ചു.

''പെണ്ണുകാണാൻ വന്ന കാലത്ത് അച്ഛനെ കണ്ട അതേ പ്രണയത്തോടെ എനിക്ക് അച്ഛനെ ഉമ്മവെയ്ക്കണം.''

''അപ്പോ അഡൾട്ട്സ് ഒൺലിയാണ്.''

ശ്രേയ ചിരിച്ചു.

പിന്നെ കുട്ടികൾ കണ്ണടച്ചു കൊടുത്തു. പാവങ്ങൾ. സ്വസ്ഥമായി ഒന്ന് ഉമ്മവെച്ചോട്ടെ.

അമൃത രതീഷിന്റെ കഴുത്തിൽ പിടിച്ചു. അയാളുടെ ചുണ്ടിൽ ഗാഢമായി ഉമ്മ വെച്ചു. ആ ചുണ്ടുകളുടെ സ്വാദറിഞ്ഞപ്പോൾ ക്യാംപസിൽ കണ്ട ആ കുഞ്ഞിച്ചെക്കനെ തന്നെയാണു ചുംബിക്കുന്നതെന്ന് അമൃതയ്ക്കു തോന്നി. അവൾക്കു കരച്ചിൽ വന്നു. ഉള്ളുപൊട്ടിയുള്ള കരച്ചിൽ. അതറിഞ്ഞ് 'ആമീ...' എന്ന വിളിയോടെ രതീഷ് അവളെ മുറുകെ പിടിക്കാൻ സ്റ്റിയറിങ്ങിൽ നിന്നു കയ്യെടുത്തു. ഇടയ്ക്കു കുസൃതിയോടെ കണ്ണു തുറന്നു നോക്കിയ കുട്ടികൾക്ക് അച്ഛനമ്മമാരുടെ ചുംബനം ഇഷ്ടമായി.

പക്ഷേ, ആ തീവ്രപ്രണയനിമിഷത്തിനിടയിൽ നിയന്ത്രണം വിട്ട്, എതിരെ പാഞ്ഞുവന്ന ലോറിയുടെ നേർക്ക് തങ്ങളുടെ കാർ കുതിക്കുന്നതു കുട്ടികൾ ഭീതിയോടെ കണ്ടു.

നാല്

ആ അപകടത്തിൽ കാറിന്റെ മുൻഭാഗം പാടേ തകർന്നുപോയി. അകത്തു യാത്രക്കാർക്കു ഒന്നും ഒരു പരുക്കും ഇല്ലെന്നു തോന്നി. രതീഷിനു മാത്രം ഒരു മയക്കം ബാധിച്ചതുപോലെ. ശ്രേയയും ലയയും ഭയത്താൽ നിലവിളിക്കുന്നുണ്ടായിരുന്നു. അമൃതയ്ക്കു ചെറിയ മുറിവുകൾ മാത്രം.

പിന്നെയാണു അമൃത കണ്ടത്, രതീഷിന്റെ തലയുടെ പിൻഭാഗം എവിടെയോ ഇടിച്ചുപോയിട്ടുണ്ട്. അവൾ തലയിൽ തൊട്ടപ്പോൾ കയ്യിൽ രക്തം പുരണ്ടു. അപ്പോഴേക്കും ആളുകൾ ഓടിക്കൂടി. അവർ വണ്ടിയിൽ നിന്ന് ആ വീട്ടുകാരെ മുഴുവൻ പുറത്തെടുത്തു. മറ്റൊരു കാറിൽ കയറ്റി ആശുപത്രിയിലേക്ക്.

അമൃതയുടെ മടിയിലാണ് രതീഷ് കിടന്നിരുന്നത്. പാതിയുറക്കത്തിലെന്ന പോലെ അയാൾ അവളെ നോക്കി. ഇതുവരെയും അമൃത അറിയാത്ത ഒരുതരം നോട്ടം. അതു അമൃതയെ പേടിപ്പിച്ചു.

വല്ലാതെ തളർന്ന, ആശയറ്റ ഒരു നോട്ടമാണോ അത്. അമൃത ശങ്കിച്ചു. ഇതെല്ലാം കണ്ട് ശ്രേയയും ലയയും ഉറക്കെക്കരഞ്ഞു. എല്ലാവരുടെ മനസ്സു കണ്ടതുപോലെ രതീഷ് മന്ത്രിച്ചു: ‘‘എന്തിനാണ് എല്ലാവരും ഇങ്ങനെ പേടിക്കുന്നത്. ഒന്നുമില്ല. അച്ഛനൊന്നുമില്ല കേട്ടോ.’’

ആദ്യത്തെ രണ്ടു ഗെയിമും തോറ്റശേഷം അടുത്ത മൂന്നു ഗെയിമും ജയിച്ചു ഗ്രൗണ്ടിൽ നിന്നിറങ്ങിപ്പോകുന്ന രതീഷിനെ അമൃത കണ്ടിട്ടുണ്ട്. ഇതും അതുപോലെയേയുള്ളൂ. ഒരു ചെറിയ തിരിച്ചടി. രതീഷ് അതിനെ അതിജീവിക്കും. ഒരു കളിപോലെ. കാരണം രതീഷിനു തന്നെയും കുഞ്ഞുങ്ങളെയും അത്രമേൽ ഇഷ്ടമാണ്. അവൾ അയാളെ സ്നേഹിക്കുന്നതിനേക്കാൾ തങ്ങളെ സ്നേഹിക്കുന്നുണ്ട്. പാവത്തിന് അതു പ്രകടിപ്പിക്കാൻ അറിയില്ലെന്നു മാത്രം.

അല്പം മുൻപ് രതീഷിനു കുറ്റബോധം തോന്നിയതുപോലും ഒരു കളങ്കവുമില്ലാത്ത ഹൃദയം ഉള്ളിൽ തുടിക്കുന്നതുകൊണ്ടാണ് അയാളൊരിക്കലും തങ്ങളെ വിട്ടുപോവില്ല. അവൾ പിന്നെ രതീഷിന്റെ നെറുകയിൽ മെല്ലെ തലോടി.

“ആശുപത്രിയിൽ ഇപ്പോൾ എത്തും രതീഷ്, വിഷമിക്കല്ലേ.”

രതീഷ് അപ്പോൾ അമൃതയെയും കുഞ്ഞുങ്ങളെയും നോക്കി മനോഹരമായി ചിരിച്ചു. നിലാവു തൂവും പോലുള്ള ചിരി. അന്ന് ആ ബ്ലെയ്സർ തിരിച്ചുകൊടുത്തപ്പോൾ ചിരിച്ചതിനേക്കാൾ ഭംഗിയുള്ള ചിരി.

അമൃതയ്ക്കു അതു കണ്ടു സങ്കടം വന്നു. “ഈ ചിരി എന്നും കാണാനാണല്ലോ ഞാൻ ആഗ്രഹിച്ചുകൊണ്ടേയിരുന്നത്. എന്നിട്ടും അതു പുറത്തെടുത്തതോ. ഇങ്ങനെ ഒരു ഘട്ടത്തിൽ...” ആ ഒരു പരാതി അവളപ്പോൾ ഉള്ളിൽ കരുതിവച്ചു. ആശുപത്രി വിട്ടിട്ട് അതു പറയാം. വെറുതെ പിണങ്ങി രതീഷിനെ ശ്വാസം മുട്ടിക്കാം. അപ്പോഴേക്കും ആശുപത്രിയിലെത്തിയിരുന്നു. ആരൊക്കെയോ വന്നു രതീഷിനെ സ്ട്രെച്ചറിൽ എടുത്തു. പ്രാഥമിക പരിശോധനകൾക്കുശേഷം ഐസിയുവിലേക്ക് മാറ്റണമെന്നായി. അകത്തേക്കു കയറും മുമ്പ് രതീഷ് പറഞ്ഞു: “തിരിച്ചു വന്നിട്ട് എനിക്കു ആമിയോടു വഴക്കിടണം. വെറുതെയൊന്നുമല്ല. ഇപ്പോ എന്തോ ഉള്ളിൽ കണക്കു കൂട്ടിവച്ചിട്ടില്ലേ. അതേച്ചൊല്ലി, അതേച്ചൊല്ലിത്തന്നെ.”

അമൃത ഞെട്ടിപ്പോയി.

എങ്ങനെയാണു രതീഷ് തന്റെ ഉള്ളിന്റെയുള്ള് ഇത്ര അനായാസം വായിച്ചെടുക്കുന്നത്. ശേഷം ഒരു ചിരിയും അയാൾ അവൾക്കു നൽകി. അമൃതയ്ക്കു കരച്ചിൽ വന്നു. എനിക്കൊരു വഴക്കുമില്ലല്ലോ രതീഷ് എന്നു പറയാൻ പിന്നെ അവൾ നാവെടുത്തു. പക്ഷേ ഐസിയുവിന്റെ വാതിൽ അടഞ്ഞിരുന്നു. ആശുപത്രി ജീവനക്കാരിൽ ചിലർ “മാറി നിൽക്കൂ. മാറിനിൽക്കൂ” എന്നു കലമ്പുന്നുണ്ടായിരുന്നു. അമൃത അപ്പോൾ ശ്രേയയുടെയും ലയയുടെയും തോളിൽ പിടിച്ചു: “നിങ്ങൾടെ അച്ഛൻ ഒരു സംഭവാ... ഒരു പെണ്ണിന്റെ ഹൃദയം ചോര വാർന്നു കിടക്കുമ്പോഴും എങ്ങനാ ഒരു വെള്ളക്കടലാസിലെന്നപോലെ ആ മനുഷ്യൻ വായിക്കുന്നേ? എനിക്കു മനസ്സിലാകുന്നില്ല.”

“അമ്മാ, നമ്മളൊക്കെ വിചാരിക്കുന്നതിനെക്കാൾ വലിയ പ്രണയമാ അച്ഛന്. അതുകൊണ്ടാ അമ്മയെ ഏതു നിമിഷവും അച്ഛൻ തിരിച്ചറിയുന്നേ.” ശ്രേയ വിതുമ്പി. അതിനിടയിൽ അമൃതയ്ക്കും കുട്ടികൾക്കും പ്രഥമശുശ്രൂഷ കിട്ടി.

പിന്നെ അവർ രതീഷിന്റെ അവസ്ഥ എന്തെന്നറിയാൻ കാത്തിരുന്നു. ഏറെനേരം ആരും ഒരു വാർത്തയും അവരോടുവന്നു പറഞ്ഞില്ല. അതുകൊണ്ടുതന്നെ അവരിൽ ഓരോ നിമിഷവും ഭയം നിറഞ്ഞുകൊണ്ടിരുന്നു. ഇന്ന് ഒരുപാടു വിസ്മയങ്ങൾ ഒന്നിച്ചു തന്നു. എങ്ങോ പറന്നു പോകാനുള്ള ഒരുക്കത്തിലാണോ രതീഷ്, ഏയ് അങ്ങനെയല്ല.

അതിനുമാത്രം പരുക്കൊന്നും രതീഷിനു പറ്റിയിട്ടില്ല. ഐസിയുവിൽ

പ്രവേശിക്കുമ്പോഴും രതീഷ് നല്ല ബോധത്തിലായിരുന്നു. ചിരിയിലാ യിരുന്നു. കുസൃതിയിലായിരുന്നു. ഒന്നും സംഭവിക്കില്ല. ഒന്നും.

അങ്ങനെ ഭയന്നും സ്വയം ആശ്വസിച്ചും അമൃത നിൽക്കെ ഡോക്ടർ മാരുടെ സംഘം അവളെ വിളിപ്പിച്ചു. അവരുടെ മുറിയിൽ പ്രവേശിക്കു മ്പോൾത്തന്നെ അമൃതയ്ക്കു വല്ലാത്ത തണുപ്പനുഭവപ്പെട്ടു. അതു എസിയുടെ തണുപ്പല്ല. അസ്വസ്ഥതയുണ്ടാക്കുന്ന, അപരിചിതമായ ഒരുതരം തണുപ്പ്. കൂട്ടത്തിലെ സീനിയർ ഡോക്ടർ ഒരു വികാരവും ഇല്ലാത്ത സ്വരത്തിൽ പറഞ്ഞു: ''സീ... തലച്ചോറിൽ രക്തസ്രാവമുണ്ടാ യിട്ടുണ്ട്. അതു പടരുകയാണ്. നിങ്ങളുടെ ഹസ്ബെൻഡിനു ബോധം നഷ്ടപ്പെട്ടുകൊണ്ടിരിക്കുകയാണ്. അടിയന്തരമായ ഒരു ശസ്ത്രക്രിയ വേണം, അയാളുടെ ജീവൻ രക്ഷിക്കാൻ.''

ആ നിമിഷം അമൃത സംശയിച്ചു, ഈ മുറിയിൽ തങ്ങിനിൽക്കു ന്നത് മരണത്തിന്റെ തണുപ്പാണോ? അമൃതയുടെ അസ്വസ്ഥത കണ്ട് ഒരു ലേഡി ഡോക്ടർ പറഞ്ഞു.

''പേടിക്കാതെ നമുക്കു കഴിയാവുന്നതൊക്കെ ചെയ്യാം.''

താൻ കരുതിയതിനും അപ്പുറമാണു രതീഷിനു സംഭവിച്ചതെന്ന് അപ്പോൾ കൃത്യമായി അമൃതയ്ക്കു മനസ്സിലായി. പക്ഷേ, അതിന്റെ ആഘാതം ഒരു നിലവിളികൊണ്ടുപോലും പ്രകടിപ്പിക്കാതിരിക്കാൻ അമൃത ശ്രദ്ധിച്ചു. ശ്രേയയും ലയയും അതോടെ പതറും. അരുത്. തോൽവിയുടെ വക്കിൽനിന്നു കളി വിജയിച്ചു വരുന്ന മിടുക്ക് രതീ ഷിൽ ഇപ്പോഴും ബാക്കിയുണ്ട്. താനും മക്കളും ആ രതീഷിനെ വിശ്വ സിക്കുന്നു. അതുകൊണ്ടു താൻ കരയുകയേയില്ല. ജയിച്ചു കയറിവരുന്ന ആ മനുഷ്യനുവേണ്ടി പതറാതെ കാത്തിരിക്കുകയേ ഉള്ളൂ. അപ്പോ ഴേക്കും രതീഷിന്റെ സഹപ്രവർത്തകർ ആശുപത്രിയിൽ ഓടിയെത്തി യിരുന്നു. ചിലരെ അമൃതയ്ക്കു നേരത്തേ പരിചയമുണ്ട്. അമൃതയെ എല്ലാവർക്കും അറിയാം. രതീഷ് അവളെക്കുറിച്ചു അത്രയധികം അവ രോടെല്ലാം പറഞ്ഞിട്ടുണ്ട്.

''ഒന്നിനെക്കുറിച്ചും പേടിക്കണ്ട. പണമായോ, ആൾസഹായമായോ ഒക്കെ ഞങ്ങളുണ്ട്.'' അവരെല്ലാം പറഞ്ഞു.

അതിൽനിന്നു രതീഷിനു അവരോടുള്ള സൗഹൃദം അമൃത വായിച്ചു. പിന്നെ ബില്ലുകളടയ്ക്കാൻ ഓടിനടന്നത് അവരാണ്. അമൃതയും കുഞ്ഞു ങ്ങളും അതെല്ലാം കണ്ടുനിന്നതേയുള്ളൂ. അമൃത പിന്നെ രതീഷിന്റെ അച്ഛനമ്മമാരെ ഓർത്തു. വിവാഹിതരായിട്ട് ഇത്ര വർഷമായെങ്കിലും അവരിതുവരെ രതീഷിനോടു ക്ഷമിച്ചിരുന്നില്ല. ശ്രേയയുണ്ടായപ്പോഴും ലയ പിറന്നപ്പോഴും രതീഷ് അവരെ വിളിച്ചറിയിച്ചിരുന്നതാണ്. അവർ വന്നില്ല. ഒന്നോ രണ്ടോ തവണ രതീഷും അമൃതയും കുട്ടികളും ദൂരെ

നിന്നു അവരെ കണ്ടിരുന്നു. തികച്ചും യാദൃച്ഛികമായി അന്നു ശ്രേയ യോടും ലയയോടും രതീഷ് പറഞ്ഞു: ''അതാണു നിങ്ങളുടെ അപ്പൂപ്പനും അമ്മൂമ്മയും.''

പിന്നാലെ കുട്ടികൾ ഒട്ടേറെ സംശയങ്ങളുയർത്തി. ''എന്താണു അപ്പൂപ്പനും അമ്മൂമ്മയും നമ്മളോടൊപ്പം ഇല്ലാത്തത്? നമ്മളങ്ങോട്ടും അവരിങ്ങോട്ടും പോകാത്തതും വരാത്തതും എന്താ.''

ആ ചോദ്യങ്ങൾക്കു മറുപടിയില്ലാതെ രതീഷ് വീട്ടിൽ അങ്ങോട്ടും ഇങ്ങോട്ടും നടന്നു. അയാളുടെ അസ്വസ്ഥത അമൃതയ്ക്കു മനസ്സിലാവുന്നുണ്ടായിരുന്നു. ഒടുവിൽ ഒരു രാത്രി ''ഞാനിപ്പോ വരാം...'' എന്നു യാത്ര പറഞ്ഞു രതീഷ് അങ്ങുപോയി.

രതീഷ് അച്ഛനെയും അമ്മയെയും കാണാനാണു പോയിരിക്കുക എന്നു അമൃത കണക്കുകൂട്ടി. അതു ശരിയായിരുന്നു.

''സ്വന്തം തീരുമാനമായിരുന്നു വിവാഹമെങ്കിലും തങ്ങൾ നല്ല നിലയിൽ ജീവിക്കുന്നുണ്ടല്ലോ.'' അന്നു രതീഷ് അച്ഛനോടും അമ്മയോടും ചോദിച്ചു. ''എനിക്കൊന്നും വേണ്ട. ഇടയ്ക്കു കുഞ്ഞുങ്ങൾ അപ്പനെയും അമ്മയെയും വന്നു കണ്ടോട്ടെ.'' അയാൾ അവരോടു അപേക്ഷിച്ചു.

അതിനൊന്നും അനുകൂലമായ മറുപടിയല്ല ഉണ്ടായത്. അതു പറയുമ്പോൾ രതീഷ് നിർവികാരനായിരുന്നു. ''ആമീ എന്റെ കുഞ്ഞുങ്ങളെ അവർ അർഹിക്കുന്നില്ല. അങ്ങനെ വിചാരിക്കുകയാ ഇപ്പോ ഞാൻ.'' ശേഷം ആ വിഷയം രതീഷ് എടുത്തിട്ടേയില്ല. പക്ഷേ അതെല്ലാം വേദന മറച്ചുപിടിച്ചാണ് എന്നൂഹിക്കാൻ അമൃതയ്ക്കു പ്രയാസമുണ്ടായിരുന്നില്ല. അതുകൊണ്ടുതന്നെ പിന്നീടൊരിക്കലും അമൃതയും അതേക്കുറിച്ച് ഒരക്ഷരം മിണ്ടിയില്ല. പക്ഷേ, ഇപ്പോൾ അവരുടെ മകനാണു ആശുപത്രിയിൽ കിടക്കുന്നത്. പേരക്കുട്ടികളല്ല. ''അറിയിക്കേണ്ടതല്ലേ നമ്മൾ?'' അമൃത ഒരു ഉറപ്പിനായി കുട്ടികളോടു ചോദിച്ചു.

''ചെയ്തോളൂ അമ്മേ, നമ്മൾ അതാഗ്രഹിക്കുന്നില്ലെങ്കിലും അച്ഛൻ അതു ആഗ്രഹിക്കുന്നുണ്ടെങ്കിലോ?'' ശ്രേയ ചോദിച്ചു.

അങ്ങനെയാണ് അമൃത അവരെ ഫോണിൽ വിളിച്ചത്.

''എന്തിനാണിതു വിളിച്ചുപറഞ്ഞത്'' എന്ന അച്ഛന്റെ മറുചോദ്യമായിരുന്നു അതിന് അമൃത കേട്ട ഉത്തരം. പിന്നെ എന്തോ പറയാൻ അവളുടെ ഉള്ളു വെമ്പി. പിന്നെ അമൃത അതൊതുക്കി.

ഫോൺ കട്ട് ചെയ്തു ഐസിയുവിനു മുന്നിലെ കസേരയിലേക്കു മടങ്ങുമ്പോൾ അമൃത വിചാരിച്ചു. ''രതീഷിനെപ്പോലെ തൊട്ടാവാടിയായ ഒരാൾക്ക് എങ്ങനെയാണ് ഇങ്ങനെയുള്ള അച്ഛനമ്മമാരുണ്ടായത്?''

അതിനും ഉത്തരമില്ല. ചില കാര്യങ്ങൾ അങ്ങനെയാണ്. അതേക്കുറിച്ച് ആലോചിക്കാതിരിക്കുകയാണ് ഒന്നുകൂടി നല്ലത്. എന്നാലും അമൃതയ്ക്ക് ഉള്ളുപിടഞ്ഞത് ഞാനിതിനെല്ലാം നിമിത്തമായല്ലോ എന്നോർത്താണ്. പക്ഷേ, അങ്ങനെ രതീഷ് ഒരിക്കലും വിചാരപ്പെട്ടിട്ടില്ല എന്നും അമൃതയ്ക്കു അറിയാം.

പിന്നെ, ജീവിതത്തിൽ ഇന്നേവരെ പറയാതിരുന്ന സങ്കടം മുഴുവൻ രതീഷ് ഇന്നു പങ്കുവച്ചതിലും അമൃത വേദനിച്ചു. ''നിനക്ക് എന്നേ പറയാമായിരുന്നു ചെക്കാ ഇതെല്ലാം. എങ്കിൽ നീ വീട്ടിൽ മൂകനായി കഴിഞ്ഞതിൽ മനസ്സുകൊണ്ടുപോലും ഞാൻ പരാതിപ്പെടുമായിരുന്നില്ല. നിന്നെ കൂടുതൽ ആഴത്തിൽ സ്നേഹിക്കുമായിരുന്നു. ഒരു ദിവസം പോലും നമ്മുടെ കിടക്കയിൽനിന്ന് അകന്നുമാറി നിൽക്കുമായിരുന്നില്ല. എന്നും നിന്റെ ചൂടിൽ, നിന്റെ കരുത്തിൽ, നിന്റെ ലാളനയിൽ പൂത്തു വിടർന്നു ഞാനുറങ്ങിയേനേ.''

അതോർക്കെ അമൃതയുടെ ഉള്ളു നനഞ്ഞു. ശ്രേയയും ഇങ്ങനെ ഓരോന്നു ചിന്തിക്കുകയായിരുന്നു. ''അച്ഛാ, അച്ഛൻ ഒരു തണുപ്പൻ അച്ഛനാന്നു ഞാൻ പറഞ്ഞിട്ടുണ്ട്. അച്ഛൻ സ്മാർട്ടല്ല ഐസുപോലെ തണുപ്പൻ. അച്ഛൻ അപ്പോഴെല്ലാം എന്നെ നോക്കി ചിരിച്ചിട്ടേയുള്ളൂ. പക്ഷേ, അച്ഛന്റെ കരുതൽ മറ്റൊരു അച്ഛനും ഉണ്ടാവില്ല. ഞാനും ശ്രേയയും ഒരു നിമിഷം പോലും അതറിയാതിരുന്നിട്ടില്ല. എന്നിട്ടും ഞാൻ അച്ഛനെ ഐസേ, ഐസുകട്ടേ എന്നൊക്കെ വിളിക്കേണ്ടിയിരുന്നില്ല. അച്ഛൻ ഐസിയുവിന്റെ വാതിൽ തുറന്നു പുറത്തിറങ്ങുന്ന നിമിഷം പറയും എന്റെ അച്ഛൻ മഞ്ഞല്ല, തണുപ്പല്ല. സ്നേഹത്തിന്റെ പൊള്ളുന്ന ചൂടാണ്. ഇന്ന് അമ്മ അച്ഛനെ ചുംബിച്ചപ്പോൾ പോലും ഞാനതിൽ സാക്ഷിയായി അച്ഛാ. ഈ പ്രായത്തിൽ പോലും എന്റെ അമ്മയോടു അച്ഛനു എന്തു പ്രണയമാണ്.''

അങ്ങനെ നിനച്ചിരിക്കെ ശ്രേയ വിതുമ്പി. അതെന്തിനെന്ന് അറിയാഞ്ഞിട്ടും ലയ, ചേച്ചിയുടെ തോളിൽ പിടിച്ചു. അമൃത അതുകണ്ട് ഉള്ളിൽ പറഞ്ഞു: ''നോക്കൂ രതീഷ്, ഇവിടെ നിങ്ങളുടെ ആത്മാവിന്റെ ബാക്കി നിങ്ങളെയോർത്തു നിർത്താതെ നിലവിളിക്കുന്നു. എത്രയും വേഗം വരൂ. അവരെ പതിവുപോലെ മുറുകെ പിടിക്കൂ.''

അകത്ത് ഐസിയുവിൽ രതീഷ് ഇതൊന്നും കേൾക്കാതെ കിടന്നു. പിന്നെ ലയ മെല്ലെ ഏറ്റുപറഞ്ഞു. ''അച്ഛൻ എപ്പോഴും പറയും നിനക്ക് അത്‌ലറ്റിക് ആയ ശരീരമാണു കിട്ടിയിട്ടുള്ളത്. ഒരു കായികമത്സരത്തിനു മാത്രം കിട്ടുന്ന ശരീരം. നീ ഷട്ടിൽ കളിക്കുമ്പോഴുള്ള ഹാൻഡ് ഐ കോ-ഓർഡിനേഷനും വളരെ നല്ലതാണ് മോളേ. നീ കളിക്കണം. ഷട്ടിൽ താരമാകണം. അച്ഛനു കഴിയാത്തതൊക്കെ നേടണം. അതിനുള്ള പ്രതിഭയുണ്ട് നിനക്ക്. പക്ഷേ എനിക്കൊരിക്കലും അച്ഛനെ കേൾക്കാൻ തോന്നിയില്ല. എന്തുകൊണ്ടോ, എന്തുകൊണ്ടോ...''

അതുകൂടി കേട്ടപ്പോൾ അമൃത ആകെ സ്തബ്ധയായെങ്കിലും രണ്ടു കുട്ടികളെയും ചേർത്തുപിടിച്ച് ആശ്വസിപ്പിച്ചു.

''എന്തിനാ ഇങ്ങനെ ഓരോന്നു ചിന്തിക്കുന്നേ. ഒട്ടും വൈകാതെ, ചിരിയോടെ അച്ഛനാ മുറിയിൽ നിന്നിറങ്ങി വരില്ലേ? പിന്നെ നമ്മളെ ഇങ്ങനെ ഒക്കെ പേടിപ്പിച്ചതിന്റെ കണക്കുകൂടി ചോദിച്ചിട്ടല്ലേ നമ്മള ച്ഛനെ വീട്ടിൽ കയറ്റൂ.''

അതു കേട്ട് കുട്ടികൾ മെല്ലെ ചിരിച്ചു. സങ്കടം പുരണ്ട ചിരി. എന്നാലും ആ ചിരിയിൽ നിറയെ പ്രതീക്ഷ പതിയിരിപ്പുണ്ടായിരുന്നു. എന്നാൽ വൈകാതെ ഒക്കെയും അങ്ങ് കെട്ടുപോയി. ഡോക്ടർമാരുടെ മുറിയിൽ നിന്നിറങ്ങി വന്നു; രതീഷിന്റെ സഹപ്രവർത്തകരാണ് അത് അറിയി ച്ചത്.

''രതീഷിന്റെ തലച്ചോറ് നിറയെ രക്തം പരന്നുകഴിഞ്ഞു. ശസ്ത്ര ക്രിയ തന്നെ അസാദ്ധ്യമാണ് അമൃതാ. അതായത് ചെയ്താലും പ്രതീക്ഷ വളരെ വളരെ കുറവ്. തുറന്നുപറഞ്ഞാൽ ഇല്ലാന്നു തന്നെ പറയാം. എന്തെന്നാൽ ബ്രെയിൻഡെത്ത് സംഭവിച്ചുകഴിഞ്ഞു.''

അമൃതയിലൂടെ ഒരു വിറ പാഞ്ഞു.

''എന്നു വെച്ചാ...'' ലയ സ്വയം അറിയാതെ ചോദിച്ചു.

പറയണോ വേണ്ടയോ എന്നു സഹപ്രവർത്തകർ പരുങ്ങി. പക്ഷേ, ഇന്ന് പറയാതിരിക്കുന്നതിൽ എന്തു കാര്യം? രതീഷിന്റെ തലച്ചോറിന്റെ പ്രവർത്തനം നിലച്ചുകഴിഞ്ഞു. ഉപകരണങ്ങളുടെ സഹായത്തോടെ ശരീരാവയവങ്ങൾ വെന്റിലേറ്ററിൽ പ്രവർത്തിക്കുന്നുണ്ടെന്നു മാത്രം. വെന്റിലേറ്റർ എടുത്തുമാറ്റിയാലുടൻ രതീഷ് എന്ന പേരില്ല. ആ മനു ഷ്യനില്ല. ആ ജീവനില്ല. അതാണു സത്യം.

അമൃതയ്ക്കു അതുകേട്ട് തലകറങ്ങി. ആരോടാണു പ്രാർത്ഥിക്കേ ണ്ടത്? അവൾക്ക് അറിഞ്ഞുകൂടാതായി. എന്താണിപ്പോൾ ചെയ്യേണ്ടത്? അവൾക്കു പിടിയില്ലാതായി.

രതീഷ് കളിച്ച പഴയ ക്യാംപസിലെ ഷട്ടിൽ കോർട്ടിൽ ആ നിമിഷം ഓടിച്ചെന്നു നിൽക്കണമെന്നു തോന്നി.

പിന്നെ, ഐസിയുവിൽ ഇടിച്ചു കയറി അയാളെ മുറുകെ കെട്ടി പ്പിടിക്കണം എന്നു തോന്നി. അരുത് ഒന്നും താൻ ചെയ്യരുത്. ഭ്രാന്ത് കാട്ടരുത്. ഇനി ഈ കുഞ്ഞുങ്ങൾക്ക് താനാണു അച്ഛനും അമ്മയും. അതു ഏതാണ്ട് ഉറപ്പായിക്കഴിഞ്ഞു.

അല്പംകൂടി കഴിഞ്ഞു ഡോക്ടർമാർ അമൃതയെ വിളിപ്പിച്ചു:

''സാധ്യമായതൊക്കെ ഞങ്ങൾ ചെയ്തിട്ടുണ്ട്. പക്ഷേ, ഫലമുണ്ടായില്ല.

ഉണ്ടാവാനിടയുമില്ല. വെന്റിലേറ്റർ മാറ്റുമ്പോൾ അതു സംഭവിക്കും. എപ്പോൾ വെന്റിലേറ്റർ മാറ്റണമെന്നു തീരുമാനിക്കേണ്ടത് നിങ്ങളാണ്.''

കൂട്ടത്തിലെ തലമുതിർന്ന ഡോക്ടർ പറഞ്ഞു.

തന്റെ പ്രണയത്തിന്റെ ജീവൻ അറ്റുപോകേണ്ട നിമിഷം തനിക്കു വിട്ടുതരികയാണിവർ. ഈശ്വരാ, അമൃത കരച്ചിലമർത്താൻ പാടുപെട്ടു.

''അതിനുമുമ്പു ഞങ്ങൾക്കൊരു ചോദ്യമുണ്ട്. ശാന്തമായി കേൾക്കാൻ ശ്രമിക്കുക.''

അവർ പറഞ്ഞത് അമൃത കേട്ടോ. അവൾക്കറിഞ്ഞുകൂടാ. എന്തെന്നാൽ അവളുള്ളിൽ തന്റെ ആത്മാവിന്റെ ഉടമയെ പിന്നെയും പിന്നെയും എങ്ങും വിടാതെ മുറുകെ പിടിച്ചുവയ്ക്കാൻ ശ്രമിക്കുകയായിരുന്നു.

അഞ്ച്

രതീഷ് കടന്നുപോയിട്ടിപ്പോൾ വർഷം മൂന്നായി. അമൃതയും കുഞ്ഞുങ്ങളും ആ നഗരത്തിൽനിന്നു മറ്റൊരു നഗരത്തിലേക്കു താമസവും മാറ്റി. രണ്ടു കാരണങ്ങളുണ്ട് അതിന്.

അവരുടെ വീട്ടിൽ നിറയെ രതീഷിന്റെ ഗന്ധമായിരുന്നു. മുറികൾക്ക്... വസ്തുവകകൾക്ക്... എന്തിനു മുറ്റത്തിനുപോലും അവിടിരുന്നു രതീഷ് തങ്ങളെ കാണുന്നുണ്ടെന്നു സദാ അമൃത വിചാരിച്ചു. പക്ഷേ, ലയ വല്ലാതെ അസ്വസ്ഥയായി. ഒരു വർഷം അവൾ സ്കൂളിൽ പോയില്ല. അച്ഛനെക്കുറിച്ചുള്ള ഓർമ്മകൾ അവളെ ശ്വാസം മുട്ടിച്ചു. നല്ല മാർക്കുണ്ടായിട്ടും അവളന്നു പ്ലസ് വണ്ണിന് ചേർന്നില്ല. അതിനവളെ അവളുടെ മനസ്സ് അനുവദിച്ചില്ല. മനഃശാസ്ത്ര ചികിത്സ വേണ്ടിവരുമെന്ന് അമൃത ഭയന്നു.

‘‘രതീഷ് ഞാനെന്താണു ചെയ്യുക?’’ അമൃത ഇടയ്ക്കിടെ സ്വയമെന്നപോലെ ചോദിച്ചുകൊണ്ടിരുന്നു. വേറൊരു ലോകത്തിരുന്നു രതീഷ് അതു കേട്ടുവോ എന്ന് അറിഞ്ഞു കൂടാ. ലയ മെല്ലെ മാറിത്തുടങ്ങി. ഒരു ദിവസം അവൾ അമൃതയോടു പറഞ്ഞു:

‘‘അമ്മാ എനിക്കു വീണ്ടും പഠിക്കണം.’’

അമൃത അവളെ കെട്ടിപ്പിടിച്ചു.

‘‘തിരിച്ചടികൾ ഉണ്ടാവും ജീവിതത്തിൽ. അതിൽ തകർന്നു പോവരുത്. നിന്റെ അച്ഛനും അങ്ങനെ ഒരാളായിരുന്നില്ലേ? അപ്പോ അച്ഛൻ പോയതു കാരണം നീ ജീവിതത്തിൽനിന്നേ പിന്മാറിയാൽ അദ്ദേഹത്തിനു സങ്കടാവില്ലേ?’’

‘‘അപ്പോ, അച്ഛൻ നമ്മളെ ഒക്കെ കാണുന്നുണ്ടാവുമോ അമ്മാ?’’

‘‘പിന്നില്ലാതെ.’’

ലയ സ്കൂളിൽ പോയിത്തുടങ്ങി. ഇപ്പോൾ അവൾ പ്ലസ്ടുവിലെത്തി. എന്നാലും പഴയ ലയയല്ല ഈ ലയ എന്ന് അമൃതയ്ക്കറിയാം.

എന്തോ അവളിത്തിരി നിശ്ശബ്ദയായിപ്പോയിട്ടുണ്ട്. അവളുടെ അച്ഛനെപ്പോലെ.

ശ്രേയ അച്ഛന്റെ മരണംകൊണ്ടു തനിക്കു വലിയ ആഘാതം ഒന്നും ഉണ്ടായില്ലെന്നു വരുത്തിത്തീർക്കാനാണു സദാ ശ്രമിച്ചത്. അമൃതയ്ക്ക് അതിന്റെ കാരണം മനസ്സിലായി. അമ്മ പതറരുത്. അമ്മയുടെ നില തെറ്റരുത്. അതു മാത്രമായിരുന്നിരിക്കാം ശ്രേയയുടെ മനസ്സിൽ.

അല്ലെങ്കിലും കടിഞ്ഞൂലുകൾ എല്ലാം അങ്ങനെയാണ്. അവരാണല്ലോ ഏറ്റവും ഏറെ അച്ഛന്റെയും അമ്മയുടെയും വാത്സല്യം അനുഭവിച്ചിട്ടുണ്ടാവുക. അതും ഒട്ടും പങ്കുവയ്ക്കപ്പെടാതെ. ആ സ്നേഹത്തിന്റെ നിറവ് അവരുടെ ഉള്ളിലുണ്ടാവും. എപ്പോഴും അച്ഛനെ, അമ്മയെ, കൂടപ്പിറപ്പുകളെ അവർ പിന്നെ അഗാധമായി സ്നേഹിക്കും. ഒരു ഗൃഹനാഥനെയോ നാഥയെയോ പോലെ ശ്രേയയും അങ്ങനെയായതാവാം. എന്നാലും തനിച്ചിരുന്നു കരയുന്ന ശ്രേയയെ അമൃത കണ്ടിട്ടുണ്ട്.

ചില രാത്രികളിൽ തങ്ങളുടെ കിടക്കയിൽനിന്ന് എഴുന്നേറ്റു പോകുന്ന ശ്രേയയെയും അമൃതയ്ക്ക് അറിയാം. വാർഡ്രോബ് തുറന്ന് അച്ഛന്റെ പഴയ കുപ്പായങ്ങളിൽ മുഖമമർത്തി അവൾ അങ്ങനെ നിൽക്കും. അമൃതയ്ക്കറിയാം തന്റെ അച്ഛന്റെ മണം ഒരു നിമിഷത്തേക്കെങ്കിലും തിരിച്ചുപിടിക്കയാണു ശ്രേയ. അമൃതയ്ക്ക് ഓടിച്ചെന്നു മകളെ കെട്ടിപ്പിടിക്കാൻ തോന്നും. പക്ഷേ, ശ്രേയ അപ്പോൾ ഉച്ചത്തിൽ നിലവിളിച്ചേന്നിരിക്കും. ലയ അതോടെ ഉണരും. വിഷാദത്തിന്റെ നീർക്കയത്തിലേക്കു താണുപോകാതിരിക്കാൻ ശ്രമിക്കുന്ന ഇളയവൾക്കതു താങ്ങാനാവില്ല. അതുകൊണ്ട് അമൃത വിങ്ങലമർത്തും. അല്ലാതെ അമൃത എന്തു ചെയ്യാൻ? അക്കാലവും പതുക്കെ കടന്നുപോയി. ശ്രേയ ഇപ്പോൾ ഡിഗ്രി ഫൈനൽ ഇയർ എത്തി. സൈക്കോളജിയാണു പഠിക്കുന്നത്.

''ഡിഗ്രി കഴിഞ്ഞിട്ടു മുംബൈയിലെ ടാറ്റ ഇൻസ്റ്റിറ്റ്യൂട്ട് ഓഫ് സോഷ്യൽ സയൻസിൽ പിജി ചെയ്യണം എനിക്ക്.'' അവൾ ഇടയ്ക്ക് പറയാറുണ്ട്.

അങ്ങനെ ഒരു ലക്ഷ്യബോധം കൂടിയുണ്ട് ശ്രേയയ്ക്കിപ്പോൾ.

ലയയോട് അമൃത പറയും. ''കണ്ടോ, ചേച്ചിയുടെ മനോഭാവം. അങ്ങനെ ഒരു ലക്ഷ്യം മുൻനിർത്തി ശ്രമിച്ചാലേ എവിടെയെങ്കിലും എത്തൂ.''

''ലയയും ഉടൻ അവളുടെ ലക്ഷ്യം കണ്ടെത്തും അമ്മേ.'' ശ്രേയ അപ്പോൾ ഇടയ്ക്കു കയറും.

''ഞങ്ങൾ രണ്ടും കഴിയുന്നത്ര വേഗം ഒരു ജോലി ഒക്കെ സംഘടിപ്പിച്ച് അമ്മയ്ക്കു താങ്ങാവും. പേടിക്കണ്ട ട്ടോ'' എന്നുകൂടി പിന്നെ ശ്രേയ അമ്മയെ ഉമ്മവയ്ക്കും.

‘‘താങ്ങായില്ലെങ്കിലും താങ്ങാതിരുന്നാൽ മതി’’ എന്ന് അമൃത തമാശ പറയും. അപ്പോഴാവും കുട്ടികൾ പൊട്ടിച്ചിരിക്കുക.

ഇതിനിടയിൽ ശ്രേയ പ്രവചിച്ചതുപോലെ ലയ. അവളുടെ ലക്ഷ്യവും കണ്ടെത്തി. ‘‘അച്ഛനാണ് അതിന് എനിക്കു വഴികാട്ടിയതു കേട്ടോ’’ എന്നാണ് ഇതേക്കുറിച്ചു ലയ പറയുന്നത്.

‘‘ഒരു വെളുപ്പാൻകാലത്തു ഞാൻ കണ്ണു തുറന്നു കിടക്കുകയായിരുന്നു. ആമീ. പതുക്കെ മുറിയിൽ അച്ഛന്റെ മണം പരന്നു. ഞാൻ നോക്കുമ്പോൾ അച്ഛൻ എന്റെ കട്ടിലിൽ ഇരിപ്പുണ്ട്, എന്നെ നോക്കി. പക്ഷേ ഒന്നും മിണ്ടുന്നില്ല. എനിക്കും മിണ്ടാനാകുന്നില്ല. പതുക്കെ അച്ഛൻ അവിടെനിന്ന് എഴുന്നേറ്റു പുറത്തേക്കു പോയി. ഞാൻ പിന്നാലെ ചെന്നു. അച്ഛൻ മച്ചിലേക്കുള്ള കോവണി കയറുകയാണ്. ഞാനും പിന്നാലെ. പക്ഷേ, മച്ചിൻ മുകളിലെത്തിയപ്പോൾ അവിടെ അച്ഛനില്ല. പകരം അവിടെ അച്ഛൻ ഷട്ടിൽ കളിച്ചു നടന്ന കാലത്തെ ഫോട്ടോകൾ, പത്രവാർത്തകൾ, അച്ഛന്റെ പഴയ റാക്കറ്റുകൾ ഒക്കെ നിരന്നു കിടക്കുന്നു.’’

ലയയുടെ ആ വിവരണം കേട്ട് അമൃത അമ്പരന്നിരുന്നു. എന്തായാലും അന്ന് അവൾ താഴേക്കിറങ്ങിവന്നത് അച്ഛന്റെ ഒരു റാക്കറ്റുമായാണ്. പിന്നെ അവൾ വീടിനു പുറത്തിറങ്ങി. ആരെയും ശ്രദ്ധിക്കാതെ ആരുടെയോ നിർദ്ദേശത്താലെന്നപോലെ അവൾ നടക്കുന്നു. വീടിനടുത്തുള്ള ഒരു ഷട്ടിൽ കോർട്ടിലാണ് അവളുടെ ആ നടപ്പ് അവസാനിച്ചത്. അവിടെ ആൺകുട്ടികൾ കളിക്കുന്നുണ്ടായിരുന്നു. അവളുടെ വരവു കണ്ട് ഒന്നു സ്തബ്ധരായെങ്കിലും അവർ അവളെയും കളിക്കാൻ കൂട്ടി.

ഒരുപാടു കാലമായി ലയ ഷട്ടിൽ ഗ്രൗണ്ടിൽ ഒന്നിറങ്ങിയിട്ട്. എന്നിട്ടും അവൾ പരിചയസമ്പന്നയായ ഒരു താരത്തെപ്പോലെ കളിച്ചു. എണ്ണം പറഞ്ഞ സ്മാഷുകൾ. തന്ത്രപൂർവമുള്ള ഡ്രോപ്പുകൾ. അവളുടെ ഗെയിം കണ്ട് ആൺകുട്ടികൾ അന്തംവിട്ടു പോയി.

പിന്നെ എന്നും രാവിലെയും വൈകിട്ടും ലയ ഷട്ടിൽ ഗ്രൗണ്ടിലെത്തി. ‘‘ആമീ... അന്ന് അച്ഛൻ വന്ന് എന്നെ വിളിച്ച് ഗ്രൗണ്ടിലേക്കിറക്കി വിട്ടതാണ്.’’

ലയയുടെ ആ വാക്കുകൾ അമൃത നിഷേധിക്കാറില്ല. അതാണു സത്യമെങ്കിൽ അങ്ങനെ. എന്തായാലും കളി ലയയിൽനിന്നു വിഷാദം പറത്തിക്കൊണ്ടുപോയിട്ടുണ്ട്. അധികം സംസാരിക്കാറില്ലെങ്കിലും പിന്നെ ലയ സങ്കടത്തോടെ മാറി ഇരിക്കുന്നത് ആരുടെയും ശ്രദ്ധയിൽ പെട്ടിട്ടില്ല.

‘‘അച്ഛൻ ആഗ്രഹിച്ചിരുന്നല്ലോ. ഞാൻ അച്ഛനെക്കാൾ മികച്ച കളിക്കാരിയാവാൻ. ഇപ്പോ അച്ഛനുവേണ്ടിയാ ഞാൻ കളിക്കുന്നതെന്നു

തോന്നും. അപ്പോ എനിക്ക് ഉത്സാഹമുണ്ട് തളർച്ച തോന്നാറേയില്ല. പക്ഷേ, പിന്നീടൊരിക്കലും അച്ഛൻ മുറിയിൽ കട്ടിലിൽ വന്നിരുന്നിട്ടില്ല. അതു മാത്രം ഞാനെന്തോ വല്ലാതെ ആഗ്രഹിക്കുന്നുണ്ട്.''

''ലയാ. മോൾ കളി ഇങ്ങനെ തുടർന്നാ മതി. മറ്റൊന്നും ഓർക്കണ്ട.''

ഒരാശങ്കയിൽ വീണെന്നപോലെ അമൃത അപ്പോൾ അതിനു മറുപടി പറയും. പിന്നെ രതീഷിനോടു മന്ത്രിക്കും. ''നിങ്ങൾ തന്നെയാവും അവൾക്കു വഴികാട്ടിയത്. അതിനു പകരമായി അവൾ നിങ്ങളെക്കാൾ വലിയ താരമാവും. അവൾ കളിക്കുന്നതു കാണുമ്പോൾ എനിക്കത് ഉറപ്പായും തോന്നുന്നുണ്ട്. കൂടെ നിന്നോണം ചെക്കാ.''

ലയ ഇപ്പോൾ ജില്ലാതലത്തിൽ വരെ കളിച്ചെത്തിക്കഴിഞ്ഞു. പക്ഷേ, ഇവിടെ വച്ച് അവളൊരു വലിയ പ്രശ്നത്തെ മുഖാമുഖം കണ്ടുതുടങ്ങിയിട്ടുണ്ട്. പക്ഷേ അതിതുവരെ അമൃത അറിഞ്ഞിട്ടില്ല. ശ്രേയ അറിഞ്ഞിട്ടില്ല. ലയയും അതാരോടും പറയാതെ ഉള്ളിലമർത്തുകയാണ്. അക്കാര്യത്തിലൊക്കെ അവൾ അച്ഛന്റെ പകർപ്പാണ്. കഴിയുന്നത്ര തന്നെ വേദനിപ്പിക്കുന്ന പ്രശ്നങ്ങളെക്കുറിച്ചു മൗനം പാലിക്കും. അതായിരുന്നല്ലോ അവളുടെ അച്ഛന്റെ ശീലം.

ഇതിനെല്ലാം അപ്പുറമായിരുന്നു അമൃതയുടെ വേവലാതികൾ. രതീഷില്ലാത്ത വീടിനു താങ്ങില്ല. തലോടലില്ല. വരുമാനമില്ല. ഒറ്റയ്ക്കൊരു സ്ത്രീ, രണ്ടു കുട്ടികളുമായി... അമൃത ഏറ്റവും നിസ്സഹായയായിപ്പോയിരുന്നു. അവിടെയാണ് രാമൻകുട്ടിയും ദേവനും സായിയും പ്രത്യക്ഷപ്പെട്ടത്. അവർ രതീഷിനൊപ്പം കോളേജിൽ പഠിച്ചവരാണ്. രതീഷുമായി ഇടയ്ക്കിടെ കൂടുമ്പോൾ ഒക്കെ അവരോടു രതീഷ് പറയുമായിരുന്നത്രെ, ''നമുക്കു നാലുപേർക്കും കൂടി ഒരു ബിസിനസ് തുടങ്ങിയാലെന്താ? ഒരു മാർജിൻ ഫ്രീ മാർക്കറ്റോ മറ്റോ?'' പക്ഷേ, അന്നൊന്നും അവരതു ചെയ്തില്ല.

''അവൻ പോയി. പക്ഷേ, അവനുവേണ്ടി ഞങ്ങളാ ബിസിനസ് തുടങ്ങാൻ തീരുമാനിച്ചു. അമൃതയ്ക്കു ഞങ്ങളുടെ പാർട്ണറാകാമോ?''

അപ്രതീക്ഷിതമായി രാമൻകുട്ടി ചോദിച്ചു. അമൃതയ്ക്കു ബിസിനസ് എന്താണെന്നുകൂടി അറിയില്ല. പക്ഷേ, ശ്രേയ പറഞ്ഞു:

''നമുക്കു മുന്നിൽ മറ്റെന്തുവഴിയാണുള്ളത് അമ്മേ? മാത്രമല്ല. അമ്മ ഈ വീട്ടിൽ ഒതുങ്ങിയാൽ പിന്നെയും തകരുകയേയുള്ളൂ.''

അമൃതയ്ക്ക് അതു ശരിയാണെന്നു തോന്നി. അതുകൊണ്ട് രതീഷിന്റെ കൂട്ടുകാരുടെ സഹായഹസ്തം അവൾ വിട്ടില്ല. അങ്ങനെയാണ് രാമൻകുട്ടിയും ദേവനും സായിയും താമസിക്കുന്ന നഗരത്തിലേക്ക് അമൃതയും കുട്ടികളും താമസം മാറ്റിയത്. ശേഷം രതീഷിന്റെ സമ്പാദ്യം മുഴുവൻ എടുത്തു ബിസിനസ്സിൽ പങ്കുചേർന്നു. ഒരു ഹൗസിങ്

കോളനിയിൽ ചെറിയൊരു വീടും വാങ്ങി. മാർജിൻ ഫ്രീ മാർക്കറ്റിലെ ഒരു കാര്യവും പരിചയമില്ലാത്ത അമൃത ഒക്കെ പഠിച്ചു. ഒപ്പം എല്ലാവരോടും നന്നായി പെരുമാറാനും അമൃതയ്ക്കായി. അങ്ങനെ അവിടുത്തെ ജീവനക്കാർക്കു വരെ ഏറ്റവും പ്രിയപ്പെട്ടവളായി. കുഞ്ഞുങ്ങൾക്കും ആ ബിസിനസിനും വേണ്ടി അമൃത ഓടിനടന്നു. വിശ്രമമില്ലാതെ, രാപകലില്ലാതെ. അങ്ങനെ അവളതിൽ സന്തോഷവും അനുഭവിച്ചു. ശ്രേയയും ലയയും അതു കാണുന്നുണ്ട്. അതുകൊണ്ടാണ് ഇന്നത്തെ ദിവസം അമ്മ പുലർകാലത്തുണരാൻവച്ച അലാറം അടിച്ച ഉടൻ അവർ ഓഫ് ചെയ്തുകളഞ്ഞത്. ശേഷം ഓടി അടുക്കളയിൽ കയറിയത്. എന്നും അമൃതയാണവർക്കു ചായയും ബ്രേക്ക്ഫാസ്റ്റും ഉണ്ടാക്കുന്നത്. അന്നു കുട്ടികൾ ഉത്സാഹിച്ച് അതു ചെയ്തു. ഒരു കപ്പ് ചായയുമായി ചെന്ന് അമൃതയെ തട്ടിവിളിച്ചു.

''ഹലോ ഗുഡ്മോണിങ്... ചന്തിക്കു വെയിലടിക്കാറായി. ഒന്ന് എഴുന്നേൽക്ക്.''

അമൃത മക്കളുടെ ആ ബഹളം അറിഞ്ഞതേയില്ല. ലയ അപ്പോൾ അമ്മയെ കുലുക്കി വിളിച്ചു. കണ്ണു തുറന്ന അമൃത ആദ്യം നോക്കിയത് അലാറാമിലേക്കാണ്. പിന്നെ അവൾ ചൂടായി: ''നീയൊക്കെ അത് ഓഫ് ചെയ്തു അല്ലേ?''

''ചെയ്തു ദാ, ബെഡ് കോഫി. ബ്രേക്ക് ഫാസ്റ്റും ഏതാണ്ട് റെഡിയാണ്.'' അഭിമാനപൂർവം ശ്രേയ പറഞ്ഞു.

''അതെന്താ ഇന്ന് ഒരു പ്രത്യേക സ്നേഹം?'' അമൃത സംശയാലുവായി.

''അതിന്നലെ അമ്മ തളർന്നല്ലേ വന്നേ. നന്നായി ചാച്ചിക്കോട്ടേന്നു വിചാരിച്ചു.'' ലയ ചിരിച്ചു.

''ഉവ്വ്, എന്തോ അഡാറ് പണി എനിക്കിട്ട് വരുന്നുണ്ട്.'' ചായ കുടിച്ചുകൊണ്ട് അമൃത പറഞ്ഞു.

''ങാ, എന്തായാലും ചായ നന്നായി. ഇതു നിങ്ങൾ ഒരു ശീലമാക്കിയാൽ വളരെ നന്നായി.''

''അതു പള്ളിയിൽ പറഞ്ഞാ മതി.'' മക്കൾ ഒന്നിച്ചു തിരിച്ചടിച്ചു.

''ഇനി എന്തായാലും ഞാനൊന്നു വൃത്തിയായി കുളിച്ച് സുന്ദരിയായി ജോലിക്കു പോകട്ടെ.'' അമൃത ബാത്റൂമിലേക്കു നടന്നു.

''സുന്ദരി എന്ന പ്രയോഗം പിൻവലിക്കണം അമ്മേ.'' ലയ പറഞ്ഞു.

അമൃത അവളെ തല്ലാൻ ഓടിച്ചു.

പല്ലു തേക്കുമ്പോൾ, ഷവറിനു കീഴെ നിൽക്കുമ്പോൾ മക്കളെക്കുറിച്ച് അമൃതയ്ക്കു സന്തോഷം തോന്നി. അച്ഛനില്ലാതിരുന്നിട്ടും അവർ തളർന്നു

പോയിട്ടില്ല. പിന്നെ, കുരുത്തക്കേടും ഒപ്പിച്ചിട്ടില്ല. തനിക്കു തലവേദന യായിട്ടില്ല. ഇങ്ങനെ ചില സർപ്രൈസ് സഹായങ്ങൾ ഇടയ്ക്കു ചെയ്യാ റുമുണ്ട്. പക്ഷേ, ഇന്നത്തെ സഹായത്തിനു പിന്നിൽ എന്തോ ദുരുദ്ദേ ശ്യമില്ലേ? അമൃത പിന്നെയും ശങ്കയിലായി. ഉണ്ടായിരിക്കണം. തന്റെയല്ലേ പിള്ളേഴ്സ്?

ഒരു കൈനറ്റിക് ഹോണ്ടയിൽ ട്രിപ്പിൾസടിച്ചാണ് അമൃതയും കുട്ടി കളും രാവിലെ പുറത്തിറങ്ങാറുള്ളത്. ശ്രേയയെ അവളുടെ കോളേജ് ബസിന്റെ സ്റ്റോപ്പിൽ വിടും. ലയയെ സ്കൂളിൽ കൊണ്ടാക്കും. ശേഷം അമൃത മാർജിൻ ഫ്രീ മാർക്കറ്റിലേക്ക്.

അന്നും അങ്ങനെ യാത്ര ചെയ്യുന്നതിനിടയിൽ അമൃത പറഞ്ഞു:

''ശ്രേയാ, വാട്സാപ്പിലും ഫേസ്ബുക്കിലും ഈയിടെയായി നിന്റെ ചുണ്ണാമ്പു തേപ്പ് ഇത്തിരി കൂടുന്നുണ്ട്.''

''എന്റെ ക്ലാസ്സിലെ കുട്ടികളുമായി നോക്കുമ്പോ അതു കുറവാ ആമീ.'' ശ്രേയയുടെ മറുപടി.

''എന്നെ ആമീന്നു വിളിക്കരുതെന്നു ഞാൻ പണ്ടേ പറഞ്ഞിട്ടുണ്ട്. പ്രത്യേകിച്ച് വീടിനു പുറത്തുവച്ച്.''

''പിന്നേ... അച്ഛനു മാത്രമല്ല, ഞങ്ങൾക്കും എവിടെയും അങ്ങനെ വിളിക്കാം, ആമീ. കാരണം ഞങ്ങൾ അച്ഛന്റെ ബാക്കിയാ.'' ലയ

''നിന്നെ ഒക്കെ ഞാൻ വഴീ ഇറക്കിവിടും.''

''ആമിയായിട്ടിറക്കി വിടണ്ട. ദേ, നോക്ക് നമ്മൾ പെട്ടു.'' ശ്രേയ മുന്നിലേക്കു നോക്കിക്കൊണ്ട് പറഞ്ഞു. അമൃതയും അതു കണ്ടു. പെട്ടെന്ന് അമൃതയ്ക്കും മനസ്സിലായി. പെട്ടു. തങ്ങൾ ശരിക്കും പെട്ടു.

ആറ്

പുതുതായി വന്ന എസ്ഐ പവിത്രനായിരുന്നു അത്. നഗരത്തിൽ പലയിടത്തു വച്ചും ഈ മൂന്നു പെണ്ണുങ്ങൾ ഹെൽമറ്റ്പോലുമില്ലാതെ ത്രിബിൾസടിക്കുന്നത് അയാൾ ശ്രദ്ധിച്ചിരുന്നു. ഇന്നവർ കൃത്യമായി മുൻപിൽ ചെന്നുചാടി. നന്നായി എന്നു പവിത്രൻ ഉള്ളിൽ ചിരിച്ചു. പിന്നെ ആ വണ്ടി കൈകാട്ടി നിർത്തിയ ഉടൻ പവിത്രൻ പരിഹസിച്ചു.

''ഇനി ഒരു മൂന്നുപേരെക്കൂടി ഇതീ കേറ്റാരുന്നു.''

ഉടൻവന്നു അമൃതയുടെ മറുപടി:

''ട്രൈ ചെയ്തതാ. പക്ഷേ, ആരും കേറാൻ ധൈര്യം കാണിച്ചില്ല സാർ.''

പവിത്രൻ ഞെട്ടി. അമൃതയെച്ചുഴിഞ്ഞൊന്നു നോക്കി. പിന്നിലിരിക്കുന്ന കുട്ടികളെയും ആർക്കും ഒരു കൂസലുമില്ല. തന്നെയും തന്റെ കൂടെയുള്ള പൊലീസുകാരെയും കണ്ടിട്ടുപോലും. അപ്പോൾ ഇവർ ചില്ലറക്കാരാവണമെന്നില്ല. എന്നാലും അങ്ങനെ വിട്ടുകൊടുക്കരുതല്ലോ? അല്ലേ. പിന്നെ പൊലീസായതെന്തിന്?

''ഓവർലോഡ് പോട്ടെ. എന്തിയേ ഹെൽമറ്റ്. ഒരാൾക്കു പോലുമില്ലല്ലോ.''

എസ്ഐയുടെ ആ ചോദ്യത്തിനു മറുപടി പറഞ്ഞതു ശ്രേയയാണ്.

''സോറി സാർ, സംഗതി ശരിയാ. പക്ഷേ, ഈ വണ്ടി ഓടിക്കുന്നതാരാണെന്നറിയ്യോ? സിറ്റി പൊലീസ് കമ്മീഷണർ ജോസഫ് മാത്യുവിന്റെ വൈഫിന്റെ നേരേ അനിയത്തിയാ... ഫിലോമിനാ തോമസ്. ഞങ്ങളുടെ മമ്മി.''

എന്നാലും നിയമം അവർക്കും ബാധകമാണല്ലോ, വേണേ ചാർജ് ചെയ്യാം എന്നൊരു ചിന്ത പവിത്രനിൽ നാമ്പെടുക്കാതിരുന്നില്ല. പക്ഷേ, താനീ നഗരത്തിൽ വന്നതേയുള്ളൂ. ജോസഫ് മാത്യു സാർ ആളു ചൂടനാ. വന്നുകയറിയപാടേ താൻ അദ്ദേഹത്തിന്റെ ഇഷ്ടക്കേട് ഏണിവച്ച് പിടിക്കണ്ട. അതത്ര വലിയ ബുദ്ധിയൊന്നുമല്ല.

അതിനാൽ പവിത്രൻ പൊയ്ക്കോളാൻ അമൃതയോടും കൂട്ടരോടും

തലകൊണ്ട് ആംഗ്യം കാട്ടി. അമൃത ഉടൻ നൂറേനൂറിൽ പിടിപ്പിക്കുകയും ചെയ്തു. അല്ല പിന്നെ, ആ പോക്കിലും അമൃത ശ്രേയയോടു ചോദിച്ചു:

''സിറ്റീലെ സകല പൊലീസ് ഉദ്യോഗസ്ഥരുടെയും പേരു കാണാപ്പാഠം പഠിച്ചുവെക്കണംന്ന് അമ്മ നിർബ്ബന്ധിക്കുന്നത് എന്തിനാന്നിപ്പോ മനസ്സിലായോ?''

''ആയേ...'' ലയ പൊട്ടിച്ചിരിച്ചു.

അമൃത ശ്രേയയെ ബസ് സ്റ്റോപ്പിലും ലയയെ സ്കൂളിലും വിട്ടു തന്റെ ജോലിസ്ഥലത്തേക്കു തിരിച്ചു. പിരിയും മുൻപു രണ്ടു കുട്ടികളോടും അവൾ ആവർത്തിക്കാൻ മറന്നില്ല:

''അത്താഴം അമ്മ വന്നിട്ട് ഉണ്ടാക്കിക്കോളാം. നിങ്ങൾ അടുക്കളേക്കേറി പഠിക്കാനുള്ള സമയം കളയണ്ട.'' കുട്ടികൾ അതു ശ്രദ്ധിച്ചു എന്തോ?

മാർജിൻഫ്രീ മാർക്കറ്റിലെത്തിയപ്പോൾ, അകത്ത് അലങ്കാരങ്ങൾ കണ്ട് അമൃത പകച്ചു. വർണത്തോരണങ്ങളും ബലൂണുകളും ഒക്കെയുണ്ട്. ഒരു ഉത്സവം പോലെ...

''ഇതെന്തേ സംഭവം?'' അമൃത ചോദിച്ചു.

സെയിൽസ് ഗേൾസിൽ ഒരാളായ ജലജ പറഞ്ഞു: ''ഒരാളുടെ പിറന്നാളാ. അതു ഞങ്ങൾ ആഘോഷിക്കാൻ തീരുമാനിച്ചു.''

''ആരുടെ?'' അമൃത ആരാഞ്ഞു.

അടുത്ത നിമിഷം ജീവനക്കാർ മാത്രമല്ല, സ്ഥാപനത്തിന്റെ പാർട്ണർമാരായ രാമൻകുട്ടിയും ദേവനും സായിയും മുന്നോട്ടു വന്നു അമൃതയെ നോക്കി ''ഹാപ്പി ബെർത്ത്ഡേ ടൂ യൂ'' പാടി. അതും മനോഹരമായി.

ആ നിമിഷമാണ് അമൃത താൻ തന്റെ പിറന്നാൾ മറന്നുപോയല്ലോ എന്നോർത്തത്. പിന്നെ അമൃത എല്ലാവരോടുമായി പറഞ്ഞു: ''താങ്ക്സ് എന്റെ കുട്ടികൾ പോലും ഈ ദിവസം മറന്നുപോയി.''

''എന്നാരു പറഞ്ഞു?'' രാമൻകുട്ടി ചിരിച്ചു.

അപ്പോൾ താൻ വഴിയിൽ ഇറക്കിവിട്ട ശ്രേയയെയും ലയയെയും അമൃത അവിടെ എല്ലാവരുടെയും പിറകിലായി കണ്ടു. അപ്പോൾ രാവിലെ ബ്രേക്ക്ഫാസ്റ്റ് ഉണ്ടാക്കിത്തന്നതൊക്കെ ഈ പണിയുടെ ഭാഗമായിരുന്നു എന്ന് അവളിലെ അമ്മയ്ക്കു മനസ്സിലായി.

''ഇവർ രണ്ടുമാ ഇങ്ങനെ ആഘോഷിക്കാൻ ഞങ്ങളോടു ചട്ടം കെട്ടിയത്.'' സായി ചിരിച്ചു.

പിന്നെ സെയിൽസ് ഗേൾസ് അമൃതയ്ക്ക് ഒരു സമ്മാനം നൽകി. അതു കൈമാറുമ്പോൾ ജലജ പറഞ്ഞു:

''ഞങ്ങളോടൊക്കെ വലിപ്പച്ചെറുപ്പമില്ലാതെ ഇടപെടുന്നതിന്.''

ശരിയാണ് അമൃത അങ്ങനെയാണ്. ഒരിക്കലും സ്ഥാപന ഉടമയായി അവൾ ആ സ്ഥാപനത്തിൽ പെരുമാറിയിട്ടില്ല.

ഗിഫ്റ്റ് വാങ്ങി അമൃത കുട്ടികളോടു പറഞ്ഞു: ''ദാ, കണ്ടുപഠിക്ക്. നിങ്ങൾക്ക് പ്ലാനിങ് അല്ലേ അറിയൂ.''

''അമ്മയെ സഹിക്കുന്നതിനു ഞങ്ങൾക്കു ഗിഫ്റ്റ് ഇങ്ങോട്ടു തരണം.'' ശ്രേയ പറഞ്ഞു. അത് എല്ലാവരും ചേർന്നുള്ള ഒരു ചിരിയായി പരിണമിച്ചു.

അന്ന് ഷോപ്പിൽ ജോലി ചെയ്യുമ്പോൾ അമൃത എന്തുകൊണ്ടോ അസ്വസ്ഥയായി. പലവട്ടം ആലോചിച്ചിട്ടും അതെന്താണെന്ന് അമൃതയ്ക്കു തോന്നി, തന്നെ ആരോ നിരീക്ഷിക്കുന്നുണ്ട്. അതോടെ അവളുടെ ഉള്ളിൽ ഭയം അരിച്ചെത്തി. ബെർത്ത് ഡേ ആഘോഷത്തിനിടയിൽ ആരോ ദൂരെനിന്നു തന്നെ ശ്രദ്ധിക്കുന്നതു പോലെ തോന്നിയിരുന്നു. പിന്നെ ബഹളത്തിനിടയിൽ അത് അങ്ങു വിട്ടുകളഞ്ഞു. സാധനങ്ങൾ നിരനിരയായി അടുക്കിവച്ച റാക്കുകൾ പരിശോധിച്ചു നടക്കുമ്പോഴും ആരോ ഒരാൾ ദൂരെ നിന്നു നിരീക്ഷിക്കുന്നതുപോലെ ഒരു സംശയം ഉണ്ടായി.

ഇടയ്ക്ക് എതിരേയുള്ള കോഫിഡേയിൽ ചെന്നു തനിക്കു പ്രിയപ്പെട്ട മസാല ടീ കുടിക്കുമ്പോഴും രണ്ടു കണ്ണുകൾ പരിസരത്തെവിടെയോ നിന്നു തന്നെ തുറിച്ചുനോക്കുന്നതായി അമൃത വിചാരിച്ചു. അല്ലെങ്കിലും സ്ത്രീകൾക്ക് അങ്ങനെ ഒരു സിദ്ധിയുണ്ടല്ലോ. തങ്ങളെ നിരീക്ഷിക്കുന്നവരെ കണ്ടില്ലെങ്കിലും മനസ്സുകൊണ്ടു കാണാൻ...

അമൃതയെ സംബന്ധിച്ചിടത്തോളം ഇതു പുതിയ കാര്യമേ അല്ല. ആ ആശുപത്രിയിൽ നിന്നു രതീഷ് ജീവനില്ലാതെ പുറത്തിറങ്ങിയ ശേഷം എത്രയെത്ര കണ്ണുകൾ, കരങ്ങൾ അവൾക്കു നേരെ ഇങ്ങനെ നീണ്ടു നീണ്ടു വന്നു.

''ഒറ്റയ്ക്കായിപ്പോയി എന്നു വിചാരിക്കേണ്ട, സഹായിക്കാൻ ഞാനുണ്ട്. എന്തു സഹായവും എപ്പോൾ വേണമെങ്കിലും ചെയ്യാം ട്ടോ.'' സഹായഹസ്തം നീട്ടിയവർക്കെല്ലാം ഇങ്ങനെ ചില വാചകങ്ങളാണു പറയാനുണ്ടായിരുന്നത്. പ്രത്യക്ഷത്തിൽ സ്നേഹമേ ആ വാക്കുകളിലുള്ളൂ. പക്ഷേ, എന്തു സഹായവും ചെയ്യാം എന്ന വാഗ്ദത്തമാണു പ്രശ്നം. അതിന്റെ അർത്ഥം പറയുന്നതല്ലെന്ന് അമൃതയ്ക്ക് മെല്ലെ മാത്രമേ മനസ്സിലായുള്ളൂ.

കുഞ്ഞുകുഞ്ഞു സഹായങ്ങളും സ്നേഹാന്വേഷണങ്ങളുമായി എത്തിയവർ പിന്നെ അമൃതയുടെ നിറഞ്ഞ മാറിലേക്കും കൊഴുപ്പടിയാത്ത വയറിലേക്കും പാളി നോക്കി. അറിയാതെയാവും എന്ന് അമൃത ആ നോട്ടത്തെ അവഗണിക്കാൻ ശ്രമിക്കുമ്പോൾ ഒക്കെ നോട്ടക്കാർ അവിടേക്കു തന്നെ തുറിച്ചു നോക്കിക്കൊണ്ടിരുന്നു. ഞാൻ നിന്നെ നോക്കുന്നതു

നീ അറിഞ്ഞോളൂ എന്ന മട്ടിൽ തന്നെ. അപ്പോഴെല്ലാം അമൃത ചൂളിപ്പോയി. ഒരു സ്ത്രീ ഏറ്റവും പതറിപ്പോകുന്നതു പുരുഷന്റെ അത്തരം നോട്ടങ്ങൾക്കു മുന്നിലാണല്ലോ. പിന്നെ രതീഷിന്റെ അസാന്നിദ്ധ്യം കൊണ്ട് അമൃതയ്ക്കു പലവിധത്തിലുള്ള ശാരീരികാവശ്യങ്ങളുണ്ടാവുമെന്നും അവ നിറവേറ്റുവാൻ തങ്ങൾ സന്നദ്ധരാണെന്നുമുള്ള വലിയ ഔദാര്യം അവരെല്ലാം മുന്നോട്ടുവച്ചു.

അതു കേൾക്കുമ്പോൾ അമൃത ആദ്യം ഞെട്ടും. പിന്നെ അവൾക്കു തന്നോടും ലോകത്തോടും ഒക്കെ അറപ്പു തോന്നും. രതീഷ് പോലും തനിക്ക് ശാരീരികമായ ഒരാവശ്യമായിരുന്നില്ല. ആ മനുഷ്യൻ എന്നും തന്റെ ആത്മാവിനെയാണ് സ്പർശിച്ചത്. ഏതു സ്ത്രീയും തന്നെ ആത്മാവിൽ പുണരുന്ന പുരുഷനോടൊപ്പമാവും ഒരു കിടക്കയിൽ അലിയുക. ഇവരൊക്കെ എന്തൊക്കെയാണു സ്ത്രീകളെക്കുറിച്ചു ധരിച്ചിരിക്കുന്നത്. തന്നെക്കുറിച്ചു ധരിച്ചിരിക്കുന്നത്? താൻ രതീഷ് പോയതോടെ ആസക്തിയുമായി മറ്റൊരു പുരുഷനെ കാത്തിരിക്കുകയാണെന്നോ? താനത്ര വിലയില്ലാത്തവളാണെന്നോ?

കൂട്ടത്തിൽ വ്യത്യസ്തനായി തോന്നിയ ഒരേ ഒരാൾ ഹരിയാണ്. ഹരി രതീഷിന്റെ സുഹൃത്തായിരുന്നില്ല. ഒരു കസിൻ. രതീഷിനേക്കാൾ ഒന്നോ രണ്ടോ വയസ്സ് ഇളയവൻ. വിവാഹത്തോടെ രതീഷിനെ വീട്ടുകാരും ബന്ധുക്കളും കൈയൊഴിഞ്ഞെങ്കിലും ഹരി വല്ലപ്പോഴും ഒക്കെ വിളിക്കുമായിരുന്നു. യാദൃച്ഛികമായി തമ്മിൽ കാണുമ്പോൾ രതീഷിനോട് മിണ്ടും. ഇരുവരും ഒന്നിച്ചു ചായ കുടിക്കും.

രതീഷിന്റെ മരണം കഴിഞ്ഞു ഹരിയും ഭാര്യയും അമൃതയെയും കുട്ടികളെയും കാണാൻ വന്നു.

''സാരമില്ല എന്നു ഞാൻ പറയുന്നില്ല അമൃത. എനിക്കറിയാം അമൃതയുടെ വേദന. പക്ഷേ, അതിനെ അതിജീവിക്കണം. രണ്ടു പെൺകുട്ടികളല്ലേ അമൃതയ്ക്ക്.'' ഹരി പറഞ്ഞു.

പിന്നെ ഇടയ്ക്കിടെ അമൃതയെ കാണാൻ ഹരി വരും.

''അമൃത ദുരഭിമാനമൊന്നും വിചാരിക്കണ്ട. രതീഷിന്റെ അച്ഛനും അമ്മയ്ക്കും അവൻ ഏക മകനാണ്. സ്വാഭാവികമായും അവരുടെ സ്വത്തിന്റെ ഏക അവകാശി. എന്തുകൊണ്ട് അമൃതയ്ക്ക് അവരോടു സ്വത്തിന്റെ അവകാശം ചോദിച്ചുകൂടാ?'' ഓരോ വരവിലും ഹരി അങ്ങനെ നിർബ്ബന്ധിക്കും.

''ജീവിച്ചിരിക്കുമ്പോൾ മകനെ സ്നേഹിക്കാത്ത ആ അച്ഛനിൽ നിന്നും അമ്മയിൽനിന്നും എനിക്കൊന്നും വേണ്ട ഹരീ'' എന്ന് അമൃത ഓരോ തവണയും ഒഴിയും. അല്ലാതെ മറ്റൊന്നും ചെയ്യാൻ അമൃതയ്ക്ക് അറിയുമായിരുന്നില്ല.

''അമൃത ഞാൻ വിചാരിക്കുന്നതിനേക്കാൾ ഉയരത്തിലാണ്.'' അമൃതയുടെ മറുപടി കേൾക്കുമ്പോൾ ഹരി പറയും.

''ഏയ്, എനിക്കു രതീഷ് രണ്ടു കുഞ്ഞുങ്ങളെ തന്നിട്ടുണ്ട്. എത്രയോ ഓർമ്മകളും. അതിനപ്പുറം ഒന്നും എന്നെ മോഹിപ്പിക്കുന്നുമില്ല.'' അതായിരുന്നു സത്യവും. രതീഷിലും വലിയ യാഥാർത്ഥ്യം അമൃതയുടെ ജീവിതത്തിൽ സംഭവിച്ചിട്ടില്ല. ഇനി സംഭവിക്കുകയുമില്ല. അമൃത അങ്ങനെയൊക്കെ ഒഴിഞ്ഞുനിന്നിട്ടും ഹരി അവളെ പിന്നെയും വന്നു കണ്ടു. സഹായിച്ചു. രതീഷിന്റെ പേരിലുള്ള ബാങ്ക് ഡിപ്പോസിറ്റും വസ്തുവും ഒക്കെ അവളുടെ പേരിൽ മാറ്റിക്കിട്ടാൻ ഓരോ ഓഫീസും കയറിയിറങ്ങുമ്പോൾ കൂടെനിന്നു - അലിവുള്ള ഒരു കൂടപ്പിറപ്പിനെപ്പോലെ.

ഒടുവിൽ അമൃത പറഞ്ഞു: ''നന്ദി ഹരീ. ഹരിക്കു രതീഷിനോട് ഇത്രയേറെ സ്നേഹമുണ്ടായിരുന്നെന്നു ഞാനറിഞ്ഞില്ല. എന്തായാലും അങ്ങനെ ഒരാൾ ഉണ്ടായല്ലോ...?''

''ഇതൊക്കെ എന്റെ കടമയല്ലേ അമൃതാ...'' ഹരി ചിരിച്ചു.

ആ മനുഷ്യനോട് അമൃതയ്ക്കു ബഹുമാനം തോന്നി. രതീഷിന്റെ കുടുംബത്തിൽ രതീഷിനെ പോലുള്ളവരുമുണ്ട്. പിന്നെ ഒരു രാത്രി നന്നേ വൈകി ഹരി അമൃതയുടെ താമസസ്ഥലത്തെത്തി. അയാളാകെ വിവശനായിരുന്നു.

''എന്തുപറ്റി ഹരീ?''

''കുട്ടികളെന്ത്യേ?''

''ഉറങ്ങുന്നു.''

''ഉണർത്തണ്ട.''

''കാര്യം പറ ഹരീ...'' അയാളുടെ പാരവശ്യം കണ്ട് അമൃത പരിഭ്രാന്തയായി.

''എന്തെങ്കിലും അസുഖമുണ്ടോ ഹരിക്ക്.''

''ഒന്നുമില്ല അമൃതാ... കഴിഞ്ഞ കുറേ നാളുകളായി ഞാൻ പറയാൻ വിചാരിക്കുന്നു. ഇനി ഏതായാലും പറയാം. രതീഷിന്റെ കൂടെ അമൃതയെ കണ്ട കാലത്തേ അമൃതയെ എനിക്കിഷ്ടമാണ്. ഇനി ഇപ്പോ രതീഷില്ലല്ലോ. ആരും അറിയില്ല. ഒരു ജീവിതം നമുക്കു മുൻപിലുണ്ട്. അമൃത അതു പാഴാക്കിക്കളയണ്ട. എന്റെ ഭാര്യയോ അമൃതയുടെ കുട്ടികളോ അറിയാതെ നമുക്ക് ആവുന്നത്ര ഒന്നിച്ചു കഴിയാം.'' അമൃതയ്ക്കു താൻ നിൽക്കുന്ന കെട്ടിടം തകർന്നു, തന്റെ നെറുകയിൽ പതിക്കുന്നതായി തോന്നി. വ്യത്യസ്തനായി തോന്നിയ ഇയാളും അതേ പുരുഷനാണ്. താനൊരു ശരീരമാണ് എന്നുമാത്രം വിചാരിക്കുന്ന പുരുഷൻ.

''അമൃതയെന്താണ് ഒന്നും പറയാത്തത്?'' ശേഷം അയാൾ അവളുടെ തോളിൽ അമർത്തിപ്പിടിച്ചു. അവിടെ രതീഷല്ലാതെ ഒരാൾ

തൊട്ടിട്ടില്ലല്ലോ എന്ന് അമൃത പൊടുന്നനെ ഓർത്തു. പിന്നെ അമൃതയ്ക്ക് എന്താണു ചെയ്തതെന്നു കൃത്യമായി ഓർമ്മയില്ല. കൈവീശി ഹരിയുടെ മുഖത്തടിക്കുകയായിരുന്നിരിക്കണം. അയാളുടെ ഒരു പല്ല് തെറിച്ചു വീഴുന്നതു കണ്ടു. മുഖത്തുനിന്നു ചോര ഒഴുകി താഴേക്കിറ്റു വീണു.

''നായേ ഇറങ്ങിവിടുന്ന്...'' എന്നവൾ പിന്നെ ആകാവുന്നത്ര ഉച്ചത്തിൽ അലറി.

മുഖം പൊത്തി ഹരി പുറത്തിറങ്ങുമ്പോൾ ശ്രേയയും ലയയും ഓടിയെത്തി. ''എന്തുപറ്റി അമ്മാ'' എന്നവർ ഒന്നിച്ചാർത്തു.

അമൃത അപ്പോൾ ഇറങ്ങിപ്പോകുന്ന ഹരിക്കുനേരെ കൈ ചൂണ്ടി. കുട്ടികളപ്പോൾ അമൃതയെ കെട്ടിപ്പിടിച്ചു. കൂടുതലൊന്നും പറയാതെ അവർക്ക് എല്ലാം മനസ്സിലായിരുന്നു. പെൺകുട്ടികളുടെ കാര്യം അതാണ്. അവർക്ക് അമ്മമാരെ, അവർ നേരിടുന്ന വേദനകളെ ആരും പറയാതെ തന്നെ അറിയും.

പിന്നെ, യാദൃച്ഛികമായി അവിടെയും ഇവിടെയും വച്ചു ഹരിയെ അമൃതയും കുട്ടികളും കണ്ടിട്ടുണ്ട്. അപ്പോഴൊക്കെ ഹരി അറിയാതെ കവിൾ തടവുന്നതു കാണാം. കുട്ടികൾ അതുകണ്ട് അമൃതയോടു ചോദിക്കും.

''അമ്മയ്ക്ക് അത്രേം കരുത്തുണ്ടായിരുന്നോ?''

''നിങ്ങളുടെ ശരീരത്തിൽ ഇഷ്ടമില്ലാതെ ആരെങ്കിലും കൈ വയ്ക്കുമ്പോ അതേ കരുത്ത് നിങ്ങൾക്കുമുണ്ടാകും, ഉണ്ടാകണം.'' അമൃത ഉറപ്പിച്ചു പറയും.

പിന്നെ നേരിട്ടല്ലാതെ ഇരപിടിക്കാൻ കാത്തിരുന്നവരുമുണ്ട്. അമൃതയുടെ ജീവിതത്തിൽ അവരുടെ എണ്ണം പറഞ്ഞാൽ തീരില്ല.

രതീഷ് ഇല്ലാതായതോടെ അമൃതയുടെ ഫെയ്സ്ബുക്കിൽ ഫ്രണ്ട് റിക്വസ്റ്റുകളുടെ എണ്ണം കുത്തനെ കൂടി. വളരെ സൂക്ഷിച്ച്, മ്യൂച്വൽ ഫ്രണ്ട്സിനെ കൂടി നോക്കിയേ അമൃത റിക്വസ്റ്റുകൾ സ്വീകരിച്ചിരുന്നുള്ളൂ. എന്നിട്ടും ആളുകൾ അമൃതയുടെ പിന്നാലെ വന്നുകൊണ്ടിരുന്നു.

ആദ്യമൊക്കെ എല്ലാവരും വലിയ മാന്യന്മാരായിരിക്കും. ഹായ്, ഗുഡ് മോണിങ്, സുഖമാണോ എന്ന് ഔപചാരികമായി ചോദിക്കും. മറുപടി നൽകിയാൽ നിർദോഷമായി വ്യക്തിപരമായ വിശേഷങ്ങൾ ആരായും. അടുത്ത ഘട്ടം പ്രശംസയുടേതാണ്. സുന്ദരിയാണ്. നല്ല കണ്ണുകളാണ്. ഡ്രസ് ചേരുന്നുണ്ട് എന്നിങ്ങനെ പോകുന്നു പ്രശംസകൾ. അവയിൽ കുരുങ്ങിയാൽ, പൂത്തുലഞ്ഞു പോയാൽ ഇപ്പോ ഏതു ഡ്രസാ ഇട്ടിരിക്കുന്നത്. ഒരു പിക് അയച്ചുതരാമോ എന്നിങ്ങനെ സന്ദേശങ്ങൾ പിന്നാലെ വരും. അതിലും വീണാൽ ഏറ്റവും നിർണായകമായ

ചോദ്യം പുറപ്പെടും. അപ്പോൾ ഇട്ടിരിക്കുന്ന അടിവസ്ത്രത്തിന്റെ നിറം ഏതാണ് എന്ന അന്വേഷണമാണ്, അത്.

ഓക്കാനം വരും, അപ്പോൾ പാതിവഴിക്കു തന്നെ എത്രയോ ചോദ്യകർത്താക്കളെ അമൃത ബ്ലോക്ക് അങ്ങനെ ചെയ്തിരിക്കുന്നു. അങ്ങു ചെയ്താലും വല്ലാത്ത അസ്വസ്ഥതയുണ്ടാവും അവൾക്ക്, അതും ദിവസങ്ങളോളം.

താൻ, ഇങ്ങനെ ചോദിക്കാൻ അയാളെ അറിയാതെ പ്രേരിപ്പിച്ചുവോ. ഇത്തരം ഒരു സ്ത്രീയാണു താനെന്ന ധാരണ പരത്തുന്ന എന്തെങ്കിലും തന്റെ വ്യക്തിത്വത്തിലുണ്ടോ എന്നൊക്കെ പിന്നെ അമൃത വ്യാകുലതയോടെ തന്നോടു തന്നെ ചോദിക്കും. അമൃതയ്ക്കു കരച്ചിൽ വരും. ഇങ്ങനെ ഓടിച്ചെന്നു കരയാനാണു തനിക്കൊരു തോൾ വേണ്ടതെന്ന് അവളറിയും. പക്ഷേ, ജീവിതത്തിൽ അതുമാത്രം ഇനി ഇല്ല. എന്തെന്നാൽ മൂന്നു വർഷമായി രതീഷ് മറ്റൊരു ലോകത്തിലാണെങ്കിലും അയാൾ അമൃതയിൽ ഓരോ അണുവിലും അലിഞ്ഞു കിടപ്പുണ്ട്. ശ്രേയയുടെ ചിരിയും കണ്ണും മൂക്കും കാണുമ്പോൾ, ലയ കളിക്കളത്തിൽ പറന്നുനടക്കുമ്പോൾ അമൃത അവരെ കാണാറില്ല. അതു തന്റെ പ്രണയമായിരുന്ന ആ മനുഷ്യനാണല്ലോ എന്നാണ് അമൃത വിചാരിക്കാറ്. അതുകൊണ്ടാണു രാമൻ കുട്ടിയും കൂട്ടരും ''ഞങ്ങൾ ഒരു പ്രൊപ്പോസൽ കൊണ്ടുവരട്ടെ'' എന്നാരാഞ്ഞപ്പോൾ അമൃത ചൊടിച്ചത്.

''ഈ വിഷയം ഒഴിച്ച് എന്തും നിങ്ങൾക്കെന്നോടു സംസാരിക്കാം. നിങ്ങളിപ്പോ എന്റെ ബിസിനസ്സ് പാർട്ണേഴ്സല്ല. സ്വന്തമാ... പക്ഷേ, ഇതുമാത്രം പറയാൻ മുതിരരുത്. ഞാൻ പിണങ്ങും.''

അമൃതയുടെ സ്വരത്തിലെ മൂർച്ച കണ്ടു പിന്നെ അവരതിനു തുനിഞ്ഞിട്ടേ ഇല്ല.

രാത്രി കിടക്കുമ്പോൾ വീടിനു പുറത്തു തട്ടും മുട്ടും കേട്ടു. അമൃത ഭയന്നു. രാവിലെ തന്നെ ആരോ പിന്തുടരുന്നുണ്ടെന്നു തോന്നിയതു ശരിയാണോ. ഇനി അതയാളാണോ? ശരിക്കും ഒരജ്ഞാതൻ തന്നെ പിന്തുടരുകയാണോ? ഭയത്തോടെ അവളതു മക്കളോടു പറഞ്ഞു.

''അമ്മയ്ക്കു ഭ്രാന്തുണ്ടോ? അത് അപ്പുറത്തെ വീട്ടിൽ പുതിയ താമസക്കാരു വന്നതാ. ആ അടച്ചിട്ട വീട്ടിൽ.'' ലയ പറഞ്ഞു.

ജനാലയ്ക്കു പുറത്തു സാധനങ്ങൾ ലോറിയിൽനിന്ന് ഇറക്കുന്നതു കാണുകയും ചെയ്യാം. അപ്പോൾ ''ആമീ ഒന്നുറങ്ങ്'' എന്നു പറഞ്ഞ് ശ്രേയ അവളെ ചുറ്റിപ്പിടിച്ചു. ആ ചുറ്റിപ്പിടിത്തം അമൃതയ്ക്കിഷ്ടമായി.

പക്ഷേ, അമൃത കരുതിയതുപോലെ ഒരാൾ രാവിലെ അവളെ നിരീക്ഷിച്ചിരുന്നു. വല്ലാതെ... വല്ലാതെ...

ഏഴ്

രാവിലെ കുട്ടികൾക്കു ബ്രേക്ക്ഫാസ്റ്റ് വിളമ്പുമ്പോൾ അമൃത ചോദിച്ചു: ''ഇനി ഇന്നലെ രാത്രി തട്ടും മുട്ടും കേട്ടതു വല്ല കള്ളന്മാരും ആയിരിക്കുമോ?''

''അമ്മയെ പേടിച്ച് ഏതെങ്കിലും കള്ളൻ ഈവഴി വരുമോ അമ്മേ?'' ശ്രേയയുടെ ആ തമാശ കേട്ടു ചിരിച്ചെങ്കിലും അമൃത ആശങ്ക മറച്ചുവച്ചില്ല.

''ഇവിടെ നമ്മൾ സ്ത്രീകൾ മാത്രമേയുള്ളൂ. അത്തരം വീടുകൾ ലക്ഷ്യം വച്ച്, കൃത്യമായി നിരീക്ഷിച്ച്, പ്രവേശിക്കുന്ന കള്ളന്മാരില്ലേ, എത്രയെത്ര സംഭവങ്ങൾ അങ്ങനെ ഉണ്ടായിട്ടുണ്ട്.''

അതോടെ അവിടെ ഒരു നിശ്ശബ്ദത പരന്നു. അച്ഛനില്ലാത്ത വീടുകളെല്ലാം ഇങ്ങനെയാണ്. പുറത്തുനിന്ന് ആരെങ്കിലും എത്തിനോക്കുന്നോ എന്ന സംശയം പോലും അവിടെ ആശങ്ക വിതയ്ക്കും.

എല്ലാ രാത്രികളിലും അവിടങ്ങളിലെ അമ്മമാരും കുട്ടികളും വാതിലുകൾ ഒക്കെ കൃത്യമായി അടച്ചിട്ടുണ്ടോ എന്നു പലതവണ പരിശോധിക്കും. ജനാലക്കൊളുത്തുകൾ ഒന്നും ഇടാൻ മറന്നില്ലല്ലോ എന്നു പലവട്ടം സംശയിക്കും.

അമൃതയുടെ വീടും അത്തരമൊരു വീടാണിപ്പോൾ. എന്നാൽ അമൃതയ്ക്കു കുറേക്കൂടി ധൈര്യമുണ്ട്. കുട്ടികളും അമ്മയെപ്പോലെ തന്നെ. അത്ര വേഗമൊന്നും പതറില്ല. എന്നിട്ടും അമൃതയുടെ വാക്കുകൾ അവിടെ ഇത്തിരി ഭയം വിതച്ചു.

പിന്നെ അമൃത തന്നോടുതന്നെ പറഞ്ഞു. ''എല്ലാം തന്റെ വെറും സംശയങ്ങളാവാം. അതിന്റെ പേരിൽ ആശങ്കപ്പെടുന്നതിൽ ഒരർത്ഥവുമില്ല. ഇതെല്ലാം വെറുതെയാണ്... വെറുതെയാണ്.''

അന്ന് അമൃതയ്ക്ക് ഇത്തിരി വൈകി ജോലിയിൽ പ്രവേശിച്ചാൽ മതിയായിരുന്നു. അതുകൊണ്ട് അവൾ പറഞ്ഞു: ''ഞാൻ ഒരു ഓട്ടോയിൽ പൊയ്ക്കോളാം. വേണേ ശ്രേയ വണ്ടിയെടുത്തോളൂ. പിന്നെ

ഓവർ സ്പീഡെടുത്ത് എവിടെയും കൊണ്ടിടിക്കരുത്. കാരണം ഇനി ഈ വണ്ടി റിപ്പയർ ചെയ്യാൻ പറ്റില്ലെന്നാ വർക്ഷോപ്പുകാരൻ ചാണ്ടി പറഞ്ഞിരിക്കുന്നേ. വേണേ കിലോ 40 രൂപ വച്ച് എടുത്തോളാംന്ന്.''

ലയ പറഞ്ഞു: ''അയാൾ ആമിയെ പറ്റിക്കുവാ ആമീ. ഇരുമ്പിന് അതെത്ര തുരുമ്പായാലും കിലോയ്ക്ക് 60 രൂപ വച്ചു കിട്ടും.''

അമൃത ലയയെ അടിക്കാനോടിച്ചു. ആക്സിഡന്റിൽ കാർ തകർന്നു പോയതു റിപ്പയർ ചെയ്യാൻ അമൃത മുതിർന്നിരുന്നില്ല. പിന്നീട് ഈ വണ്ടിയാണ് ആ വീടിന്റെ വാഹനം. ഇതു പണ്ടു രതീഷ് കാർ വാങ്ങിയപ്പോൾ, അമൃതയ്ക്കു കൈമാറിയതായിരുന്നു. അന്നുവരെ അയാൾ തന്നെയാണ് ഇതു ഉപയോഗിച്ചിരുന്നത്. അനിയത്തിയെയും പിന്നിലിരുത്തി കൈനറ്റിക് ഹോണ്ടയിൽ പറക്കുംമുൻപ് ശ്രേയ പറഞ്ഞു:

''വണ്ടി ഞാൻ സൂക്ഷിച്ചോളാം ആമീ. ആമിക്കു കിട്ടിയ പ്രണയ സമ്മാനം ഞങ്ങളായിട്ടു തകർക്കരുതല്ലോ?'' അമൃത ചിരിയമർത്തി. ചുമരിലെ രതീഷിന്റെ ചിത്രത്തെ നോക്കി പറഞ്ഞു:

''കണ്ടോ രതീഷ്, നിങ്ങളുടെ കുഞ്ഞുങ്ങളെ. ലയ കുറച്ചു നിങ്ങളെപ്പോലെ അവാർഡ് ചിത്രാ. എന്നാലും ചേച്ചിയുടെ കുസൃതിയുടെ കൂടെ കൂടും. അവരുടെ കുസൃതികളും ചിരിയുമാ നീയില്ലാത്ത ഈ വീട്ടിൽ കരയാതെ ജീവിക്കാൻ എന്നെ സഹായിക്കുന്നേ.''

ചുവരിലെ രതീഷ് അവളെ വെറുതെ നോക്കി. ജീവനുണ്ടായിരുന്നെങ്കിൽ ആ നോട്ടത്തിൽ നിറയെ അയാൾ അലിവു നിറച്ചേനേ. പക്ഷേ, ചുവരിലെ ചിത്രങ്ങൾ ചുവരിലെ ചിത്രങ്ങൾ മാത്രമാണല്ലോ. അവയ്ക്കു തങ്ങളുടെ പ്രിയപ്പെട്ടവരെ ഒരേ നോട്ടം നോക്കി നിൽക്കാനേ കഴിയൂ.

അപ്പോഴേക്കും അമൃതയുടെ ഫോണിൽ ഒരു കോൾ വന്നു. ഒന്നു രണ്ടു തവണ റിങ് ചെയ്ത് അതങ്ങു നിന്നു. അമൃത അതത്ര ശ്രദ്ധിച്ചില്ല. ഫോണെടുത്തു നോക്കിയതുമില്ല.

ആ നിമിഷം അടുത്ത വീടിന്റെ ബാൽക്കണിയിൽനിന്ന് ''ഏയ് അമൃതാ'' എന്നൊരു വിളി വന്നു. ആ മിസ്ഡ് കോളിനെ അവഗണിക്കാൻ അതും ഒരു കാരണമായി. അടുത്ത വില്ലയിലെ ഗീതയായിരുന്നു വിളിച്ചത്. എപ്പോഴും ഒരുങ്ങി നടക്കുന്ന ആളാണ് ഗീത. ഇന്ന് ഗീത പതിവിലും ഒരുങ്ങിയിട്ടുണ്ടെന്ന് തോന്നി.

''ഇന്നെന്താ ഗീതേ, ബ്യൂട്ടി പാർലറിൽ രാവിലെ ചെന്ന് ഉള്ള കാശു മുഴുവൻ കൊടുത്തോ?''

''ഒന്നു പോ അമൃതേ.'' പിന്നാലെ ഒരുക്കത്തിന്റെ കാരണം ഗീത വെളിപ്പെടുത്തി: ''രാമഭദ്രേട്ടൻ ഗൾഫീന്നു വരവാണ്. അടുത്തയാഴ്ച.'' കിട്ടിയ അവസരം പാഴാക്കാതെ അമൃത പരിഹസിച്ചു: ''അതിനു കാലേക്കൂട്ടി ഒരുങ്ങി നിൽപാണ്. അല്ലേ?''

ഗീത പിന്നെയും ചൂളി.

ആ നിമിഷം ഗീതയുടെയും രാമഭദ്രന്റെയും ഏക മകൾ പത്തു വയസ്സുകാരി നിയ ഒച്ചവച്ചു: ''അമൃതാന്റീ, പപ്പയോടു ഞാനൊരു ഷട്ടിൽ ബാറ്റ് കൊണ്ടുവരാൻ പറഞ്ഞിട്ടുണ്ട്.''

''ങാഹാ, നീയും നിന്റെ ലയച്ചേച്ചിയെപ്പോലെ ഷട്ടിൽ കളിക്കാൻ പോവ്വാണോ?'' പ്രായം മറന്നുള്ള അവരുടെ സൗഹൃദം ഓർത്തുകൊണ്ട് അമൃത ആരാഞ്ഞു.

''അയ്യോ എനിക്കല്ല. ലയച്ചേച്ചിക്കു കൊടുക്കാനാ.'' നിയയുടെ ആ വാക്കുകൾ അമൃതയിൽ സന്തോഷം നിറച്ചു. ഈ കുഞ്ഞുങ്ങൾ. എന്തു നല്ല കൂട്ടായാണു വളരുന്നത്. ഗൾഫിൽനിന്നു വരുന്ന പപ്പയോട് അവൾ വിളിച്ചു പറഞ്ഞിരിക്കുന്നു, അയൽവീട്ടിലെ ചേച്ചിക്ക് ഒരു കുഞ്ഞു സമ്മാനം. ജീവിതത്തിൽ അത്ര ഒറ്റയ്ക്കല്ല എന്നൊക്കെ തോന്നുന്നത് ഇങ്ങനെ ചില നിമിഷങ്ങൾ വീണുകിട്ടുമ്പോഴാണ്.

ചേച്ചിയുടെ വയറിൽ പിടിച്ച് ഇരുചക്ര വാഹനത്തിൽ നഗരത്തി ലൂടെ കടന്നുപോകവേ ലയയ്ക്കു തോന്നി, ആരോ തങ്ങളെ പിന്തുട രുന്നുണ്ട്. അവൾ ഇടയ്ക്കു തിരിഞ്ഞു നോക്കി. പിന്നിൽ കാറുകൾ, ബസുകൾ, മറ്റനേകം വാഹനങ്ങൾ ഒഴുകിവരുന്നുണ്ട്. അക്കൂട്ടത്തിൽ ഒരു ചുവന്ന സ്വിഫ്ട് കാർ കുറെ നേരമായി പിന്നാലെയുണ്ടോ? ആ ആശങ്ക ഏറിയപ്പോൾ ലയ പറഞ്ഞു: ''ചേച്ചീ, ഒന്നു വണ്ടി നിർത്ത്വോ?''

''എന്തേ?''

''നിർത്തൂ.'' ശ്രേയ അനുസരിച്ചു. ലയ തന്റെ തോന്നൽ പറഞ്ഞു. നീണ്ട ഒരു പൊട്ടിച്ചിരിയുടെ അകമ്പടിയോടെയായിരുന്നു ശ്രേയയുടെ മറുപടി.

''നിനക്കും അമ്മയ്ക്കും ഒക്കെ എന്താ? നമ്മളെ ആര് പിന്തുടരാനാ?'' അതിനുത്തരം ലയയ്ക്കും അറിഞ്ഞുകൂടാ.

അപ്പോഴേക്കും ആ ചുവന്ന കാർ അവരെ കടന്നുപോയി. ലയയ്ക്ക് അതിന്റെ നമ്പർ നോട്ടു ചെയ്യാനായില്ല, അത്ര വേഗത്തിലാണ് അതു പറന്നുപോയത്. എന്തിനാണ് ഇത്ര വേഗത്തിൽ നഗരത്തിലൂടെ ഇങ്ങനെ... ഇനി അത് അതിലിരുന്നയാളെ തങ്ങൾ ശ്രദ്ധിക്കാതിരിക്കാനാണോ?

അനിയത്തിയുടെ മൂഡുകണ്ട് ശ്രേയ പറഞ്ഞു: ''അതു വിട്ടേക്ക്. നിനക്കു ഞാനൊരു ഐസ്ക്രീം വാങ്ങിതന്നേക്കാം.''

''ഇത്ര രാവിലെയോ?''

''വേണ്ടേ വേണ്ട.''

''അയ്യോ വേണം.''

അമ്മ ഓരോരോ ആവശ്യങ്ങൾക്കായി ശ്രേയയ്ക്കു നൽകുന്ന പണത്തിൽനിന്ന് ഇസ്കി വയ്ക്കുന്ന കാശുകൊണ്ടായിരുന്നു ആ ഐസ്ക്രീം പാർലർ ഓഫർ. അതുകൊണ്ടു ലയ പറഞ്ഞു: ''ചേച്ചി മോഷണം ഒരു കലയാക്കിയ ആളാ.''

''എന്നിട്ട് അതിന്റെ പങ്കുപറ്റുന്നുണ്ടല്ലോ. അപ്പോ മിണ്ടരുത്.'' ഐസ്ക്രീം നുണഞ്ഞിറക്കുന്നതിനിടയിൽ ശ്രേയ ചോദിച്ചു: ''നിനക്ക് ഒരാൾ പിന്തുടരുന്നുണ്ടെന്നു തോന്നാൻ കൃത്യമായി എന്തെങ്കിലും കാരണമുണ്ടോ?'' അപ്പോൾ പുതുതായി ഒരാൾ ആ ഐസ്ക്രീം പാർലറിലെത്തി, ഒരു മൂലയിൽ ഇടംപിടിച്ചു. അയാൾ ആ കുട്ടികളെത്തന്നെ നോക്കുന്നുണ്ടായിരുന്നു. എന്നാൽ അവരത് അറിഞ്ഞതേയില്ല.

''ചിലപ്പോ എല്ലാം എന്റെ തോന്നലാവും.'' ലയ മെല്ലെ മന്ത്രിച്ചു. പിന്നെ അനിയത്തിയുടെ കൈപിടിച്ച് അവിടെനിന്നിറങ്ങിപ്പോകുമ്പോൾ ആ ചേച്ചി പറഞ്ഞു: ''ഒന്നുമില്ലെടാ. നമുക്കു നല്ലതേ സംഭവിക്കൂ... നമ്മളാർക്കും ഒരുപദ്രവവും ചെയ്തിട്ടില്ലല്ലോ.''

''ചേച്ചിയുടെ ഉള്ളിൽ ഒരമ്മൂമ്മയുണ്ട്. ഒരു ഉപദേശി അമ്മൂമ്മ.''

''പോടീ.'' ആ വിളിക്കൊപ്പം ശ്രേയ ചിരിച്ചു. വളരെ ഉറക്കെ. ഐസ്ക്രീം പാർലറിന്റെ ജാലകപ്പഴുതിലൂടെ മൂലയിലിരുന്ന ആ മനുഷ്യൻ അപ്പോൾ അവരെ ശ്രദ്ധിച്ചുകൊണ്ടിരുന്നു. അതിനിടയിൽ ഷോപ്പിൽ പോകാൻ അമൃത ഒരുങ്ങിത്തുടങ്ങി. മറ്റൊന്നും ചിന്തിക്കാനില്ലാത്ത ആ നിമിഷങ്ങളിൽ ഇന്നലെ പടർന്ന ഭയം അവളിൽ വീണ്ടും നാമ്പെടുത്തു. തന്നെ ആരോ, നിരീക്ഷിക്കുന്നുണ്ടോ, ഇവിടെ എവിടെയോ നിന്ന്.

അപ്പോഴേക്കും അമൃതയുടെ ഫോണിലേക്ക് ഒരു മിസ്ഡ് കോൾ വന്നു. ഇത്തവണ അമൃത അതു ശ്രദ്ധിച്ചു. കുറച്ചു മുൻപു വന്നതിന്റെ തുടർച്ചയാണോ അത്? എങ്കിൽ ആരാവും വിളിക്കുന്നത്?

അമൃത മൊബൈൽ എടുത്തു നോക്കി. ഒരു നമ്പരും തെളിഞ്ഞിട്ടില്ല. പകരം പ്രൈവറ്റ് നമ്പർ എന്ന അക്ഷരങ്ങൾ സ്ക്രീനിൽ. സാധാരണ വിദേശത്തുനിന്നു വരുന്ന ഇന്റർനെറ്റ് കോളുകൾക്കാണു പ്രൈവറ്റ് നമ്പർ എന്നു തെളിയാറുള്ളത്. തന്നെ ആരു വിദേശത്തുനിന്നു വിളിക്കാൻ അങ്ങനെ വിദേശത്തു ബന്ധുക്കളോ, സുഹൃത്തുക്കളോ ഒന്നും തനിക്കില്ല. ഗീതയുടെ ഭർത്താവു രാമഭദ്രൻ വിദേശത്താണ്. തന്നെ ഫോണിൽ വിളിക്കാവുന്ന അടുപ്പം അയാൾക്കില്ല...

അതാലോചിച്ചു നിൽക്കേ അമൃതയുടെ മൊബൈൽ പിന്നെയും ചിലച്ചു. ഇത്തവണയും പ്രൈവറ്റ് നമ്പർ എന്നാണു തെളിഞ്ഞത് അതെടുക്കണോ ഉപേക്ഷിക്കണോ? അങ്ങനെ ഒരാശയക്കുഴപ്പത്തിനിടയിൽത്തന്നെ കോൾ സ്വീകരിക്കാനുള്ള പച്ചബട്ടണിൽ അമൃത അറിയാതെ വിരലമർത്തി. പിന്നെ മൊബൈൽ ചെവിയിൽ വച്ചു ചോദിച്ചു.

''ഹലോ.''

ഒരു പ്രതികരണവുമില്ല. അങ്ങേത്തലയ്ക്കൽനിന്നു നിശ്ശബ്ദത മാത്രം. തെല്ല് അസ്വസ്ഥതയോടെ അമൃത ആരാഞ്ഞു:

''ഹലോ, ആരാ?''

ഒരു നിമിഷത്തെ നിശ്ശബ്ദത വീണ്ടും അമൃതയെ വന്നു തൊട്ടു. പിന്നെ, ആ മൊബൈലിന്റെ അങ്ങേയറ്റത്തുനിന്ന് ആരോ ഒരാൾ സംസാരിച്ചു തുടങ്ങി. ''ഞാൻ ആരാ. എന്താ എന്ന ചോദ്യത്തിന് ഒരു പ്രസക്തിയുമില്ല. പറയാൻ പോകുന്ന കാര്യമാണു പ്രധാനം.''

അമൃത അമ്പരന്നു. അങ്ങനെ പേരു വെളിപ്പെടുത്താത്ത ഒരാളുടെ കോൾ താൻ അറ്റൻഡ് ചെയ്യുന്നത് എന്തിന്? അവൾ സംശയിച്ചു. കോൾ അവസാനിപ്പിക്കാൻ റെഡ് ബട്ടനിൽ കൈ അമർത്താൻ അമൃത തീരുമാനിക്കവേ, അജ്ഞാതൻ ആജ്ഞാസ്വരത്തിൽ പറഞ്ഞു: ''ഞാൻ പറയുന്നതു ശ്രദ്ധിച്ചു കേൾക്കുക.''

മേധാശക്തിയുള്ള ആ സ്വരത്തിൽ അമൃത കുലുങ്ങി.

''ഇപ്പോൾ നിങ്ങളുടെ വീട്ടിൽനിന്നിറങ്ങിപ്പോയ, നിങ്ങളുടെ രണ്ടു പെൺകുട്ടികളും മിടുക്കികളാ, സുന്ദരികളാ.''

അമൃതയ്ക്കു ദേഷ്യം ഇരച്ചു വന്നു. ഈ തെമ്മാടി തന്റെ മക്കളെക്കുറിച്ച് ഇതു പറയുന്നതെന്തിന്? അവർ സുന്ദരികളാണെന്നു മാർക്കിടാൻ ഇവനാര്? അതുകൊണ്ട് അമൃത ആക്രോശിച്ചു:

''താനാരാ?''

''ഞാൻ പറഞ്ഞല്ലോ, ഞാനാരാണെന്നത് അപ്രസക്തമാണെന്ന്. പറയാൻ പോകുന്ന കാര്യം ശ്രദ്ധിക്കൂ.''

''എനിക്കൊന്നും കേൾക്കണ്ടാ.'' അമൃത കോൾ കട്ട് ചെയ്യാനൊരുങ്ങി.

അതിനു മുൻപ് അജ്ഞാതൻ അറിയിച്ചു. ''അമൃതാ, ആ പെൺകുട്ടികളിലൊരാൾ നിങ്ങളെ വല്ലാതെ പറ്റിക്കുന്നുണ്ട്. ശരിക്കും പറ്റിക്കുന്നുണ്ട്.''

''യൂ ബ്ലഡി റാസ്കൽ'' എന്ന ചീത്ത വിളിയോടെ അമൃത ഫോൺ കട്ട് ചെയ്തു.

അമൃത വിറയ്ക്കുന്നുണ്ടായിരുന്നു. അച്ഛനില്ലാതിരുന്നിട്ടും തന്നെ, തന്റെ നിസ്സഹായതയെ, സങ്കടങ്ങളെ അറിഞ്ഞ്, തന്നെ വാരിച്ചുറ്റിപ്പിടിച്ചാണു ശ്രേയയും ലയയും വളരുന്നത്. തന്റെ ആത്മാവിന്റെ ഭാഗമായ ആ കുഞ്ഞുങ്ങളെ താനറിയുന്നതിനപ്പുറം മറ്റാരറിയാൻ? ആരും ഒരാളും തന്റെ മക്കൾ എന്താണെന്നു തന്നെ അറിയിക്കാൻ പഠിപ്പിക്കണ്ട.

തനിക്കറിയാം. മുടിമുതൽ വിരൽത്തുമ്പുവരെ അവരെ, അല്ലെങ്കിൽ പിന്നെ താനെന്തിനാണ് അവരെ പ്രസവിച്ചത്?

വന്നിരിക്കുന്നു. പ്രൈവറ്റ് നമ്പർ എന്ന മറയിൽ ഒളിച്ച് ഒരു അജ്ഞാതൻ. സ്നേഹവും കരുതലും മാത്രം കൂടുവച്ചിട്ടുള്ള തന്റെ വീട് ഒരജ്ഞാതന്റെ വെറുംവാക്കിനു കാതുകൊടുക്കാനുള്ള ഇടമല്ല. അതുകൊണ്ടു താനാ വാക്കുകളെ അവഗണിക്കുന്നു. ആകാവുന്നത്ര അവജ്ഞയോടെ.

പിന്നെ മാർജിൻഫ്രീ മാർക്കറ്റിലേക്കുള്ള ഓട്ടോയിൽ കയറി, പുറത്തേക്കു നോക്കിയിരിക്കേ അമൃതയറിയാതെ അവളുടെ ഉള്ളു ചോദിച്ചു - തന്റെ മക്കളിലൊരാൾ എന്തിനു തന്നെ പറ്റിക്കണം?

അവർക്കു വേണ്ടതെല്ലാം താൻ നൽകുന്നുണ്ട്. അവരുടെ ആവശ്യങ്ങൾ പറയും മുൻപേ നിറവേറ്റുന്നുണ്ട്. ഒരിക്കലും ശകാരത്തിന്റെ ഭാഷ ഉപയോഗിച്ചിട്ടേയില്ല. അഭിപ്രായവ്യത്യാസങ്ങളാണെങ്കിൽപോലും അതെല്ലാം തുറന്നു പറയാൻ താൻ രണ്ടു കുട്ടികൾക്കും സ്വാതന്ത്ര്യം നൽകിയിട്ടുണ്ട്. ഇതൊന്നും ഇല്ലാത്ത വീടുകളിലെ കുട്ടികളാണ് ആ വീടിനെത്തന്നെ പറ്റിക്കുക. പിന്നെ തന്റെ കുട്ടികൾ തന്റെ മാത്രം കുട്ടികളല്ല. സ്നേഹത്തിന്റെ ഒരു പുഴപോലെ വീടിനെ വാരിപ്പുണർന്ന ഒരു മനുഷ്യന്റെ ബാക്കിയാണ്. അവർക്കൊരിക്കലും അവരുടെ അമ്മയെ പറ്റിക്കാനാവില്ല. ശ്ശെ... താനിങ്ങനെ വഴിവിട്ടു ചിന്തിക്കേണ്ട കാര്യം പോലും ഇല്ലായിരുന്നു. അമൃത സ്വന്തം മനസ്സിനെ കടിഞ്ഞാണിട്ടു പിടിച്ചു.

അപ്പോൾ ദൂരെ ഒരാൾ ചിരിക്കാൻ ആരംഭിച്ചിരുന്നു. അയാൾക്കറിയാമായിരുന്നു, താനൊരു കുഞ്ഞു തീപ്പൊരിയാണ് അമൃതയുടെ ഉള്ളിൽ പാകിയതെന്ന്. അമൃതയുടെ ശ്വാസംതന്നെ കാറ്റായി മാറുമെന്നും അതിൽ തീയാളിപ്പിടിക്കുമെന്നും അയാൾ കണക്കുകൂട്ടി. അങ്ങനെ വേണം, അങ്ങനെ വേണം - അയാൾ തന്നോടുതന്നെ പറഞ്ഞു.

എട്ട്

മാർജിൻഫ്രീ മാർക്കറ്റിൽ കയറിച്ചെല്ലുമ്പോഴും അമൃതയുടെ ഉള്ളിൽ അജ്ഞാതന്റെ ആ കോളായിരുന്നു. താനതിൽ ആണ്ടുപോവുകയാണെന്ന് അറിഞ്ഞപ്പോൾ അമൃത തന്നോടുതന്നെ പറഞ്ഞു: ‘‘ഇനി അതേപ്പറ്റി ആലോചിക്കണ്ടട്ടോ. അതാരുടെയോ ഒരു വൃത്തികെട്ട തമാശയാണ്.’’

ഒരേ കാര്യം വീണ്ടും വീണ്ടും ആലോചിക്കാതിരിക്കാൻ എന്താണു മാർഗ്ഗം - ഷോപ്പിലെ സകല ജോലികളും ചെയ്യുക തന്നെ.

ഓഫീസിൽ അന്നത്ര ഉത്തരവാദിത്തങ്ങളൊന്നും ഉണ്ടായിരുന്നില്ല. അതുകൊണ്ടു മാർജിൻഫ്രീ മാർക്കറ്റ് മുഴുവൻ അമൃത ഒന്നു കറങ്ങി നടന്നു. അതിനുശേഷം പാക്കിങ് സെക്ഷനിലേക്കു ചെന്നു. അവിടെ മാത്രമല്ല, എവിടെയും അമൃത പ്രത്യക്ഷപ്പെടുകയും ഉള്ള ജോലികളൊക്കെ തലയിലേറ്റുകയും ചെയ്യുക സാധാരണമാണ്. അത് ഉള്ളു നിറഞ്ഞാണ് അമൃത ചെയ്യാറുള്ളതും. അമൃതയുടെ വരവുകണ്ട് അരിയും പലവ്യഞ്ജനങ്ങളും ഒക്കെ കൃത്യമായി തൂക്കി പായ്ക്ക് ചെയ്തുകൊണ്ടിരുന്ന ജലജയും സുമയും വിലക്കി.

‘‘ഇതു ഞങ്ങൾ ചെയ്തോളാം. ഞങ്ങളെ സഹായിക്കാൻ പുറപ്പെട്ടാ ആ സാരി ഒക്കെ ഒരുവകയാവും.’’

അമൃത നല്ലനിറങ്ങളുള്ള കോട്ടൺ സാരികളാണ് കൂടുതലും ഉടുക്കാറുള്ളത്. രതീഷിനു നിറങ്ങളോടു വലിയ കമ്പമായിരുന്നു. ഒരു സാരി പോലും അയാളായിട്ടു വാങ്ങിക്കൊടുത്തിട്ടില്ലെങ്കിലും. അവൾ അയാൾക്കു വേണ്ടി വർണങ്ങൾ വാരിവിതറിയ സാരികൾ തിരഞ്ഞെടുത്ത് ഉടുത്തു. ഇപ്പോഴും അതു ചെയ്യുമ്പോൾ ചോദിക്കാറുണ്ട്:

‘‘രതീഷ്, നിങ്ങളീ നിറങ്ങൾ കാണുന്നുണ്ടോ? കാണണം. അതിനുവേണ്ടിയാണു ഞാൻ ഇപ്പോഴും...’’ ആരും എവിടെനിന്നും അതിന് ഉത്തരം പറയാറില്ല. എന്നാലും അമൃത വിചാരിക്കും - രതീഷ് കാണുന്നുണ്ട്. അല്ലാതെ മറ്റെന്താണ് ഇപ്പോൾ രതീഷിനു ചെയ്യാനുള്ളത്?

പിന്നെ രതീഷിനെപ്പറ്റിയുള്ള ചിന്ത പാതിവഴിക്ക് അടക്കി അമൃത പറഞ്ഞു: ''സാരമില്ല. എനിക്കിഷ്ടമാണു ജോലി ചെയ്യാൻ.''

അങ്ങനെ ജലജയ്ക്കും സുമയ്ക്കും ഒപ്പം അമൃത പായ്ക്കിങ് തുടങ്ങി.

''എന്തിനാ ചേച്ചീ ഇതൊക്കെ'' എന്നു പിന്നെയും പിന്നെയും അവർ വിലക്കിയെങ്കിലും അമൃത ചിരിച്ചു.

''എനിക്കു വിയർപ്പിന്റെ അസുഖമൊന്നുമില്ല. പണിയെടുത്താലും തീരെ വിയർക്കില്ല.''

ജലജയും സുമയും ആ തമാശയിൽ പങ്കുചേർന്നു ചിരിച്ചു. ഇടയ്ക്ക് അമൃത ജലജയോട് ആരാഞ്ഞു: ''മോൾടെ പഠിപ്പ് എങ്ങനെയുണ്ട്?''

''നന്നായി നടക്കുന്നു ചേച്ചീ. അടുത്തയാഴ്ച വടക്കേ ഇന്ത്യയിലെ വിടെയോ മൂട്ട്കോർട്ട് മത്സരത്തിനു പോകണമത്രേ. അതിന്റെ ബഹള മാണു വീട്ടിൽ.''

ജലജയുടെ ഏകമകൾ മൃദുല എൽഎൽബിക്കാണു പഠിക്കുന്നത്. മൂട്ട്കോർട്ട് നിയമവിദ്യാർത്ഥികൾക്കുള്ള വാദപ്രതിവാദ മത്സരമാണ്. അതിനു യാത്ര ചെയ്യാൻ ആ കുട്ടിക്കു പണമുണ്ടാവില്ല. അതുമാത്രം ജലജ പറയില്ല. പക്ഷേ, വാക്കുകൾക്കിടയിൽ അതിന്റെ തീരാത്ത വേദന യുണ്ട്.

ജലജ വിവാഹിതയായിരുന്നു. ഭർത്താവിന്റെ പീഡനങ്ങൾ സഹി ക്കാനാവാതെ മകളുമായി ഇറങ്ങിപ്പോന്നതാണ്.

''ഇറങ്ങിപ്പോരുമ്പോൾ മുകളിൽ ആകാശവും താഴെ ഭൂമിയും എന്ന അവസ്ഥയായിരുന്നു. അതുകൊണ്ടു പലപല ജോലികൾ ചെയ്തു. കൂട്ടത്തിൽ ചായക്കടകളിൽ ഇഡ്ഡലിയും ചപ്പാത്തിയും പലഹാരങ്ങളും ഉണ്ടാക്കിക്കൊടുക്കുന്ന പണി ക്ലച്ചു പിടിച്ചു. അതു പരമാവധി വിജയി ക്കുമെന്നും ഒടുവിൽ ഞാൻ ചെന്നൈയിലെ ശരവണഭവൻ മുതലാളി യെപ്പോലെ ആവുമെന്നും സ്വപ്നം കണ്ടു.'' ജലജ അക്കാലത്തെക്കുറിച്ച് ഇങ്ങനെ പറയാറുണ്ട്.

''എന്നിട്ടോ?'' അമൃത കൗതുകത്തോടെ അപ്പോൾ ചോദിച്ചിട്ടുണ്ട്.

''എവിടെ? ഒന്നും നടന്നില്ല. നമ്മുടെ നാട്ടിൽ ഭക്ഷണസാധനങ്ങളിൽ കൃത്രിമം കാണിക്കാതെ എങ്ങനെ കുത്തക മുതലാളിയാവാനാ? എനി ക്കതൊന്നും പറ്റില്ല. അതുകൊണ്ടിവിടെ ജോലി തന്നാൽ സന്തോഷം. എനിക്കും മകൾക്കും അതു വല്യ സഹായമാകും.'' മാർജിൻ ഫ്രീ മാർക്കറ്റിൽ ആളെ എടുക്കുമ്പോൾ നടന്ന ഇന്റർവ്യൂവിലായിരുന്നു ജലജ യുടെ ഈ പറച്ചിൽ.

അതുകേട്ട് അമൃത സായിയോടും ദേവനോടും രാമൻകുട്ടിയോടും പറഞ്ഞു. ''ഇവരീ ജോലി അർഹിക്കുന്നു.''

''ശരിയാ, ഇത്തരം ആളുകളെയാ നമ്മൾ ജോലിക്കു വയ്ക്കേണ്ടത്.''

രാമൻകുട്ടി അമൃതയെ ശരിവച്ചു. അന്നു മുതൽ ജലജയോട് അമൃത കൂട്ടാണ്. ഇടയ്ക്ക് ജലജ പറയാതെതന്നെ കഴിയുന്ന സഹായങ്ങൾ അമൃത ചെയ്യാറുണ്ട്. തന്നെപ്പോലെ ജീവിതത്തിൽ തനിച്ചായിപ്പോയ ഒരാളാണ് അവളും. മകളെ പഠിപ്പിക്കാൻ പാടുപെടുന്നു. പറ്റുന്നതു ചെയ്തില്ലെങ്കിൽ താനൊരു മനുഷ്യനാണോ - അമൃത വിചാരിക്കും. മൃദുല വലിയ വക്കീലായിത്തീരുന്നതാണ് ജലജയുടെ സ്വപ്നം. അതു പോലെ ശ്രേയയെക്കുറിച്ചും ലയയെക്കുറിച്ചും തനിക്കു സ്വപ്ന ങ്ങളില്ലേ. മക്കളെക്കുറിച്ചുള്ള സ്വപ്നങ്ങളാണല്ലോ ഓരോ അമ്മയുടെയും ജീവിതം. അമൃത അങ്ങനെ ഓർക്കേ മൊബൈൽ ഒച്ചവച്ചു - ആദ്യംതന്നെ അതാ അജ്ഞാതനായിരിക്കുമോ എന്ന ചിന്ത അമൃതയുടെ ഉള്ളിൽ ഒരു മിന്നലായി. എന്താവും അയാൾ വീണ്ടും വിളിക്കാൻ? അടുത്ത നിമിഷം അമൃത സ്വയം തിരുത്തി - എന്തിനാണു താൻ അയാളുടെ കോൾ എടുക്കുന്നത്? അയാളെ കേൾക്കുന്നത്?

പക്ഷേ, ട്രീസയായിരുന്നു ഫോണിന്റെ മറുതലയ്ക്കൽ.

''ഇതെന്താ കാണാനേ ഇല്ലല്ലോ ഇങ്ങോട്ട്?'' ട്രീസ പരാതിപ്പെട്ടു.

അമൃത ശ്രേയയുടെയും ലയയുടെയും പേരിൽ പോസ്റ്റ് ഓഫീസിൽ പണം നിക്ഷേപിക്കുന്നുണ്ട്. അവിടുത്തെ പോസ്റ്റ് മാസ്റ്ററാണു ട്രീസ. അങ്ങനെ തുടങ്ങിയ പരിചയമാണ് പക്ഷേ, അവരിപ്പോ നല്ല സുഹൃ ത്തുക്കളാണ്. ട്രീസയുടേത് പ്രണയവിവാഹമായിരുന്നു. ഭർത്താവ് ശിവൻകുട്ടി. കുട്ടികളില്ല ആ ദമ്പതികൾക്ക്.

''ഞാൻ വരാം ട്രീസാ. ഇടയ്ക്കിടെ കൊണ്ടുവന്നു പണമിടാൻ ഞാൻ വല്യ അംബാനിയൊന്നുമല്ലല്ലോ.'' അമൃത പറഞ്ഞു.

''പണമിട്ടാലും ഇല്ലെങ്കിലും തമ്മിൽ കാണാമല്ലോ.''

''അങ്ങനാണേ ഒരു ദിവസം സിറ്റിയിൽ കാണാം. ട്രീസയുടെ ഫേവ റിറ്റ് വാങ്ങിച്ചു തന്നേക്കാം.''

ട്രീസ മസാലദോശയുടെ ആളാണ്. ലയയും ശ്രേയയും അതിനെ ഗർഭദോശ എന്നാണു വിളിക്കുക. പക്ഷേ, ബീറ്റ്റൂട്ടിനെ ഗർഭം ധരിച്ച ഇന്ത്യൻ കോഫിഹൗസിലെ ചുവന്ന മസാലദോശയുടെ ആളാണു ട്രീസ.

''താങ്ക്യൂ അമൃതാ... പിന്നെ എനിക്ക് ഒരു പ്രധാന കാര്യം പറയാ നുണ്ട്. അതുകൊണ്ടു പെട്ടെന്നു കാണണം.'' ആ പ്രധാനപ്പെട്ട കാര്യം എന്താണെന്നു മനസ്സിലായില്ലെങ്കിലും അമൃത അതു സമ്മതിച്ചു. തെല്ലു കഴിഞ്ഞ് സായിയും ദേവനും അമൃതയെ വന്നു കണ്ടു.

''ഈ മാസത്തെ ലാഭവിഹിതം വേണ്ടേ അമൃതാ.''

അവരാണ് അത് അമൃതയ്ക്കു കൈമാറാറുള്ളത്.

''പിന്നെ വേണ്ടേ?'' അമൃത തിരിച്ചു ചോദിച്ചു.

ആ നിമിഷം രാമൻകുട്ടിയെയും സായിയെയും ദേവനെയും അവൾ നന്ദിയോടെ ഓർത്തു. തന്റെ ഭർത്താവിന്റെ നിർദ്ദേശമായിരുന്നു ഈ ബിസിനസ്. അതു തുടങ്ങുമ്പോൾ തന്നെ അതിൽ പങ്കാളിയാക്കി ഭർത്താവിന്റെ കൂട്ടുകാർ തനിക്കു ജീവിതമാർഗ്ഗം തുറന്നുതന്നു. ഒരിക്കൽപോലും മറ്റു പലരെയുംപോലെ മോശമായി പെരുമാറിയതുമില്ല. എല്ലാ മാസവും കൃത്യമായി ലാഭവിഹിതവും തരുന്നു.

തുക നീട്ടുമ്പോൾ സായി പറഞ്ഞു: കഴിഞ്ഞ മാസവും വില്പന കുറവാ അമൃതാ. പത്തിരുപതിനായിരം രൂപ കുറവുണ്ട്.''

''അതിനെന്താ?''

അമൃത പിന്നെ തുക ഒപ്പിട്ടു വാങ്ങി. അമൃത ഇതുവരെ കണക്കു പറയുകയോ നോക്കുകയോ ചെയ്തിട്ടില്ല. കിട്ടുന്നതുകൊണ്ടു തൃപ്തിപ്പെടാൻ അവൾക്കറിയാം. തന്റെയും കുഞ്ഞുങ്ങളുടെയും ചെലവിന് ഇവിടെ നിന്നു കിട്ടുന്നതു ധാരാളം. സായിയും ദേവനുമാണ് കണക്കുകളുടെ സൂക്ഷിപ്പുകാർ. അമൃതയ്ക്കും രാമൻകുട്ടിക്കും ആ ഷോപ്പ് മാനേജ് ചെയ്യുന്നതാണു ചുമതല. രാമൻകുട്ടിയും അതിൽ കവിഞ്ഞൊന്നിലും തലയിടാറില്ല. ഇത്രമേൽ ധാരണയോടെ ബിസിനസ് നടത്തുന്ന പങ്കാളികൾ ചുരുക്കമായിരിക്കുമെന്നും അമൃതയ്ക്ക് അറിയാത്തതല്ല. പങ്കാളികൾ തമ്മിൽ തെറ്റി എത്രയെത്ര ബിസിനസുകൾ തകർന്നിട്ടുണ്ട്.

''നമുക്ക് അടുത്തമാസം സെയിൽ കൂട്ടാൻ ശ്രമിക്കാം അമൃതാ...'' സായി നിർദ്ദേശിച്ചു.

''കൂടുതൽ ഓഫേഴ്സ്, ഡിസ്കൗണ്ട്. അങ്ങനെ ചിലതൊക്കെ നമുക്കു കൂട്ടായി പ്ലാൻ ചെയ്യണം.'' അമൃത അതിനോടു യോജിച്ചു. തങ്ങൾ നാലുപേരുടെ മാത്രമല്ല, എത്രയോ ജീവനക്കാരുടെ കുടുംബങ്ങളാണ് ഇപ്പോൾ ഈ മാർജിൻ ഫ്രീ മാർക്കറ്റുകൊണ്ടു പുലരുന്നത്. അവരെ കൈവിടാൻ തങ്ങൾക്കവകാശമില്ല. അതുകൊണ്ടു ബിസിനസ് വളർന്നേ പറ്റൂ. അന്നു വൈകിട്ട് ജലജയെയും ഒപ്പം കൂട്ടിയാണ് അമൃത പുറത്തിറങ്ങിയത്.

''എനിക്കു ശ്രേയയ്ക്കും ലയയ്ക്കും ഡ്രസ് എടുക്കണം. ഒന്നു കൂട്ടുവാ ജലജാ.''

അമൃതയുടെ ആ ആവശ്യത്തിന് ജലജ എതിരുനിന്നില്ല. അവരൊന്നിച്ച് ഒരു ഷോപ്പിങ് മാളിൽ കയറി. പക്ഷേ, അമൃത ജലജയുടെ മകൾക്കുകൂടി ചുരിദാർ എടുത്തു.

''എനിക്കു വേണ്ട. ഇപ്പോത്തന്നെ ഞാൻ എന്തുമാത്രം പണം തിരിച്ചു തരാനുണ്ട്.'' ജലജ ചോദിച്ചു.

''എനിക്കാവശ്യം വരുമ്പോ ഞാൻ തിരിച്ചു ചോദിച്ചോളാം.''

''എന്നാലും...'' അമൃത ആ വാക്കു കേട്ടില്ല. ആ ചുരിദാർ ജലജ യുടെ കയ്യിൽ പിടിപ്പിച്ചു. പിന്നെ അവരിരുവരും ഒന്നിച്ച് ചായ കുടിച്ചു.

''ഞാനിങ്ങനെ കടയിൽ കയറി ഒറ്റയ്ക്കു ചായ കുടിക്കാറില്ല.'' ജലജ പറഞ്ഞു.

''എന്തേ?''

''ആളുകൾ തുറിച്ചുനോക്കും.''

''ശരിയാണ്. ഭക്ഷണം കഴിക്കുമ്പോഴും ഒരു സ്ത്രീക്കു കൂട്ടുവേണ മെന്നാണു പലരുടെയും നോട്ടത്തിന്റെ അർത്ഥം അല്ലേ...? പക്ഷേ, ഞാനതൊക്കെ അവഗണിക്കാൻ പഠിച്ചു ജലജാ.''

''എനിക്കും ഇടയ്ക്കു തോന്നാറുണ്ട് ചേച്ചീ. എന്തിനാണു മറ്റുള്ള വരെ പേടിച്ചു ജീവിക്കുന്നത്. മറ്റാരും നമുക്കു ചെലവിനു തരുന്നില്ലല്ലോ? അപ്പോൾ പിന്നെ സ്വന്തം ഇഷ്ടത്തിനു ജീവിച്ചാലെന്ത്? പക്ഷേ, ഒന്നിനും ധൈര്യം പോരാ.''

''അങ്ങനെ ധൈര്യം ഉണ്ടാവുന്ന ഒരു ദിവസം ജലജ എന്താണ് ആദ്യം ചെയ്യുക?''

''സത്യം പറയണോ?''

''അതു നിർബന്ധം.''

''എന്നാൽ പിന്നൊരിക്കൽ പറയാം.'' ജലജ കുസൃതിയോടെ ചിരിച്ചു. അമൃത കൂടുതൽ ചോദ്യങ്ങൾ ചോദിച്ചില്ല. പക്ഷേ, തോന്നി - തന്നെ ക്കാൾ ലോകത്തോട് ഇഷ്ടങ്ങളും കൗതുകങ്ങളും ഉള്ളവളാണു ജലജ. അതെന്തൊക്കെ ആവാം, ആവാതിരിക്കാം - അമൃത തികട്ടിവന്ന കൗതുകം മെല്ലെ അടക്കി.

പിരിയുമ്പോൾ ജലജ അമൃതയുടെ തോളിൽ പിടിച്ചു. ''ഞാൻ നന്ദി പറയുന്നത് ഈ വസ്ത്രത്തിനുമാത്രമല്ല. ഈകൂട്ടിന്... അതെനിക്കു വിശ്വസിക്കാൻ കഴിയാറില്ല. ഒരു വലുപ്പച്ചെറുപ്പവുമില്ലാതെ... ചേച്ചി ഇങ്ങനെ...''

''നീ പോയേ, എന്നെ വലിയ വിഗ്രഹമാക്കാതെ.'' അമൃത ചൂടായി. പിന്നെ അവരിരുവരും ചിരിച്ചു പോകുന്ന പോക്കിൽ ജലജ പറഞ്ഞു: ''ചേച്ചി ഒരാണായിരുന്നേ സത്യമായും ഞാൻ പ്രേമിച്ചേനെ...''

''ഓടെടീ...'' അമൃത അലറി. ജലജ കണ്ണിൽനിന്നകന്ന നിമിഷം അമൃതയുടെ മൊബൈൽ റിങ് ചെയ്തു. ഇത്തവണ സ്ക്രീനിൽ വീണ്ടും തെളിഞ്ഞു. ''Private number''.

അപ്പോൾ ആ അജ്ഞാതൻ തന്നെ വിടാൻ ഭാവമില്ല. പക്ഷേ, കോൾ എടുക്കേണ്ടതില്ല. അതു താൻ തീരുമാനിച്ചതാണല്ലോ. അമൃത ഫോൺ ബാഗിലിട്ട് മെല്ലെ ഷോപ്പിന്റെ പടികളിറങ്ങി. എടുക്കാതിരിക്കുമ്പോൾ അവൻ താനേ അടങ്ങിക്കൊള്ളും.

തെല്ലുകഴിഞ്ഞു വീണ്ടും ഫോൺ. ആ പ്രൈവറ്റ് നമ്പർ തന്നെ. വൃത്തികെട്ടവൻ. അമൃതയ്ക്ക് ഇത്തവണ അരിശം വന്നു. അതും പെരുവിരൽ മുതൽ നെറുകെവരെ. ഫോൺ പെട്ടെന്ന് എടുത്ത് അവൾ അലറി. ''പേരും നമ്പരും ഇല്ലാത്ത ഒരാൾ എന്നെ വിളിക്കേണ്ടെന്നു ഞാൻ പറഞ്ഞു. വെക്കെടാ ഫോൺ.''

''വെക്കാം അമൃതാ. അതിനു മുൻപ് ഇതൊന്നു കേൾക്കൂ.''

''എനിക്കു കേൾക്കണ്ട.''

''കേട്ടേ പറ്റൂ. അമൃതയെ മക്കളിലൊരാൾ മാത്രമല്ല, മറ്റുചിലരും അമൃതയെ വഞ്ചിക്കുന്നുണ്ട്. അതും ക്രൂരമായി.''

''നിന്നോട് ഫോൺ കട്ട് ചെയ്യാനാണു പറഞ്ഞേ, തെമ്മാടീ.''

''അല്ലേ, ആ ഫയൽ നമുക്കു പിന്നെ എടുക്കാം. അമൃതയുടെ കുട്ടികളിലേക്കു വരാം. അമൃത സമയം കിട്ടുമ്പോ ശ്രേയയുടെ കോളേജിലേക്കു ഒന്നു ചെല്ലൂ. ശ്രേയ കൃത്യമായി കോളേജിൽ ചെല്ലുന്നുണ്ടോ എന്നൊന്ന് അന്വേഷിക്കൂ.''

''എന്റെ കുട്ടികൾ എന്താന്ന് എനിക്കറിയാം. ഐഡന്റിറ്റി ഇല്ലാത്ത ഒരുത്തന്റെ വാക്കുകേട്ട് ഞാനവരെ സംശയിക്കേണ്ട കാര്യമില്ല.''

''ഇതാ എല്ലാ അമ്മമാരുടെയും കുഴപ്പം. ഒരു ദുരന്തം പടിവാതിൽക്കൽ എത്തുംവരെ മക്കളുടെ കള്ളം കാണില്ല.'' ശേഷം അജ്ഞാതൻ ഫോൺ കട്ട് ചെയ്തു.

അമൃത സർവാംഗം വിറച്ചു - എന്താണയാൾ പറഞ്ഞുവരുന്നത്. തന്റെ കുട്ടികളെപ്പറ്റി. മാത്രമല്ല തന്നെ വേറെ ആരാണു പറ്റിക്കുന്നത്? ശ്ശേ... വെറുതെയാണ്. ഒക്കെ വെറുതെയാണ്. ആണോ - എല്ലാവരെയും വിശ്വസിക്കുന്ന ഒരു സ്ത്രീയെ ലോകം പറ്റിക്കുകയില്ലേ. അതു പതിവല്ലേ? അമൃതയും ഈ പ്രപഞ്ചത്തെ മുഴുവൻ കണ്ണടച്ചു വിശ്വസിക്കുന്ന ഒരാളല്ലേ?

ഒമ്പത്

കോർട്ടിന്റെ വലതുമൂലയിൽ നിന്നു ലയ ഉതിർത്ത കനത്ത സ്മാഷ് ഇന്ദുമേനോന്റെ ഇടതു കോർട്ടിൽ ചെന്നു വീണു ബൗൺസു ചെയ്തു. കോച്ച് മിഥുൻ തോമസ് പോലും അതു കണ്ടു കയ്യടിച്ചുപോയി. ആ സ്മാഷ് പ്രതിരോധിക്കാൻ ഒരു ശ്രമം പോലും നടത്താനാവാതിരുന്ന ഇന്ദു തീരാത്ത പകയോടെ ലയയെ നോക്കി.

ലയയും ഇന്ദുവും മിഥുൻ തോമസിന്റെ കീഴിലാണു പരിശീലനം നടത്തുന്നത്. ഇന്ദു അണ്ടർ-18 കാറ്റഗറിയിൽ സ്റ്റേറ്റ് ചാംപ്യനാണ്. ലയ വന്നതോടെ ഇന്ദുവിന്റെ സ്ഥാനത്തിന് ഇളക്കം തട്ടുമോ എന്ന് അവൾക്കു തന്നെ പരിഭ്രാന്തിയുണ്ട്. ഇത്തവണത്തെ ജില്ലാ ചാംപ്യൻഷിപ് അടുക്കുന്നു. ''ആര് ചാംപ്യനാകും ഇത്തവണ എന്നെനിക്കുറപ്പില്ല'' എന്നാണ് മിഥുൻ പറയുന്നത്.

''ലയയുടെ സ്മാഷസ് നിന്റേതിനെക്കാൾ ബെറ്ററാണ് ഇന്ദു...'' മിഥുൻ പലവട്ടം ചൂണ്ടിക്കാട്ടിക്കഴിഞ്ഞു. ''പക്ഷേ, ലയയ്ക്കു സ്റ്റാമിന കുറവാണോ? അതാവാം ഗെയിം പുരോഗമിക്കുമ്പോൾ അവൾ പതറുന്നത്.'' മിഥുന്റെ നിരീക്ഷണം അങ്ങനെ പോകുന്നു.

ശരിയാണ്. അവർ തമ്മിൽ ഏറ്റുമുട്ടുമ്പോൾ ആദ്യം ലയ മുന്നേറും. പക്ഷേ, പതുക്കെപ്പതുക്കെ ഇന്ദു തിരിച്ചടിക്കും. ഒടുവിൽ കളി ജയിക്കുകയും സാധാരണം. ''അതുകൊണ്ടു ലയ സ്റ്റാമിന മെച്ചപ്പെടുത്തിയാൽ ജില്ലാ ചാംപ്യൻഷിപ് മാത്രമല്ല സ്റ്റേറ്റ് ചാംപ്യൻപദവി വരെ നിനക്കു നഷ്ടമായേക്കും'' എന്നും അയാൾ ഇന്ദുവിനെ താക്കീതു ചെയ്തിട്ടുണ്ട്.

തന്റെ രണ്ടു ശിഷ്യകളും വാശിയോടെ ഗെയിമിനെ സമീപിക്കാനാവാം ആ കോച്ച് അങ്ങനെ പറയുന്നത്. പക്ഷേ, സത്യത്തിൽ സ്റ്റാമിനയാണോ ലയയുടെ പ്രശ്നം. അക്കാര്യത്തിൽ മിഥുൻ തോമസിനു തെറ്റിയതല്ലേ?

അന്നും ലയ തന്നെയാണ് ആദ്യം ലീഡെടുത്തത്. ആ സ്മാഷോടെ 6-0 ആയിരുന്നു സ്കോർ. പിന്നാലെ തന്ത്രപരമായ ഓരോ ഡ്രോപ്പും പ്ലേസിങ്ങും വഴി ലയ തന്റെ ലീഡ് 8-0 ആക്കി ഉയർത്തി.

ഇന്ദു പിന്നിലാകുന്നതു കണ്ട് കാണികളായുണ്ടായിരുന്ന ചിലർ ലയയെ കയ്യടിച്ചു പ്രോത്സാഹിപ്പിച്ചു. നിലവിലുള്ള ചാംപ്യൻ തോൽക്കട്ടെ. പുതിയ കുട്ടി ജയിക്കട്ടെ. അതാണ് ആ കയ്യടിയുടെ അർത്ഥം. എന്നാൽ ലയ ഒന്നും കേട്ടില്ല. അവളുടെ അമ്മയ്ക്ക് ഒരിക്കൽ തോന്നിയത് ഇപ്പോൾ അവൾക്കും തോന്നി തന്നെ ആരോ നിരീക്ഷിക്കുന്നുണ്ട്. അതു കളി കാണാൻ ഇരിക്കുന്നവരാരുമല്ല. താനീ ഇൻഡോർ കോർട്ടിലേക്കു പ്രവേശിച്ചതു മുതൽ ആരോ തന്റെ പിന്നാലെയുണ്ട്. അതാരാണ്? അവൾ ഗാലറിയിലേക്കു പാളി നോക്കി. അവിടെ കൂടെ പ്രാക്ടീസ് ചെയ്യുന്ന കളിക്കാരും അവരുടെ അച്ഛനമ്മമാരും അപൂർവം കാണികളുമേയുള്ളൂ. മിക്കവരെയും കണ്ടു പരിചയമുണ്ട്. അവരല്ല. പിന്നാരാണ്? ആരാണ്? ഐസ്ക്രീം പാർലറിൽ വെച്ച് ആരോ തങ്ങളെ നിരീക്ഷിക്കുന്നുണ്ടെന്നു തോന്നിയതും വെറുതേയല്ലെന്നാണോ? ഒന്നും വ്യക്തമല്ല. അമ്മയ്ക്കും ഈയിടെ ഇങ്ങനെ ചില തോന്നലുകളുണ്ടല്ലോ?

''ലയ എന്താ ആലോചിക്കുന്നേ? കളി തുടരൂ...'' ആ നിമിഷം കോച്ച് ഒച്ചവച്ചു.

അതോടെ ലയ സർവീസ് ചെയ്തു. ഇന്ദുവിന്റെ റിട്ടേൺ ദുർബലമായിരുന്നു. നെറ്റിനോടു ചേർന്ന്, ഇത്തിരി ഉയരത്തിൽ... ലയ നൊടിയിട താമസിച്ചില്ല. ഉയർന്നു ചാടി ആവേശപൂർവം സ്മാഷ് ചെയ്തു. ഷട്ടിൽ ഇന്ദുവിന്റെ മുഖത്താണു കൊണ്ടത്. കാണികളൊക്കെ ചിരിച്ചു തുടങ്ങി. വേദനയും അപമാനവും കൊണ്ടു തിളച്ച ഇന്ദു നെറ്റിനടുത്തേക്കു നടന്നു വന്നു. അവൾ വിറയ്ക്കുന്നുണ്ടായിരുന്നു. ഇന്ദു ഒന്നു ചുറ്റും നോക്കി. കോച്ച് മറ്റെവിടെയോ ശ്രദ്ധിക്കുകയാണെന്ന് ഉറപ്പുവരുത്തിയ ശേഷം അവൾ ലയയോട് എന്തോ മന്ത്രിച്ചു.

ലയ അതു കേട്ടു വാടിപ്പോയെന്നു വ്യക്തം. പിന്നെ ലയ തന്റെ കോർട്ടിലേക്കു നടന്നതു വളരെ മെല്ലെയാണ്. ഏതാണ്ടു തളർന്ന പോലെ. എന്തായാലും ലയയുടെ അടുത്ത സർവീസ് ദുർബലമായിരുന്നു. അതു മുതലെടുത്ത ഇന്ദു ആ സർവീസ് ബ്രേക്ക് ചെയ്തു.

പിന്നെ കോർട്ടിൽ ഒരാൾ മാത്രമേ ഉണ്ടായിരുന്നുള്ളൂ. ഇന്ദു. ഇന്ദു മേനോൻ മാത്രം. അവൾ കളം നിറഞ്ഞാടി. 8-0നു ലീഡ് നേടിയ ലയയെ 15-8ന് ഇന്ദു അട്ടിമറിച്ചു. അവിശ്വസനീയമായ തിരിച്ചുവരവ്. കോച്ച് പറഞ്ഞു:

''ലയാ... ഞാൻ എപ്പോഴും പറയാറില്ലേ സ്റ്റാമിന മെച്ചപ്പെടുത്തണം നീ. അല്ലേ നിന്റെ ഡയറ്റ് ഇനി ഞാൻ നിശ്ചയിക്കാം. കയ്യിൽ കിട്ടിയ ഗെയിമല്ലേ നീ കളഞ്ഞുകുളിച്ചത്.''

ലയ ഒന്നും പറഞ്ഞില്ല. അവൾ കരച്ചിലിന്റെ വക്കത്തെത്തിയിരുന്നു. എന്നും ജയത്തിന്റെ വക്കത്തുനിന്നു താൻ അടിതെറ്റി വീഴുന്നതു

സ്റ്റാമിനയുടെ പ്രശ്നം കൊണ്ടല്ലെന്നു ലയയ്ക്കറിയാം. ഒരുപക്ഷേ അവൾക്കു മാത്രമേ അതറിയൂ. കോച്ച് പറയുന്നതു മുഴുവൻ അവൾ മിണ്ടാതെ കേട്ടു. പിന്നെ അദ്ദേഹം കാണാതെ കണ്ണീർ തുടച്ചു. റെസ്റ്റ് റൂമിലേക്കു നടക്കവേ പിന്നിൽനിന്ന് ഇന്ദു പരിഹസിച്ചു. ''എന്നോടു ജയിക്കാമെന്ന് ഒരിക്കലും കരുതരുത്ട്ടോ.'' ഇതു പറഞ്ഞ് ഇന്ദു പൊട്ടി ച്ചിരിച്ചു. വെളുത്തു മെലിഞ്ഞ സുന്ദരിയായ ഇന്ദുവിന്റെ ആ ചിരി മാത്രം വൈരൂപ്യം നിറഞ്ഞതാണെന്നു ലയയ്ക്കു തോന്നി.

ലയ റെസ്റ്റ് റൂമിൽനിന്നു മുഖം കഴുകി, വസ്ത്രം മാറി, തന്റെ ഷട്ടിൽ കിറ്റുമെടുത്തു പുറത്തിറങ്ങാൻ തുനിയവേ ഒരു കടലാസു വിമാനം എവിടെ നിന്നോ പറന്നു പറന്നു വന്ന് അവളുടെ മുന്നിൽ വീണു.

അതാരോ മനഃപൂർവം തന്റെ നേർക്ക് അയച്ചതാണോ? ആണെന്നു തന്നെ തോന്നി. അതെടുക്കണോ, വേണ്ടയോ - ലയ ശങ്കയിലായി. അവസാനം ലയ ചെന്ന് അതെടുത്തു. ആ കടലാസു വിമാനത്തിൽ ഇങ്ങനെ എഴുതിയിരുന്നു, ''ലയയെ തോൽപ്പിച്ചതു മറ്റാരുമല്ല ലയ തന്നെയാ?''

അപ്പോൾ തന്നെ ലക്ഷ്യമിട്ടു തന്നെയാണ് ഈ കടലാസു വിമാനം പറന്നു വന്നിരിക്കുന്നത്.

പക്ഷേ, ആരാണ് അതയച്ചത്? ലയ ആ കടലാസു വിമാനം പറന്നു വന്ന ഗാലറിയുടെ മൂലയിലേക്ക് ഓടിച്ചെന്നു. അവിടം ശൂന്യം. അപ്പോൾ പിന്നെ ആരിത് അയച്ചു? ആ നിമിഷം ലയയ്ക്ക് ഒരു കാര്യം കൂടി മന സ്സിലായി. നേരത്തേ തനിക്കു തോന്നിയതെല്ലാം ശരിയാണ്. ആരോ ഒരാൾ തന്നെ നിരീക്ഷിക്കുന്നുണ്ടായിരുന്നു. പക്ഷേ, എന്തിന്? എന്താണ് ഈ സന്ദേശത്തിന്റെ അർത്ഥം? അങ്ങനെ തലച്ചോർ നിറയെ ചോദ്യ ങ്ങളുമായി ലയ ഇൻഡോർ കോർട്ടിനു പുറത്തെത്തി. അവിടെയും അവൾ ആ അജ്ഞാതനെ തിരഞ്ഞു. പക്ഷേ, പുറത്തും ആരും ഉണ്ടാ യിരുന്നില്ല.

ലയയുടെ ആ പകപ്പിലേക്കാണ് അമൃത വന്നുകയറിയത്. മകളുടെ മുന്നിൽ കൈനറ്റിക് ഹോണ്ട കൊണ്ടുവന്നു നിർത്തി അവൾ ചോദിച്ചു.

''ഇതെന്താ കൊച്ചേ നായകന്റെ ഉമ്മ കിട്ടിയ ഹിന്ദിസിനിമയിലെ നായികയെപ്പോലെ.''

നായകന്റെ ഉമ്മ കിട്ടിയാൽ മലയാള സിനിമാ നായികമാർ അത്ര അന്തം വിട്ടു നിൽക്കാറില്ല എന്നാണ് അമൃതയുടെ വിനീതമായ അഭി പ്രായം. ഹിന്ദിനായികമാർ അങ്ങനെയല്ലത്രേ. അതോടെ അവർക്കു സ്ഥല കാല വിഭ്രാന്തി ഉണ്ടാകും എന്നാണ് അമൃതയുടെ ഒരിത്. അമ്മ യുടെ ചോദ്യമോ അതിലെ തമാശയോ ഒന്നും ലയ അറിഞ്ഞതേയില്ല. അവൾ തന്നെ പിന്തുടരുന്ന അജ്ഞാതനെ ഉള്ളംകണ്ണുകൊണ്ട് അന്വേ ഷിക്കുകയായിരുന്നു.

അതൊക്കെ കണ്ട് അമൃത അലറി - ''ഡീ.''

ലയ ഞെട്ടി, അമ്മയെ നോക്കി.

''വണ്ടീ കേറടീ.'' മിണ്ടാതെ ലയ അനുസരിച്ചു. ശേഷം ആ ശകടം പറപ്പിക്കുന്നതിനിടയിൽ അമൃത പറഞ്ഞു.

''അല്ലേലും ഈയിടെയായി നീ ഇങ്ങനാ... സദാസമയവും മിഴുങ്ങ സ്യാന്ന മട്ടിൽ... ഒരു കുന്തത്തിന്റെ നാലിലൊന്നു വിഴുങ്ങിയ മട്ടിൽ...'' ലയ അപ്പോൾ തന്റെ കയ്യിലെ കടലാസു വിമാനത്തിലെ വടിവൊത്ത അക്ഷരങ്ങളിൽ നോക്കിയിരിപ്പായിരുന്നു. അതറിയാതെ അമൃത തുടർന്നു.

''എന്റെ കൊച്ചേ നീ വീണ്ടും ഷട്ടിൽ കളിക്കാൻ തുടങ്ങിയപ്പോ ഏറ്റവും സന്തോഷിക്കുന്നത് ആരാന്നറിയോ?'' ലയയിൽനിന്ന് ഉത്തര മുണ്ടാവാതിരുന്നപ്പോൾ അമൃത തന്നെ ഉത്തരം പറഞ്ഞു:

''നിന്റെ അച്ഛൻ. കാരണവും ഉണ്ട്. തനിക്കു നേടാനാവാതിരുന്നത് നിന്നിലൂടെ നേടണമെന്നു വല്ലാതെ മോഹിച്ചയാളാ ആ മനുഷ്യൻ. ഇടയ്ക്കു നീ കളി നിർത്തിയപ്പോൾ അതദ്ദേഹത്തിന് ഒരു ഒന്നൊന്നര മുറിവായിരുന്നു. വീണ്ടും നീ കളി തുടങ്ങ്യപ്പോ ആരു കണ്ടില്ലെങ്കിലും അച്ഛനതു കാണുന്നുണ്ട്. സന്തോഷിക്കുന്നുണ്ട്. അല്ലേലും നിന്റെ സ്വപ്ന ത്തിൽ പ്രത്യക്ഷപ്പെട്ടു നിന്നെ കളിക്കാൻ പ്രേരിപ്പിച്ച ആളല്ലേ അദ്ദേഹം.''

ഇപ്പോഴും ലയ അമൃതയെ കേട്ടില്ല.

''അതുകൊണ്ടു കളിയിൽ ഒരു വിട്ടുവീഴ്ചയും വേണ്ട. ആദ്യം ജില്ലാ ചാംപ്യൻ. പിന്നാലെ സ്റ്റേറ്റ് ചാംപ്യൻ. ഒടുവിൽ നാഷണൽ ലെവലിലും അതിനപ്പുറവും കളിച്ച് അച്ഛനു കാണിച്ചു കൊടുക്കണം - ഇതാ അച്ഛാ, അച്ഛനു വേണ്ടി അച്ഛന്റെ മകൾ ലോകം കീഴടക്കിയിരിക്കുന്നൂന്ന്... അല്ലേ കൊച്ചേ?'' അതു പറയുമ്പോൾ അമൃതയുടെ ഉള്ളു നനഞ്ഞിരുന്നു. രതീഷ് അതർഹിക്കുന്നുണ്ട്. തന്നെയും കുഞ്ഞുങ്ങളെയും അഗാധ മായി സ്നേഹിച്ചതിന് അങ്ങനെ ഒരു ഉപഹാരം തങ്ങൾ രതീഷിനു നൽകണം; നൽകും, തീർച്ച.

പിന്നാലെ അമൃത ബഹളം വച്ചു:

''നിന്റെ ചേച്ചിക്കു ഞാനിന്നുവച്ചിട്ടുണ്ട്.''

എന്താണതെന്നും ലയ ചോദിച്ചില്ല. എന്തെന്നാൽ, അപ്പോൾ കട ലാസു വിമാനം തന്റെ ബാഗിൽ ഒളിപ്പിക്കുകയായിരുന്നു ലയ. വീട്ടിൽ ചെന്നു കയറിയ പാടേ അമൃത ശ്രേയയോടു ചൂടായി.

''എന്താ നിന്റെ ഭാവം?''

ശ്രേയയ്ക്കു കാര്യം മനസ്സിലായില്ല.

''ഡിഗ്രി കഴിയും മുമ്പു മുംബൈയിലെ ടാറ്റ ഇൻസ്റ്റിറ്റ്യൂട്ട് പിജിക്ക് അപേക്ഷ വിളിക്കും. അതിന് അപേക്ഷിക്കണം. അവിടെയേ ഞാൻ

പിജി ചെയ്യൂ എന്നു പറഞ്ഞു നടന്ന ആള് അവരുടെ സൈറ്റ് നോക്കിയോ, അപേക്ഷ വിളിച്ചതറിഞ്ഞോ?''

ശ്രേയ അമ്മയുടെ ക്ഷോഭം കണ്ടു ഞെട്ടി. അമ്മ പറഞ്ഞതത്രയും ശരിയാണെന്നും അവൾക്കറിയാം.

''ജീവിതത്തിൽ ഒരു ലക്ഷ്യമുണ്ടാവുകയും അതിനുവേണ്ടി പരിശ്രമിക്കുകയും ചെയ്യുന്നവരേ എന്തെങ്കിലും ഒക്കെ ആവൂ. നീ അങ്ങനെ ഒരു കുട്ടിയാണെന്നതിൽ അഭിമാനമുണ്ടായിരുന്നു ഇതുവരെ.'' അമൃത വിടാനുള്ള ഭാവമേ ഇല്ല. അതോടെ ശ്രേയ പറഞ്ഞു.

''ആമീ, ഞാനാ സൈറ്റ് നോക്കാതിരുന്നതു മനഃപൂർവാ.''

''നീ എന്താ പറഞ്ഞു വരുന്നത്?''

''ഉപരിപഠനത്തിനു പുറത്തു പോവുക. വിദേശത്തു ജോലി ചെയ്യുക. ഞാൻ ആ സ്വപ്നങ്ങളൊക്കെ വിട്ടു.''

അമൃത സ്തബ്ധയായി. ലയയും.

''ഞാൻ വിചാരിക്കുന്നതു പിജി ചെയ്യുന്നുണ്ടേത്തന്നെ അതിവിടെത്തന്നെ മതി എന്നാ. ജോലിയും. ഞാൻ വിദേശത്തൊന്നും പോയി ചെയ്യാൻ ഉദ്ദേശിക്കുന്നില്ല. ഇതൊന്നുമല്ലേ പി.എസ്.സി എഴുതി വല്ല ജോലിയും സംഘടിപ്പിച്ചാലോന്നും ആലോചിക്കുവാ...''

''നീ എന്തൊക്കെയാ ഈ പറയുന്നേ... വലിയ സ്വപ്നങ്ങളുണ്ടായിരുന്ന ആളല്ലേ നീ?''

''ആളുകൾ മാറില്ലേ അമ്മാ. എനിക്കിപ്പോ ചെറിയ ലോകാ ഇഷ്ടം.''

''എനിക്കു നിന്നെ മനസ്സിലാകുന്നില്ല.''

''രാപകൽ ആമി ഞങ്ങൾക്കുവേണ്ടി ഓടുന്നതു ഞാൻ കാണുന്നുണ്ട്. ഒരിക്കലും അതിന്റെ ഭാരം ഞങ്ങളെ അറിയിക്കാതിരിക്കാൻ ആമി ശ്രമിക്കുന്നുണ്ടെങ്കിലും. അപ്പോ പിന്നെ ഞാൻ കരുതി; ആമിയുടെ ജോലിഭാരം കുറയ്ക്കണം. കഴിയുന്നതും വേഗം ആമിക്ക് ഒരു സപ്പോർട്ട് ആവണം.''

''അച്ഛനില്ലെങ്കിലും നിങ്ങളുടെ ഒരാഗ്രഹവും നടക്കാതെ പോകരുത് എന്നാ ഞാൻ വിചാരിച്ചത്. അതിനു വേണ്ടിയാ ഞാൻ ആവുന്ന പോലെ ജോലി ചെയ്യുന്നത്. അതൊരു ഭാരമല്ല. അതൊരു അമ്മയ്ക്കും ഭാരമല്ല. സന്തോഷവും സംതൃപ്തിയുമാ. അപ്പോ പിന്നെ നീ നിന്റെ സ്വപ്നങ്ങൾ ഉപേക്ഷിക്കുമ്പോ അതാവും എന്നെ സങ്കടപ്പെടുത്തുക.''

''അമ്മയുടെ പക്ഷം ഞാൻ കാണുന്നു. പക്ഷേ, ഞാൻ തീരുമാനിച്ചു കഴിഞ്ഞു. ഞാനൊന്നിനും ദൂരേക്കു പോവുന്നില്ല. ഞാൻ അമ്മയുടെയും

ലയയുടെയും കൂടെ ഇവിടെത്തന്നെ ഉണ്ടാവും. പറ്റും പോലെ നിങ്ങളെ സപ്പോർട്ട് ചെയ്ത്.''

അമൃതയ്ക്ക് ശ്രേയയുടെ വാക്കുകളൊന്നും ദഹിച്ചില്ല. അതിവേഗത്തിൽ മുന്നോട്ടു പൊയ്ക്കോണ്ടിരുന്ന ഒരു വണ്ടി, ഒരു കാരണവുമില്ലാതെ യു-ടേണടിച്ചു തിരിച്ചുപോകുംപോലെ തോന്നി അവൾക്ക്. അതിനു ശ്രേയ പറഞ്ഞ കാരണങ്ങൾ - അമൃത അതിൽ ഒട്ടും യുക്തി കണ്ടില്ല. മാത്രമല്ല, ശ്രേയ സ്നേഹംകൊണ്ടു തന്റെ വായടപ്പിക്കാൻ ശ്രമിക്കുകയാണോ എന്നും അവൾ സംശയിച്ചു. പക്ഷേ... പക്ഷേ... താൻ അങ്ങനെ ചെയ്യരുത്. താൻ തന്റെ മക്കളെ ഒരിക്കലും സംശയിക്കരുത്. അവർ പറയുന്നതിനപ്പുറം ചിന്തിക്കരുത്. അതാണു താനും അവരും തമ്മിലുള്ള ബന്ധം.

അടുത്ത നിമിഷം അമൃത ആശങ്കപ്പെട്ടു. ആ അജ്ഞാതന്റെ കോളുകൾ തന്നെ ഏതെങ്കിലും തരത്തിൽ സ്വാധീനിച്ചിട്ടുണ്ടോ? അതുകൊണ്ടാണോ താനിപ്പോൾ തന്റെ മകളെ തെല്ലെങ്കിലും സംശയിച്ചത്? അങ്ങനെയാണെങ്കിൽ താൻ നല്ല അമ്മയല്ല. ഒട്ടും നല്ല അമ്മയല്ല. ഒരമ്മയെ മറ്റാരും ലവലേശം സ്വാധീനിക്കരുത് - മക്കളല്ലാതെ.

അങ്ങനെ ഓരോരോ ആലോചകളിലേക്കു വഴുതിവീണ അമൃത ഒടുവിൽ ഒരു നിഗമനത്തിലെത്തി. ശ്രേയ തന്റെ ഓട്ടവും അദ്ധ്വാനവും കണ്ട്, തന്നെ സഹായിക്കാൻ തന്നെ ശ്രമിക്കുകയാണ്. പക്ഷേ, അതു വേണ്ട. അവളെ അവളുടെ സ്വപ്നങ്ങൾ പിന്തുടരാൻ തന്നെ പ്രേരിപ്പിക്കണം. ഒന്നുരണ്ടു ദിവസം കൊണ്ടുതന്നെ അതു ചെയ്യണം. അല്ലെങ്കിൽ തന്റെ ജീവിതത്തിന് ഒരു അർത്ഥവുമില്ല. മാത്രമല്ല, അവർ ജീവിതത്തിൽ പിറകോട്ടുപോയാൽ കൂടെയില്ലെങ്കിലും രതീഷ് അതറിയും, വേദനിക്കും.

രാത്രി നന്നേ വൈകിയാണ് അന്ന് അമൃത ഉറങ്ങാൻ കിടന്നത്. ശ്രേയയുടെയും ലയയുടെയും നടുവിൽ കുഞ്ഞുങ്ങളുടെ ചൂടുപറ്റി സാധാരണ അങ്ങനെ കിടക്കുമ്പോൾ മൂവരും അന്നു നടന്ന സകല തമാശകളും പങ്കുവയ്ക്കാറുള്ളതാണ്. അതൊക്കെ ആവർത്തിച്ച് ഒന്നുകൂടി ചിരിക്കാറുള്ളതാണ്. എന്നാൽ അന്നാരും ഒന്നും മിണ്ടിയില്ല. അസുഖകരമായ ഒരു മൗനം അവർക്കിടയിൽ തളംകെട്ടി കിടന്നു. ഇടയ്ക്ക് എപ്പോഴോ തന്റെ മൊബൈൽ റിങ് ചെയ്യുന്നതു കേട്ട് അമൃത എഴുന്നേറ്റു നോക്കി. പ്രൈവറ്റ് നമ്പർ എന്ന അക്ഷരങ്ങൾ തന്നെ മൊബൈൽ സ്ക്രീനിൽ. അമൃത കോൾ എടുക്കാൻ തുനിഞ്ഞപ്പോൾ അതങ്ങ് കട്ടായി. അസ്വസ്ഥതയോടെ കിടക്കയിലേക്കു മടങ്ങാൻ ഒരുങ്ങവേയാണ് അവളതു കണ്ടത് - അവിടെ ലയ ഇല്ല. അമൃത ഒന്ന് അമ്പരന്നു. പക്ഷേ സ്റ്റഡി റൂമിലേക്കു ചെന്നപ്പോൾ അവിടെ ലയ ഒരു നോട്ട്ബുക്കിൽ എന്തോ കുറിക്കുകയാണ്.

''എന്താ മോളേ ഇത്?''

ലയ ഞെട്ടി അമൃതയെ നോക്കി. പിന്നെ ധൃതിയിൽ പുസ്തകം അടച്ചു വച്ചു പറഞ്ഞു: ''ഞാൻ... ഞാൻ... ഉറക്കം വന്നില്ല എനിക്ക്. അപ്പോ കുറച്ച് എഴുതി പഠിക്കാംന്നു കരുതി.''

''പിന്നേ ഐഎഎസിനല്ലേ നീ പഠിക്കുന്നേ. വന്നു കിടക്ക്.''

അമൃത മകളുടെ തോളിൽ പിടിച്ചു കിടപ്പുമുറിയിലേക്കു നടത്തി. അങ്ങനെ ഒരുപാട് ഉറക്കമിളച്ച്, തന്റെ കുട്ടികൾ ആരോഗ്യം കളയണ്ട...

ഇങ്ങനെ സ്നേഹം തൂവുന്നതിനിടയിൽ അമൃത ഒരു കാര്യം കണ്ടില്ല. ലയ പഠിക്കുകയേ ആയിരുന്നില്ല. ചിത്രം വരയ്ക്കുകയായിരുന്നു. ഷട്ടിൽ കളിക്കുന്ന ഒരു പെൺകുട്ടി ചോരയിൽ കുളിച്ച് കോർട്ടിൽ കിടക്കുന്ന ചിത്രം. കറുത്ത മഷികൊണ്ടു വരച്ച ആ ചിത്രം ആരെയും പേടിപ്പെടുത്തുന്നതായിരുന്നു. ചിത്രത്തിലെ കുട്ടിക്ക് ലയയുടെ ഛായയുണ്ടോ എന്തോ?

ലയ കിടന്ന് അധികം കഴിയും മുൻപേ മൊബൈലിൽ പിന്നെയും മിസ്ഡ് കോൾ വന്നു. പ്രൈവറ്റ് നമ്പർ തന്നെ. എന്തോ ഓർമ്മിപ്പിക്കാനെന്ന പോലെയാണ് ആ അജ്ഞാതൻ തന്നെ വിളിക്കുന്നതെന്ന് എന്തുകൊണ്ടോ അമൃതയ്ക്കു തോന്നി. എന്താണയാൾ ഓർമ്മിപ്പിക്കാൻ ശ്രമിക്കുന്നത്. അമൃത അസ്വസ്ഥയായി. ആ നിമിഷം ശ്രേയ ചോദിച്ചു: ''അമ്മയ്ക്ക് ഇടയ്ക്കിടെ ഒരു കോൾ വരുന്നുണ്ട് അല്ലേ? ഒരു മിസ്ഡ് കോൾ.''

അപ്പോൾ ശ്രേയ ഉറങ്ങുകയായിരുന്നില്ലേ?

''അമ്മ ചിലപ്പോ അയാളോടു സംസാരിക്കുന്നുമുണ്ട് അല്ലേ?''

ശ്രേയയുടെ സ്വരത്തിൽ സ്നിഗ്ദ്ധതയേ ഇല്ലെന്നു പൊടുന്നനെ അമൃത തിരിച്ചറിഞ്ഞു.

ലയയും അമ്മ പതറുന്നതു നോക്കി കിടക്കുകയായിരുന്നു. അതും അമൃത കണ്ടു. അവൾ ഉത്തരം പറയാതെ വന്നു കുഞ്ഞുങ്ങളോടൊപ്പം കിടന്നു. അമൃത അന്ന് ഉറങ്ങിയതേയില്ല - തന്റെ കുട്ടികൾ തന്നെക്കുറിച്ച് മറ്റെന്തൊക്കെയോ കരുതുന്നുണ്ടോ, എന്നുപോലും അവൾ ആശങ്കപ്പെട്ടു.

പത്ത്

ആ രാവിൽ അമൃതയെ ഉറക്കം വന്നു തഴുകിയതേയില്ല. കുട്ടികൾക്കിടയിൽ തിരിഞ്ഞും മറിഞ്ഞും അവളങ്ങനെ കിടന്നു. സംശയത്തിന്റെ ഒരു ചില്ലുമുന ഉള്ളിൽ സൂക്ഷിച്ചു കൊണ്ടാണ് തന്റെ കുട്ടികൾ തന്നെ ഇപ്പോൾ നോക്കുന്നതെന്ന് അമൃത മെല്ലെ മെല്ലെ തീർച്ചപ്പെടുത്തി. അതുകൊണ്ടു കഴിഞ്ഞ കുറേ ദിവസങ്ങളായി തനിക്കു വന്നുകൊണ്ടിരിക്കുന്ന അജ്ഞാതന്റെ ഫോൺകോളുകളെക്കുറിച്ചു തുറന്നു പറയാമെന്നും അമൃത വിചാരിച്ചു. അതിൽ ഒളിക്കാനൊന്നുമില്ല തനിക്ക്. അരുതാത്തതെന്നു ലോകം കരുതുന്ന ഒരു വഴിയിലേക്കും താൻ നടന്നിട്ടില്ല. അങ്ങനെ ഒരമ്മയല്ല താൻ. അമൃത സ്വയം മന്ത്രിച്ചുകൊണ്ടിരുന്നു. കുട്ടികളെ വിളിച്ചുണർത്താൻ ഭാവിക്കെ, അവളുടെ അകതാരിൽനിന്ന് ആരോ പറഞ്ഞു - വേണ്ടാ അമൃതാ. അതു വേണ്ട. ഇപ്പോൾ ഒന്നും പറയണ്ട.

അതിനുശേഷമാണ് നിദ്ര അതിന്റെ ആയിരം കൈകൾകൊണ്ട് അമൃതയെ പുണർന്നത്. അതുകൊണ്ടാവാം പിറ്റേന്ന് ഇത്തിരി വൈകി മാത്രം ഉണർന്നത്.

ധൃതിയിൽ വീട്ടുജോലികൾ ചെയ്യുന്നതിനിടയിൽ കണ്ടു, അടുത്ത വീടിനു മുറ്റത്ത് ഒരു ടാക്സി കാർ വന്നു നിൽക്കുന്നതും അതിൽ നിന്നു ഗീതയുടെ ഭർത്താവ് രാമഭദ്രൻ ഇറങ്ങുന്നതും. ഗൾഫിൽനിന്നു നിറയെ ലഗേജുകളുമായുള്ള വരവാണത്. ഗീതയും മകൾ നിയയും വന്ന് അകത്തേക്കു കൂട്ടിക്കൊണ്ടുപോകുന്നതിനിടയിൽ രാമഭദ്രൻ അമൃതയുടെ വീട്ടിലേക്കു പാളിനോക്കി - അതാ ജനാലയ്ക്കൽ അമൃത. അതോടെ രാമഭദ്രൻ ഗീതയോടും നിയയോടും പറഞ്ഞു:

''നിങ്ങൾ ലഗേജുകളൊക്കെ എണ്ണി അകത്തെടുത്തു വയ്ക്ക്.''

അവരതിനു പിന്നാലെ പോയപ്പോൾ രാമഭദ്രൻ ഉച്ചത്തിൽ വിളിച്ചു: ''ഹേയ് അമൃതാ.''

അമൃത ഞെട്ടി. ഈ രാമഭദ്രന്റെ കണ്ണ് ഭയങ്കരം തന്നെ. ജനാലയഴികൾക്കിടയിലൂടെ തന്നെ കണ്ടുപിടിച്ചിരിക്കുന്നു. ഇയാൾക്കു സിസിടിവി ക്യാമറയുടെ ആവശ്യമില്ല.

അമൃത ബാൽക്കണിയിലേക്കു ചെന്നു.

രാമഭദ്രൻ ഉത്സാഹത്തോടെ ഡംഭ് വിളമ്പി. ''ഓരോ മാസവും ലീവെടുത്തു വരാനൊരുങ്ങും. പക്ഷേ, എന്റെ അറബി വിടണ്ടേ? ഞാനില്ലേ അദ്ദേഹത്തിന്റെ ബിസിനസ് ആകെ മൊത്തം വെള്ളത്തിലാവുംന്നാ വിചാരം.''

''പിന്നെ ഇപ്പൊഴെങ്ങനെ വന്നു...'' എന്ന് അമൃത തിരിച്ചു ചോദിച്ചു.

''ഞാൻ ജോലി രാജിവച്ച് ഇങ്ങിറങ്ങിപ്പോന്നു അത്രതന്നെ.''

''അപ്പോ അറബീടെ ബിസിനസിന്റെ കാര്യം ഒരു തീരുമാനമായി അല്ലേ'' എന്നു കുസൃതി ഒളിപ്പിച്ച് അമൃത ചിരിച്ചു.

രാമഭദ്രന് കുസൃതിയോ പരിഹാസമോ മനസ്സിലായതേയില്ല. അയാൾ തന്റെ അയൽക്കാരിക്കു മുന്നിൽ ഒരു ഓഫർ വയ്ക്കുന്ന തിരക്കിലായിരുന്നു. ''എനിക്ക് അറിയാം അമൃത ഇവിടെ ഒറ്റയ്ക്കാ... പല കാര്യത്തിനും പരസഹായം വേണ്ടിവരുംന്നൊക്കെ. പക്ഷേ, ഇനി സഹായത്തിനു ഞാനുണ്ട്. ഞാൻ ആകെ മൊത്തം ഫ്രീയല്ലേ.''

ആ ഓഫർ അമൃത വേണ്ടെന്നു വയ്ക്കും മുൻപേ ഗീത ഇടയ്ക്കു കയറിവന്നു ക്ഷണിച്ചു. ''അമൃതാ, ഇന്ന് എല്ലാവർക്കും ഡിന്നർ ഇവിടെയാവാം ട്ടോ. രാമഭദ്രേട്ടൻ വന്ന ദിവസല്ലേ.''

''ഞാനാ അമൃതയെയും മറ്റും ക്ഷണിക്കാൻ ഇവളോടു പറഞ്ഞത്. എല്ലാരും കൂടെയാവുമ്പോ ഭയങ്കര രസാണല്ലോ.'' രാമഭദ്രൻ.

''എനിക്കത്ര രസമൊന്നും തോന്നുന്നില്ല...'' എന്നു പറയാൻ അമൃത നാവു വളച്ചതാണ്. പക്ഷേ, പറഞ്ഞത് ഇങ്ങനെയാണ്: ''ഒരുപാടു കാലത്തിനുശേഷം ഗൃഹനാഥൻ വീട്ടിലേക്കു വരികയല്ലേ. അപ്പോ നിങ്ങൾ കുടുംബാംഗങ്ങൾ ഒന്നിച്ചുകൂട്. എൻജോയ് ചെയ്യ്. ഞാനും മക്കളും കട്ടുറുമ്പാകുന്നില്ല.''

രാമഭദ്രന്റെ മുഖം സായാഹ്ന വെയിൽ പോലെ വാടുന്നതു കണ്ടെങ്കിലും അത് അവഗണിച്ച് അമൃത അകത്തേക്കു നടന്നു, അല്ലാതെന്തു ചെയ്യാൻ.

അമൃത അകത്തെത്തിയപ്പോൾ ലയ സ്കൂളിൽ പോകാൻ റെഡിയാവുന്നതു കണ്ടു. അമൃതയും മിന്നൽവേഗത്തിൽ കുളിച്ചൊരുങ്ങി വന്ന് ഒച്ചവച്ചു. ''രണ്ടും വണ്ടീക്കേറ്. ഡ്രോപ് ചെയ്യാം.''

ലയ പറഞ്ഞു: ''ശ്രേയച്ചേച്ചി നേരത്തേ പോയി അമ്മേ.''

''പോയോ... എന്നോടു പറഞ്ഞില്ലല്ലോ.''

''ആമി കുളിക്കുവാരുന്നു.''

''എന്നാലും കുളിമുറിക്കു പുറത്തുവന്നു പറയാലോ. അങ്ങനെ പതിവുള്ളതാണല്ലോ.''

''ആ... എനിക്കറിയില്ല.'' ലയ ഒഴിഞ്ഞു.

ആ നിമിഷം അമൃത എന്തുകൊണ്ടോ ആ അജ്ഞാതനെ ഓർത്തു. അയാളുടെ ഫോൺ കോളുകളുടെ ചുരുക്കം - ശ്രേയ തന്നെ പറ്റിക്കുന്നു എന്നല്ലേ? തൊട്ടടുത്ത നിമിഷം അമൃത, സ്വയം ശകാരിച്ചു: 'നീയെന്തൊരു അമ്മയാണ്. ഒരു ദിവസം പറയാതെ പോയതിനാണോ മകളെ ഇങ്ങനെ സംശയിക്കുന്നത്. കുട്ടികൾ മുതിരുകയല്ലേ - അവരെ അവരുടെ സ്വാതന്ത്ര്യത്തിനു വിടുകയല്ലേ വേണ്ടത്? അല്ലെങ്കിൽ അവർക്കു ശ്വാസം മുട്ടില്ലേ? മാത്രമല്ല പേരു പോലും അറിയാത്ത ഒരാളുടെ വാക്ക് എന്തിനാണു പിന്നെയും പിന്നെയും ഗൗരവത്തിലെടുക്കുന്നത്. അതിന്റെ പിന്നാലെ പോയി നീ നിന്റെ ആത്മാവിന്റെ ഭാഗമായ ശ്രേയയെ സംശയിക്കുന്നത്? അതെത്രമേൽ ഹീനമാണ്?'

അങ്ങനെയൊക്കെ സ്വയം പറഞ്ഞെങ്കിലും അമൃത ലയയോട് ആരാഞ്ഞു:

''ചേച്ചി നേരത്തേ പോകാൻ കാരണം എന്തെങ്കിലും പറഞ്ഞോ?''

''എന്തോ സ്പെഷൽ ക്ലാസോ... സെമിനാറോ ഉണ്ടെന്നു പറയുന്നതു കേട്ടു.''

ശരിയാവും. തങ്ങൾ പഠിക്കുന്ന കാലമല്ല ഇത്. ഡിഗ്രി തന്നെ പല സെമസ്റ്ററാണിപ്പോ. അതിനിടയിൽ സെമിനാറുകൾ, ഇന്റേണൽ എക്സാമുകൾ. ഇങ്ങനെ പഴയകാലത്തെ ആളുകൾക്കറിയാത്ത നൂറുകൂട്ടം കാര്യങ്ങളുണ്ട്. എന്തായാലും ശ്രേയ ആ സെമിനാറിൽ നന്നായി പെർഫോം ചെയ്യട്ടെ. ചെയ്യും. അവൾ രതീഷിന്റെ മകളാണ്. രതീഷിനു കളിയോടായിരുന്നെങ്കിൽ, മകൾക്കു പഠനത്തോടാണു തീരാത്ത കമ്മിറ്റ്മെന്റ്. അവൾ അവളുടെ അച്ഛനെയോ തന്നെയെയോ മറക്കുകയേയില്ല. സ്വയം നീതി ചെയ്യും തീർച്ച.

പിന്നെ അമൃത കൈനറ്റിക് ഹോണ്ടയിൽ ലയയുമായി ഹൗസിങ് കോളനി കടന്നു റോഡിലേക്കിറങ്ങി.

തന്റെ വീടിന്റെ വാതിൽക്കൽ അവരെ തുറിച്ചുനോക്കിക്കൊണ്ട് രാമഭദ്രൻ നിൽപുണ്ടായിരുന്നു. ''ഇതെന്താ പൂച്ച ഉണക്കമീൻ നോക്കും പോലെ'' എന്ന് അതിനു ഗീത കമന്റടിക്കുകയും ചെയ്തു. ''എന്റെ ഉണക്കമീൻ നീയല്ലേ'' എന്നൊരു ചളി മറുപടിയാണ് അതിനു രാമഭദ്രന്റെ ഭാഗത്തുനിന്നുണ്ടായത്.

''ഇത്രേം ചളി അടിച്ചാ ഞങ്ങടെ മുഖത്തുകൂടി പറ്റും അച്ഛാ'' എന്ന് ഇതുകേട്ട നിയ, രാമഭദ്രനെ പരിഹസിക്കുകയും ചെയ്തു. തൊലിക്കട്ടിയിൽ പല വമ്പൻ മൃഗങ്ങളോടും മത്സരിക്കുന്ന ആളായതുകൊണ്ടാവാം

രാമഭദ്രൻ ചമ്മിയില്ല. അമ്മയോടൊപ്പം റോഡിലെത്തിയപ്പോൾ ലയ മെല്ലെ വിളിച്ചു:

''ആമീ.''

''എന്താ കൊച്ചേ?''

''ഇന്നെന്നെ സ്കൂളീ വിട്ടാ പോരാ, ക്ലാസു വരെ കൂടെ വരണം.''

''പിന്നേ... നീ രണ്ടാം ക്ലാസീ പഠിക്കണ ഏഴുവയസ്സുകാരിയല്ലേ.''

''ങാ, ചിലപ്പോ എനിക്കു വയസ്സ് അതിലും താഴെയാ. അല്ലേ, എനിക്കീയിടെയായി ആ പ്രായത്തിലുള്ള കുട്ടികളെക്കാൾ പേടിയാ.''

''എന്നാ പിന്നെ ഒരു കാര്യം ചെയ്യാം. നിന്നെ കെട്ടിച്ചുവിടുമ്പോ ഹണിമൂണിനും ഞാൻ കൂടെ വരാം, പേടി മാറ്റാനേ... ഒന്നു പോടീ പെണ്ണേ.''

''ഞാൻ കാര്യം പറയുമ്പോ അമ്മേടെ തമാശ. മാത്രല്ല, എനിക്കിപ്പോ ഷട്ടിൽ കളിക്കാൻ പോലും താത്പര്യമില്ല.''

അമൃത അതു കേട്ടതേയില്ല. എന്തെന്നാൽ തൊട്ടുമുന്നിൽ പവിത്രൻ എസ്ഐയും സംഘവും അവരുടെ പൊലീസ് ജീപ്പും. പവിത്രൻ എസ്ഐയ്ക്ക് അവരെ എവിടെയോ കണ്ട പോലെ തോന്നി. 'ഹെൽമറ്റില്ലാത്ത ഈ ഐറ്റംസിനെ' ഞാൻ മുൻപും പൊക്കിയിട്ടുണ്ടല്ലോ എന്നായിരുന്നു അയാളുടെ ഒരിത്. അടുത്ത നിമിഷം അയാൾക്കോർമ്മ വന്നു. പൊലീസ് കമ്മീഷണർ ജോസഫ് മാത്യു സാറിനെ. അങ്ങേരുടെ വൈഫിന്റെ നേരെ അനിയത്തിയാണല്ലോ ഈ കാണുന്ന ഫിലോമിന തോമസ്. അതോടെ പവിത്രൻ ഐസ്ഐ കൈയുയർത്തി വിളിച്ചു പറഞ്ഞു: ''വിട്ടോ... വിട്ടോ... നിർത്തണ്ട.''

കേൾക്കണ്ട താമസം അമൃത ചിരിയമർത്തി വണ്ടി കത്തിച്ചുവിട്ടു. ലയ എന്നാൽ ചിരിച്ചതേയില്ല. അവൾ അപ്പോഴും അവളുടെ മാത്രം മനസ്സിലായിരുന്നു. ലയ പിന്നെയും മന്ത്രിച്ചു. ''ആമീ, ഷട്ടിൽ കോർട്ടിൽ ഇറങ്ങും മുമ്പ് എനിക്ക് വലിയ ഉത്സാഹമാ. ആമിയുടെ സ്വപ്നം പോലെ അച്ഛനെക്കാൾ വലിയ താരമാകണം എന്നൊക്കെ നൂറുവട്ടം വിചാരിക്കും. പക്ഷേ, ഇറങ്ങി കുറച്ചുകഴിഞ്ഞ് എന്റെ കണ്ണിൽ ഇരുട്ടു കയറും. എനിക്കു തല കറങ്ങും. ഒപ്പം അരിച്ചരിച്ചു ഭയം എന്നിലേക്കു പ്രവേശിക്കും. പിന്നെ ഗ്രൗണ്ട് നിറഞ്ഞു കളിച്ചുകൊണ്ടിരുന്ന എന്നെ എനിക്കു തന്നെ കാണാതാകും. ഞാൻ തന്നെ എന്റെ മുന്നിൽ മാഞ്ഞുപോകും. ശേഷം എന്റെ സ്മാഷുകൾ ദുർബലമാകും. ഞാനങ്ങു തോറ്റു പോകും.''

അതു പറയുമ്പോൾ ലയയുടെ സ്വരം വല്ലാതെ വിറച്ചു.

പക്ഷേ, അമൃത അതൊന്നും കേൾക്കുന്നുണ്ടായിരുന്നില്ല. അവൾ തന്റെ മുന്നിലൂടെ പാഞ്ഞു പോകുന്ന ബൈക്കിലേക്കു തുറിച്ചുനോക്കുകയായിരുന്നു.

ഉവ്വ്. അമൃതയ്ക്ക് ആ ബൈക്കിൽനിന്നു കണ്ണെടുക്കാനായില്ല. അതൊരു ഡ്യൂക്കിന്റെ ബൈക്കായിരുന്നു. മുൻ സീറ്റിലിരുന്നു ബൈക്കോടിക്കുന്ന യുവാവിനും പിൻസീറ്റിലിരിക്കുന്ന യുവതിക്കും ഹെൽമറ്റുണ്ട്. രണ്ടു പേരെയും അതിനാൽ തിരിച്ചറിയാനാവില്ല. എന്നിട്ടും അമൃത എന്തേ ആ ബൈക്ക് ശ്രദ്ധിച്ചു എന്നല്ലേ - പെൺകുട്ടി അണിഞ്ഞ വസ്ത്രം അമൃതയ്ക്കു നന്നേ പരിചയമുള്ളതാണ്. ശ്രേയയ്ക്ക് അങ്ങനെ ഒരു ചുരിദാറുണ്ട്. മഞ്ഞ നിറത്തിൽ ഓറഞ്ച് പൂക്കൾ ചിതറിക്കിടക്കുന്ന ഭംഗിയുള്ള ചുരിദാർ. അവളുടെ കഴിഞ്ഞ പിറന്നാളിന് അമൃത സമ്മാനിച്ചതാണ്. അതോടെ അമൃതയ്ക്കു തോന്നലുണ്ടായി. അതു ശ്രേയ തന്നെയാണോ?

അതുകൊണ്ട് അമൃത ആ ബൈക്കിനെ പിന്തുടർന്നു. പക്ഷേ, ഒരു കൈനറ്റിക് ഹോണ്ടയ്ക്ക് എങ്ങനെ ഡ്യൂക്കിന് ഒപ്പമെത്താനാവും.

നഗരത്തിലെ തിരക്കിനിടയ്ക്ക് ആ ബൈക്ക് ഊളിയിട്ടു പോയി. ശ്ശെ... എന്ന് അമൃത അറിയാതെ പറഞ്ഞു.

ഇതിനിടയിൽ ലയ ചോദിച്ചു:

‘‘അമ്മ ഞാൻ പറയുന്നത് എന്തെങ്കിലും കേട്ടോ?’’

അമൃത ആ ചോദ്യം പോലും അറിഞ്ഞില്ല. എങ്ങനെ കേൾക്കാൻ? ഇനി എന്തു ചെയ്യും എന്ന് വേവലാതിപ്പെടുകയായിരുന്നു അവൾ.

ശ്രേയയെ ഒന്നു ഫോണിൽ വിളിക്കണോ? അതുകൊണ്ടെന്തു കാര്യം? അവൾക്ക് എന്തെങ്കിലും ഒളിക്കാനുണ്ടെങ്കിൽ ഫോൺ എടുക്കാം. എടുക്കാതിരിക്കാം.

ഈ നിമിഷം അമൃത തിരിച്ചറിഞ്ഞു, താൻ തന്റെ മകളെ ശരിക്കും സംശയിക്കാൻ തുടങ്ങിയിരിക്കുന്നു. എന്നാൽ ഇത്തവണ അമൃതയ്ക്ക് ആത്മനിന്ദ തോന്നിയില്ല. അമൃത സ്വയം വിലക്കിയതുമില്ല.

അതേസമയം അമ്മ കണ്ടതൊന്നും കാണാതെ, അമ്മയുടെ ചിന്തയറിയാത്ത ലയയ്ക്കു മുറിഞ്ഞു. താൻ തന്റെ സങ്കടങ്ങളത്രയും പറയാൻ തുടങ്ങിയിട്ടും അത് അമ്മ കേട്ടില്ല. ഇനി എന്തിനാണ് അതൊക്കെ പറയുന്നത്. അതിന്റെ ആവശ്യമില്ല. അവൾ അങ്ങനെ ഒരു തീരുമാനത്തിലേക്കു പൊടുന്നനെ ചെന്നു വീണു.

അമൃതയും ഒരു തീരുമാനമെടുക്കുകയായിരുന്നു. ആ അജ്ഞാതൻ ഫോണിൽ നിർദ്ദേശിച്ചതുപോലെ ശ്രേയയുടെ കോളേജിലേക്ക് ഇപ്പോൾ തന്നെ ഒന്നു പോകണം. അവളെക്കുറിച്ച് ഒന്നന്വേഷിക്കണം. ഇനി അതു ചെയ്യാതിരിക്കുന്നത് ഒരമ്മയെന്ന നിലയിൽ താൻ തന്നോടു ചെയ്യുന്ന ശരികേടാണ്.

ലയയെ സ്കൂളിൽ വിട്ട് ഒരു ഹായ് പോലും പറയാതെയാണ് അമൃത അവിടെനിന്നു ശ്രേയയുടെ കോളേജിലേക്കു തിരിച്ചത്. ലയയും

അമ്മയോട് ഹായ് പറയാതെ നടന്നു. പക്ഷേ അത് ഉള്ളിൽ പിണങ്ങിയാണെന്നു മാത്രം. അത് ആ അമ്മ എങ്ങനെ അറിയാനാണ്?

അമൃത മരങ്ങൾ ഒരുപാടു പച്ചപുതച്ച ശ്രേയയുടെ ക്യാംപസിലെത്തി. മിക്ക മരങ്ങളും പൂത്തു നിലംനിറയെ പൂവുകളുടെ പരവതാനി വിരിച്ചിരുന്നു. അവളതു കണ്ടതേയില്ല. അവളുടെ മനസ്സിൽ വേനൽ മാത്രമാണ് തിളച്ചിരുന്നത്. മകളെക്കുറിച്ചുള്ള ആധിയുടെ വേനൽ.

അവിടത്തെ മരച്ചുവടുകളിലെല്ലാം കുട്ടികളുടെ കൂട്ടം കണ്ടു. ഒന്നിച്ചിരുന്ന് ഒരു ലോകം സൃഷ്ടിക്കുന്നവർ. കാമുകീകാമുകന്മാരുമുണ്ട് കൂട്ടത്തിൽ. വർത്തമാനങ്ങളും ഐസ്ക്രീമും ഭക്ഷണപ്പൊതികളും ഒക്കെ പങ്കുവച്ച് അവരവരുടെ യുവത്വം ആഘോഷിക്കുകയാണ്. അമൃത അപ്പോൾ തന്റെയും അക്കാലം ഓർക്കേണ്ടതായിരുന്നു. എന്നാൽ ആ നിമിഷങ്ങളും ഇപ്പോൾ അവളുടെ ഉള്ളിൽ മിന്നിമറഞ്ഞില്ല.

സൈക്കോളജി ഡിപ്പാർട്ട്മെന്റിനടുത്തു വണ്ടി നിർത്തി അമൃത ഇറങ്ങി. അവിടുള്ള കാറ്റാടിമരങ്ങൾക്കിടയിൽ നിറയെ ശ്രേയയുടെ ക്ലാസ്മേറ്റ്സിനെ കണ്ടു. അവർ അമൃതയെയും കണ്ടു. ഇടയ്ക്ക് അവർ വീട്ടിൽ വരാറുള്ളതാണ്. അങ്ങനെ പരസ്പരം പരിചിതർ.

''എന്താ ആന്റീ ഇവിടെ?'' കൂട്ടത്തിൽ ഏറ്റവും സുന്ദരനായ അരവിന്ദ് ചോദിച്ചു. അരവിന്ദിന് ഒരു കുട്ടിയുടെ മുഖമാണ്. അതുകൊണ്ടാവാം ആ നിമിഷത്തിലും അമൃത തമാശ പറഞ്ഞു: ''ഞാൻ ലേശം മീൻ വാങ്ങാന്നു കരുതി ഇറങ്ങ്യതാ.''

ക്ലാസ്സിൽ ശ്രേയയുടെ അതേ ബഞ്ചിലിരിക്കുന്ന ജീജ ചിരിച്ചു. ''ശ്രേയയുടെ അമ്മയല്ലേ, ഇങ്ങനെയേ പറയൂ. ഞങ്ങൾക്കറിയാം.''

''എവിടെ നിങ്ങടെ കൂട്ടുകാരി? കൂട്ടത്തിൽ കാണാനില്ലല്ലോ?''

ആ ചോദ്യം കേട്ട് ശ്രേയയുടെ സഹപാഠികളെല്ലാം ഒന്നു പരസ്പരം നോക്കി. ഒരാൾ മറ്റൊരാളുടെ കണ്ണിൽ ഒരുത്തരം തിരയുന്ന പോലെ. അടുത്ത നിമിഷം നീനു പറഞ്ഞു:

''ശ്രേയ ക്ലാസിലുണ്ട്... ക്ലാസിലുണ്ട്.''

''എങ്കിൽ ഞാനൊന്നു കണ്ടേച്ചു വരാം.''

അമൃത സൈക്കോളജി ക്ലാസിലേക്കു നടന്നു. അതോടെ ശ്രേയയുടെ കൂട്ടുകാർ ചുവടുമാറ്റി.

''അല്ല ആന്റീ. അവൾ ടൗണിൽ എന്തോ ആവശ്യത്തിനു പോയിരിക്കയാ.'' ഒരാൾ.

''അതോ യൂണിവേഴ്സിറ്റിയിൽ പോയതാണോ'' വേറൊരാൾ.

''അല്ല. പബ്ലിക് ലൈബ്രറിയിലാണെന്നു തോന്നുന്നു.'' - മറ്റൊരാൾ.

എല്ലാം കേട്ട് അമൃത പറഞ്ഞു: ''നിങ്ങൾക്ക് എവിടെങ്കിലും ഒന്നു റപ്പിക്കാമോ... പ്ലീസ്.'' അതോടെ കൂട്ടുകാർ ആകെ പതറി. നിശ്ശബ്ദ രായി.

''സാരല്ല. ഞാൻ ക്ലാസിലേക്കു തന്നെ ചെല്ലാം. നേരിട്ടു ചെന്നു കണ്ടുപിടിച്ചോളാം.''

ആ അമ്മ ക്ലാസിലേക്കു നടക്കവേ, ഒരാൾ എല്ലാം കണ്ടുകൊണ്ട് അവിടെ ചുറ്റിപ്പറ്റി നിന്നു. അതാ ക്യാംപസിലെ വിദ്യാർത്ഥിയായിരുന്നില്ല. അദ്ധ്യാപകനായിരുന്നില്ല. വീടു മുതൽ ഈ കോളേജ് വരെ അമൃതയെ പിന്തുടർന്ന ഒരാൾ.

അയാൾക്കു ചിരി വന്നു.

അമൃതയുടെ ഫോണിലേക്ക് ഇടയ്ക്കിടെ പ്രൈവറ്റ് നമ്പർ എന്ന പേരിൽ പ്രത്യക്ഷപ്പെടുന്ന ആ മനുഷ്യൻ പിന്നെ തിരിഞ്ഞു നടന്നു. അമൃത ആകെ വെപ്രാളപ്പെടാൻ പോവുകയാണല്ലോ എന്നയാൾ പിന്നെ പിറുപിറുത്തു.

അമൃത സൈക്കോളജി ഡിപ്പാർട്ട്മെന്റിലേക്കാണു നേരെ ചെന്നത്. സഹപാഠികൾ പറയുംപോലെ ശ്രേയ പുറത്തെവിടെയെങ്കിലും പോയതാണെങ്കിലോ - പിന്നെ ക്ലാസിൽ ചെന്നിട്ടെന്തു കാര്യം. വന്ന സ്ഥിതിക്കു ഡിപ്പാർട്ട്മെന്റ് മേധാവിയെ ഒന്നു കാണുക തന്നെ. ശ്രേയയെക്കുറിച്ചു വെറുതെ ഒന്ന് അന്വേഷിക്കാം.

ഹൈമവതി ഉദയശങ്കറായിരുന്നു വകുപ്പ് മേധാവി. മദ്ധ്യവയസ്ക. ഗൗരവപ്രകൃതം. അമൃത സ്വയം പരിചയപ്പെടുത്തിയതോടെ അവർ പറഞ്ഞു. ''ഞങ്ങൾ അമൃതയെ വിളിപ്പിക്കണോ എന്നാലോചിച്ചു വരികയായിരുന്നു.''

അമൃതയിൽ ആശങ്ക പടർന്നു.

''എന്തായാലും വന്നതു നന്നായി. കുട്ടികളുടെ കാര്യത്തിൽ രക്ഷിതാക്കൾ ഇങ്ങനെ ഉത്തരവാദിത്തം കാണിക്കണം.''

അമൃത വെറുതെ തലയാട്ടി.

''ശ്രേയ ഇന്നു ക്ലാസിൽ വന്നിട്ടില്ല. ഇന്നു മാത്രമല്ല, ഈയിടെയായി ആ കുട്ടി ഇടയ്ക്കിടെ ക്ലാസിൽ വരാറില്ല. മാത്രമല്ല, പഠനത്തിലും മെല്ലെ മെല്ലെ പിറകിലായിക്കൊണ്ടിരിക്കുകയാണ്.''

അമൃതയ്ക്കു തലകറങ്ങി.

''കുട്ടിയെ നന്നായി ശ്രദ്ധിക്കണം.''

''ശ്രദ്ധിക്കാം'' എന്നു പറഞ്ഞ് അമൃത ഒരു വിധത്തിൽ പുറത്തിറങ്ങി.

താൻ ഇങ്ങനെ ഒന്നുമല്ല ശ്രേയയെക്കുറിച്ചു ധരിച്ചത്.

അമ്മ വളർത്തുന്ന കുട്ടികൾ അമ്മയോടു കൂടുതൽ ഉത്തരവാദിത്തം കാട്ടും എന്നായിരുന്നു ധാരണ. മറിച്ചാണോ സത്യം. അച്ഛനില്ലാതാവുമ്പോൾ കുഞ്ഞുങ്ങൾ കൂടുതൽ അമ്മമാരെ പറ്റിക്കുമോ? എല്ലാ ദിവസവും കോളേജിലേക്കിറങ്ങുന്ന കുട്ടിയാണ്. പല ദിവസവും അവിടെ ചെന്നിട്ടില്ലെന്ന്. താനെങ്ങനെയാണ് ഇതിനെയെല്ലാം നേരിടുക? അമൃതയ്ക്ക് ഓർക്കാൻ കൂടി വയ്യാതായി.

പിന്നെ അമൃത ഒന്നുകൂടി തിരിച്ചറിഞ്ഞു. ആ അജ്ഞാതൻ തന്ന വിവരങ്ങളെല്ലാം കൃത്യമായിരുന്നു. നേരത്തേ അയാളുടെ വാക്കു കേട്ടാൽ മതിയായിരുന്നു. പക്ഷേ, അയാൾ ആരാണ്. തന്നെ പരിചയമുള്ള ആരോ ആണത്. മാറിനിന്നു നിരീക്ഷിക്കുകയാണ് അയാൾ. തന്റെ പാർട്ണേഴ്സിൽ ആരെങ്കിലും ഒരാളാകുമോ, അല്ലെങ്കിൽ പവിത്രൻ എസ്ഐ. അതുമല്ലെങ്കിൽ രാമഭദ്രൻ. ഇനി ട്രീസയുടെ ഭർത്താവ് ശിവൻ - അങ്ങനെ പരിചയമുള്ള പുരുഷന്മാരുടെ മുഖമെല്ലാം അമൃത ഓർത്തു.

പക്ഷേ, എന്തിനാണ്, എന്തിനാണ് അയാളിതു ചെയ്യുന്നത് - അതും ഉത്തരമില്ലാ ചോദ്യമായി അമൃതയെ വേട്ടയാടി. ഒറ്റയ്ക്കു ജീവിക്കുന്ന ഒരു സ്ത്രീയുടെ ജീവിതത്തിലേക്ക് എത്തിനോക്കാൻ ശ്രമിക്കുന്ന അജ്ഞാതന് എന്തെല്ലാം ഉദ്ദേശ്യങ്ങളുണ്ടാവാം.

പതിനൊന്ന്

സമനില വീണ്ടെടുത്തപ്പോൾ അമൃതയ്ക്ക് ആദ്യം തോന്നിയത് ശ്രേയയെ ഫോണിൽ വിളിക്കാനാണ്.

'എവിടെയാണെങ്കിലും നീ അവിടെ നിൽക്കൂ. ഞാൻ അങ്ങോട്ടു വരാം' എന്നു കർശനമായി പറയണം. പിന്നെ നേരിട്ടു ചെല്ലണം. ശേഷം രണ്ടു വാക്കു പറയണം.

ഏറ്റവും അടുത്ത സുഹൃത്തിനെപ്പോലെ അവളോടു പെരുമാറിയിട്ടും അവളെന്തേ അതറിഞ്ഞില്ല, അച്ഛന്റെ തുണയില്ലാതെ മക്കളെ പരിപാലിക്കുന്ന ഒരമ്മയോട് ഈ ചെയ്തതു ശരിയാണോ എന്നൊക്കെ ചോദിക്കണം - അമൃത വാശിയോടെ വിചാരിച്ചു. പക്ഷേ, അതോടെ ശ്രേയയ്ക്കു നോവും. അവളുടെ കണ്ണുകൾ നിറയും.

എല്ലാ അമ്മമാരും പതറുന്നത് അവിടെയാണല്ലോ - കുട്ടികളെ വേദനിപ്പിക്കേണ്ടെന്നു കരുതി, കരയിക്കരുത് എന്നു കരുതി ചില ചോദ്യങ്ങൾ ചോദിക്കാതിരിക്കുന്നു. പലതും കണ്ടിട്ടും കണ്ടില്ലെന്നു നടിക്കുന്നു; പിൻവാങ്ങുന്നു. അമൃതയും അങ്ങനെ ഒരു സാധാരണ അമ്മയായി ശ്രേയയെ വിളിക്കാനെടുത്ത ഫോൺ തിരിച്ചുവച്ചു.

പക്ഷേ, അമൃതയ്ക്ക് ഈ നിമിഷം ആരോടെങ്കിലും സംസാരിക്കണമെന്നു തോന്നി. തന്റെ ഈ സങ്കടങ്ങളൊക്കെ ഒന്നു പറയണം. ആരെങ്കിലും അപ്പോൾ തന്റെ തോളിൽ തട്ടി സാരമില്ലെന്നു പറയണം. ആ കയ്യിൽ പിടിച്ച് ഒന്നു കരയണം - പക്ഷേ, അങ്ങനെ ഒരു കൂട്ട് തന്റെ ജീവിതത്തിലില്ല. ഒറ്റയ്ക്കായിപ്പോകുന്ന സ്ത്രീകൾ അനുഭവിക്കുന്ന ഏറ്റവും വലിയ വേദനയും ഇതാണ്. തല ചായ്ക്കാൻ ഒരു ചുമലില്ലാതെയാണ് അവർ നെട്ടോട്ടമോടുന്നത്. കാലുവെന്ത്, ഹൃദയം നുറുങ്ങി... അങ്ങനെയൊക്കെ സങ്കടപ്പെട്ട് അമൃത ഒരാളെ വിളിച്ചു. ട്രീസയെ. ട്രീസ തന്നെ കാണാൻ എന്തോ അത്യാവശ്യമുണ്ടെന്നു പറഞ്ഞെങ്കിലും പിന്നെ എന്തുകൊണ്ടോ കാണാൻ വന്നില്ല. അത് ഓർമ്മിപ്പിക്കാം. ശേഷം തമ്മിൽ കാണാം. ശ്രേയയുടെ കാര്യം പറയാം.

എന്തു ചെയ്യണമെന്നു ട്രീസയ്ക്കും ഒരഭിപ്രായമുണ്ടാകും. അതു

കേൾക്കാം. ട്രീസ നല്ല സുഹൃത്താണല്ലോ. സ്വീകാര്യമാണെങ്കിൽ ആ വഴി പോകാം. എന്തായാലും തന്റെ മകളെ വേദനിപ്പിക്കാതെ വേണം. അവൾ പഠനത്തിൽനിന്നു പിന്നാക്കം പോകുന്നതിന്റെ കാരണം അന്വേഷിക്കാൻ. പിന്നെ പറ്റിയാൽ ആ ബൈക്കിനു പിന്നിലിരുന്ന ഹെൽമറ്റുകാരി അവളാണോന്നും ചോദിക്കണം. അങ്ങനെയാവില്ല... അങ്ങനെയാവില്ല...

''എന്താ അമൃതാ വല്ലാതിരിക്കുന്നേ?'' അമൃതയുടെ കോൾ അറ്റൻഡ് ചെയ്ത ഉടൻ ട്രീസ ചോദിച്ചു.

''ഒന്നുമില്ല. കാണാൻ അത്യാവശ്യമുണ്ടെന്നൊക്കെ പറഞ്ഞിട്ട് പിന്നെ ഈ വഴി വന്നതേയില്ല?'' ശബ്ദത്തിൽ കഴിയുന്നത്ര സ്വാഭാവികത വരുത്തിക്കൊണ്ട് അമൃത ചിരിച്ചു.

''ഓകെ. അങ്ങനെയാണേ ഇന്നുച്ചയ്ക്കു ശേഷം ഏറ്റുമുട്ടാം.'' ട്രീസയും ചിരിയോടെ പറഞ്ഞു. നഗരമധ്യത്തിലെ ഒരു റസ്റ്ററന്റിലാണ് അവർ തമ്മിൽ കണ്ടുമുട്ടിയത്.

അമൃതയ്ക്കു പക്ഷേ, ഒന്നും സംസാരിക്കാനായില്ല. അതിനാണു വിളിച്ചുവരുത്തിയതെങ്കിലും വാക്കുകൾ നഷ്ടമായി അമൃത കൂട്ടുകാരിക്കു മുന്നിൽ വെറുതെ ഇരുന്നു. ഒടുവിൽ ട്രീസ അവളെ സമാധാനിപ്പിച്ചു.

''എന്തോ അമൃതയെ അലട്ടുന്നുണ്ടെന്നു മനസ്സിലായി. ഇപ്പോൾ പറയാൻ മൂഡില്ലേ; സാരല്ല. എപ്പോൾ വേണമെങ്കിലും വിളിച്ചോളൂ. കേൾക്കാൻ ഞാൻ റെഡി. എനിക്ക് അമൃത ഏതുസമയത്തും ഒരു ബുദ്ധിമുട്ടല്ല.''

''എനിക്കു പറയാനുള്ളത് എന്റെ മകളെക്കുറിച്ചാ ട്രീസാ. ശ്രേയയെ കുറിച്ച്. അവൾ ഞാൻ ധരിച്ചപോലല്ല എന്നൊരാശങ്ക. ചിലപ്പോ എന്റെ ഒരാശങ്ക മാത്രമാകാം. എന്നാലും അവളെന്റെ സ്വന്തമാണല്ലോ - പ്രാണനാണല്ലോ. നമ്മൾ നമ്മുടെ പ്രാണനെ കുറ്റപ്പെടുത്തിക്കൊണ്ട് എങ്ങനെയാണ് മറ്റൊരാളോടു പറയുക? അതു നമ്മൾ നമ്മളെത്തന്നെ കുറ്റപ്പെടുത്തും പോലല്ലേ.''

അതു ശരിയാണെന്നു ട്രീസയ്ക്കു തോന്നി.

ഏറ്റവും പ്രിയപ്പെട്ടവരെ കുറ്റപ്പെടുത്തി മറ്റൊരാളോടു പറയാൻ ആരും മടിക്കും.

''എനിക്കു മനസ്സിലായി അമൃതാ. ഞാൻ അമൃതയെ നേരത്തേ കാണണംന്നു പറഞ്ഞതു മറ്റൊരു കാര്യം പറയാനാണ്. പക്ഷേ, അതു പറയാനുള്ള ഏറ്റവും ഉചിതമായ സമയം ഇതാണെന്നു തോന്നുന്നു.''

ട്രീസ പിന്നെ മറ്റൊരു വിഷയത്തിലേക്കു കടന്നു.

''എന്തേ ട്രീസാ?''

''അമൃതയെ എനിക്ക് ഒരുപാടു പരിചയമൊന്നുമില്ല. എന്നെ അമൃതയ്ക്കും. എന്നാലും നമുക്ക് എന്തുകൊണ്ടോ പരസ്പരം ആഴത്തിലറിയാം. അതാവാം നമ്മളിങ്ങനെ നല്ല സുഹൃത്തുക്കളായത്. മാത്രമല്ല, ഈ ലോകത്തിൽ മറ്റാരെയും ഉപദ്രവിക്കരുത് എന്നെങ്കിലും കരുതി ജീവിക്കുന്ന രണ്ടു മനുഷ്യരാ നമ്മൾ. അത് അമൃതയ്ക്കും തിരിച്ചറിവുണ്ടല്ലോ അല്ലേ?''

''ഇത്രയൊന്നും വളച്ചുകെട്ടണ്ട. ട്രീസയ്ക്കു പറയാനുള്ളത് എന്താണെങ്കിലും തുറന്നുപറഞ്ഞോളൂ. എന്തു പറഞ്ഞാലും ഞാൻ ട്രീസയോടു പിണങ്ങുകയുമില്ല.''

''ആ വാക്കിന്റെ ധൈര്യത്തിൽ തുടങ്ങ്വാണ് - അമൃതയ്ക്ക് ഒരു ധാരണയുണ്ട്. അമൃത ചെയ്യുന്നതൊക്കെ വലിയ ത്യാഗമാണ്, മഹത്തായ കാര്യമാണ് എന്നൊക്കെ. ഒന്നുമല്ല. സത്യത്തിൽ അമൃത ചെയ്യുന്നത് വലിയ ക്രൂരതയാണ്.'' അമൃത ഞെട്ടിപ്പോയി. ഇതെന്താണു ട്രീസ പറഞ്ഞുവരുന്നത്.

''ഞാൻ ശ്രദ്ധിച്ചിട്ടുണ്ട്. കിട്ടുന്ന പണമത്രയും ശ്രേയയുടെയും ലയയുടെയും പേരിലാ അമൃത നിക്ഷേപിക്കുന്നെ. അമൃതയുടെ പേരിൽ ഒരു നിക്ഷേപവുമില്ല. അമൃത നല്ല വസ്ത്രങ്ങൾ വാങ്ങുന്നത് മുഴുവൻ കുട്ടികൾക്കുവേണ്ടിയാ. രാപകൽ ജോലി ചെയ്യുന്നത് അവർക്കുവേണ്ടിയാ.''

''പിന്നെ വേറാർക്കുവേണ്ടിയാ ഞാനിതൊക്കെ ചെയ്യേണ്ടേ?''

''ഒരാൾക്കുവേണ്ടിക്കൂടി ചെയ്യണം.''

''അതാർക്ക്?''

''അമൃതയ്ക്കുവേണ്ടിത്തന്നെ. മറ്റുള്ളവർക്കുവേണ്ടി മാത്രമല്ല ഒരാൾ ജീവിക്കേണ്ടത്. അവനവനുവേണ്ടിയും ജീവിക്കണം. പൊതുവേ പുരുഷന്മാർ അതു ചെയ്യാറുണ്ട്. ഭാര്യയും കുട്ടികളും ഒക്കെയുണ്ടെങ്കിലും അവർ അവരുടെ സൗഹൃദങ്ങൾ, സന്തോഷങ്ങൾ, രസങ്ങൾ ഒന്നും ഉപേക്ഷിക്കാറില്ല. എന്നാൽ സ്ത്രീകളോ - ഭർത്താവിനും കുഞ്ഞുങ്ങൾക്കും വേണ്ടിയുള്ള മരണപ്പാച്ചിലാ ഓരോ ഭാര്യയുടെയും ജീവിതം. അതിനിടയിൽ ഒന്നു ശ്വാസംവിടാൻ പോലും അവർക്കു സമയം കിട്ടാറില്ല. പിന്നെയല്ലേ അവർക്കു സൗഹൃദങ്ങളുണ്ടാക്കാനും ഇഷ്ടമുള്ള കാര്യങ്ങൾ ചെയ്യാനും സമയം കിട്ടുന്നെ... അമൃത ഭർത്താവില്ലാത്തതുകൊണ്ടു കുട്ടികൾക്കുവേണ്ടി മാത്രം അമൃതയെ വിട്ടുകൊടുത്തിരിക്ക്വാ. ഇപ്പോ ശ്രേയയുടെ കാര്യംപോലും - അതെന്തായാലും - വലിയ വേദനയായത് എന്റെ ത്യാഗം എന്റെ കുട്ടികൾ കാണുന്നില്ലല്ലോ എന്ന മുറിവുകൊണ്ടാ. അങ്ങനെ എനിക്കു തോന്നുന്നു.''

''ട്രീസാ...''

''അതെ അമൃതാ. പക്ഷേ, നാളെ ഈ കുഞ്ഞുങ്ങൾ അമൃതയ്ക്കു വേണ്ടപ്പോൾ ഒക്കെ, അല്ലെങ്കിൽ അമൃത ആഗ്രഹിക്കുംപോലെ കൂടെ നിൽക്കുമെന്നു കരുതുന്നുണ്ടോ?''

''ഞാനതൊന്നും ആലോചിച്ചിട്ടില്ല.''

''നിൽക്കാൻ കഴിയില്ല അവർക്ക്. നിൽക്കുകയുമില്ല. അതവരുടെ കുറ്റമല്ല. ജീവിതം അതാണ്. പ്രത്യേകിച്ചും ഇക്കാലത്ത്. കുട്ടികൾ പറക്കമുറ്റിയാൽ അച്ഛനമ്മമാരെ ഉപേക്ഷിക്കും. പറന്നുപോകും. പറന്നു പോകണം. അതാ അതിന്റെ ശരിയും. അപ്പോ അമൃതയുടെ കേസിൽ അമൃത ആകെ ഒറ്റപ്പെടും. അതിൽ അമൃത തകർന്നുപോവുകയും ചെയ്യും.''

''എന്താ ട്രീസ ഈ പറഞ്ഞുവരുന്നേ?''

''അതായതു മക്കൾക്കുവേണ്ടി ജീവിക്കുന്നതിനൊപ്പം സ്വന്തം സുഖങ്ങൾക്ക്, സ്വപ്നങ്ങൾക്ക്, സന്തോഷങ്ങൾക്ക് അവധി നൽകാതിരിക്കുക.

ഒറ്റയ്ക്ക് ഒരു പാട്ടു കേൾക്കണോ, ഒരു സിനിമയ്ക്കു പോകണോ... പോവുക. അതൊക്കെ ആസ്വദിക്കുക. അതല്ല ജീവിതത്തിൽ ഇനി ഒരു പുരുഷൻ വേണമെന്നു തോന്നുന്നുണ്ടോ... മക്കൾക്കുവേണ്ടി അതു മാറ്റി വയ്ക്കാതിരിക്കുക.

ഒറ്റയായിപ്പോയ ഒരു സ്ത്രീക്കും ജീവിക്കാൻ എല്ലാ അവകാശങ്ങളുണ്ട്. സന്തോഷമായി, സുഖമായി ജീവിക്കാനുള്ള അവകാശം. അവളെയും പ്രപഞ്ചം സൃഷ്ടിച്ചിട്ടുള്ളത്, ലോകത്തിലെ എല്ലാ മനുഷ്യർക്കുമുള്ള വികാരങ്ങളോടും വിചാരങ്ങളോടും കൂടിയാ.''

''ട്രീസാ... ഞാൻ ഇങ്ങനെ ഒന്നും ചിന്തിച്ചിട്ടില്ല. കാരണം, ഞാൻ കുട്ടികൾക്കുവേണ്ടി ചെയ്യുന്നതൊക്കെ എന്റെ കടമയോ ബാദ്ധ്യതയോ ആയി കരുതിയല്ല ചെയ്യുന്നത്. സന്തോഷത്തോടെയാ. വല്ലാത്ത സംതൃപ്തിയോടെയാ.''

നിലവിളി പോലുള്ള ആ മറുപടി കേട്ട് ട്രീസയ്ക്ക് ഒന്നും പറയാനായില്ല.

''പിന്നെ... ഒരു കൂട്ട്, വേണമെന്ന് ഇതുവരെ തോന്നിയിട്ടില്ല. നാളെ തോന്നുമോ എന്നറിയില്ല. അങ്ങനെ ഉണ്ടായാൽ അതപ്പോഴല്ലേ.'' അമൃത പറഞ്ഞുനിർത്തി.

''മതി. അങ്ങനെ ഉണ്ടാവുമ്പോഴെങ്കിലും അമൃത എന്നോടു തുറന്നു പറയണം.''

''എന്തേ?''

''അമൃതയെ ഇഷ്ടപ്പെടുന്ന ഒരാളെ എനിക്കറിയാം.'' അമൃത ഉടൻ ചാടി എഴുന്നേറ്റു. അതാരെന്നറിയണ്ട. ആ വഴിക്കു വർത്തമാനമോ

ചിന്തയോ വേണ്ടാ. അതൊന്നുമല്ല ഈ നിമിഷം തന്റെ പ്രശ്നം... അതൊന്നുമല്ല തന്നെ അലട്ടുന്നത്...

''എന്നെ വിളിച്ചുവരുത്തിയിട്ട് ചായക്കാശ് കൊടുക്കാതെ ഓടുവാണോ...'' എന്ന് ട്രീസ പിറകിൽനിന്നു വിളിച്ചു ചോദിച്ചു.

''ഞാൻ ഞാൻ മണിയോർഡർ അയച്ചേക്കാം'' എന്ന് അമൃത ഉച്ചത്തിൽ തിരിച്ചു വിളിച്ചുപറഞ്ഞു.

''ഇതിനു ഞാൻ വെച്ചിട്ടുണ്ട്.'' ട്രീസ അപ്പോൾ തിരിച്ചടിച്ചു.

അതിനുശേഷം മാർജിൻഫ്രീ മാർക്കറ്റിലേക്കു പോകാൻ അമൃതയ്ക്കു തോന്നിയില്ല. നേരവും വൈകിയിരുന്നു. ലയയെ ബാഡ്മിന്റൻ കോർട്ടിൽ ചെന്നു പിക്ക് ചെയ്ത് വീട്ടിലേക്കു മടങ്ങാം. അവിടേക്കുള്ള യാത്രയ്ക്കിടയിൽ ട്രീസയുടെ വാക്കുകൾ പിന്നെയും തികട്ടി വന്നു. തനിക്കു സ്വയം ജീവിക്കണമെന്നും കൂട്ടുവേണമെന്നും തോന്നുന്നുണ്ടോ? ഏയ്, ഇതുവരെയില്ല. ശ്രേയയും ലയയും അവരുടെ ജീവിതവും തന്റെ ഉത്തരവാദിത്തമല്ല, തന്റെ ആത്മാവിന്റെ ഭാഗമായ സന്തോഷമാണ്. തൽക്കാലം താൻ അതേക്കുറിച്ച് ഓർത്താൽ മതി. അല്ലാതെ വെറുതെ എന്തിന്? പിന്നെ മക്കൾ, അതിരുവിട്ട്, സ്വീകാര്യമല്ലാത്ത വഴികളിലൂടെയാണു യാത്ര എന്നുറപ്പായാൽ അതു നോക്കി നിൽക്കാനും തനിക്കാവില്ല. അങ്ങനെ ഒരു ദുർബലയായ അമ്മയല്ല താൻ.

അങ്ങനെ ഓർത്തു വണ്ടി ഓടിക്കെ അമൃതയുടെ മൊബൈൽ ഫോൺ ചിലച്ചു. ഫോൺ എടുത്തു നോക്കിയപ്പോൾ പ്രൈവറ്റ് നമ്പർ. ഇത്തവണ ആ കോൾ അറ്റൻഡ് ചെയ്യാൻ അമൃത അധികമൊന്നും ആലോചിച്ചില്ല. അവൾ ഫോണെടുത്ത പാടേ മറുവശത്തുനിന്നു ചോദ്യം വന്നു:

''വിഷമമായോ അമൃതയ്ക്ക്?''

അമൃത ഉത്തരം പറഞ്ഞില്ല.

''ആയെന്നറിയാം. അമൃത കോളേജിൽ പോയല്ലോ. വിവരങ്ങൾ അറിഞ്ഞല്ലോ. താൻ വിചാരിക്കുന്നതുപോലല്ല മകൾ എന്നറിയുമ്പോ ഏതമ്മയും വിഷമിക്കും.''

''എന്താണു നിങ്ങളുടെ ഉദ്ദേശ്യം. എന്തിനാണു നിങ്ങളീ വിവരങ്ങൾ എന്നെ അറിയിക്കുന്നത്. ഇനി നിങ്ങൾ എന്നെ ഫോളോ ചെയ്യുന്നുണ്ടോ?'' ശാന്തമായ സ്വരത്തിൽ അമൃത ചോദിച്ചു.

''ഞാൻ ആരുമാകട്ടെ. അമൃത ഒരു കാര്യം ശ്രദ്ധിച്ചു കേൾക്കൂ. രണ്ടു മൂന്നു ദിവസത്തിനുശേഷം ശ്രേയ ഒരു എക്സ്കർഷനു പോകാൻ അനുവാദം ചോദിക്കും. ഒരു കാരണവശാലും അനുവദിക്കരുത്.''

''അതെങ്ങനെ നിങ്ങൾക്കറിയാം. ഇനി ഞാൻ അനുവദിച്ചാലെന്താ?'' അമൃത ചോദിച്ചു. അതിനു പ്രതികരണമുണ്ടായില്ല. ഫോൺ കട്ട് ചെയ്തു കഴിഞ്ഞിരുന്നു.

എന്തു ചെയ്യണമെന്നറിയാതെ അമൃത ശ്വാസം മുട്ടി. ആ കോൾ വേണമെങ്കിൽ എടുക്കാതിരിക്കാമായിരുന്നു. പക്ഷേ, അയാൾ തരുന്ന വിവരങ്ങൾ പലതും തന്റെ കണ്ണു തുറപ്പിക്കുന്നതാണ്. അതാണ് എടുത്തു പോയത്. ഇനി അയാൾ തന്നെ വഴി തെറ്റിക്കാൻ ശ്രമിക്കുന്നതാകുമോ. ഇതെല്ലാം അതിന്റെ തുടക്കമാവുമോ - അമൃത നിന്നു വിയർത്തു.

തൊട്ടടുത്ത നിമിഷം അമൃത കണ്ടു, താൻ വണ്ടി നിർത്തിയ റോഡിനപ്പുറം ഒരു കാർ. ആ കാറിലിരുന്ന് ഒരു യുവാവ് ഫോൺ കട്ട് ചെയ്യുന്നു. അയാൾ തന്നെ പാളി നോക്കുന്നുമുണ്ട്. അമൃതയ്ക്കു സംശയം തോന്നി. ഇയാളാണോ പ്രൈവറ്റ് നമ്പർ. ചെറുപ്പക്കാരൻ ഒന്നുകൂടി അമൃതയെ നോക്കി. അയാൾ ഒന്നു പരുങ്ങുന്നുണ്ടോ? പിന്നെ അമൃത അമാന്തിച്ചില്ല. വണ്ടിയിൽ നിന്നിറങ്ങി ഓടി റോഡ് ക്രോസ് ചെയ്ത് കാറിന്റെ മുൻവാതിൽ വലിച്ചു തുറന്ന് ആക്രോശിച്ചു:

''താൻ... താനാണോ ഇപ്പോ എന്നെ വിളിച്ചത്?''

''എന്താ?'' പകപ്പോടെ ആ ചെറുപ്പക്കാരൻ ആരാഞ്ഞു.

''താനാണോ എന്നെ സ്ഥിരമായി വിളിക്കുന്ന പ്രൈവറ്റ് നമ്പരെന്ന്...''

''എനിക്കു മനസ്സിലായില്ല.''

''വെറുതെ പൊട്ടൻ കളിക്കാതെ - ഞാൻ നോക്കട്ടെ. ആ ഫോൺ ഇങ്ങു തരൂ.''

അയാൾ അനുവദിക്കും മുൻപ് അമൃത അയാളുടെ ഫോൺ പിടിച്ചു വാങ്ങി കോൾലിസ്റ്റ് പരിശോധിച്ചു. ലാസ്റ്റ് കോൾ ഒരു ഷീലാ ലൂക്കോസിനാണ്. കൂടുതൽ കോളുകളും അവർക്കു തന്നെയാണു പോയിരിക്കുന്നത്. തന്റെ നമ്പർ പട്ടികയിലേ ഇല്ല.

അമൃത അങ്കലാപ്പിലായി. അതോടെ അവളുടെ കൈയിൽനിന്നു ഫോൺ തിരിച്ചുവാങ്ങിക്കൊണ്ടു യുവാവു പറഞ്ഞു:

''പെങ്ങളേ, ഫോണിൽ പരതാൻ ഞാൻ അനുവദിച്ചത് ഞാൻ നിങ്ങളെ വിളിച്ചിട്ടില്ലാത്തതുകൊണ്ടു തന്നെയാ. എന്റെ പേര് ലൂക്കോസ്ന്നാ... വൈഫാ ഷീല. അവൾക്കെപ്പോഴും സംശയാണേ... അതുകൊണ്ട് ഇടയ്ക്കിടെ അങ്ങോട്ട് കേറി ഞാൻ ഇന്നയിടത്താന്നു പറയണം. അല്ലേ അവളു കേറി ഇങ്ങോട്ടു വിളിച്ച് എവിടാ ലൂക്കാച്ചാ നിങ്ങളിപ്പോ... എന്നു ബഹളം വയ്ക്കും. ഞാനെന്റെ ഭാര്യയായതുകൊണ്ടു പൊക്കി പറയുകയൊന്നുമല്ല ട്ടോ. ഭയങ്കര ഒച്ചയാ അവൾടെ. ഫോണിന്റെ ഒരു രണ്ടു രണ്ടര കിലോമീറ്റർ ചുറ്റളവിൽവരെ അവളെന്നെ തെറി പറയുന്നതു കേൾക്കാം.''

''സോറി, ഒരാള് എന്നെ ഇടയ്ക്കിടെ വിളിച്ചു ശല്യപ്പെടുത്തുന്നുണ്ട്. അതുകൊണ്ടാ ഞാൻ...''

''സാരമില്ല. ഞാനാ ആ ശല്യം എന്ന സംശയം തീർന്നല്ലോ. ഏതായാലും ഞാൻ പൊലീസ് സ്റ്റേഷനിൽ കേറാതെ രക്ഷപ്പെട്ടല്ലോ. പെരുത്ത് നന്ദി പെങ്ങളേ... അല്ലേ അതിനു വീട്ടീ ചെന്നാ ഉടൻ ഷീലേടെ അടുത്തു നിന്നു കേൾക്കേണ്ടി വരുമായിരുന്നു.''

ആ നിമിഷം അയാളുടെ ഫോൺ റിങ് ചെയ്തു. അയാൾ ഫോണെടുത്തു. ഹലോന്നു പറയും മുൻപേ 'എവിടാ ലൂക്കാച്ചാ നിങ്ങളിപ്പോ...' എന്ന ബഹളം കേട്ടു.

അതോടെ ആ ചെറുപ്പക്കാരൻ കാർ വിട്ടു.

അമൃതയ്ക്കു ചിരിയാണു വന്നത്. ആ ഷീല ഒരു സംഭവം തന്നെ. ആണുങ്ങളെ ഇങ്ങനെ വിരട്ടി നിർത്താൻ പറ്റോ. എന്നെങ്കിലും കാണുവാണേ ഒരു ഷെയ്ക്ക് ഹാൻഡ് കൊടുക്കണം. മിടുക്കി എന്നു കാതിൽ പറയണം. അമൃത റോഡ് ക്രോസ് ചെയ്തു തിരികെ തന്റെ കൈനറ്റിക് ഹോണ്ടയുടെ നേർക്കു നീങ്ങാൻ തുടങ്ങി. പക്ഷേ, റോഡ് നിറയെ വാഹനങ്ങൾ അങ്ങോട്ടുമിങ്ങോട്ടും ചീറിപ്പായുന്നു. മെയിൻ റോഡിൽ വല്ല ബ്ലോക്കും ഉണ്ടായിക്കാണും. അതാവാം ഈ കുഞ്ഞുറോഡിൽ പൊടുന്നനെ വണ്ടികളുടെ പ്രളയമുണ്ടായത്. ആ വേള സാന്ദ്രമായ സ്വരത്തിൽ തന്നെ ആരോ 'അമൃതാ' എന്നു വിളിക്കുന്നതുപോലെ തോന്നി. അതു തോന്നലാവും ഈ ബഹളത്തിൽ തന്നെ ആരു വിളിക്കാനാണ്.

''അമൃതാ, ദാ ഇവിടെ നോക്കൂ... ഇവിടെ.''

വീണ്ടും ശബ്ദം. അമൃത ചുറ്റും നോക്കി. റോഡിനപ്പുറത്ത് ഒരു പഴയ മാരുതി കാർ പാർക്ക് ചെയ്തിട്ടുണ്ട്. പെയിന്റിളകിയ, ജാംബവാന്റെ കാലത്തെ പൊട്ടിപ്പൊളിഞ്ഞ ഒരു കാർ. തൂക്കിവിറ്റാൽ ഒരു പത്തുരണ്ടായിരം രൂപ കിട്ടുമായിരിക്കും. അതിൽനിന്ന് വളരെ പ്രായം കുറഞ്ഞ ഒരു യുവാവ് പുറത്തേക്കു തലയിട്ട് തന്റെ നേർക്കു നോക്കുന്നുണ്ട്. ഇവനാണോ തന്നെ വിളിച്ചത്! ഏയ് തന്റെ പകുതിയിൽ ഇത്തിരികൂടി പ്രായമേ ഉണ്ടാവൂ ഈ ചെക്കന്. കണ്ടിട്ടു മര്യാദക്കാരനാണ്. അമൃത എന്നൊക്കെ മുതിർന്ന ഒരാളെ പേരു വിളിക്കാനുള്ള തെമ്മാടിത്തരമൊന്നും ഈ ചെറുക്കന്റെ മുഖത്ത് എഴുതിവച്ചിട്ടില്ല. മാത്രമല്ല, തന്റെ പേര് അവനെങ്ങനെ അറിയാം. അറിയാനിടയില്ല.

ആ നിമിഷം, ആ യുവാവ് ചോദിച്ചു:

''വെറുതെ ആ കാറിലിരുന്ന ആൾടെ മൊബൈൽ പിടിച്ചു വാങ്ങി ചൂടായി അല്ലേ? എന്തൊരു ചൂടായിരുന്നു. അയാളു ഭസ്മമായിപ്പോകും എന്നു ഞാൻ പേടിച്ചു.''

''അതു ചോദിക്കാൻ ഇയാളാരാ?''

റോഡിനപ്പുറത്തുനിന്ന് അമൃത ആക്രോശിച്ചു. അപ്പോൾ ഇവനാണു തന്നെ പേരു വിളിച്ചത്. റോഡ് ക്രോസ് ചെയ്തിട്ട് ബാക്കികൂടി കൊടുത്തു കളയാം. എവിടെ - വണ്ടികൾ പ്രളയം പോലെ ഒഴുകുകയാണ്.

''ഞാനാരാന്നു ചോദിച്ചതുകൊണ്ടു പറയാം.'' കാറിൽനിന്ന് അവൻ തിരിച്ച് ഒച്ചവച്ചു. പിന്നെ ഒരു സ്വകാര്യം പറയുംപോലെ തുടർന്നു:

''അപ്പോ ശ്രേയയെ ഒരു കാരണവശാലും എക്സ്കേർഷനു വിടരുത്, കേട്ടോ.''

അടുത്ത നിമിഷം അവൻ കാറോടിച്ച് ഒറ്റപ്പോക്ക്. അമൃത സ്തബ്ധയായി. അപ്പോൾ ഇത്തിരിയില്ലാത്ത പത്തിരുപത്തിനാലു വയസ്സു മാത്രം പ്രായമുള്ള ഈ ചെക്കനാണു പത്തുനാൽപത്തിനാലു വയസ്സുള്ള തന്നെ ഇടയ്ക്കിടെ വിളിച്ചു വട്ടം കറക്കുന്ന പ്രൈവറ്റ് നമ്പർ.

''നിൽക്ക്...''

അലർച്ചയോടെ അമൃത ആ കാറിനുപിറകേ ഓടി. പാട്ടവണ്ടിയാണെങ്കിലും അതു തിരക്കിലേക്ക് ഊളിയിട്ടു പോയി. അമൃത എന്നിട്ടും ഓടി. അങ്ങനെ വിട്ടുകൊടുക്കരുതല്ലോ?

വണ്ടി നിർത്തിയില്ലെങ്കിലും അതിൽനിന്നു ചിരിയോടെ ആ ചെറുപ്പക്കാരൻ തിരിഞ്ഞുനോക്കി. തളർന്ന്, തന്നെത്തന്നെ നോക്കിനിൽക്കുന്ന അമൃതയെ അവൻ കണ്ടു. ആ പയ്യനു ചിരി വരാതിരുന്നില്ല. തന്റെ ഹൃദയത്തിന്റെ സകല ജാലകങ്ങളും തുറന്ന് അവൻ - എബി - ചിരിച്ചു.

സ്ത്രീയേ - നിന്നെ എനിക്ക് എന്തുകൊണ്ടോ ഇഷ്ടമാകുന്നല്ലോ എന്നാണോ ആ ചിരിയുടെ അർത്ഥം?

പന്ത്രണ്ട്

അന്നു ഷട്ടിൽ കോർട്ടിലും ഒരു സംഭവം നടന്നു.

പതിവുപോലെ ഇന്ദുവിനെതിരെ കളിക്കുകയായിരുന്നു ലയ. ആദ്യം ലയ തന്നെ മുന്നേറി. വ്യക്തമായ ലീഡെടുത്തു. പിന്നെ ഇന്ദു നെറ്റിനടുത്തേക്കു വന്ന് ലയയോട് എന്തോ പറഞ്ഞു. മുൻപ് എപ്പോഴും സംഭവിച്ചിട്ടുള്ളതുപോലെ തന്നെ ലയയുടെ മുഖം അതോടെ വാടി. പിന്നെ അവൾ തൊട്ടതെല്ലാം പിഴച്ചു. മെല്ലെ മെല്ലെ ലയയുടെ ലീഡ് മറികടന്ന് ഇന്ദു കളി ജയിച്ചു. അവളെ പരിഹാസപൂർവ്വം നോക്കി കടന്നുപോവുകയും ചെയ്തു. ലയ കയ്യിലെ റാക്കറ്റ് തറയിലേക്കെറിഞ്ഞു.

ഈ നിമിഷമാണ് അത് ഉണ്ടായത്.

ലയ തളർന്നു ഗാലറിയുടെ നേർക്കു നടക്കേ, അന്നത്തെപ്പോലെ അവളുടെ നേർക്ക് ഒരു കടലാസ് വിമാനം പറന്നു വന്നു.

ലയ ഇപ്പോൾ ഒട്ടും മടിച്ചില്ല. ആ വിമാനം താഴെ വീഴും മുൻപു പിടിച്ചെടുത്തു. അതിൽ തനിക്കുള്ള ഒരു സന്ദേശം ഉണ്ടാകുമെന്നു ന്യായമായും ലയ പ്രതീക്ഷിച്ചു. ആ പ്രതീക്ഷ തെറ്റിയില്ല. അതിൽ ഇങ്ങനെ എഴുതിയിരുന്നു: ''ലയയ്ക്കു ജയിക്കാൻ അല്പം പോലം ആഗ്രഹമില്ല, അല്ലേ?''

ലയയുടെ കണ്ണൊഴുകി. തനിക്ക് ആഗ്രഹമില്ലാഞ്ഞിട്ടാണോ - ജയിക്കാൻ മാത്രമാണ് തന്റെ മോഹം. താൻ തോൽക്കുന്നത് അതുകൊണ്ടൊന്നുമല്ല. അതാരും അറിയുന്നില്ല, കാണുന്നില്ല. ആരാണ് ഈ വിമാനം അയച്ചത്. അവൾ ചുറ്റും പരതി നോക്കി. ഗാലറിയിൽ പ്രാക്ടീസ് ചെയ്യുന്ന കുട്ടികളും അവരുടെ രക്ഷിതാക്കളുമേ ഉള്ളൂ. അവരിതു ചെയ്യില്ലല്ലോ? മുൻപേ ലയയ്ക്കു സംശയം തോന്നിയതാണ്. തന്നെ ആരോ പിന്തുടരുന്നുണ്ടെന്ന്. അതു ചേച്ചിയോടു പറഞ്ഞപ്പോൾ അമ്മയ്ക്കും നിനക്കും എന്താ ഇങ്ങനെ ചില വിചിത്ര ഭാവനകൾ എന്ന മട്ടിൽ ചേച്ചി അത് അവഗണിച്ചു കളഞ്ഞു. അമ്മയോട് എല്ലാം പറയണമെന്നുണ്ട്. അതിനു തുനിഞ്ഞതുമാണ്. പക്ഷേ അമ്മ ഒന്നും കേൾക്കുന്നില്ല. ഒരാളോടു സംസാരിക്കാൻ ആർക്കും പറ്റും. കേൾക്കാനാണ് പ്രയാസം. അങ്ങനെ കേൾക്കാൻ കാതു തന്നില്ലെങ്കിൽ പിന്നെ മറ്റേയാളുടെ

സാന്നിദ്ധ്യം ഒരാശ്വാസമേ അല്ല. അമ്മ ഈയിടെ തനിക്ക് ആശ്വാസ മാകുന്നേയില്ല.

ലയ അങ്ങനെ വിചാരിച്ചിരിക്കെയാണ് അമൃത കൈനറ്റിക് ഹോണ്ട യിൽ അവളെ പിക് ചെയ്യാനെത്തിയത്. അജ്ഞാതനായ പ്രൈവറ്റ് നമ്പർ തന്നെ കബളിപ്പിച്ചിടത്തു നിന്നാണ് അമൃത കടന്നുവന്നത്. അതു കൊണ്ട് അമൃത ആകെ അസ്വസ്ഥയായിരുന്നു. അതാവാം ലയ ഇപ്പോൾ മൂടിക്കെട്ടി നിൽക്കുന്നത് അവൾ കാണാതെ പോയത്.

തന്റെ മുന്നിൽനിന്ന് അതിവേഗം കാറോടിച്ചു പോയ ആ പയ്യൻസിന്റെ മുഖം അമൃത വീണ്ടും വീണ്ടും ഓർത്തെടുക്കാൻ ശ്രമിച്ചു. സുന്ദരനാണ് അവൻ. കുസൃതിയുമുണ്ട്. കണ്ണിൽ വല്ലാത്ത ഒരുതരം ആകർഷകത്വം. അതു പറയാതിരിക്കുക വയ്യ. പക്ഷേ, പ്രായം കുറഞ്ഞ ചെറുപ്പക്കാർ മിസ്ഡ് കോൾ വഴി മുതിർന്ന വീട്ടമ്മമാരുടെ ജീവിതത്തിലേക്കു കടന്നു കയറുന്നതും പിന്നീടവരെ ചൂഷണം ചെയ്യുന്നതുമായ എത്രയോ കഥ കൾ ചുറ്റും പറന്നു നടക്കുന്നുണ്ട്. ഇയാളും അങ്ങനെ ഒരാളാവാം. മാന്യമല്ലാത്ത ഒരു വാക്കുപോലും ഇന്നുവരെ അവൻ പറഞ്ഞിട്ടില്ല. ചില വിവരങ്ങൾ, ആശങ്കയുണ്ടാക്കുന്ന ചില വിവരങ്ങൾ മുന്നിലേ ക്കെറിഞ്ഞു തരുന്നു. അത്രമാത്രം. പക്ഷേ, നല്ല മനുഷ്യരെപ്പോലെതന്നെ ചീത്ത മനുഷ്യരും ആദ്യം ഏറ്റവും നന്നായാണ് പെരുമാറുക. പിന്നെയാവും അവരുടെ ദംഷ്ട്രകൾ പുറത്തുവരിക. ഇര അപ്പോൾ അവരുടെ വല യത്തിൽ ഏതാണ്ട് വിധേയ ആയിത്തീർന്നിട്ടുണ്ടാവും. പിന്നെ രക്ഷ പ്പെടുക അസാധ്യം.

ഇങ്ങനെ ഭയന്നുകൊണ്ടു വണ്ടി ഓടിക്കുന്ന അമ്മയുടെ പിന്നിലി രുന്നു വീട്ടിലേക്കു പോകുമ്പോൾ ലയ ആ കടലാസ് വിമാനത്തിലെ വാക്കുകൾ ഉരുവിടുകയായിരുന്നു -

‘‘ലയയ്ക്കു ജയിക്കാൻ അല്പം പോലും ആഗ്രഹമില്ല അല്ലേ?’’

ആ കുറ്റപ്പെടുത്തലിൽ ലയ പിന്നെയും വിവശയായി. അത് അമൃത അറിഞ്ഞില്ല. സത്യത്തിൽ അവർ പരസ്പരം കാണാത്ത രണ്ടു ദ്വീപു കളായി മാറിക്കൊണ്ടിരിക്കുകയാണ്.

അന്ന് ആറു മണിയോടെ അവർ വീട്ടിലെത്തിയപ്പോഴും ശ്രേയ തിരിച്ചെത്തിയിരുന്നില്ല. അമൃത വസ്ത്രം മാറി കുളിച്ച് അത്താഴത്തി നൊരുക്കം തുടങ്ങി. പക്ഷേ, ഉപ്പും മുളകും എരിവും എല്ലാം പാകം തെറ്റിയാണ് ഇടുന്നതെന്ന് അവളറിഞ്ഞു. താൻ ശ്രേയ തിരിച്ചെത്തുന്ന നിമിഷം കാത്തിരിക്കുകയാണ്, അവളെ ചോദ്യം ചെയ്യാൻ. അതിനിട യിൽ എല്ലാം കൈവിട്ടു പോവുകയാണ്. ഒരുപക്ഷേ, ശ്രേയയുടെ കൂട്ടുകാർ ഇതിനകം അവളെ വിളിച്ചു പറഞ്ഞു കാണും - താൻ കോളേ ജിൽ ചെന്ന കാര്യം. അങ്ങനാണേ അങ്ങോട്ടു ചോദിക്കേണ്ടി വരില്ല. അവൾ തന്നെ സ്വയം ന്യായീകരിച്ചു കൊണ്ടു തുടങ്ങുമായിരിക്കും. താനപ്പോൾ ശാന്തയായി അതു കേൾക്കുകയില്ല. അതല്ല, അതല്ല ഇപ്പോൾ

തന്റെ കടമ. മക്കളെ ശകാരിക്കുകയും ശാസിക്കുകയും ചെയ്യുന്നതു മഹാവേദനയാണ്. പക്ഷേ, ഒരമ്മയുടെ ജീവിതം. അത്തരം വേദനകൾ സഹിക്കാനുള്ളതു കൂടിയാണ്. പൊടുന്നനെ കോളിങ് ബെല്ലിന്റെ ശബ്ദം അവിടെ വീണു ചിതറി. ലയ പഠനമുറിയിൽ നിന്ന് എഴുന്നേൽക്കും മുൻപ് അമൃത വിളിച്ചു പറഞ്ഞു: ''ഞാൻ കതകു തുറന്നോളാം മോളേ.''

അമൃത പിന്നെ നേരെ വീടിന്റെ മുൻവാതിലിനു നേർക്കു ചെന്നു - ശ്രേയ ഇതാ തന്റെ മറ്റൊരു മുഖം കാണാൻ പോവുകയാണ്.

എന്നാൽ അമൃത കതകു തുറന്നപ്പോൾ കണ്ടതു രാമഭദ്രനെയാണ്. ഇയാളെന്താ ഈ നേരത്ത് - അമൃത സംശയിച്ചു. അമൃതയുടെ അനുവാദത്തിനൊന്നും കാത്തുനിൽക്കാതെ രാമഭദ്രൻ അകത്തേക്കു പ്രവേശിച്ചു.

''നൈസ് ഇന്റീരിയർ ഡിസൈൻ.'' ചുറ്റും നോക്കിക്കൊണ്ടു രാമഭദ്രൻ പറഞ്ഞു. അമൃതയ്ക്കു തിരിച്ചൊന്നും പറയാൻ തോന്നിയില്ല. എന്നാൽ ആ തണുത്ത മട്ടൊന്നും രാമഭദ്രൻ ശ്രദ്ധിക്കുന്നേയില്ല. അയാൾ ഒച്ച വെച്ചു.

''ഞാനിന്ന് അമൃതയുടെ മാർജിൻ ഫ്രീ മാർക്കറ്റിൽ വന്നിരുന്നു അമൃതാ.''

''എന്നിട്ടു ഞാൻ രാമഭദ്രനെ കണ്ടില്ലല്ലോ?''

''ഞാൻ ദൂരെ നിന്ന് അമൃതയെ നിരീക്ഷിക്കുകയായിരുന്നു.''

''ദൈവമേ, ഈ ആണുങ്ങളെല്ലാം സിസിടിവികളാണോ?'' അമൃത അങ്ങനെ മന്ത്രിച്ചത് മനസ്സിലാണെന്നു മാത്രം.

''ഏയ്. എന്തായിരുന്നു അമൃതയുടെ ഒരു കോലം. അരീടേം മുളകുപൊടീടേം ഇടയ്ക്ക് ആകെ അഴുക്കായി...''

''അതെന്റെ ജോലിയല്ലേ രാമഭദ്രാ... ഞാനത് ആസ്വദിക്കുകയും ചെയ്യുന്നുണ്ട്.''

''പക്ഷേ, ഇത്ര സുന്ദരിയായ അമൃതയുടെ ജീവിതം ഇങ്ങനെ അരിപ്പൊടിയിലും മുളകുപൊടിയിലും മുങ്ങിപ്പോകാനുള്ളതാണോ?''

ഓ, അപ്പോ അതാ കാര്യം. രാമഭദ്രൻ സഹതാപത്തിന്റെ ട്രാക്ക് പിടിച്ചു കയറി വരുന്നതു തന്റെ ശരീരത്തിലേക്കാണ്. മിക്ക ആൺ തെണ്ടികളുടെയും ലൈൻ ഇതാണ്. പക്ഷേ, ഞാനല്ല എന്റെ അമ്മൂമ്മ പോലും ഇതിൽ വീഴില്ല - അമൃത മനസ്സിൽ അടിവരയിട്ടു.

''ഇപ്പോ തന്നെ ആ പൊടിയൊക്കെ അടിച്ച് അമൃത ഇത്തിരി വാടി.''

''എന്തായാലും ആ വാട്ടം മാറ്റാൻ രാമഭദ്രൻ എന്റെ ചുവട്ടിൽ വെള്ളം ഒഴിക്കണ്ട.''

അമൃത തിരിച്ചടിച്ചു. അതൊരു അടിയാണെന്നു പോലും അറിയാനുള്ള വിവേകമില്ലാതിരുന്ന രാമഭദ്രൻ തുടർന്നു: ''എന്റെ അമൃതേ,

സ്വന്തം ശരീരം ശ്രദ്ധിച്ചില്ലേ പിന്നെ സ്ത്രീകൾ ജീവിച്ചിരിക്കുന്നതിൽ എന്താ കാര്യം?''

അമൃത അറിയാതെ പല്ലിറുമ്മി.

''ങാ, അതൊക്കെ പോട്ടെ. ഞാൻ പറയാൻ വന്നത് അതൊന്നുമല്ല.''

''അതുവേഗം പറഞ്ഞാ എനിക്ക് അടുക്കളപ്പണി പൂർത്തിയാക്കാമായിരുന്നു.''

''പറയാം. ഞാൻ ഗൾഫീന്ന് അത്യാവശ്യം കാശൊക്കെ ഉണ്ടാക്കീട്ടാ മുങ്ങിയിരിക്കുന്നത്... അല്ല... പോന്നിരിക്കുന്നേ...''

അമൃത സത്യം കൃത്യമായി ഊഹിച്ച് ഉള്ളിൽ ചിരിച്ചു.

''അതായത് ഒരു പത്തു പന്ത്രണ്ട് സിആർ ഇപ്പോ കയ്യിലുണ്ട്. സിആർ എന്നു പറഞ്ഞാ ക്രോർസ്. കോടികൾ.''

''കേട്ടിട്ടുണ്ട്... കേട്ടിട്ടുണ്ട്... ആ വാക്ക്. അപ്പോ രാമഭദ്രൻ സ്വന്തം അറബിയെ പറ്റിച്ചു അല്ലേ...''

''ഒരു സിനിമേ പറഞ്ഞപോലെ - ഏറെക്കുറെ.'' രാമഭദ്രൻ കുലുങ്ങിച്ചിരിച്ചു, അഭിമാനപൂർവം.

അമൃതയ്ക്കു താത്പര്യമുണ്ടേ നമുക്കു മറ്റെന്തെങ്കിലും ബിസിസ് തുടങ്ങാം. പാർട്ണേഴ്സായി ഞാനും അമൃതയും മാത്രം. അപ്പോ നമുക്ക് എപ്പോഴും കാണുകയും ഇടപഴകുകയും ചെയ്യാലോ?''

രാമഭദ്രൻ വീണ്ടും സമൃദ്ധമായ തന്റെ കുടവയർ കുലുക്കി ഉറക്കെ ചിരിച്ചു. അമൃതയ്ക്കു ദേഷ്യം വന്നില്ല. പുച്ഛം മാത്രം ഇരച്ചുകയറി. അതുകൊണ്ട് ശാന്തമായി അവൾ പറഞ്ഞു: ''രാമഭദ്രനോട് ഞാനിത്രേ പറയുന്നുള്ളൂ.''

''എന്തേ?''

''സ്റ്റാൻഡ് വിട്.''

രാമഭദ്രൻ പിന്നെ ആരോ വലിച്ചെറിഞ്ഞു ചളുങ്ങിയ അലുമിനിയ പാത്രം പോലെ പുറത്തേക്കു ഉരുണ്ടു പോയി. അകത്തിരുന്ന് ഇതെല്ലാം കാണുകയായിരുന്ന ലയ ജനാലയിലൂടെ തലയിട്ടു രാമഭദ്രനെ നോക്കി പറഞ്ഞു: ''ഏറ്റില്ല, അല്ലേ അങ്കിളേ...''

'പോടീ' എന്നു പറയാൻ രാമഭദ്രൻ നാവുരുട്ടിയെങ്കിലും പിൻവലിച്ചു. ഈ നരുന്തു പെണ്ണ് അതും അമൃതയോടു ചെന്നു വിളമ്പിയാലോ... പ്രത്യാഘാതം ഭയങ്കരമായിരിക്കും. പിന്നെ അങ്ങനെ പരാജയപ്പെടുന്നവനല്ല ഈ രാമഭദ്രൻ എന്നു രാമഭദ്രനെക്കൊണ്ടു തന്നെ രാമഭദ്രൻ തീരുമാനമെടുപ്പിച്ചിരുന്നു. അതിന്റെ ഭാഗം കൂടിയാണ് ഇപ്പോഴത്തെ സംയമനം.

അമൃത ഈ കോളനിയിൽ താമസിക്കാൻ വന്നതു മുതൽ രാമഭദ്രന് അവളുടെ മേൽ ഒരു കണ്ണുണ്ട്. ഏറെക്കാലം ഗൾഫിലായതു

മൂലമാണ് അമൃത വിധവയാണെന്ന സൗകര്യം ഉപയോഗപ്പെടുത്താനാവാതിരുന്നത്. ഇപ്പോൾ അയാൾ ഉറച്ച മട്ടിലാണ്. എന്തെന്നാൽ അയാൾക്ക് അമൃതയുടെ കത്തുന്ന സൗന്ദര്യം അത്രമേൽ ലഹരിയായിട്ടുണ്ട്. അതുകൊണ്ടു തന്നെ അയാൾക്ക് ഒരിക്കലെങ്കിലും അമൃതയെ തന്റെ കിടക്കയിലെത്തിക്കണം.

ഇതൊന്നും അത്ര ഊഹിക്കാതെ അമൃത അത്താഴപ്പണിയിലേക്കു മടങ്ങവേ അടുത്ത കോളിങ് ബെൽ. ഇതു ശ്രേയ തന്നെ എന്നുറപ്പിച്ച് മുഖത്തു കാർക്കശ്യം വരുത്തി അമൃത കതകു തുറന്നു.

മുന്നിൽ നിരന്നതു സായിയും ദേവനുമാണ്. അമൃതയുടെ പാർട്ണേഴ്സ്.

''നാളെ തന്നാ മതി. നാളെയാണല്ലോ ഡേറ്റ്. പിന്നെ ഏതായാലും ഇതുവഴി പോവുകയല്ലേ, അപ്പോ അമൃതയെ നേരിട്ട് ഏൽപ്പിക്കാംന്നു കരുതി.'' സായി പറഞ്ഞു.

''അമൃതയ്ക്ക് ഒരു ദിവസമെങ്കിൽ ഒരു ദിവസം നേരത്തേ കിട്ടിയാൽ അത്രയും സഹായമാവുമല്ലോന്നും കരുതി.'' ദേവൻ.

''എനിക്കൊന്നും പിടികിട്ടിയില്ല. പക്ഷേ, ആദ്യം ചായ എടുക്കാം. അതിനു ശേഷം മതി വർത്തമാനം.'' അമൃത നല്ല ആതിഥേയയായി.

''ഏയ്, അതൊന്നും വേണ്ട. ഞങ്ങളീ മാസത്തെ ലാഭവിഹിതത്തിന്റെ കാര്യാ പറഞ്ഞത്. അതു തരാനാ ഇങ്ങോട്ടു കയറിയത്.'' ദേവൻ.

''ബിസിനസ് പിന്നെയും താഴേക്കു പോവ്വാ. കഴിഞ്ഞ മാസത്തേക്കാൾ കുറഞ്ഞു. അതുകൊണ്ട് ഇത്തവണ അമൃതയുടെ വിഹിതവും കുറവാ. ഏതായാലും ഇതു വാങ്ങി സൈൻ ചെയ്തേക്ക്.''

പണവും റജിസ്റ്ററും ഒക്കെ നീട്ടി ദേവൻ ആവശ്യപ്പെട്ടു.

അമൃത ഒന്നും പറഞ്ഞില്ല. പണം വാങ്ങി റജിസ്റ്ററിൽ ഒപ്പിട്ടു. കിട്ടുന്ന തുക കുറയുന്നതോർത്ത് അമൃത ഖിന്നയായി. ഇങ്ങനെ പോയാൽ കുട്ടികളുടെ തുടർപഠനത്തിനും വീട്ടുചെലവുകൾക്കുമെല്ലാം താൻ എന്തു ചെയ്യും. അവൾക്കുത്തരം കിട്ടിയതേയില്ല.

ശേഷം യാത്ര പറഞ്ഞു ദേവനും സായിയും അങ്ങു പോയി. അമൃത ഒന്നുകൂടി നിർബന്ധിച്ചിട്ടും അവർ തിരക്കുണ്ടെന്നു പറഞ്ഞ് ധൃതിവച്ചാണു പോയത്. വീട്ടിൽ വന്നവർക്കു ചായ കൊടുക്കാഞ്ഞതിന്റെ വല്ലായ്മ അമൃതയിൽ പടർന്നു.

അതു മെല്ലെ മായ്ച്ചുകളഞ്ഞ് അടുക്കളയിലേക്കോടി, ശ്രേയ എന്തേ ഇനിയും വൈകുന്നതെന്ന് ഓർത്ത് അമൃത സ്റ്റൗ ഓൺ ചെയ്യവേ അവളുടെ ഫോൺ റിങ് ചെയ്തു.

ഫോൺ എടുത്തു നോക്കിയപ്പോൾ കണ്ടു പ്രൈവറ്റ് നമ്പർ എന്ന ആ അക്ഷരങ്ങൾ.

അമൃത തന്നോടു തന്നെ ചോദിച്ചു, എന്താണ് തന്റെ ഉള്ളിലിപ്പോ. ആശങ്കയോ? എന്താണിയാൾ ഇനി പറയാൻ പോകുന്നതെന്ന ഭയമോ. അതോ ആ കോൾ ഇപ്പോൾ അസ്വസ്ഥത സൃഷ്ടിക്കുന്നില്ലെന്നോ. കാരണം ആ പ്രൈവറ്റ് നമ്പർ ഇപ്പോൾ ഒരു അവ്യക്ത ചിത്രമല്ല. അയാളെ താൻ കണ്ടിട്ടുണ്ട്. അതൊരു യുവാവാണ്. അയാളെ കണ്ടിട്ടു പരുക്ക നല്ല, അയാൾ പറയാൻ പോകുന്നതെന്തായാലും തനിക്കു മുൻപത്തെ യത്രയും ദേഷ്യമോ ആശങ്കയോ ഇല്ലെന്നോ. അമൃതയ്ക്കു സ്വയം പിടികിട്ടാത്തതായി. പിന്നെ അവൾ ഫോണെടുത്തു സൗമ്യമായി ഹലോ പറഞ്ഞു.

അതത്ര ശ്രദ്ധിക്കാത്തതുപോലെ അജ്ഞാതൻ ചോദിച്ചു: ''കുഞ്ഞു ങ്ങൾ മാത്രമല്ല ഇദ്ദേഹത്തെ പറ്റിക്കുന്നതെന്ന് ഒരിക്കൽ ഞാൻ പറ ഞ്ഞില്ലേ.''

അമൃത മിണ്ടിയില്ല.

''അങ്ങനെ അമൃതയെ പറ്റിക്കുന്ന ആളുകളാ ദാ ഇപ്പോൾ ആ വീട്ടിൽ നിന്നിറങ്ങിപ്പോയത്.''

''ഒരിക്കൽ പറഞ്ഞതു ഞാൻ ആവർത്തിക്കുന്നു. ഐഡന്റിറ്റി എനി ക്കറിയാത്ത ഒരാളുടെ വാക്കുകൾ കേട്ടു ഞാനാരെയും സംശയിക്കാൻ തയ്യാറല്ല.'' അമൃത ഈ പറഞ്ഞതും സൗമ്യമായാണ്.

''പക്ഷേ, ഞാൻ ശ്രേയയെക്കുറിച്ചു പറഞ്ഞ ചില കാര്യങ്ങളെങ്കിലും സത്യമാണെന്നു ബോദ്ധ്യമായല്ലോ?''

അതിനു മറുപടിയില്ലാത്തതുകൊണ്ട് അമൃത പതറി.

''അതുപോലെ ഇക്കാര്യത്തിലും എന്നെ വിശ്വസിക്കാം. ഈ പോയതു കള്ളന്മാരാണ്. അമൃതയെ പറ്റിക്കുന്ന വിശ്വാസവഞ്ചകർ.''

ശേഷം അമൃതയ്ക്ക് എന്തെങ്കിലും ചോദിക്കാൻ അവസരം നൽ കാതെ അയാൾ ഫോൺ കട്ട് ചെയ്തു.

ആ നിമിഷം അമൃത ഓർത്തു. തന്റെ വീട്ടിൽ നിന്നിറങ്ങിപ്പോയ ദേവനെയും സായിയെയും കുറിച്ചു സംസാരിക്കണമെങ്കിൽ ഇയാൾ ഇവിടെ അടുത്തെവിടെയോ ഉണ്ടാകണം. അയാൾ തന്റെ വീടു നിരീ ക്ഷിച്ചു കൊണ്ടിരിക്കുകയാകും. പിന്നെ അമൃത താമസിച്ചില്ല, കതകു ചാരി, വീടിനു പുറത്തിറങ്ങി. ഉവ്വ്. അടുത്തെവിടെയോ അവൻ പതി യിരിപ്പുണ്ട്. കയ്യോടെ പിടിക്കുക തന്നെ.

പുറത്തു സന്ധ്യ പരന്നു തുടങ്ങിയിരുന്നു. അവിടെ ഒക്കെ പരതി യിട്ടും ആരെയും കണ്ടില്ല അവൾ. പക്ഷേ, ഹൗസിങ് കോളനിയുടെ ഗേറ്റിനു പുറത്ത് ഇരുട്ടിൽ ആ പാട്ട മാരുതി കാർ. അതിൽ ചാരി അവൻ - ആ സുന്ദരനായ പയ്യൻസ്. നല്ല ഉയരമുണ്ട്. ഒരു മൂളിപ്പാട്ടും പാടി അങ്ങു നിൽക്കുകയാണ്. അമൃത ഒരു നിമിഷം അവനെ നോക്കി നിന്നു പോയി.

പൊടുന്നനെ ആ പയ്യൻസ്, എബി വിളിച്ചു പറഞ്ഞു.

''എനിക്കറിയാമായിരുന്നു, ഞാനിവടെ എവടെയെങ്കിലും ഉണ്ടെന്ന് അമൃത ഊഹിക്കുമെന്ന്...'' അതും പറഞ്ഞ് അവൻ കാറിൽ കയറി, സ്റ്റാർട്ട് ചെയ്തു.

''നിൽക്ക്... നിൽക്കാൻ...''

''നോ... ആമീ... നോ...''

ദൈവമേ, തന്റെ ആ പേരു പോലും ഇവനറിയാം. എങ്ങനെ? അമൃത അങ്ങനെ ആലോചിക്കേ കാർ പറന്നകന്നിരുന്നു. പക്ഷേ, അമൃതയ്ക്ക് എതിരെ ശ്രേയ നടന്നുവരുന്നുണ്ടായിരുന്നു.

''അമ്മ എന്തേ ഈ നേരത്തു റോഡിൽ?'' അവൾ ആരാഞ്ഞു.

'ഞാനൊരു പന്തംകൊളുത്തി പ്രകടനം നടത്താൻ ഇറങ്ങിയതാ' എന്നു പറയണമെന്നുണ്ടായിരുന്നു അമൃതയ്ക്ക്. സ്വയം അടക്കി. ''ചുമ്മാ ഒന്നു നടക്കാനിറങ്ങിയതാ'' എന്നു മുരണ്ടു.

ശേഷം അമൃത അങ്ങോട്ടെന്തെങ്കിലും പറയും മുൻപ് അവളുടെ തോളിൽ പിടിച്ചു ശ്രേയ മന്ത്രിച്ചു.

''ആമീ നാളെ എനിക്കൊരു ആവശ്യമുണ്ട്.''

''എന്താ അത്?'' അമൃത പ്രയാസപ്പെട്ടു ദേഷ്യം അടക്കി.

''നാളെ ഞാനും ഞങ്ങളുടെ ക്ലാസ്സിലെ കുറെ ഫ്രണ്ട്സും ഒരിടത്തു പോവ്വാ...''

അപ്പോൾ ഇവൾ താൻ കോളേജിൽ ചെന്നത് അറിഞ്ഞിട്ടില്ല. കൂട്ടുകാർ വിളിച്ചു പറഞ്ഞു കാണില്ല. അതു നന്നായി.

''ഒരു എക്സ്കർഷൻ. ഞാൻ വെളുപ്പിനെ പോകും. രാത്രി വൈകും മുമ്പ് എത്തും. കേട്ടോ...'' ശ്രേയ ചിരിയോടെ പറഞ്ഞു.

അമൃത ആ നിമിഷം തനിക്ക് ആ ചെറുപ്പക്കാരൻ നൽകിയ മുന്നറിയിപ്പ് ഓർത്തു. ഏതാനും ദിവസങ്ങൾക്കുള്ളിൽ ശ്രേയ ഒരു എക്സ്കർഷനു പോകാൻ അനുവാദം ചോദിക്കും. അതു നൽകരുത്.

പക്ഷേ, അമൃത പറഞ്ഞത് ഇങ്ങനെയാണ്. ''പൊയ്ക്കോളൂ. ഞാൻ നിങ്ങളുടെ ഇഷ്ടത്തിന് എന്നെങ്കിലും എതിരു നിന്നിട്ടുണ്ടോ?''

ആ നിമിഷം ശ്രേയ അമ്മയുടെ കവിളിൽ നുള്ളി.

''എനിക്കറിയില്ലേ എന്റെ ആമിയെ.''

ജീവിതത്തിലാദ്യമായി മകളുടെ നുള്ളലിൽ അമൃതയ്ക്കു വേദനിച്ചു. പക്ഷേ, അമൃത മകളുടെ മുൻപിൽ തോൽക്കില്ല എന്ന് ഉറപ്പിച്ചു. ശ്രേയ അതറിയാൻ പോകുന്നേ ഉള്ളൂ.

പതിമ്മൂന്ന്

അന്നു വെളുപ്പിന് മൂന്നു മൂന്നര ആയപ്പോൾ തന്നെ അമൃത എഴുന്നേറ്റു. എഴുന്നേറ്റു എന്നു പറയുന്നത് അത്ര ശരിയാവില്ല. രാത്രി ഉറങ്ങിയിട്ടേ ഇല്ലായിരുന്നു. ശ്രേയയ്ക്കും ലയയ്ക്കും ഇടയിലാണു കിടന്നത്. എന്നാലും താനവരിൽനിന്നു പ്രകാശദൂരം അകലെയാണോ എന്ന് അമൃതയ്ക്കു തോന്നി. അതോ അവരാണോ തന്നിൽനിന്ന് അകലെ? ഇടയ്ക്കൊക്കെ ഫെയ്സ് ബുക്കിൽ വന്ന ഒരു കവിത അമൃതയുടെ മനസ്സിൽ തികട്ടി വന്നു. അത് ഒരു മരത്തെക്കുറിച്ചുള്ള കവിതയായിരുന്നു.

ഇലകളത്രയും പൊഴിയുന്ന കാലത്തു മരം വിചാരിക്കുകയാണ് - താൻ തനിക്കുവേണ്ടി പൂത്തില്ലല്ലോ. ആടിയില്ലല്ലോ? താനെല്ലാം ചെയ്തത് തന്റെമേൽ പാർക്കുന്ന കിളികൾക്കു വേണ്ടിയായിരുന്നു. പക്ഷേ, ഒടുവിൽ ഫലമത്രയും ആസ്വദിച്ചു കിളികൾ പറന്നു പോവുന്നു. മരം അലറി വരുന്ന മഴയിൽ, കാറ്റിൽ തനിച്ചാവുന്നു - അതാണു കവിതയുടെ ആശയം.

താനാവാം ആ മരം. ശ്രേയയും ലയയും ആവാം കിളികൾ എന്നിങ്ങനെ അമൃത ഭയന്നു. കുറച്ചു കഴിഞ്ഞ് അമൃത ആ കവിയെ തെറി വിളിച്ചു: 'മനുഷ്യനെ ടെൻഷനടിപ്പിക്കാൻ ഓരോ തോന്ന്യാസം എഴുതിവച്ചിരിക്കുന്നു. കയ്യീ കിട്ടിയാ തട്ടണം അവനെ.'

ഒരുത്തനെ അവൻ കേൾക്കാതെ തെറി വിളിച്ചപ്പോൾ അമൃതയ്ക്ക് ഇത്തിരി സമാധാനം തോന്നി. ഇതുകൊണ്ടാവും ആണുങ്ങൾ ഇടയ്ക്കിടെ നല്ല മുട്ടൻ തെറി വിളിക്കുന്നത്. ചുമ്മാ ഒരു മനസ്സുഖം.

അങ്ങനെ ഓർത്ത് അമൃത ചിരിച്ചു. പിന്നെ തീരുമാനിച്ചു. ഈ ചിരിയോടെ മാത്രമേ ഞാനിന്നു ശ്രേയയെ നേരിടൂ. അവളും ലയയും തന്റെ കുഞ്ഞുങ്ങളാണ്. തന്റെയും രതീഷിന്റെയും ചോര. ആ പൊട്ടക്കവി പറഞ്ഞ പോലെ കിളികളൊന്നുമല്ല. ഇനി അവർ സ്വന്തം ഇഷ്ടത്തിന് എങ്ങോ പറന്നു പോയാലും അവരുടെ സുരക്ഷിതത്വം ഉറപ്പാക്കേണ്ടതു തന്റെ കടമയാണ്. പ്രത്യേകിച്ച് അവർക്കച്ഛനില്ലാത്ത സാഹചര്യത്തിൽ. അതുകൊണ്ടു സമചിത്തതയോടെ, ചിരിയോടെ

മാത്രം താനവരെ അഭിമുഖീകരിക്കും. താനവരെ സംശയിക്കുന്നേ ഇല്ലെന്നു തോന്നാനും അതു നല്ലതാണ്. പക്ഷേ കൃത്യസമയത്തു താൻ പിടിമുറുക്കും. ഞാനാരാ മോൾ.

അമൃത ബ്രേക്ഫാസ്റ്റുണ്ടാക്കി കഴിഞ്ഞിട്ടും ശ്രേയയും ലയയും എഴുന്നേറ്റിരുന്നില്ല. പിന്നെ താമസിച്ചില്ല രണ്ടിന്റെയും മുഖത്തു വെള്ളം കുടഞ്ഞു.

''അമ്മേ ഇതെന്താ ഈ കാണിക്കുന്നത്?'' ലയ ചീറി.

''ഞാനൊരു സ്വപ്നം കാണുകയായിരുന്നു.'' ശ്രേയ.

''കൂടുതൽ ബഹളം വച്ചാ രണ്ടിന്റെയും തലയിൽ ഞാൻ ഓരോ ബക്കറ്റ് വെള്ളം കമിഴ്ത്തും. അല്ലേ വേഗം എഴുന്നേൽക്ക്. റെഡി യാവ്.''

അമൃത കളിയും കാർക്കശ്യവുമുള്ള അമ്മയായി. അപ്പോഴും മടിച്ചു കിടന്ന ശ്രേയയുടെ തോളിൽ തട്ടി അവൾ പറഞ്ഞു:

''നിനക്കിന്ന് എക്സ്കർഷനോ ടൂറോ തേങ്ങയോ മറ്റോ ഉണ്ടെന്നു പറഞ്ഞതല്ലേ.'' അതു കേൾക്കേണ്ട താമസം ബാത്റൂമിലേക്കു നടക്കു കയായിരുന്ന ലയയെ തള്ളി മാറ്റി ശ്രേയ അതിനകത്ത് ഓടിക്കയറി, കതകടച്ചു.

''അമ്മേ, ഇതു കണ്ടോ...''

ലയ ഒച്ചവച്ചു.

''ഇവിടെ വേറെയും ടോയ്‌ലറ്റ് ഉണ്ടല്ലോ. അല്ലേ പിന്നെ നിങ്ങളൊ ന്നിച്ച് ഒന്നിൽ തന്നെ സാധിക്ക്.''

അമൃത അതും പറഞ്ഞ് അടുക്കളയിലേക്കു നടന്നു. ബ്രേക്ഫാസ്റ്റ് കഴിഞ്ഞു ഡ്രസ് മാറുമ്പോൾ ശ്രേയ രണ്ടോ മൂന്നോ ഡ്രസ് എടുത്തു ശരീരത്തിൽ വച്ചു ചന്തം നോക്കുന്നതു കണ്ടു. ''ഇതിൽ ഏതാ നല്ലത്?'' എന്ന് ഇടയ്ക്കവൾ അനിയത്തിയോടു ചോദിക്കുന്നതും കേട്ടു.

''എല്ലാം നല്ലതാ.''

ലയ ആ ഡ്രസ്സുകളിലൊന്നും നോക്കാതെ തന്നെ ഉത്തരം നൽകി.

''നീ നോക്കിയില്ലാന്ന് എനിക്കറിയാം.'' ശ്രേയ പരിഭവിച്ചു.

''എന്തിനാ നോക്കുന്നേ. ചേച്ചിക്ക് ഏതു ഡ്രസ്സും ചേരില്ലേ?''

''എടീ... എടീ... രാവിലെ തന്നെ ആക്കരുത്.''

''ഇവിടെ ഒരു പച്ചപ്പരമാർത്ഥം പറയാൻകൂടി സ്വാതന്ത്ര്യമില്ലേ?''

ലയ പിറുപിറുത്തു. അതു കണ്ട് ശ്രേയ അമർത്തി ചിരിക്കുകയും ചെയ്തു.

ഇതിനെല്ലാം സാക്ഷിയായിരുന്ന അമൃത കണക്കുകൂട്ടി - എന്തിനാവാം ഇന്ന് ഏറ്റവും നല്ല വസ്ത്രമണിയാൻ ശ്രേയ ശ്രമിക്കുന്നത്? ആരെയെങ്കിലും

ഒരാളെ കാട്ടാൻ. നീ സുന്ദരിയാണല്ലോ എന്ന അഭിനന്ദനം അയാളിൽ നിന്ന് ഏറ്റുവാങ്ങാൻ. അപ്പോൾ പിന്നെ ഈ എക്സ്കർഷൻ ആരെ കാണാനാവും. അല്ലെങ്കിൽ കാടുകയറി ചിന്തിക്കേണ്ട. താൻ ചിലതെല്ലാം തീരുമാനിച്ചുറപ്പിച്ചിട്ടുണ്ടല്ലോ.

ഓടുന്ന ബസ്സിൽ സന്തോഷവതിയായി ഇരിക്കുകയാണ് ശ്രേയ. പിന്നിലേക്കു പായുന്ന മരങ്ങളെയും മനുഷ്യരെയും നോക്കി - ഒരു പാട്ടു മൂളി... പക്ഷേ അവളറിയുന്നില്ല. അവളെ ഒരാൾ പിന്തുടരുന്നുണ്ടെന്ന്.

അതാണ് അമൃത തീരുമാനിച്ചുറപ്പിച്ചിരുന്നത്. ഇന്നു വീടിന്റെ പടി ഇറങ്ങുന്നതു മുതൽ താൻ ശ്രേയയെ പിന്തുടരും. അവളെവിടെ പോകുന്നുവെന്നു കണ്ടുപിടിക്കും.

കോളേജിലേക്കു പോകുന്ന ബസിലല്ല ശ്രേയ കയറിയത്. ആ ബസിനു തൊട്ടുപിന്നാലെ തന്റെ ഇരുചക്രവാഹനത്തിൽ അമൃതയുണ്ട്.

ഇടയ്ക്ക് ഒരു സ്റ്റോപ്പിൽ ബസ് നിന്നു. വളരെ പിറകിലായി ഒരു മറവിൽ അമൃതയും നിർത്തി. ശ്രേയ ബസ്സിൽ നിന്നിറങ്ങി. ചുറ്റും നോക്കി അവളൊരു ഓട്ടോ വിളിച്ചു. അമൃത വൈകിയില്ല. ആ ഓട്ടോയുടെ പിറകെ... ഓട്ടോ പോകുന്ന റൂട്ട് കണ്ടിട്ടു കായൽത്തീരത്തേക്കാണ്. കൂട്ടുകാരുമായുള്ള എക്സ്കർഷൻ കായൽത്തീരത്താവുമോ - ഇനി ശ്രേയ പറഞ്ഞതത്രയും സത്യമാണോ. ഒരു അജ്ഞാതന്റെ ഫോൺ കോളിനെ വിശ്വസിച്ചു താൻ തന്റെ മകളെ വെറുതെ സംശയിക്കുകയായിരുന്നോ. അങ്ങനെ ഒരു വേദന അമൃതയുടെ ഉള്ളിൽ ഉറപൊട്ടി.

കായൽത്തീരത്തു തന്നെയാണ് ശ്രേയയുടെ ഓട്ടോ നിർത്തിയത്. അമൃത വളരെ പിന്നിലായി വണ്ടി നിർത്തി ഇറങ്ങി പതുക്കെ മകളെ പിന്തുടർന്നു. ഓട്ടോക്കാരനു കാശു കൊടുത്തു ശ്രേയ ചുറ്റും നോക്കി. ഈ വേള അമൃത കണ്ടു, കായലിൽ നിർത്തിയിട്ടിരുന്ന ഒരു ഹൗസ് ബോട്ടിൽനിന്ന് ഒരു ചെറുപ്പക്കാരൻ തന്റെ മകളെ ഉച്ചത്തിൽ വിളിക്കുന്നു:

''ഹേയ് ശ്രേയാ...''

അമൃത നടുങ്ങി. എന്താണോ താൻ ഭയന്നിരുന്നത് അതു തന്നെയാണു കൺമുന്നിൽ കാണുന്നത്, സംഭവിക്കുന്നത്. അന്നു ബൈക്കിൽ കണ്ട അതേ ചെറുപ്പക്കാരനാണോ ഇത്. വ്യക്തമല്ല.

ശ്രേയ ആ ചെറുപ്പക്കാരനു നേരെ കൈവീശി. ചിരിച്ച് ഹൗസ് ബോട്ടിനു നേർക്കു നടക്കുകയാണ്. സ്തബ്ധയായ അമൃത സമനില വീണ്ടെടുത്തു പിന്നാലെ ഓടി.

ഹൗസ് ബോട്ടിന്റെ യമഹ എൻജിൻ ശബ്ദിച്ചു തുടങ്ങി. അതു പുറപ്പെടാൻ പോവുകയാണ്. ശ്രേയ അപ്പോൾ ആ ചെറുപ്പക്കാരന്റെ കൈ പിടിച്ചു ഹൗസ് ബോട്ടിലേക്കു കയറി. ആ നിമിഷം അമൃത അലറി:

''ശ്രേയാ...''

ശ്രേയ തിരിഞ്ഞുനോക്കി. കായലോരത്തു തീപാറുന്ന കണ്ണുകളോടെ അമ്മ.

''ഇറങ്ങി വാ.'' അമൃതയുടെ ശബ്ദം പിന്നെയും ഉയർന്നു. പകച്ച ശ്രേയ ഒരു നിമിഷം ആ ചെറുപ്പക്കാരന്റെ മുഖത്തു നോക്കി.

''ഇറങ്ങി വരാനല്ലേ പറഞ്ഞേ.''

അമൃതയുടെ മേധാശക്തിയുള്ള ശബ്ദം ഒരിക്കൽ കൂടി മുഴങ്ങി. അറിയാതെ ശ്രേയ ഹൗസ് ബോട്ടിൽ നിന്നിറങ്ങി. ഹൗസ് ബോട്ടാവട്ടെ മുന്നോട്ടു പോവുകയും ചെയ്തു. ഒന്നു പതറിപ്പോയ ആ യുവാവ് കരയിലേക്ക് അങ്ങനെ നോക്കി നിന്നു. കരയിൽ അമ്മയും മകളും നിമിഷങ്ങളോളം പരസ്പരം നോക്കി നിന്നു. അതിന്റെ അവസാനം തനിക്കൊരു ന്യായമുണ്ടെന്നു തിരിച്ചറിഞ്ഞു ശ്രേയ ക്ഷുഭിതയായി.

''അതു ശരി, അപ്പോ അമ്മ ഇതുവരെ എന്നെ പിന്തുടരുകയായിരുന്നോ?''

''ആണെങ്കിലെന്താ?''

''എനിക്കെന്റേതായ സ്വകാര്യതയുണ്ട്. അതിൽ കടന്നുകയറാൻ അമ്മയ്ക്കായാലും അവകാശമില്ല.''

''എന്റെ മകളെ സംരക്ഷിക്കുക എന്റെ കടമയാണ്. ഞാനത് ഇനിയും ചെയ്യും.''

''അമ്മാ...''

''മിണ്ടരുത്.'' അമൃത പിന്നെയും വല്ലാതെ ഒച്ചവച്ചു: ''വന്നു വണ്ടീകേറ്.''

ഒട്ടും പരിചിതമല്ലാത്ത അമ്മയുടെ ആ സ്വരപ്പകർച്ചയിൽ ശ്രേയ ഭയന്നു. ഒരക്ഷരം മിണ്ടാതെ അവൾ ചെന്ന് അമ്മയുടെ വണ്ടിയുടെ പിന്നിൽ കയറി. അമൃത നേരെ വീട്ടിലേക്കാണു വണ്ടി വിട്ടത്. ലയ സ്കൂളിൽ പോയതു സൗകര്യമായി. വീട്ടിലെത്തിയിട്ടും അമൃത ഒന്നും മിണ്ടിയില്ല. ഓരോ മാംഗോ ജ്യൂസ് അടിച്ചു. അതു തന്റെയും ശ്രേയയുടെയും മുന്നിൽ വച്ച് അവളിരുന്നു. ഈ നിമിഷങ്ങളിലെവിടെയെങ്കിലും ശ്രേയ ഇതുവരെ ഒളിച്ചുവച്ചതെല്ലാം വിശദീകരിക്കുമെന്ന് അമൃത പ്രതീക്ഷിച്ചു. അതു സംഭവിച്ചില്ല. അതോടെ അമൃത ആരംഭിച്ചു.

''നീ ജ്യൂസ് കുടിക്ക്.''

ശ്രേയ ജ്യൂസ് സിപ് ചെയ്തു.

''എന്തായിരുന്നു നിന്റെ വക നാടകം. മുംബൈയിൽ പിജിക്കു പോകുന്നില്ല. ഇവിടെ അമ്മ വല്ലാതെ ഓടിത്തളരുകയല്ലേ. അതുകൊണ്ട് എങ്ങനെയെങ്കിലും പിഎസ്സി ടെസ്റ്റ് എഴുതിയോ മറ്റോ ഒരു ജോലി സംഘടിപ്പിക്കണം. അമ്മയ്ക്കു താങ്ങാവണം. അമ്മയെ സപ്പോർട്ട് ചെയ്യുക ഒരു മകളുടെ കടമയല്ലേ - ഇങ്ങനെ ചില ഡയലോഗുകൾ

ആ നാടകത്തിൽനിന്നു കേട്ടത് എനിക്കു മറക്കാൻ പറ്റുന്നില്ല.'' ഇത്തവണ ഒട്ടും ശബ്ദം ഉയർത്താതെ അമൃത പറഞ്ഞു.

ശ്രേയ ചൂളിപ്പോയി.

അമൃത അതുകൊണ്ടൊന്നും നിർത്തിയില്ല. ''എനിക്കിപ്പോ പുച്ഛം തോന്നുന്നുണ്ട്. നിന്നോടല്ല. ഇതൊക്കെ സത്യമാണെന്നു വിശ്വസിച്ച് ഉള്ളിൽ കരഞ്ഞ എന്നോട്.''

ആ വാക്കുകൾ ശ്രേയയ്ക്കു കൊണ്ടു.

''എന്നോടിങ്ങനെ പെരുമാറാനും കള്ളം പറയാനും പ്രവർത്തിക്കാനും നിനക്കെങ്ങനെ കഴിഞ്ഞു. ആ ഹൗസ്ബോട്ടിൽ കണ്ട ചെറുപ്പക്കാരനാണോ ഇതിനൊക്കെ തുണയായത്?''

''അമ്മാ, അമ്മയെ ഈയിടെ ആരോ ഫോണിൽ വിളിക്കുന്നില്ലേ? അതും ഇടയ്ക്കിടെ. അതാരാ. എന്താന്നു ഞാൻ ചോദിച്ചോ? അത് അമ്മയുടെ പ്രൈവസിയായേ ഞാൻ കണ്ടിട്ടുള്ളൂ.''

ശ്രേയ മറുപടി നൽകിത്തുടങ്ങി. ശ്രേയയുടെ ഈ പ്രതിരോധം വക വച്ചു കൊടുക്കാൻ അമൃത ഉദ്ദേശിച്ചിട്ടില്ലായിരുന്നു.

''ഇത്തരം ബുദ്ധിജീവി ഡയലോഗുകളൊക്കെ നീ നിന്റെ കയ്യിൽ തന്നെ വച്ചാ മതി. മാത്രമല്ല, നിനക്കു ഞാനൊരു വിശദീകരണം തരേണ്ട ആവശ്യമുണ്ടെന്നു തോന്നുന്നില്ല. പ്രത്യേകിച്ചും ഇപ്പോൾ. നാളെ അതാവശ്യമാണെന്നു തോന്നിയാൽ ഒരു മടിയും കൂടാതെ തരാം. പക്ഷേ, നിന്റെ കാര്യം അതല്ല. നീ ഈ വീട്ടിലെ ഒരംഗമാണെങ്കിലും സ്വന്തം കാലിൽ ജീവിക്കുന്നവളല്ല. ഇപ്പോ നിനക്കു നിന്റേതായ ഒരു കടമയുണ്ട്. പഠിക്കുക എന്നതാണത്. സ്വാഭാവികമായും അതു ചെയ്യാതെ തോന്നിയതു പോലെ തുള്ളിയാൽ പഠിപ്പിക്കുന്ന ആൾക്ക് അതു ചോദ്യം ചെയ്യാം. പിന്നെ നിന്നെ ചോദ്യം ചെയ്യുന്നതു പഠിപ്പിക്കുന്നതിന്റേയോ വളർത്തുന്നതിന്റേയോ അണ പൈ കണക്കു മനസ്സിൽ വച്ചിട്ടല്ല. അതു ഹൃദയം കൊണ്ടുള്ള ചോദ്യം ചെയ്യലാ. ഒരമ്മയുടെ അളവില്ലാത്ത ആധി കൊണ്ടുള്ള അന്വേഷണം. നിനക്കതു മനസ്സിലായാലും ഇല്ലെങ്കിലും എനിക്കതൊരു പ്രശ്നമല്ല.''

അതു പറയുമ്പോൾ അമൃതയുടെ കണ്ണുകൾ തുളുമ്പി. ജീവിതത്തിലൊരിക്കലും മക്കളെച്ചൊല്ലി കരയേണ്ടി വരുമെന്ന് അമൃത വിചാരിച്ചിരുന്നില്ല. സത്യത്തിൽ ഒരമ്മയും അതു വിചാരിക്കാറില്ല. പക്ഷേ, ജീവിതം എല്ലാ അമ്മമാരെയും ഏറ്റവും കൂടുതൽ കരയിക്കുന്നതു മക്കളെച്ചൊല്ലി ആവുമല്ലോ? അമ്മമാർ ഏറ്റവും പിടഞ്ഞു പോകുന്നതും അത്തരം നിമിഷങ്ങളിലാണ്.

''ഇനി പറ. എന്നോടിത്രയും കള്ളം കാട്ടാൻ നിന്നെ സഹായിച്ച ആ ചെറുപ്പക്കാരൻ ആരാ. എന്താ നിങ്ങൾ തമ്മിലുള്ള ബന്ധം?''

അമൃതയുടെ ആ ചോദ്യത്തിനു ശ്രേയ ഉത്തരം പറഞ്ഞില്ല. അവൾ

എഴുന്നേറ്റു പോയി, ഒരു മുറിയിൽ കയറി കതകടച്ചു. പിന്നാലെ ചെന്നു അമൃത ഒച്ചവച്ചു.

''തനിക്കു നേരെ ഒരു ചോദ്യമുന വരുമ്പോൾ എഴുന്നേറ്റു പോയി മുറിക്കകത്തു കയറി കതകടയ്ക്കുന്നതും ഫോൺ കട്ട് ചെയ്യുന്നതുമൊന്നും ജയമല്ല. ഉത്തരവാദിത്തമില്ലായ്മയാണ്. ഭീരുത്വമാണ്. പിടിക്കപ്പെട്ട കള്ളം മറച്ചുവയ്ക്കലാണ്. അതുകൊണ്ടു ഞാനൊന്നും ക്ഷമിക്കുമെന്നും വിചാരിക്കണ്ട. എനിക്കു നീ മുറിക്കു പുറത്തുവന്ന് ഉത്തരം തന്നേ തീരൂ.''

അന്നു വൈകുന്നേരമായിട്ടും ശ്രേയ മുറിക്കു പുറത്തിറങ്ങിയില്ല. അതോടെ അമൃതയ്ക്കു ഭ്രാന്തായി – ''ഈ കുട്ടി എന്തേ തന്റെ മാനസികാവസ്ഥ മനസ്സിലാക്കുന്നില്ല'' എന്നവൾ കരഞ്ഞു. ''പിന്നെ ഞാനൊന്നു പുറത്തിറങ്ങ്വാ. തിരിച്ചു വരുമ്പോ എനിക്കുത്തരം വേണം'' എന്നു പറഞ്ഞ് വീടുവിട്ടിറങ്ങി. അതു ശ്രേയയ്ക്ക് ഇത്തിരി സമയം കൊടുത്തതായിരുന്നില്ല. തനിക്കു ഭ്രാന്താവാതിരിക്കാൻ എങ്ങോട്ടെങ്കിലും ഇറങ്ങിപ്പോകണമെന്നു തോന്നിയിരുന്നു അമൃതയ്ക്ക്. അത്രയ്ക്കു വിങ്ങുന്നുണ്ടായിരുന്നു അമൃതയുടെ അകം.

നഗരത്തിലെ ഒരു ഷോപ്പിങ് മാളിലെ ഒരു കോഫി ഹൗസിലാണ് അമൃത ചെന്നിരുന്നത്. വല്ലാതെ സംഘർഷം ഉണ്ടാവുമ്പോൾ അവൾ ഇവിടെ വന്നിരിക്കാറുണ്ട്. കുട്ടികൾക്കുപോലും അതറിയാം. മാളിന്റെ ആറാം നിലയിലാണത്. ഒരു മൂലയിലെ ടേബിളിൽ ഒരു കോഫി ഓർഡർ ചെയ്ത് അമൃത ഇരുന്നു. കണ്ണാടി ജാലകത്തിനു പുറത്തു നഗരം കാണാം. ആളുകൾ, വാഹനങ്ങൾ... താത്പര്യമില്ലെങ്കിലും വെറുതെ അതിലൊക്കെ കണ്ണയച്ചിരുന്നപ്പോൾ കോഫി വന്നു. ഒന്നു രണ്ടു കവിൾ കുടിച്ചതേയുള്ളൂ. ഒരു ചെറുപ്പക്കാരൻ വന്നു മുന്നിൽ നിന്നു. ഇയാളെ എവിടെയോ കണ്ടിട്ടുണ്ടല്ലോ എന്നോർക്കേ അയാൾ തന്നെ സ്വയം പരിചയപ്പെടുത്തി. ''ഞാൻ റെനീഷ്. എന്നെയാ ഇന്നലെ ആന്റി ശ്രേയയോടൊപ്പം കണ്ടത്.''

അമൃതയ്ക്ക് അപ്പോൾ ആളെ മനസ്സിലായി. അതുകൊണ്ടുതന്നെ ദേഷ്യവും വന്നു. ഇയാൾക്ക് എങ്ങനെയാണ് താനിവിടെയുണ്ടെന്ന് അറിയാനായത്. ശ്രേയ വിളിച്ചു പറഞ്ഞതാവാം. അവൾ ഊഹിച്ചിട്ടുണ്ടാവാം താനിവിടെ എത്തുമെന്ന്.

നല്ല ഉയരമുള്ള കരുത്തുറ്റ ശരീരമുള്ള ആ ചെറുപ്പക്കാരൻ അമൃതയുടെ അനുവാദത്തിനു കാത്തുനിൽക്കാതെ മുന്നിലെ കസേര വലിച്ചിട്ടിരുന്നു പറഞ്ഞുതുടങ്ങി. ''ചെയ്തതു തെറ്റാന്ന് അറിയാം. അതിൽ ക്ഷമ ചോദിക്കുന്നതിൽ അർത്ഥമില്ലെന്നും ബോദ്ധ്യമുണ്ട്. അതിനൊന്നുമല്ല ശ്രമം. പക്ഷേ, എനിക്കു സംസാരിക്കണമെന്നുണ്ട്. എന്നെക്കുറിച്ച്, എന്റെ ജീവിതത്തെക്കുറിച്ച്.''

ഇയാളെ സംസാരിക്കാൻ അനുവദിക്കാതിരിക്കുന്നതിൽ കാര്യമില്ല. എന്തെന്നാൽ ശ്രേയയ്ക്കു റെനീഷുമായി നല്ല ബന്ധമുണ്ട്. അല്ലെങ്കിൽ

തന്നെ കാണാൻ അയാളെ അവൾ ഇങ്ങോട്ടയയ്ക്കുമായിരുന്നില്ലല്ലോ. അമൃതയുടെ പ്രതികരണം എന്താണെന്നൊന്നും അറിയാൻ ശ്രമിക്കാതെ, ആഴമുള്ള സ്വരത്തിൽ റെനീഷ് പറഞ്ഞു തുടങ്ങി.

''എനിക്കു രണ്ടു വയസ്സുള്ളപ്പോ ഭർത്താവിനെ നഷ്ടപ്പെട്ട ഒരു പാവം സ്ത്രീയുടെ മകനാ ഞാൻ. അമ്മയ്ക്കു വലിയ വിദ്യാഭ്യാസമില്ല. വിവരമില്ല. അച്ഛൻ പോയതോടെ അമ്മയും ഞാനും മുഴുപ്പട്ടിണി. പിന്നെ പഴയ ചില മലയാളസിനിമകളിലെ അമ്മക്കഥാപാത്രങ്ങളെപ്പോലെ എന്റെ അമ്മയും വല്യ വീടുകളിലെ അടുക്കളകൾ തേടി ചെന്നു. അവിടെ എല്ലു മുറിയെ പണി. തുച്ഛമായ കൂലി. അവിടെനിന്നു കിട്ടുന്ന ബാക്കി ഭക്ഷണവും പഴയ വസ്ത്രങ്ങളും കൊണ്ടൊക്കെയായിരുന്നു ഞങ്ങളുടെ ജീവിതം. അതിനിടയിലും കിട്ടുന്ന ചില്ലറത്തുട്ടുകൾ സ്വരുക്കൂട്ടിവച്ച് അമ്മ എന്നെ പഠിപ്പിച്ചു. അമ്മയെ വേദനിപ്പിക്കരുതെന്നു കരുതി ഞാൻ എല്ലാ ക്ലാസ്സിലും ഒന്നാമനായി.''

അമൃത അയാൾക്കും ഒരു കോഫി ഓർഡർ ചെയ്തു.

''എനിക്ക് എൻജിനീയറിങ്ങിലായിരുന്നു താത്പര്യം. അങ്ങനെ ബിടെക് എടുത്തു. മെക്കാനിക്കൽ എൻജിനീയറിങ്ങിൽ. അതിനുവേണ്ടി അമ്മ സഹിച്ച ത്യാഗങ്ങൾ, അതൊന്നും വാക്കുകൊണ്ടു പറഞ്ഞാ തീരില്ല. പഠിച്ചു കഴിഞ്ഞ് അധികകാലം വെറുതെ നിൽക്കേണ്ടി വന്നില്ല. മുംബൈയിൽ ഒരു കമ്പനിയിൽ ജോലി കിട്ടി. നല്ല ശമ്പളം. അമ്മയെ അങ്ങോട്ടു കൊണ്ടുപോകാൻ ശ്രമിച്ചതാണ്. അമ്മയ്ക്കു നാടുവിട്ടു വരാൻ മടി. എല്ലാ മാസവും പണം അയച്ചുകൊടുക്കാനല്ലാതെ മറ്റെന്തു ചെയ്യാനാണ്. പക്ഷേ, ഈയിടെ അമ്മയ്ക്ക് അസുഖങ്ങൾ തുടങ്ങി. വയസ്സ് ഒരുപാടായല്ലോ. അപ്പോ അന്യനാട്ടിൽ കിടന്നു സമ്പാദിക്കുന്നതിലും ഭേദം അമ്മയുടെ അരികിലേക്കു വരികയാണെന്നു തോന്നി. ജോലി രാജി വച്ചു. ഇവിടെ ഒരു ചെറിയ വർക്ഷോപ്പ് തുടങ്ങി. ഞാനും അമ്മയും ആ വർക്ഷോപ്പുമാണ് ഇപ്പോ എന്റെ ജീവിതം.''

അമൃതയ്ക്ക് അപ്പോൾ റെനീഷിനോട് ഇത്തിരി ബഹുമാനവും തോന്നി. നല്ല ശമ്പളമുള്ള ജോലി ഉപേക്ഷിച്ച് അമ്മയെ ശുശ്രൂഷിക്കാൻ തീരുമാനിച്ച നന്മ - അതെങ്ങനെയാണു കാണാതിരിക്കുക?

''ഇതിനിടയിൽ ശ്രേയ എങ്ങനെയാണു കടന്നുവന്നതെന്നാവാം ആന്റി ആലോചിക്കുന്നത്. ഒരിക്കൽ ആന്റിയുടെ വണ്ടിക്ക് എന്തോ ചില്ലറ തകരാറുമായാണു ശ്രേയ എന്റെ വർക്ഷോപ്പിലെത്തുന്നത്. ഞാനതു ചെയ്തു കൊടുത്തു. പിന്നെ നഗരത്തിൽ വെച്ച് യാദൃച്ഛികമായി പല തവണ കണ്ടു. മെല്ലെ മെല്ലെ ഞങ്ങൾ പ്രണയത്തിലാവുകയായിരുന്നു.''

അമൃതയ്ക്ക് അതു കേൾക്കുമ്പോൾ അസ്വസ്ഥത തോന്നി.

അതു കണ്ടതുപോലെ റെനീഷ് പറഞ്ഞു:

''എനിക്കറിയാം ആന്റീ. നിങ്ങളുമായി നോക്കുമ്പോ ഞാൻ വളരെ താഴെയാണ്. എന്നെപ്പോലൊരാൾ ശ്രേയയെ അർഹിക്കുന്നുണ്ടാവില്ല. എന്നാലും എനിക്കാ കുട്ടിയെ വല്ലാതെ ഇഷ്ടമാണ്. ശ്രേയയും അതു പോലെ എന്നെ ഇഷ്ടപ്പെടുന്നുണ്ട് എന്നെനിക്കറിയാം. ആന്റിക്കു വിരോധമില്ലെങ്കിൽ ഞാനെന്റെ അമ്മയെ നിങ്ങളുടെ വീട്ടിലേക്കയയ്ക്കാം. എന്റെ കുറവുകൾക്കിടയിലും എന്നെ അംഗീകരിക്കാനായാൽ, എന്നെയും ശ്രേയയെയും ഒന്നാവാൻ അനുവദിച്ചാൽ ജീവിതത്തിൽ എനിക്ക് അതിൽപരം സന്തോഷം മറ്റൊന്നില്ല. കാരണം ശ്രേയ അത്ര നല്ല കുട്ടിയാണ്.'' പിന്നെ ഒരക്ഷരം മിണ്ടാതെ റെനീഷ് അങ്ങ് ഇറങ്ങിപ്പോയി. അയാൾക്കു വേണ്ടി കൊണ്ടുവന്ന കാപ്പിപോലും കുടിക്കാൻ നിൽക്കാതെ.

അമൃത ആകെ അലിഞ്ഞിരുന്നു.

ശ്രേയയെയും കൊണ്ടു ഹൗസ്ബോട്ടിൽ കറങ്ങാൻ ശ്രമിച്ചത് അതിക്രമം തന്നെ. അതു പ്രായത്തിന്റെ തിളപ്പാവാം. പക്ഷേ, ഈ ചെറുപ്പക്കാരനിൽ സ്നേഹമുള്ള ഒരാത്മാവുണ്ട്. പിന്നെ പ്രണയം ഒരു കുറ്റകൃത്യമാണെന്നു പറയുവതെങ്ങനെ? തനിക്കു പ്രണയമുണ്ടായിരുന്നല്ലോ. രതീഷിനു പ്രണയമുണ്ടായിരുന്നല്ലോ. അപ്പോൾ പിന്നെ ശ്രേയയുടെ പ്രണയം താൻ നിഷേധിക്കുന്നതെങ്ങനെ? രതീഷിപ്പോ ഉണ്ടായിരുന്നെങ്കിൽ പോലും ഇതിന് എതിരു പറയുമായിരുന്നോ?

വീട്ടിലെത്തിയപ്പോൾ ശ്രേയ കാത്തെന്ന പോലെ നിൽക്കുന്നുണ്ടായിരുന്നു. അമൃത മനഃപൂർവം അതു ശ്രദ്ധിച്ചില്ല. വരട്ടെ, തന്റെ പിന്നാലെ കാമുകി. അവൾ അകമേ ചിരിച്ചു.

അമൃത ചായയുണ്ടാക്കുമ്പോൾ ശ്രേയ വന്നു കിച്ചൻ കാബിനറ്റിന്റെ മുകളിൽ ചാടിക്കയറി ഇരുന്നു. അതും അമൃത ശ്രദ്ധിച്ചില്ല. ചായ ഉണ്ടാക്കുന്നതിൽ നല്ല ശ്രദ്ധ വേണ്ടേ? അല്ലേ പാൽ തിളച്ചു തൂവാം. കടുപ്പം കൂടാം. അതു കണ്ടു ശ്രേയ ചോദിച്ചു:

''അമ്മ ഇതാദ്യമായാണോ ചായയുണ്ടാക്കുന്നേ?''

''അതേ.'' അമൃത നീട്ടിപ്പറഞ്ഞു.

അതോടെ ശ്രേയയുടെ മുന്നിൽ വഴി അടഞ്ഞു. വിഷയത്തിലേക്ക് അമ്മ വരുന്നേ ഇല്ലല്ലോ. സഹികെട്ട് അവൾ ചോദിച്ചു:

''അമ്മയ്ക്കു റെനീഷിനെ കണ്ടിട്ട് എന്തു തോന്നി?''

''എന്തു തോന്നാൻ?''

''ആമീ, കളിക്കാതെ കാര്യം പറ.''

''തോന്നിയതു നിന്നെക്കുറിച്ചാണ്. നീ ഞാൻ കരുതുംപോലെ ചെറിയ കുട്ടിയല്ല. വല്യ ആളായിപ്പോയി. എല്ലാം എന്തൊരു പ്ലാനിങ്.''

അതിനു ശ്രേയ ഉത്തരം പറഞ്ഞില്ല.

''നീ പഠിച്ച് ഒരു ജോലിയൊക്കെ സമ്പാദിച്ചു വിവാഹം ചെയ്യുന്നതായിരുന്നു എനിക്കിഷ്ടം. നിന്റെ അച്ഛൻ പോയപ്പോ ഞാൻ സ്ട്രഗിൾ

ചെയ്തതു സ്വന്തം കാലിൽ നിൽക്കാതിരുന്നതു കൊണ്ടാ. അതുകൊണ്ടു പെൺകുട്ടികൾക്കു ജോലി വേണമെന്ന കാഴ്ചപ്പാടായിരുന്നു എനിക്ക്. പക്ഷേ, നീ അതിനേക്കാൾ പ്രാധാന്യം വിവാഹത്തിനു കൊടുത്ത സ്ഥിതിക്ക് എനിക്ക് എതിർക്കാനാവില്ല. കാരണം ആ ചെറുപ്പക്കാരൻ ക്യാരക്ടറുള്ള ആളാന്നു തോന്നുന്നു. പിന്നെ വിവാഹശേഷം നിന്നെ പഠിപ്പിക്കണമെന്നും ജോലിക്കു പോകാൻ അനുവദിക്കണമെന്നും ഞാനൊരു കണ്ടീഷൻ വയ്ക്കുമെന്നു മാത്രം.''

അപ്പോൾ ശ്രേയ കിച്ചൺ കാബിനറ്റിൽ നിന്നു ചാടിയിറങ്ങി പിറകിലൂടെ വന്ന് അമൃതയെ കെട്ടിപ്പിടിച്ചു വിതുമ്പി.

''സോറി ആമീ... ഞാൻ ആമിയെ നിരാശപ്പെടുത്തിയെങ്കിൽ അതിന്... പക്ഷേ വിവാഹം നിശ്ചയിച്ചു വച്ചാ മതി. പഠിപ്പു കഴിഞ്ഞ് എനിക്കു ജോലി കിട്ടിയിട്ടു മതി കല്യാണം. അത്രയും പോരേ എന്റെ ആമിക്ക്.''

അമൃതയുടെ ഉള്ളിൽ ഒരു മഴ പെയ്തു. ആത്മാവു തണുക്കുന്ന മഴ. അവൾ മകളെ കെട്ടിപ്പിടിച്ചു.

''ഒരു കാര്യം മാത്രം മോളേ. ഞാൻ നിന്റെ സ്വകാര്യതയിൽ കടന്നു കയറിയതല്ല. എനിക്കു പേടിയായിരുന്നു. നിങ്ങളൊരു അബദ്ധത്തിലും ചാടരുതല്ലോ. പിന്നെ നിങ്ങളുടെ അച്ഛനോടു ഞാനെന്തു പറയും. മാത്രമല്ല, നിങ്ങൾക്കെന്തെങ്കിലും പറ്റിയാ ഞാൻ ജീവിച്ച ജീവിതത്തിനെന്താ അർത്ഥം. എനിക്കു നിങ്ങളല്ലേയുള്ളൂ. ഒന്നു വാരിപ്പിടിക്കാനും തിരിച്ച് അത് അനുഭവിക്കാനും.

ശ്രേയ അപ്പോൾ ഒരു കൊച്ചു കുഞ്ഞിനെപ്പോലെ കരഞ്ഞു. അമൃതയും. പിന്നെ അമൃത അവൾക്കു നല്ല മധുരത്തിൽ ചായ നൽകി.

അപ്പോൾ അമൃതയുടെ മൊബൈലിൽ 'പ്രൈവറ്റ് നമ്പറി'ന്റെ കോൾ. ഫോണെടുത്ത് അമൃത ബാൽക്കണിയിലേക്കു നടന്നു. അവൾ ഹലോ പറയും മുൻപേ മറ്റേ അറ്റത്തുനിന്ന് എബി പറഞ്ഞു:

''അമൃതയ്ക്ക് ആ ചെറുപ്പക്കാരനെ വല്ലാതെ ഇഷ്ടമായിക്കാണും അല്ലേ?'' അമൃത മൂളി.

പൊടുന്നനെ എബി ചിരിച്ചു.

''നല്ലത്. നല്ലത്. പക്ഷേ, അയാൾ മികച്ച ഒരു നടനാണെന്നു ഞാൻ പറയും. കാരണം അയാൾ പറഞ്ഞതത്രയും കല്ലുവെച്ച നുണകളാണ്. നട്ടാൽ കുരുക്കാത്ത നുണകൾ.''

അമൃത ഞെട്ടി. ഫോണപ്പോൾ കട്ടാവുകയും ചെയ്തു.

ഒരു നിമിഷം മുൻപു തന്നെ വന്നു പൂണർന്ന സന്തോഷം മുഴുവൻ അപ്രത്യക്ഷമാകുന്നതും അവൾ കണ്ടു.

പതിന്നാല്

ഈ കേട്ടതു ശരിയാണെങ്കിൽ റനീഷ് ഒരു ചെറിയ മീനല്ല. ചതിയുടെ തേൻ പുരട്ടിയ അസ്ത്രങ്ങളായിരുന്നു അയാളുടെ ഓരോ വാക്കും. ഒരു നിമിഷം താനാ മധുരത്തിൽ അലിഞ്ഞുപോയി, അങ്ങനെയാവരുതായിരുന്നു. ഇനി അജ്ഞാതന്റെ വാക്കുകളാണു ചതിയെങ്കിലോ?

അങ്ങനെ വരുമോ?

ഇതുവരെ ആ യുവാവു പറഞ്ഞതത്രയും സത്യമായിരുന്നു. അയാളുടെ വാക്കിന്റെ തുമ്പിൽപിടിച്ചാണ് താൻ മറഞ്ഞുകിടന്ന പല സത്യങ്ങളും തിരഞ്ഞുപിടിച്ചത്. അയാളുടെ കണ്ണുകളും ചതിയന്റേതല്ല. ഒരു കുട്ടിയുടെ നിഷ്കളങ്കതയുണ്ട് അതിൽ. അമൃത മനസ്സിൽ ഇങ്ങനെ കൂട്ടിയും കുറച്ചും നോക്കവേ ശ്രേയ അങ്ങോട്ടു വന്നു.

''ആരാമ്മേ അമ്മയെ ഇപ്പോ വിളിച്ചത്?'' അതായിരുന്നു അവളുടെ ആദ്യ ചോദ്യം.

മനഃപൂർവം അമൃത ആ ചോദ്യം കേട്ടില്ലെന്നു നടിച്ചു. സ്വീകരണമുറിയിലേക്കു നടന്നു. അവിടെ സോഫയിൽ ചാഞ്ഞിരുന്നു. ശ്രേയയും വിടാനുള്ള ഭാവത്തിലായിരുന്നില്ല. അവൾ എതിരേ വന്നിരുന്നു.

''അതു പോട്ടെ. ഞാൻ റനീഷിനെ ഇപ്പോൾ ഒന്നു വിളിക്കട്ടെ.'' ശ്രേയ അമ്മയുടെ അനുവാദം ആവശ്യപ്പെട്ടു.

''എന്തിന്?'' അമൃതയ്ക്ക് അതിന്റെ ഉദ്ദേശ്യം മനസ്സിലായില്ല.

''അമ്മയെ ഇംപ്രസ് ചെയ്ത സ്ഥിതിക്ക് റനീഷിനോടു പറയാം, അടുത്ത ഞായറാഴ്ച തന്നെ ഇങ്ങോട്ടു വരാൻ - റനീഷിന്റെ അമ്മയോടൊപ്പം.''

''എല്ലാം പെട്ടെന്നു നീ അങ്ങു തീരുമാനിക്കയാണല്ലോ?''

''അമ്മയ്ക്ക് എതിർപ്പില്ലല്ലോ അമ്മേ?''

''പക്ഷേ, എനിക്ക് ആലോചിക്കാൻ, തയ്യാറാവാൻ സമയം വേണം.''

''എനിക്കു മനസ്സിലായില്ല.''

''ശ്രേയാ... റനീഷ് അയാളെക്കുറിച്ചു പറഞ്ഞത് അയാളുടെ പക്ഷത്തു നിന്നുള്ള വാക്കുകളാണ്. അതൊക്കെ ശരിയാണോ എന്നെനിക്ക് ഒന്നു ക്രോസ് ചെക്ക് ചെയ്യണ്ടേ?''

''അമ്മയോടു ഞാനിനി ഒരു കാര്യം ചോദിച്ചാൽ ഒന്നും തോന്നരുത്.''

''തോന്നിയാലും സാരമില്ല. നീ നിന്നെ മറച്ചുവയ്ക്കേണ്ടതില്ല. അതെനിക്ക് ഇഷ്ടവുമല്ല.''

''അങ്ങനാണേ ചോദിക്കുവാ - ഇപ്പോ വന്ന ഫോൺകോളിന് അമ്മയുടെ ഈ തീരുമാനവുമായി എന്തെങ്കിലും ബന്ധമുണ്ടോ?''

ഒരു നിമിഷം അമൃത ഉലഞ്ഞു. അതിശക്തമായ കാറ്റിൽ, ഭൂമിയോളം ചായുംപോലെ. പിന്നെ സമചിത്തത വീണ്ടെടുത്ത് അവൾ ആരാഞ്ഞു:

''നിനക്കെന്തേ അങ്ങനെ തോന്നാൻ?''

തന്റെ മുറിയിലിരുന്നു ചിത്രം വരയ്ക്കുകയായിരുന്ന ലയ ഇതെല്ലാം കേട്ട് തല ഉയർത്തി നോക്കി. ഈയിടെയായി കറുത്ത നിറം മുഴച്ചു നിൽക്കുന്ന ചിത്രങ്ങളാണല്ലോ അവൾ വരയ്ക്കുന്നത്. ഇന്നും അവളുടെ ചിത്രത്തിൽ ആ നിറം പരന്ന് ഒഴുകുന്നുണ്ട്.

ശ്രേയ അപ്പോൾ എഴുന്നേറ്റ് ആ മുറിയിൽ അങ്ങോട്ടുമിങ്ങോട്ടും നടന്നു പിറുപിറുത്തു: ''ഈയിടെയായി അമ്മയെ ആരോ വിളിക്കുന്നതു കൂടിക്കൂടി വരുന്നുണ്ട്. അസമയത്തു പോലും ആ കോൾ വരുന്നു. ശേഷം അമ്മ ഞങ്ങളിതുവരെ കാണാത്ത മറ്റൊരാളാ. വല്ലാതെ അസ്വസ്ഥയായ ഒരാൾ. അല്ലെങ്കിൽ സംശയത്തോടെ ചുറ്റുപാടുപോലും പരതി നോക്കുന്ന ഒരാൾ.''

''നിർത്ത്.'' അമൃത വല്ലാതെ ശബ്ദമുയർത്തി. അതുകേട്ടു നടുങ്ങിയ ലയയുടെ കൈയിൽ നിന്ന് കറുത്ത പെയിന്റ് തൂവി, അവളുടെ ചിത്രമാകെ ഇരുട്ടായി.

''എന്നെ ചോദ്യം ചെയ്യാൻ വരണ്ട.''

''അമ്മ ഇങ്ങനെ ഒരമ്മയായിരുന്നില്ല മുൻപ്. ഞങ്ങൾക്കെന്തും പറയാവുന്ന ഏറ്റവും അടുത്ത സുഹൃത്തായിരുന്നു, ഒരു മറയുമില്ലാത്ത സുഹൃത്ത്.''

''അങ്ങനാരുന്നേ റനീഷ് എന്ന ചെറുപ്പക്കാരനെക്കുറിച്ച് നീ ആദ്യം പറയേണ്ടത് എന്നോടായിരുന്നില്ലേ? അപ്പോ എന്നോട് ഒരു സൗഹൃദവും ഇല്ലാതെ പോയത് ആർക്കാ?''

അതിന് ഉത്തരം കിട്ടാതെ ശ്രേയ വിഷമിച്ചു.

''ഞാനെന്തായാലും റനീഷിനെക്കുറിച്ച് അന്വേഷിക്കും. അയാൾ പറഞ്ഞതത്രയും ശരിയാണോന്ന്. ആണെങ്കിൽ എനിക്കൊരു തടസ്സവുമില്ല.

അല്ലെങ്കിൽ നിനക്കുവേണ്ടി, ഈ വീടിനുവേണ്ടി ഞാനെന്റേതായ തീരുമാനം എടുക്കും.''

''അമ്മ ഇവിടെ ദയനീയമായി തോൽക്കുകയേയുള്ളൂ. റനീഷുമായി ഒരടുപ്പമുണ്ടായപ്പോ ഞാൻ ആദ്യം ഓർത്തത് അമ്മയെയും ലയയെയും തന്നെയാ. നിങ്ങളെ മറന്ന് ഒന്നും ചെയ്തുകൂടല്ലോ എന്ന് എന്റെ ഹൃദയം പറഞ്ഞു. എന്നിട്ടും ഞാൻ അയാളിലേക്ക് അറിയാതെ അങ്ങ് അടുത്തത് അയാളുടെ നന്മകൊണ്ടാ.''

''മോളേ... ഞാനെന്നല്ല ഏത് അമ്മയും അച്ഛനും ഇങ്ങനെ ഒരു സന്ദർഭത്തിൽ മക്കളുടെ മുൻപിൽ തോൽക്കാനാ ആഗ്രഹിക്കുക. കാരണം, മക്കളുടെ ഇഷ്ടങ്ങൾക്കും ആഹ്ലാദങ്ങൾക്കും വേണ്ടിയാ ഓരോ അച്ഛനും അമ്മയും ജീവിക്കുന്നേ. മക്കളുടെ തിരഞ്ഞെടുപ്പു തെറ്റിയില്ലേ അവർക്കു പിന്നെന്തുവേണം. നിനക്ക് ഇപ്പോ അതു മനസ്സിലാവണം എന്നില്ല. ഒരുകാലത്തു നീയും അമ്മയാവുമ്പോ, ചിലപ്പോ നീയിതറിയും.'' അതും പറഞ്ഞ് അമൃത തന്റെ മുറിയിലേക്കു പോയി.

അന്ന് അത്താഴത്തിനും ആരും ഒന്നും സംസാരിച്ചില്ല. ഉറങ്ങാൻ കിടക്കുമ്പോൾ ദൂരെ എവിടെയോ ഇടിവെട്ടി, മിന്നലടിച്ചു. അടയ്ക്കാൻ മറന്ന ഒരു ജനാലയിലൂടെ ഈറൻ അകത്തേക്കു തലനീട്ടി. എഴുന്നേറ്റ് അമൃത ആ ജാലകം അടച്ചു. ആ വേള കോളനിയിൽ കറന്റും പോയി. എങ്ങും ഇരുട്ട്. കുട്ടികളൊന്നും അറിയുന്നില്ല. ഗാഢനിദ്രയിലാണ്.

അമൃതയ്ക്കു തോന്നി ആ മഴയിലേക്ക് ഒന്നിറങ്ങണം. ഒന്നു നനഞ്ഞു കുതിരണം. മനസ്സിലുണ്ടായ സംഘർഷത്തിന്റെ കറകളെല്ലാം ഒന്നു മായ്ച്ചുകളയണം.

ഇട്ടിരുന്ന അതേ വസ്ത്രത്തോടെ അമൃത മുറ്റത്തേക്കിറങ്ങി ആകാശത്തേക്ക് നോക്കി ഇരുകൈകളും ഉയർത്തി. അകലങ്ങളിൽ നിന്ന് ഈ മണ്ണിലേക്ക് ജലപ്രവാഹം ഉതിർക്കുന്ന ദേവാ, നീ എന്നെ പുണരുക, നിന്റെ ആയിരം കൈകളുടെ കരുത്തുകൊണ്ട്. ഒരു നിമിഷമെങ്കിലും എനിക്കിപ്പോൾ അങ്ങനെ ഒരു സ്പർശം വേണം. അതോർത്തു നനഞ്ഞു കുതിർന്നു നിൽക്കേ അമൃതയുടെ കണ്ണുകളും പ്രവഹിച്ചു മഴയേക്കാൾ. അത് എന്തിനാണെന്ന് അമൃതയ്ക്കുതന്നെ അറിയില്ല. ചില കരച്ചിലുകൾ അങ്ങനെയാണ്. അറിയാതെ നാം കരയും. ഉള്ളിൽ ഘനീഭവിച്ചു കിടക്കുന്ന സകല വേദനകളും പൊട്ടിയൊലിക്കുംപോലെ... എന്നാൽ ഏതേതു വേദന എന്നു നമുക്കു തിരിച്ചറിയാനുമാവില്ല. കുറേനേരംകൂടി കഴിഞ്ഞ് അവൾ കുളിമുറിയിലേക്കു നടന്നു. മെല്ലെ തന്നെ തോർത്തി എടുത്തു.

പക്ഷേ, ആകാശത്തിലേക്കു കൈകളുയർത്തി കരയുന്ന അമൃതയിലെ സ്ത്രീയെ എബി കണ്ടിരുന്നു, അത്ര അകലെ ഒന്നുമല്ലാത്ത ഇരുട്ടത്തു മറഞ്ഞുനിന്ന്. അവർ ഒരു ആലിംഗനം അർഹിക്കുന്നുണ്ടെന്ന്

അവനു തോന്നി. മുറുകെ, മുറുകെയുള്ള ഒരാലിംഗനം. വിടാതെ വിടാതെ, ചേർത്തു നിർത്തിയുള്ള ഒരാലിംഗനം.

അമൃത തിരികെ കിടപ്പുമുറിയിലെത്തിയപ്പോഴും കുട്ടികളറിഞ്ഞില്ല. മഴ നൽകിയ തണുപ്പിന്റെ സുഖത്തിൽ മൂടിപ്പുതച്ച് അവരങ്ങനെ... പക്ഷേ, അമൃതയ്ക്കു കിടക്കാൻ തോന്നിയില്ല. ഉറക്കവും വന്നില്ല. കൈകൊണ്ട് മുടി കോതിയിട്ട് അവൾ തന്റെ ലാപ്ടോപ് എടുത്തു മേശമേൽ വെച്ചു. പിന്നെ തന്റെ ഫെയ്സ്ബുക്ക് അക്കൗണ്ട് ഓപ്പൺ ചെയ്തു. അവിടെ വന്നു കിടന്ന മെസ്സേജുകളോ ഫ്രണ്ട് റിക്വസ്റ്റുകളോ ഒന്നും അവൾ ശ്രദ്ധിച്ചില്ല. അതൊന്നും ഇപ്പോൾ ഒരു കൗതുകമേ അല്ല. റനീഷിന്റെ അക്കൗണ്ട് കണ്ടുപിടിക്കാനായി അമൃതയുടെ ശ്രമം. ശ്രേയയുടെ അക്കൗണ്ടിൽ ചെന്നപ്പോൾ അവളുടെ കൂട്ടുകാരുടെ പട്ടികയിൽ ചിരിച്ചുകൊണ്ടു നിൽപുണ്ട് റനീഷ്. പിന്നെ അവന്റെ ടൈംലൈൻ എടുത്തു അമൃത.

ആദ്യം റനീഷിന്റെ പോസ്റ്റുകൾ അമൃത അരിച്ചുപെറുക്കി. ഒരാളുടെ ഫെയ്സ്ബുക് പോസ്റ്റുകൾ നോക്കിയാൽ അയാളുടെ സ്വഭാവം കണ്ടുപിടിക്കാമെന്നാണു മനഃശാസ്ത്രവിദഗ്ധർ പറയുന്നത്. താൻ വല്യ മനഃശാസ്ത്രജ്ഞയൊന്നുമല്ലെങ്കിലും അരക്കൈ നോക്കാമല്ലോ. ഒന്നുമല്ലേ തന്റെ മകളുടെ കാര്യമല്ലേ?

പക്ഷേ, റനീഷിന്റെ ടൈംലൈനിൽ മുഴുവൻ മോഡേണായ കാറുകൾ, പല വർണങ്ങളിലും വിധത്തിലും ഉള്ളവ. ഓട്ടോമൊബൈൽ എൻജിനീയർ ആയതുകൊണ്ടാവാം കാറുകളോട് ഇങ്ങനെ കമ്പം. ഇനി ചിലപ്പോ ഉയരത്തിൽ എത്താനുള്ള, സകല സുഖസൗകര്യങ്ങളോടെയും ജീവിക്കാനുള്ള അഭിവാഞ്ഛ അവനിലുണ്ടാവാം. ആ മോഡേൺ കാറുകളും അവയുടെ വർണാഭയും ഒക്കെ അതിന്റെ സൂചനയാവാം.

പിന്നെ അമൃത റനീഷിന്റെ കൂട്ടുകാരുടെ പട്ടികയിലേക്ക് ഊളിയിട്ടു. അസാധാരണമായി ഒന്നും അതിൽ അവൾ കണ്ടില്ല. കൂടുതലും ആണുങ്ങളാണ് പട്ടികയിൽ. റനീഷിന്റെ സമപ്രായക്കാർ. സ്ത്രീകളും സമപ്രായക്കാർ. തീരെ പ്രായം കുറഞ്ഞവരെയോ കൂടിയവരെയോ കണ്ടില്ല. റനീഷിന്റെ ഫോട്ടോകൾ ആവട്ടെ, അയാളുടെ പൗരുഷം വെളിവാക്കുന്നവയാണ്. അവയ്ക്കു കമന്റ് ഇട്ടവരിൽ അധികം സ്ത്രീകളില്ല. പിന്നെ ഒന്നുരണ്ടു തമിഴന്മാർ പട്ടികയിലുണ്ട്. കോയമ്പത്തൂർ ഒക്കെയുള്ളവർ. ഒന്നിലും സംശയിക്കത്തക്കതായി യാതൊന്നും അമൃത കണ്ടില്ല. അതവൾക്ക് ആശ്വാസമായി. റനീഷിന്റെ കാര്യത്തിൽ എന്റെ മകൾ തന്നെ ശരിയാവട്ടെ. അതാണ് അതിന്റെ സന്തോഷവും. എന്നാലും ഇനി റനീഷിനെക്കുറിച്ചു നേരിട്ട് അന്വേഷിക്കുകതന്നെ. അച്ഛനില്ലാത്തതു കൊണ്ട് മക്കളുടെ കാര്യത്തിൽ താനൊരു ഉപേക്ഷ വരുത്തി എന്നു വരരുത്.

പിറ്റേന്ന് അമൃത റനീഷിന്റെ വർക്ഷോപ്പ് പരിസരത്ത് പോയി. കൂട്ടിനു ജലജയെയും വിളിച്ചു. ജലജയോട് എന്തിനാണ് ഈ യാത്രയെന്നു

വിശദീകരിക്കാൻ അമൃത മടിച്ചു. അതു പറയുമ്പോൾ മകളുടെ പ്രണയം മറ്റൊരാൾ അറിയുമല്ലോ എന്ന വൈമനസ്യമായിരുന്നു അവളെ പിടികൂടിയിരുന്നത്. പക്ഷേ, പറയാതെതന്നെ ജലജ എല്ലാം തിരിച്ചറിഞ്ഞു. ഒപ്പം പുറത്ത് എൽ.എൽ.ബിക്കു പഠിക്കുന്ന തന്റെ മകളും നാളെ ഇങ്ങനെ ഒരു കഥ പറഞ്ഞേക്കാം എന്നു നിസ്സംഗതയോടെ പറഞ്ഞു. അതിൽ പരാതിപ്പെട്ടിട്ട് എന്തു കാര്യം? തങ്ങൾക്കു ചെയ്യാനുള്ളതു ചെയ്യുക. ബാക്കി കുട്ടികളുടെ തിരഞ്ഞെടുപ്പാണ്. പിന്നെ വരാനുള്ളത് അവർ തന്നെ അനുഭവിക്കുക എന്നാണു ജലജയുടെ മട്ട്.

തന്നേക്കാൽ പിടഞ്ഞാണു ജീവിക്കുന്നതെങ്കിലും, ഒരൊറ്റ മകളേ ഉള്ളൂവെങ്കിലും കുറേയൊക്കെ മാറിനിന്നു മകളുടെ ജീവിതം കാണാൻ ജലജയ്ക്ക് ആകുന്നല്ലോ എന്ന് അമൃത അത്ഭുതപ്പെട്ടു. സത്യത്തിൽ അങ്ങനെ വേണം. കടമകൾ നിർവ്വഹിക്കുക, തിരിച്ചൊന്നും പ്രതീക്ഷിക്കാതിരിക്കുക. പക്ഷേ, തനിക്കത് ആവില്ല. താനൊരു ശരാശരി അമ്മയാണ്. കുഞ്ഞുങ്ങളെച്ചൊല്ലി ഉരുകാൻ മാത്രം അറിയുന്ന അമ്മ. പിന്നാലെ ചെന്ന് അവരുടെ മന്ദസ്മിതം ഉറപ്പുവരുത്തുന്ന അമ്മ.

ആ വർക്ഷോപ്പ് പരിസരത്തുള്ള ചായക്കടയിലാണ് അവർ റനീഷിനെക്കുറിച്ച് അന്വേഷിച്ചത്. അവിടിരുന്നു മനഃപൂർവം ഉച്ചയൂണു കഴിച്ചുകൊണ്ട്. വലിയ തിരക്കില്ലായിരുന്നു. അതുകൊണ്ടാവാം കടക്കാരൻ സംസാരിക്കാൻ താൽപര്യം കാട്ടിയത്. 'നല്ല മര്യാദയും ഗുരുത്വവുമുള്ള ചെക്കൻ' എന്നാണ് അയാൾ റനീഷിനെക്കുറിച്ചു പറഞ്ഞത്. വർക്ഷോപ്പിൽ ഒരുപാട് കസ്റ്റമേഴ്സുണ്ട്. തന്റെ കടയിലെ പ്രധാന വരവ് അവിടെയെത്തുന്നവരിൽ നിന്നാണ്. അയാൾ റനീഷിന്റെ ബിസിനസ്സിനെയും പുകഴ്ത്തി. അതുകൊണ്ടുതന്നെ ചായക്കടയിൽ നിന്നിറങ്ങിയപ്പോൾ അമൃത പ്രസന്നയായിരുന്നു. പക്ഷേ, ജലജ പരിഹസിച്ചു.

''ഇതിപ്പോ അന്വേഷണം ഒരു കല്യാണാലോചനയ്ക്കാന്ന് ആ കടക്കാരൻ കൃത്യമായി ഊഹിച്ചുകാണും. അമ്മായിയമ്മയുടെ ടെൻഷൻ അത്രയ്ക്കുണ്ടായിരുന്നു. അതാ അയാൾ റനീഷിനെക്കുറിച്ചു നല്ലതു പറഞ്ഞത്. അയാളുടെ അന്നദാതാവു കൂടിയാണല്ലോ കക്ഷി.''

അമൃതയെ പിന്നെ ജലജ ആശ്വസിപ്പിച്ചു:

''ഇങ്ങനെ ഒക്കെ അന്വേഷിച്ചാ വലിയ ഫലമുണ്ടാവില്ല. നമ്മുടെ മോൾടെ കാര്യമല്ലേ, നമുക്കു കൃത്യമായ വിവരം കിട്ടണ്ടേ? അതിനുള്ള മാർഗം ആലോചിക്കണം.''

''അതെനിക്കറിയില്ല ജലജ.''

''ചേച്ചിക്കു പൊലീസിൽ വല്ല പിടിയുമുണ്ടോ?''

''ഏയ്.''

''ഉണ്ടെങ്കിൽ എളുപ്പമായിരുന്നു.''

''അതെന്താ?''

''ഈ വർക്ഷോപ്പുകാർ ഇടിച്ച വണ്ടികളാണല്ലോ കൂടുതൽ റിപ്പയർ ചെയ്യുക. അപ്പോ പൊലീസൊക്കെ അവിടെ കയറിയിറങ്ങും. അപ്പോ അവരോടു ചോദിച്ചാ അറിയാം വർക്ഷോപ്പുകാരന്റെ സ്വഭാവം.''

ജലജയുടെ മകളല്ല, ജലജയാണു വക്കീലാവേണ്ടിയിരുന്നത് എന്ന് അമൃത തമാശ പറഞ്ഞു. എങ്കിൽ സുപ്രീംകോടതി വരെ ചെന്നേനേ. ഈ മാർജിൻഫ്രീ മാർക്കറ്റിൽ സാധനം തൂക്കിക്കൊടുക്കുന്ന തലകൊണ്ട് എന്തൊക്കെ ചിന്തിച്ചുകൂട്ടുന്നു. അമൃത പിന്നേയും ജലജയെ കളിയാക്കി. അതാസ്വദിച്ചു ജലജ ചിരിക്കുകയും ചെയ്തു. ''ശരിയാ. ഞാനൊരു സംഭവാന്ന് ഞാൻ അറിയാൻ വൈകി'' എന്നു ജലജ പാതി കളിയായും പാതി കാര്യമായും പറഞ്ഞു.

അമൃത അതു നിഷേധിക്കാൻ പോയില്ല. അടുത്ത നിമിഷം അവൾ ഉച്ചത്തിൽ വിളിച്ചുപറഞ്ഞു: ''യുറേക്കാ, യുറേക്കാ...''

''എന്താ?'' ജലജ

''എനിക്കു പൊലീസിൽ പിടിയുണ്ടെന്നു ഞാൻതന്നെ കണ്ടുപിടിച്ചൂന്ന്.''

''ആരെയാ പിടി?''

''പവിത്രൻ എസ്.ഐയെ.''

അമൃത അങ്ങനെ അവകാശപ്പെട്ടെങ്കിലും പവിത്രൻ എസ്.ഐയെ എങ്ങനെ ഇക്കാര്യത്തിനു സമീപിക്കും എന്നറിയാതെ തൊട്ടടുത്ത നിമിഷം കുഴങ്ങി. എന്തെന്നാൽ അയാളോട് ഇതുവരെ പറഞ്ഞതും പ്രവർത്തിച്ചതുമെല്ലാം ബെസ്റ്റ് നുണകളാണല്ലോ. ഇങ്ങനെ ഒരു വിവരം അറിയാൻ തന്നെ എന്തിനു സമീപിക്കുന്നു, ഉറ്റ ബന്ധുവായ പൊലീസ് കമ്മീഷണറോട് ഒരു വാക്കു പറഞ്ഞാൽ പോരേ എന്ന് അയാൾ തിരിച്ചു ചോദിച്ചാൽ തീർന്നു. അപ്പോൾ പിന്നെ എന്താണു മാർഗം? സാഷ്ടാംഗ പ്രണാമം അല്ലപിന്നെ.

ഓഫീസ് ഫയലുകൾ നോക്കുകയായിരുന്നു പവിത്രൻ എസ്.ഐ. അപ്പോഴാണ് ഒരാൾ കാണാൻ വന്നിട്ടുണ്ടെന്ന് ഒരു പൊലീസുകാരൻ പറഞ്ഞത്.

പവിത്രൻ എസ്.ഐ. തലയുയർത്തി നോക്കുമ്പോൾ അമൃത. പക്ഷേ, പതിവുചിരിയില്ല. കമ്മീഷണറുടെ ബന്ധുവിന് ഇതെന്തുപറ്റി എന്ന് എസ്.ഐ. ചിന്തിക്കേ അമൃത പറഞ്ഞു:

''എനിക്കൊന്നു കാണണം.''

നമ്മളിപ്പോ കണ്ടുകൊണ്ടിരിക്കയല്ലേ എന്നു പറയണമെന്നുണ്ടായിരുന്നു എസ്.ഐയ്ക്ക്. വേണ്ടാ. ഉന്നതങ്ങളിൽ ബന്ധമുള്ള ആളല്ലേ.

കുറച്ചുകൂടി വിശദീകരിച്ച് അമൃത പറഞ്ഞു:

''ഇവിടല്ല, പുറത്ത്. വൈകീട്ട് ഫ്രീയാണേ നഗരത്തിലെയോ ബീച്ചിലെയോ റസ്റ്റോറന്റിൽ.'' പവിത്രൻ എസ്.ഐയ്ക്കു കിളിപോയി എന്നു പറയാം. ഈ സ്ത്രീ എന്തോ ഗുലുമാലുമായി തന്റെ പുറകേ കൂടിയിരിക്കുകയാണെന്ന് അയാൾ ന്യായമായും ഊഹിച്ചു. അല്ലെങ്കിൽ സ്റ്റേഷനിലേക്കു വന്ന് ഇങ്ങനെ ഒരു സ്ഥലത്തേക്കു ക്ഷണിക്കില്ലല്ലോ. എന്നാലും 'ബീച്ചിലായിക്കോട്ടെ' എന്നയാൾ സമ്മതിച്ചു.

ബീച്ചിലെ തുറന്ന റസ്റ്റോറന്റിൽ അത്ര തുണിയൊന്നും ഉടുക്കാതെ ഭക്ഷണം കഴിച്ചുകൊണ്ടിരുന്ന സായിപ്പന്മാർക്കും മദാമ്മമാർക്കുമിടയിൽ മാന്യമായി വസ്ത്രം ധരിച്ച എസ്ഐയും അമൃതയും ഒരധികപ്പറ്റുപോലെ ഇരുന്നു. ആരുമാരും ഒന്നും മിണ്ടാതെ, അതും ഏറെ നേരം. ഒടുവിൽ സഹികെട്ട് പവിത്രൻ എസ്.ഐ ആരാഞ്ഞു:

''അല്ലാ എന്താ എന്നെ കാണണംന്നു പറഞ്ഞത്?''

അതിനു മറുപടിയായി 'ഞാനൊരു കോഫി പറയട്ടെ' എന്നാണ് അമൃത ചോദിച്ചത്.

''അതു സൗകര്യംപോലാവാം. കാര്യം പറയൂ.''

''എന്നാൽ തുറന്നു പറയാം. ഞാൻ കമ്മീഷണറുടെ ഭാര്യയുടെ ബന്ധുവല്ല. കമ്മീഷണറെ എനിക്ക് അറിയുകപോലുമില്ല.''

അതുകേട്ട് പവിത്രൻ എസ്.ഐ തന്നെ മുട്ടൻ തെറി വിളിക്കുമെന്നാണ് അമൃത കണക്കുകൂട്ടിയതെങ്കിലും ആ പൊലീസുദ്യോഗസ്ഥനിൽനിന്ന് 'ങേ' എന്ന ഒരാർത്തനാദം മാത്രമാണ് ഉണ്ടായത്. അടുത്ത നിമിഷം ഇതു താൻടാ പൊലീസായി പവിത്രൻ എസ്.ഐ സടകുടഞ്ഞെഴുന്നേൽ ക്കാൻ ഭാവിക്കേ അമൃത അപേക്ഷിച്ചു:

''അതൊരു കുസൃതിയായി ക്ഷമിച്ചുകളയണം. പിന്നെ എനിക്കൊരു കേസ് അങ്ങോട്ടേൽപിക്കാനുണ്ട്. അതൊന്ന് അന്വേഷിച്ചുതന്നാ എന്തു ചെലവു വേണേ ഞാൻ ചെയ്യുകയും ചെയ്യാം.''

ഉടൻ വന്നു മറുപടി: ''ഞാൻ കൈക്കൂലി വാങ്ങാറില്ല.''

''എന്നാൽ കോഫിയും പറയുന്നില്ല. കാര്യം മാത്രം പറയാം.''

അതുകേട്ട് പവിത്രൻ എസ്.ഐ നിഷ്കളങ്കമായി ചിരിച്ചു. സാധാരണ പൊലീസുകാരൊന്നും ചിരിക്കാത്ത മട്ടിൽ, ഏതാണ്ടു ചെറിയ കുട്ടികളെപ്പോലെ... അതിന്റെ ഒടുവിൽ അയാൾ അഭിനന്ദിച്ചു: ''നിങ്ങളാളു കൊള്ളാം. പൊലീസിനെ വരെ കബളിപ്പിക്കാനുള്ള ധൈര്യം അപാരം. സത്യത്തിൽ എനിക്കിപ്പോ ദേഷ്യം വരേണ്ടതാണ്. എന്തോ വരുന്നില്ല. ചിലപ്പോ പിന്നെ വരുമായിരിക്കും. അപ്പോ നോക്കാം. ഇപ്പോ നിങ്ങളുടെ ആവശ്യം എന്താന്നു പറ.''

എസ്.ഐ താൻ വിചാരിച്ചതിനേക്കാൾ സരസനും പാവവുമാണെന്ന് അമൃതയ്ക്ക് മനസ്സിലായി. എസ്.ഐ എന്ന റാങ്കേയുള്ളൂ. ശുദ്ധൻ. പിന്നെ

അവൾ തന്റെ കഥ മുഴുവൻ പറഞ്ഞു. ആവശ്യവും വിവരിച്ചു. അതോടെ പവിത്രൻ എസ്.ഐ അറിയിച്ചു.

''സാധാരണ പൊലീസുകാരെ പറ്റിച്ച് ഒരാളെ പിടിച്ചുകൊണ്ടു പോയി കുനിച്ചു നിർത്തി എൽ-ഫോർ, എൽ-ഫൈവ് വെർട്ടിബ്രെബ്ക്ക് ഇടിക്കുക എന്റെ ഒരു ഹോബിയാണ്. അതും ഞാൻ ഇപ്പോൾ തൽക്കാലം അതു മാറ്റിവയ്ക്കുന്നു. ഒരു രസത്തിനല്ല, പറഞ്ഞ കഥ കേട്ട്, നിങ്ങൾ നല്ല ഒരു അമ്മയാണെന്ന തോന്നൽ കൊണ്ട്.''

അമൃത ചിരിച്ചു. മാത്രമല്ല, എസ്.ഐയ്ക്കും സ്വന്തം അമ്മ ഒരു വലിയ അനുഭവമായിരിക്കും എന്ന് ഊഹിച്ചു. ആ നി മിഷം എസ്.ഐ പറഞ്ഞു: ''അല്ലെങ്കിലും നല്ല അമ്മമാരോട് എനിക്കു ബഹുമാനമാ. എന്റെ അമ്മ എന്നെയും മൂന്ന് അനിയത്തിമാരെയും ഉപേക്ഷിച്ച് ഒരാളുടെ കൂടെ ഒളിച്ചോടിയ ആളാ. അതുകൊണ്ടു സ്നേഹമുള്ള അമ്മമാരെ കാണുമ്പോ ഇവരെന്റെ അമ്മയെപ്പോലല്ലല്ലോ എന്ന് ഉള്ളിലൊരു ഇഷ്ടവും ബഹുമാനവും അങ്ങു തോന്നും. അതുകൊണ്ട് ഈ റനീഷിനെക്കുറിച്ചുള്ള സകല ഡീട്ടെയിൽസും ഞാൻ എടുത്തുതരാം. എന്നിട്ട് കല്യാണം വേണോന്നോ വേണ്ടാന്നോ ഒക്കെ തീരുമാനിച്ചോ.''

ആ റസ്റ്റോറന്റിൽനിന്ന് ഇറങ്ങുമ്പോൾ അമൃതയ്ക്ക് ആത്മനിന്ദ തോന്നി. താനും കുട്ടികളും ഒരു നിസ്സാരനായ കോമാളിയായാണ് ഈ മനുഷ്യനെ കണ്ടത്. അതുകൊണ്ടാണ് അയാളെ പറ്റിച്ചതിനേക്കാൾ അതിന്റെ രസം ആസ്വദിച്ചത്. പക്ഷേ, എത്രയോ ആഴമുള്ള ജീവിതമാണ് അയാളുടേത്. അമ്മ ഉപേക്ഷിച്ച മൂന്ന് അനിയത്തിമാരേയുംകൊണ്ടു ജീവിതത്തോടു പൊരുതിയാവാം അയാൾ ഇവിടെവരെ എത്തിയത്. അങ്ങനെ ഒരു സഹനത്തിലേക്കു തന്നെയും കൂടപ്പിറപ്പുകളെയും തള്ളിവിട്ട ആളോടുള്ള ദേഷ്യവും സങ്കടവും ഒക്കെ, അങ്ങനെയല്ലാത്ത അമ്മമാരോടുള്ള ആദരവായി അയാൾ മാറ്റിയെടുത്തിരിക്കുന്നു. അതാണു ഹൃദയം. ഒന്നും നൽകാത്ത ലോകത്തിന് എല്ലാം കൈനീട്ടി നൽകുന്ന നന്മ. അമൃതയുടെ കണ്ണു നിറഞ്ഞു. പവിത്രൻ എസ്.ഐ. അതറിഞ്ഞില്ലെന്നു മാത്രം.

ആ രാവിലും വീട്ടിൽ മൗനം ഉറഞ്ഞുകൂടി നിന്നു. ഇടയ്ക്കു ശ്രേയ അടുത്തു വന്നപ്പോൾ എന്തായി അമ്മയുടെ അന്വേഷണം എന്നവൾ ചോദിക്കുമെന്നു വിചാരിച്ചു. അതുണ്ടായില്ല. ഈ ലോകത്തിലേ അല്ല താൻ എന്ന മട്ടിൽ അവൾ പെരുമാറി. വീടിനകത്ത് ഒരംഗം, ഒന്നും മിണ്ടാതെ ഒഴിഞ്ഞുനിൽക്കുന്നതാണ് ഏറ്റവും ദുസ്സഹം. അതിൽ ക്രൂരമായ ഒരവഗണനയുണ്ട്, നിങ്ങളെ ഞാൻ കാണുന്നേ ഇല്ല, നിങ്ങളെന്റെ ആരുമല്ലല്ലോ എന്നൊക്കെയുള്ള പറച്ചിലുണ്ട്. വാക്കുകൾ ഇതിനേക്കാൾ എത്രയോ ഭേദവും ദയയുമാണ്. ലയയും ഈയിടെയായി അധികം സംസാരിക്കാറില്ല. ശ്രേയയുടെ പിറകേയുള്ള ഓട്ടത്തിനിടയിൽ തനിക്കവളെ ശ്രദ്ധിക്കാനാവുന്നില്ലേ? അങ്ങനെ ഒരിക്കലും സംഭവിക്കരുതേ

എന്ന് അമൃത പ്രാർത്ഥിച്ചു. അല്ലെങ്കിലും അത് എല്ലാ ഇളയ കുട്ടികളുടെയും വിധിയാണ്. മൂത്തവർക്കു കിട്ടുന്ന തലോടൽ അവർക്കു ലഭിക്കുകയേ ഇല്ല, പകരം ലഭിക്കുന്നതു സ്വാതന്ത്ര്യമാണ്. സത്യത്തിൽ ആ സ്വാതന്ത്ര്യം രക്ഷിതാക്കളുടെ അശ്രദ്ധയാണ്. ആ അശ്രദ്ധയുടെ മറവിലാണ് മിക്ക വീട്ടിലെയും ഇളയ കുട്ടികൾ അവരുടേതായ വഴിയിലൂടെ മാത്രം സഞ്ചരിച്ച് വീടിനെയും വീടിന്റെ കരുതലിനെയും ഒക്കെ അങ്ങ് ഉപേക്ഷിച്ചു കളയുന്നത്. ഇല്ല. താൻ ലയയെയും മുറുകെപ്പിടിക്കും. ശ്രേയയെ എത്രമുറുകെപ്പിടിക്കുന്നോ, അത്രതന്നെ ആഴത്തിൽ. നേരം വെളുത്തപ്പോൾ ത്തന്നെ പവിത്രൻ എസ്.ഐ വിളിച്ചു.

''അമൃത ഞാൻ പറയുന്നതു സശ്രദ്ധം കേൾക്കുക.''

''ഉവ്വ്.''

''അല്ലെങ്കിൽ വേണ്ട. എന്റെ വാക്കുകൾ റിക്കോർഡ് ചെയ്തോളൂ.''

''അയ്യോ എന്തിന്?''

''റനീഷിനെക്കുറിച്ചുള്ള എന്റെ കണ്ടെത്തലുകൾ അമൃത പറയുന്നതിലും നല്ലത്, എന്റെ ശബ്ദത്തിൽ ശ്രേയ കേൾക്കുന്നതാ. അമൃതയ്ക്കു റെക്കോഡ് ചെയ്യാം. കേൾപ്പിക്കാം. ശ്രേയയ്ക്കപ്പോൾ കൂടുതൽ വിശ്വാസമാകും. ഒന്നുമല്ലേ ഞാനൊരു പൊലീസ് ഉദ്യോഗസ്ഥനല്ലേ?''

തന്റെ ആരുമല്ലാത്ത ഒരാൾ, തനിക്കു വലിയ പരിചയം പോലുമില്ലാത്ത ഒരാൾ തന്നെ എത്രമാത്രം കരുതുന്നു എന്ന് അമൃതയ്ക്കു മനസ്സിലായി. ഈ ലോകം മുഴുവൻ ഇരുട്ടാണെന്ന് പറയുന്നത് വലിയ ഒരു കള്ളമാണ്. ഇവിടെ ഇപ്പോഴും ഇത്തിരി വെട്ടമുണ്ട്. പവിത്രൻ എസ്.ഐ അങ്ങനെ ഒരു ഇത്തിരി വെട്ടമാണ്. നുറുങ്ങുനിലാവാണ്.

''ഞാൻ അങ്ങനെ ചെയ്യാം. സാർ.'' അമൃത ആത്മാർത്ഥമായി പറഞ്ഞു.

''എന്നെ സാർ എന്നു വിളിക്കണ്ടാ. പേരു വിളിച്ചോളൂ. ഏതായാലും റെക്കോഡ് ചെയ്യൂ.'' പിന്നെ ആ മനുഷ്യൻ അങ്ങേയറ്റം ആഴമുള്ള സ്വരത്തിൽ എസ്.ഐ റനീഷിനെക്കുറിച്ചു പറഞ്ഞുതുടങ്ങി. അമൃത അതു കേട്ട് കരയാനും ആരംഭിച്ചു.

പതിനഞ്ച്

പവിത്രൻ എസ്.ഐ. പറഞ്ഞതത്രയും റെക്കോഡ് ചെയ്തിട്ടും അമൃതയ്ക്ക് ഓടിച്ചെന്ന് അതു ശ്രേയയെ കേൾപ്പിക്കാൻ തോന്നിയില്ല. എങ്ങനെയാവും ശ്രേയ അതിനോടു പ്രതികരിക്കുക എന്നറിഞ്ഞുകൂടാ. പക്ഷേ വൈകുന്നതിലും അർത്ഥമില്ല.

മാർജിൻ ഫ്രീ മാർക്കറ്റിൽനിന്ന് അമൃത ശ്രേയയെ വിളിച്ചു.

''മോളേ... ഞാനൊരു ഓഡിയോ നിന്റെ വാട്സപ്പിലേക്ക് അയയ്ക്കാം. റനീഷിനെക്കുറിച്ചുള്ള എന്റെ അന്വേഷണത്തിന്റെ ഫലമാണത്. ഒരു പൊലീസ് ഉദ്യോഗസ്ഥനാണ് ആ അന്വേഷണം നടത്തിയത്.''

''അമ്മ ഇത് ഏതു വഴിക്കൊക്കെയാ നീങ്ങുന്നേ?'' ശ്രേയയുടെ ശബ്ദത്തിൽ അരിശം പറ്റിപ്പിടിച്ചു നിന്നിരുന്നു. അത് അവഗണിച്ചുകൊണ്ട് അമൃത പറഞ്ഞു:

''നിനക്കതു കേൾക്കാം. ഇഷ്ടമുള്ളതു തീരുമാനിക്കാം.''

ശേഷം അമൃത മാർജിൻ ഫ്രീ മാർക്കറ്റിൽ നിന്നിറങ്ങി. ലയ ഷട്ടിൽ പ്രാക്ടീസ് ചെയ്യാൻ പോയിട്ടുണ്ട്. അവളെ പിക് ചെയ്യണം. മാത്രമല്ല അവളുടെ കോച്ച് ഒന്നു കാണണമെന്നു പറഞ്ഞിട്ടുണ്ട്. എന്താണാവോ കാര്യം?

ശ്രേയ പിന്നെ ആ ഓഡിയോ ക്ലിപ് പ്ലേ ചെയ്തു.

പവിത്രൻ എസ്.ഐ. ആരംഭിച്ചു: ''അമൃതാ... ഞാൻ ആ ചെറുപ്പക്കാരനെക്കുറിച്ച് വർക്ഷോപ്പ് പരിസരത്തെയും സിറ്റിയിലെ മറ്റു പൊലീസ് സ്റ്റേഷനുകളിലും ഒക്കെ അന്വേഷിച്ചു. ആദ്യം പറയാനുള്ള കാര്യം ആ വർക്ഷോപ്പ് റനീഷ് എന്നയാളിന്റെ പേരിലല്ല എന്നതാണ്. ഒരു ജോർജ് ഇമ്മാനുവലാണ് അതിന്റെ ഉടമ. പിന്നെ, റിപ്പയറിങ്ങല്ല അവിടെ പ്രധാനമായി നടക്കുന്നത്. മോഷ്ടിച്ചുകൊണ്ടുവരുന്ന വാഹനങ്ങൾ പൊളിക്കുക. പൊളിച്ചു വിൽക്കുക. കോയമ്പത്തൂർ ഇത്തരം ബിസിനസ്സിന്റെ കേന്ദ്രമാണ്. അവിടുള്ള ചില ആളുകളുമായി ചേർന്നാണ് ഈ കച്ചവടം. ഇനി ഞാൻ പ്രധാന കാര്യത്തിലേക്കു വരാം. റനീഷ്

ഈ വർക്ക്ഷോപ്പിന്റെ മാനേജരായാണു പ്രവർത്തിക്കുന്നത്. ഒന്നുരണ്ടു തവണ മോഷ്ടിച്ച വാഹനങ്ങളുമായി ഇയാളെ പൊലീസ് പൊക്കിയിട്ടുണ്ട്. അന്നൊക്കെ ഉന്നതങ്ങളിൽ നിന്നുള്ള ചില വിളികളുടെ ബലത്തിൽ കേസിൽ പ്രതിയാകാതെ രക്ഷപ്പെട്ടു. മോഷ്ടിക്കപ്പെട്ട വണ്ടികളുടെ ഉടമസ്ഥർക്കു വണ്ടി തിരിച്ചുകിട്ടുന്നതിനപ്പുറം കള്ളനെ നിയമത്തിന്റെ മുന്നിൽ കൊണ്ടുവരിക എന്ന സാമൂഹികബോധം ഇല്ലല്ലോ. അതും അയാൾക്കു സഹായമായി. അവരതോടെ കേസ് ഉപേക്ഷിക്കും. എന്തായാലും ഇയാൾ നേരായ വഴിക്കു ജീവിക്കുന്ന ഒരുത്തനല്ല. എന്റെ മകളാണെങ്കിൽ അവളോട്, ഇയാളെ കെട്ടരുത് എന്നേ ഞാൻ പറയൂ. ഇനി അഥവാ അവളെന്റെ വാക്കു തിരസ്കരിച്ചാൽ ഞാനെന്റെ സകല സ്വാധീനവും ബലവും ഉപയോഗിച്ച് ആ വിവാഹം തടയാൻ ശ്രമിക്കും. ഉറപ്പാ. ഇതു നിങ്ങൾടെ കുടുംബകാര്യം. എന്നാലും അമൃതയും ഇങ്ങനെ ഒക്കെ ചെയ്യണംന്നേ ഞാൻ പറയൂ. ഇനി ഒക്കെ നിങ്ങൾടെ ഇഷ്ടം.''

ശ്രേയയെയും ആ വാക്കുകൾ തൊട്ടു.

ഒരച്ഛനെപ്പോലെ, ദൂരെ ഇരുന്ന് ഒരാൾ തന്നോട് അരുതെന്നു പറയും പോലെ അവൾക്കു തോന്നി. അടുത്ത നിമിഷം അവൾ സംശയിച്ചു. എന്നാലും റിനീഷ് ഇത്രയും കള്ളം ഒളിപ്പിക്കുന്ന ഒരാളാണോ? എന്തൊക്കെ കഥകളായിരുന്നു. അമ്മ. എൻജിനീയറിങ്... മുംബൈയിലെ ജോലി രാജിവെക്കൽ...

എന്നിട്ട് അവന്റെ യഥാർത്ഥ മുഖമോ? ഇനി ഈ പൊലീസ് ഉദ്യോഗസ്ഥനു തെറ്റിയതാകുമോ? അതുമല്ല, തന്റെ അമ്മ മറ്റൊരാളുടെ സഹായത്തോടെ മനഃപൂർവ്വം ഇങ്ങനെ ഒരു ഓഡിയോ ക്ലിപ് ഒരുക്കിയതാകുമോ? അമ്മയ്ക്ക് ഇഷ്ടമില്ലാത ഈ ബന്ധത്തിൽ നിന്നു തന്നെ ഊരിയെടുക്കാൻ...

അമ്മ ഒരിക്കലും അങ്ങനെ ചെയ്യില്ല. എന്തിനും ഒരു നേരും നെറിയും ഉള്ള ആളാണ് അമ്മ. താനങ്ങനെ, തന്റെ സ്വാർത്ഥതകൊണ്ടു ചിന്തിക്കരുതായിരുന്നു. ശ്രേയയ്ക്ക് വേദന തോന്നി. ഒരാൾ സ്വാർത്ഥതയിൽ മുങ്ങുമ്പോൾ ആരെയൊക്കെയാണു തള്ളിപ്പറയുന്നത്. അരുത്, താൻ അങ്ങനെ അമ്മയെപ്പോലും വില കുറച്ചു കാണുന്ന ഒരാളായിക്കൂടാ. പക്ഷേ ഈ ഓഡിയോ ക്ലിപ് കൊണ്ട് റനീഷിനെ വിധിക്കാമോ? റനീഷിന് ഇതേക്കുറിച്ച് എന്താണു പറയാനുണ്ടാവുക? അയാളുടെ ഭാഗം കേൾക്കാതെ. ഇത്രയുംകാലത്തെ തന്റെ വിശ്വാസത്തെ താൻ ഒറ്റുകൊടുക്കാമോ?

ശരിയാണ്. റനീഷിനും ചിലതു പറയാനുണ്ടാവാം. ഏറ്റവും ചുരുങ്ങിയത് അതിന് ഒരു അവസരമെങ്കിലും താൻ കൊടുക്കണം. അതിനു ശേഷം മതി വിധിപ്രസ്താവം. അതാണു ശരി. അമ്മയ്ക്ക് നീതിബോധമുണ്ടെങ്കിൽ തനിക്കുമുണ്ട് അത്. താനും അതിന്റെ വെളിച്ചത്തിലേ ഒരു

തീരുമാനമെടുക്കൂ. അതിനാദ്യം റനീഷിനെ കാണണം - ശ്രേയ ഉറപ്പിച്ചു.

അമൃത എത്തുമ്പോൾ ലയ കളത്തിനു പുറത്തിരിക്കുകയായിരുന്നു.

കോച്ച് മിഥുൻ തോമസ് എത്ര നിർബന്ധിച്ചിട്ടും അന്ന് അവൾ കോർട്ടിലിറങ്ങിയില്ല. എനിക്കു തളർച്ച തോന്നുന്നു എന്നു പറഞ്ഞ് അവൾ ദൂരെ മാറിയിരുന്നു.

അതെല്ലാം മിഥുൻ പറഞ്ഞപ്പോൾ, ലയയെയുംകൊണ്ടു നേരേ വീട്ടിൽ പോകാം. നല്ല ഭക്ഷണം ഉണ്ടാക്കിക്കൊടുക്കാം എന്നൊക്കെയാണ് അമൃത വിചാരിച്ചത്. ഈയിടെയായി ഭക്ഷണം വേണ്ടത്ര കഴിക്കുന്നില്ല അവൾ. താനാണെങ്കിൽ രുചിയോടെ ഭക്ഷണം ഉണ്ടാക്കാനും മറന്നിരിക്കുന്നു. ഓരോരോ സംഘർഷങ്ങൾ പാചകത്തിലുള്ള തന്റെ ശ്രദ്ധ തെറ്റിക്കുകയാണ്. ഇനി ശ്രദ്ധിക്കണം. കളിക്കാൻ വരുന്ന ലയ ഇനി ഒരിക്കലും തളർച്ചയോടെ കളി കാണാൻ മാറി ഇരിക്കരുത്. എല്ലാം തന്റെ തെറ്റാണ്. അശ്രദ്ധയാണ്. മിഥുന് പക്ഷേ, അതൊന്നുമല്ല പറയാനുണ്ടായിരുന്നത്.

''ഇന്നെന്നല്ല മിക്ക ദിവസവും ലയ ഇങ്ങനെയാണ്. അതു ശാരീരികമായ വല്ലായ്മയല്ല എന്ന് എനിക്കു സംശയമുണ്ട്. ലയയുടെ മനോഭാവത്തിലാണ് എന്തോ മാറ്റം സംഭവിച്ചിരിക്കുന്നത്. അളവില്ലാത്ത പ്രതിഭയുള്ള ഒരു കുട്ടി പൊടുന്നനെ എല്ലാത്തിൽനിന്നും പിൻവാങ്ങുമോ. ജയിക്കാവുന്ന കളികൾപോലും തോറ്റു തുന്നം പാടുമോ? അതു ശാരീരികമായ പോരായ്മകൊണ്ടല്ല... ഉറപ്പാ... ഉറപ്പാ...''

അമൃത അപ്പോൾ തനിച്ചിരിക്കുന്ന മകളെ നോക്കി.

ഇല്ല. അവളുടെ മനോഭാവത്തിലൊന്നും മാറ്റമുണ്ടായിട്ടുണ്ടാവില്ല. അവൾക്കു വേണ്ടിയല്ലല്ലോ അവൾ കളിക്കുന്നത്. സ്വാഭാവികമായും അവൾക്കു ജയിച്ചേ തീരൂ. അതേ അവളുടെ അച്ഛനെ തൃപ്തിപ്പെടുത്തുകയുള്ളൂ. കുറച്ചു കാലമായി അവൾക്കു ഫിസിക്കൽ ഫിറ്റ്നസ് ഉണ്ടാവില്ല. അതു തന്റെ അശ്രദ്ധകൊണ്ടു സംഭവിച്ചതാണ്. സാരമില്ല. ഇനി താനതിൽ ഇടപെട്ടോളാം. ശരിയാക്കിക്കോളാം. അല്ലാതെ കോച്ചിന്റെ വാക്കുകളും നിരീക്ഷണവും ഒന്നും ശരിയല്ല.

ലയയെക്കൂട്ടി അമൃത ഇറങ്ങുമ്പോൾ പിന്നാലെ ചെന്നു മിഥുൻ ഒന്നുകൂടി പറഞ്ഞു:

''ഡിസ്ട്രിക്ട് ചാമ്പ്യൻഷിപ് അടുക്കുകയാണ്. ഇന്ദുമേനോനെ തോൽപ്പിച്ച് ഇവിടെയും പിന്നാലെ സ്റ്റേറ്റിലും ലയ ജയിക്കുമെന്നായിരുന്നു എന്റെ പ്രതീക്ഷ. ഇപ്പോ രണ്ടും സംഭവിക്കുമെന്നു ഞാൻ കരുതുന്നില്ല കേട്ടോ.''

അതിന് അമൃത മറുപടി പറഞ്ഞില്ല. ലയയോടും ഒന്നിനെക്കുറിച്ചും അമൃത സംസാരിച്ചില്ല. വീട്ടിലെത്തിയപ്പോൾ നേരത്തേ അടുക്കളയിൽ

കയറി കുട്ടികൾക്കുവേണ്ടി ആകാവുന്നത്ര രുചിയിൽ അത്താഴം ഉണ്ടാക്കി. ശ്രേയയെ അപ്പോൾ അവിടെ കണ്ടില്ല. പുറത്തുപോയ അവൾ ഇത്തിരി വൈകിയാണു വന്നത്.

''റനീഷിനെ കണ്ടിട്ടേ ഞാനൊരു തീരുമാനത്തിൽ എത്തൂ.'' അമൃതയെ കണ്ടപ്പോൾ അവൾ പറഞ്ഞു. അമൃത മറിച്ചൊന്നും പറഞ്ഞില്ല.

''റനീഷ് സ്ഥലത്തില്ല. ബിസിനസ്സ് ആവശ്യത്തിനു കോയമ്പത്തൂർ പോയിരിക്കുകയാണ്. തിരിച്ചെത്തട്ടെ.''

അമൃത അതു കേട്ടിരിക്കുക മാത്രം ചെയ്തു. അത്താഴം കഴിക്കുമ്പോൾ അമൃത ലയയോടു പറഞ്ഞു:

''ഞാനിനി ഭക്ഷണത്തിൽ നന്നായി ശ്രദ്ധിക്കാംട്ടോ.'' ആ നിമിഷം ലയ അമൃതയുടെ കൈ പിടിച്ചു. അതൊന്നുമല്ല തന്റെ പ്രശ്നമെന്ന മട്ടിൽ.

ശബ്ദമില്ലാത്ത ആ ഭാഷ അമൃതയ്ക്കു മനസ്സിലായില്ല, എത്രയോ നല്ല ഒരമ്മയായിട്ടുകൂടി. അതങ്ങനെയാണ്. ഒരുപാടു പ്രശ്നങ്ങൾ നേരിടുമ്പോൾ, ഒരമ്മ പലയിടത്തും തോറ്റുപോകാം. പലതും അറിയാതെ പോകാം. രാത്രി കുട്ടികളുറങ്ങിയിട്ടും അമൃതയ്ക്ക് ഉറക്കം വന്നില്ല.

ശ്രേയ ഒരു തീരുമാനത്തിലെത്തിയിട്ടില്ല; ലയയുടെ കാര്യത്തിൽ താൻ വിചാരിക്കുന്നതൊന്നുമായിരിക്കില്ലേ അവളുടെ വേദന എന്നീ ചിന്തകളെല്ലാം അമൃതയെ അലട്ടിക്കൊണ്ടിരുന്നു. അമൃത അസ്വസ്ഥതയോടെ ബാൽക്കണിയിലേക്കിറങ്ങി പുറത്തേക്കു നോക്കി.

ഹൗസിങ് കോളനി അന്ധകാരത്തിൽ അലിഞ്ഞുകഴിഞ്ഞു. ഇവിടെ ഈ ഇരുട്ടിൽ ഉറങ്ങാതിരിക്കുന്ന ഒരാൾ താൻ മാത്രമാവാം.

അപ്പോൾ അമൃതയുടെ മൊബൈൽ റിങ് ചെയ്തു. ഓടിച്ചെന്നു കിടപ്പുമുറിയിലിരുന്ന മൊബൈൽ എടുത്ത് അമൃത ബാൽക്കണിയിലേക്കു തിരിച്ചുവന്നു. റിങ്ങിന്റെയോ സംസാരത്തിന്റെയോ ശബ്ദം കേട്ട് കുട്ടികളുണരണ്ട. അവൾ മൊബൈൽ സ്ക്രീനിലേക്കു നോക്കി. പ്രൈവറ്റ് നമ്പർ.

എടുക്കണോ, വേണ്ടയോ.

എടുത്താൽ എന്ത് ഇടിത്തീയാണു വാക്കുകളായി ആ ചെറുപ്പക്കാരൻ തന്നോടു പറയാൻ പോകുന്നതെന്ന് ഒരു നിമിഷം സംശയിച്ച് അമൃത കോൾ അറ്റൻഡ് ചെയ്തു.

''ഹലോ... എത്ര സംശയിച്ചാലും കോൾ എടുക്കുമെന്ന് എനിക്കറിയാമായിരുന്നു.''

''ഞാൻ സംശയിക്കുകയാണെന്ന് ഇയാളോട് ആരു പറഞ്ഞു?''

''പറയണ്ട. ഊഹിക്കാം. എനിക്കെല്ലാം ഊഹിക്കാം.''

ആ നിമിഷം കഴിഞ്ഞ കുറേ നാളുകളായി ഉള്ളിൽ കൊണ്ടുനടക്കുന്ന സംശയം അമൃതയിൽ ബലപ്പെട്ടു. ഇയാൾ ഒന്നും ഊഹിക്കുന്നതല്ല. തന്നെ നിരീക്ഷിക്കുന്നുണ്ട്. എവിടെയോ മറഞ്ഞിരുന്ന്, അതാണ് ഇത്ര കൃത്യമായി തന്റെയും തന്റെ വീടിന്റെയും സകല രഹസ്യങ്ങളും അറിയുന്നത്. അമൃത അറിയാതെ ചുറ്റും നോക്കി.

തെല്ലകലെ ദീർഘകാലമായി ആളില്ലാതെ അടച്ചിട്ടിരുന്ന, ഈയിടെ ആരോ വന്നു ചേക്കേറിയ വീടിന്റെ ബാൽക്കണിയിൽ ഒരാൾ ഇരുട്ടിൽ നിൽക്കുന്നു. അയാളിപ്പോൾ വീടിനകത്തേക്കു വലിയുന്നുണ്ട്. ആ നിമിഷം അമൃത തന്ത്രപൂർവം പറഞ്ഞു:

''ഞാൻ നിഷേധിക്കുന്നില്ല. ഇയാളുടെ ഊഹം ശരിയാണ്. എനിക്കിപ്പോൾ ഇയാളുടെ കോൾ എടുക്കാതിരിക്കാൻ വയ്യല്ലോ.''

ആ നിമിഷം അങ്ങേത്തലയ്ക്കൽ നിന്നു ഭംഗിയുള്ള ചിരി കേട്ടു.

''പക്ഷേ, ഒന്ന് കട്ട് ചെയ്തിട്ട് ഒരഞ്ചു മിനിറ്റ് കഴിഞ്ഞു വിളിക്കോ. ഞാൻ കിച്ചണിൽ സ്റ്റൗ ഓഫ് ചെയ്തിട്ടില്ലെന്നൊരു തോന്നൽ.''

''ഓകെ. സ്റ്റൗ ഓഫ് ചെയ്യാതെ ഞാൻ വീടിനു തീ പിടിപ്പിക്കുന്നില്ല.''

വീണ്ടും നേരത്തേ കേട്ട അതേ ചിരി.

പിന്നെ കോൾ കട്ട് ചെയ്യുന്ന ശബ്ദം.

അമൃത പിന്നെ താമസിച്ചില്ല. വാതിൽ തുറന്നു പുറത്തിറങ്ങി. കഴിഞ്ഞ കുറേ നാളുകളായി എന്റെ പിന്നാലെ കൂടിയ അജ്ഞാതനായ ചെറുപ്പക്കാരാ, ഒരുപക്ഷേ ഇന്നു നീ എന്റെ കൈയിൽ അകപ്പെടും. ആ ഇരുട്ടിൽ നിന്നത് നീയാണെങ്കിൽ, നിനക്ക് എന്റെ ഒരുപാടു ചോദ്യങ്ങൾക്ക് ഉത്തരം തരേണ്ടിവരും. അമൃത പതുങ്ങിപ്പതുങ്ങി ആ വീടിനു നേരേ നടന്നു.

മുൻവാതിൽ തുറന്നിട്ടിരിക്കുകയാണ്. അമൃത ഒരു മടിയും കൂടാതെ അകത്തുകയറി. അകത്ത് ഒരു ജിംനേഷ്യത്തിൽ മാത്രം കാണുന്ന വ്യായാമയന്ത്രങ്ങളുണ്ട്. മിസ്റ്റർ വേൾഡാവാൻ മസിലു പിടിക്കുന്നവനാവാം ഇവൻ.

അത്രയ്ക്കുണ്ട് വ്യായാമ ഉപകരണങ്ങൾ.

താഴെ ആരേയും കാണാഞ്ഞ് അമൃത മകളിലെ നിലയിലേക്കു കയറി. അവിടത്തെ വിശാലമായ ഒരു മുറിയിലെ ഇരുട്ടിൽ ഒരു കമ്പ്യൂട്ടറിനടുത്ത് ഏതൊക്കെയോ ഇലക്ട്രോണിക് ഉപകരണങ്ങളുമായി ഒരു ഫോൺ ബന്ധിപ്പിച്ച് ഒരാൾ ഇരിക്കുന്നു.

അത് അന്നു കാറിൽ കണ്ട ആ യുവാവാണോ? ഇരുട്ടിൽ വ്യക്തമല്ല. അടുത്ത നിമിഷം ആ യുവാവ് ഫോൺ ഡയൽ ചെയ്തു. അതു

തന്നെ വീണ്ടും വിളിച്ചതാകാമെന്ന് അമൃത വിചാരിച്ചു. പക്ഷേ ഞെട്ടിപ്പോയത് അയാൾ തന്നെയാണ്. അയാൾ ആരെയാണോ വിളിച്ചത്, ആ ഫോണിന്റെ റിങ് തൊട്ടുമുന്നിൽ നിന്നുയർന്നു.

പകപ്പോടെ ആ യുവാവ് - എബി എഴുന്നേറ്റു നോക്കിയപ്പോൾ മുന്നിൽ അമൃത. 'പ്രൈവറ്റ് നമ്പർ' എന്ന മൊബൈൽ സ്ക്രീനിലെ അക്ഷരങ്ങൾ എബിക്കു നേരെ കാട്ടി അമൃത ചോദിച്ചു:

''ഇങ്ങനെ ഒരു നിമിഷം ഉണ്ടാകുമെന്ന് ഒരിക്കലും പ്രതീക്ഷിച്ചില്ല, അല്ലേ?''

എബി വിളറി, ഒരു തൂവെള്ളക്കടലാസുപോലെ. അമൃത മുറിയിലെ ലൈറ്റിട്ടു. പ്രകാശം അവിടെ വീണു ചിതറിയപ്പോൾ, തന്നെ നിരന്തരം കബളിപ്പിച്ചുകൊണ്ടിരുന്ന ആ യുവാവിന്റെ മുഖം തൊട്ടടുത്തു കണ്ടു. അത് അന്നു കാറിൽ കണ്ട അതേ ആൾ തന്നെ. അതോടെ അമൃതയ്ക്കു നിയന്ത്രണം നഷ്ടമായി.

''ഇനി പറ. ആരാ താൻ? എന്താ ഈ കാട്ടിക്കൂട്ടിയതിന്റെയൊക്കെ അർത്ഥം?''

''എന്റെ പേര് എബി.''

ബാൽക്കണിയിലേക്കു നടന്നുകൊണ്ട് അമൃത പറഞ്ഞു:

''പേരല്ല എന്റെ വിഷയം. എന്താ തന്റെ ഉദ്ദേശ്യം? അതാ അറിയേണ്ടത്.''

''ഞാൻ അതു പറയാൻ തുടങ്ങിയാ ഒരുപാടു നേരമെടുക്കും.''

''എടുത്തോട്ടെ. എനിക്കു നേരം വെളുക്കുന്നതുവരെ സമയമുണ്ട്.''

അമൃത വിടാൻ ഉദ്ദേശിച്ചിട്ടില്ലായിരുന്നു.

''ഞാൻ തമാശ പറയുകയല്ല.''

''പിന്നെ ഞാനാണോ തമാശ പറയുന്നേ. ഞാൻ ഈ പയ്യൻസ് വിചാരിക്കുന്നതിലും വളരെ സീരിയസാ. അത് അറിയാനിരിക്കുന്നതേയുള്ളൂ.''

''എന്നാൽ ഞാൻ എന്നെക്കുറിച്ച് എന്തെങ്കിലും പറയും മുമ്പ് ഒരു കാര്യം അറിയിക്കാൻ പോവ്വാണ്.''

''ഇയാള് ആരാ എന്താന്ന് പറയുന്നുണ്ടോ?''

അമൃത സ്വരമുയർത്തി.

''നിങ്ങളുടെ മകൾ ലയ - അവൾ വളരെ വലിയ കുഴപ്പത്തിലാണ്. നടക്കാനിരിക്കുന്ന ജില്ലാ ഷട്ടിൽ ബാഡ്മിന്റൻ ചാമ്പ്യൻഷിപ്പിൽ ആ കുട്ടി പങ്കെടുക്കുകപോലുമില്ല. ലയ അതിൽനിന്നു പിന്മാറും. ചിലപ്പോ ആ കളിതന്നെ അവൾ ഉപേക്ഷിക്കാം. ഒരുപക്ഷേ ജീവിതം തന്നെ.''

“ഇയാളെന്താ ഈ പറയുന്നേ?”

അമൃത നടുങ്ങിവിറച്ചു.

“സത്യം. ലയയ്ക്കിപ്പോൾ അടിയന്തരമായ സഹായം ആവശ്യമുണ്ട്. നിങ്ങളുടെ... അല്ലെങ്കിൽ മരുന്നുകളുടെ... പക്ഷേ, അതു താമസിക്കരുത്. താമസിച്ചാൽ ലയ വളരെ വലിയ അപകടത്തിലേക്കു ചെന്നു ചാടും. ഞാൻ വെറുതെ പറയുന്നതല്ല. സത്യം... സത്യം...”

“ഇതൊക്കെ എങ്ങനെ ഇയാൾക്കറിയാം. ഇയാളാരാന്നാ ഇയാൾടെ വിചാരം.” അമൃത ചൂടായി.

ആ വേള ഒരാൾകൂടി ആ കോളനിയിൽ ഉറങ്ങാതിരിക്കുന്നുണ്ടെന്ന് അമൃതയ്ക്കു മനസ്സിലായി. തന്റെ വീടിന്റെ വരാന്തയിൽനിന്ന് ആ വീടിന്റെ മട്ടുപ്പാവിലേക്കു നോക്കി. സംശയത്തിന്റെ ചളി പുരണ്ട ഭാവത്തിൽ രാമഭദ്രൻ ചോദിച്ചു:

“എന്താ അമൃതേ അവിടെ? അതും ഈ നേരത്ത്?”

അമൃതയ്ക്കുത്തരം ഇല്ലായിരുന്നു. എങ്കിലും അവൾ വിക്കിവിക്കി പറഞ്ഞു:

“ഞാൻ വെറുതെ... ചുമ്മാ...”

രാമഭദ്രൻ അപ്പോൾ ഒന്നുകൂടി സംശയാലുവായി അങ്ങോട്ടുതന്നെ തുറിച്ചുനോക്കിക്കൊണ്ടു നിന്നു. അതു ശ്രദ്ധിച്ചുകൊണ്ട് എബി പറഞ്ഞു:

“ഞാൻ ആരുമായിക്കോട്ടെ. ഇപ്പോൾ ഇറങ്ങൂ. ആ രാമഭദ്രൻ നിങ്ങൾ വിചാരിക്കുന്നതിലും വൃത്തികെട്ടവനാണ്. അയാളുടെ നാവിന് എല്ലില്ല. മാത്രമല്ല ഇപ്പോ ചെന്നു ലയയുടെ മുറി ഒന്നു പരിശോധിക്കൂ. അതാണ്, അതാണിപ്പോൾ പ്രധാനം.”

“എന്തിന്... എന്തിനു ഞാനതു ചെയ്യണം?”

“ഞാൻ പറഞ്ഞതിൽ അണുപോലും കള്ളമില്ല. ആ മുറി ഒരുപാടു കാര്യങ്ങൾ നിങ്ങളോടു സംസാരിക്കും. ചെല്ലൂ. ദയവായി ചെല്ലൂ.”

പിന്നെ അമൃത അവിടെ നിന്നില്ല. ഇറങ്ങിയോടി. വല്ലാത്ത ആശങ്കയോടെ. രാമഭദ്രന്റെ മുന്നിലൂടെയാണ് അമൃത തന്റെ വീട്ടിലേക്ക് കയറിപ്പോയത്. അയാളാകെ അസ്വസ്ഥനായി. അമൃത ആ ചെക്കന്റെ വീട്ടിലേക്കു കയറിപ്പോയത് താൻ കണ്ടില്ലായിരുന്നു. അവിടെ ഒച്ചകേട്ടാണ് നോക്കിയത്. കുറേ നേരം മുൻപ് അമൃത ചെന്നുകാണുമോ? ഈ സമയം കൊണ്ട് അവർ തമ്മിൽ വല്ലതും? ഏയ് ഇല്ല. അതില്ല. അങ്ങനാണേ അമൃത ഇങ്ങനെ ഇറങ്ങി ഓടില്ല. രാമഭദ്രൻ രാമഭദ്രനെത്തന്നെ പാടുപെട്ട് ആശ്വസിപ്പിച്ചു.

ഇതൊന്നും അറിയാതെ അമൃത ലയയുടെ മുറിയിലെത്തി. ഇവിടെ എന്താണു താൻ പരിശോധിക്കേണ്ടത്? അമൃത ഒന്ന് അമ്പരന്നു. പിന്നെ

ലയയുടെ അലമാര തുറന്നു. പുസ്തകങ്ങൾ എടുത്ത് താഴെയിട്ടു. അമൃത ഞെട്ടിപ്പോയി. പുസ്തകങ്ങളിലെല്ലാം കറുത്ത മഷികൊണ്ട് വരച്ച ബീഭത്സ ചിത്രങ്ങൾ. ചോര, മരണം, കഴുകൻ, മുറിവേറ്റ പെൺകുട്ടി അങ്ങനെ കറുത്ത നിറത്തിൽ മാത്രം വരച്ച അസംഖ്യം ചിത്രങ്ങൾ. സകല നോട്ട്ബുക്കിലും.

ദൈവമേ കണ്ടിട്ടുതന്നെ പേടിയാകുന്നു. തന്റെ മകൾ എന്തിനാണ് ഇങ്ങനെ എണ്ണിയാലൊടുങ്ങാത്ത കറുത്ത ചിത്രങ്ങൾ വരച്ചുവെച്ചിരിക്കുന്നത്? ഇത് എന്തിന്റെ സൂചനയാണ്? ആ നിമിഷം അമൃതയുടെ മൊബൈലിൽ പ്രൈവറ്റ് നമ്പറിന്റെ കോൾ വന്നു. അമൃത കോൾ എടുത്തപ്പോൾ കണ്ടു. തന്റെ ബാൽക്കണിയിൽ നിൽക്കുകയാണ് എബി.

എബി പറഞ്ഞു: ''എന്റെ അറിവിൽ ഇത് ഏതാണ്ടൊക്കെ റഫ് ആർട്ടാ. എന്നുവെച്ചാ മാനസികവിഭ്രാന്തി വരുന്ന ആളുകൾ വരയ്ക്കുന്ന തരം ചിത്രങ്ങൾ. അവരെ ചികിത്സിക്കാൻ അവർതന്നെ വരച്ച ചിത്രങ്ങൾ ഉപയോഗിക്കാറുണ്ട്. അതു വേറെ കാര്യം. ഇവിടെ ലയ അങ്ങനെ ഒരു പ്രശ്നത്തിലേക്കു മെല്ലെ നടന്നുനീങ്ങുകയാണ് എന്നാ എനിക്കു തോന്നുന്നത്. അതായത് ഒരു തുടക്കം. ഇനി അവളെ സഹായിക്കാൻ വൈകിക്കൂടാ.''

അമൃതയ്ക്കു തല കറങ്ങി. തന്റെ മകൾ ഇങ്ങനെ ഒരു കയത്തിലേക്കു വീഴുകയാണെന്നു താനറിഞ്ഞില്ലല്ലോ എന്ന വേദനയ്ക്കിടയിലും ആ യുവാവ് എങ്ങനെ ഇതൊക്കെ സസൂക്ഷ്മം കണ്ടെത്തുന്നു എന്ന ചോദ്യം അമൃതയെ തകർത്തു.

പതിനാറ്

സൈക്കോളജിസ്റ്റ് ഷർമിള മേനോൻ ലയയോടു സംസാരിക്കാൻ ശ്രമിച്ചുകൊണ്ടിരുന്നു. ലയയുടെ സന്തോഷങ്ങൾ, വേദനകൾ, അടുത്ത കാലത്തെന്തെങ്കിലും അവളെ വല്ലാതെ അലട്ടുന്നുണ്ടോ എന്നിങ്ങനെ എല്ലാം അവർ ആരായാൻ ശ്രമിച്ചു.

ഷർമിള പഴയ ഹിന്ദി സിനിമയിലെ നായിക ഷർമിള ടാഗോറിനെപ്പോലെ സുന്ദരിയായിരുന്നു. മാത്രമല്ല വാത്സല്യം നിറഞ്ഞ കണ്ണുകൾ. അതുകൊണ്ടുതന്നെ ലയയ്ക്ക് അവരോട് എന്തൊക്കെയോ പറയണമെന്നുണ്ടായിരുന്നു. പക്ഷേ, പറ്റുന്നില്ല. അവൾക്കും അവളുടെ വാക്കുകൾക്കുമിടയിൽ ആരോ കയറിനിൽക്കുംപോലെ. അതറിഞ്ഞപോലെ ഷർമിള മേനോൻ പറഞ്ഞു:

‘‘കുട്ടിക്കു സമയം വേണം അല്ലേ? എടുത്തോളൂ. ആവശ്യത്തിനു സമയമെടുത്തോളൂ. എന്നിട്ടു സംസാരിച്ചാൽ മതി.’’

ലയയ്ക്ക് അതുകേട്ട് ആശ്വാസം തോന്നി. പുറത്ത് ശ്രേയയും അമൃതയും ആശങ്കയോടെ കാത്തിരിക്കുകയായിരുന്നു. ഇന്നലെ രാത്രി അമൃത കണ്ടെടുത്ത ലയയുടെ ചിത്രങ്ങളെല്ലാം ശ്രേയയെ കാണിച്ചിരുന്നു. ആ വേള ശ്രേയ പറഞ്ഞു:

‘‘അമ്മാ, നമുക്കു പെട്ടെന്ന് അവളെ ഒരു സൈക്കോളജിസ്റ്റിനെ കാണിക്കണം. അവൾ എന്തോ പ്രശ്നത്തിലേക്കു തെന്നിവീഴുകയാണ്.’’

ശ്രേയ പഠിക്കുന്നത് സൈക്കോളജി ആണല്ലോ. അതുകൊണ്ട് അമൃത പിന്നെ മറ്റൊന്നും ആലോചിച്ചില്ല. ആരെ കാണിക്കും എന്ന ചോദ്യത്തിനും ശ്രേയയാണു വഴികാട്ടിയത്.

‘‘ലയയെ നമുക്ക് ക്വാളിഫൈഡ് ആയ ഒരാളെതന്നെ കാട്ടണം. അല്ലേ അവൾ പെട്ടുപോകും.’’

അതുകൊണ്ടാണ് ഷർമിള മേനോന്റെ പേര് അവൾ തന്നെ നിർദ്ദേശിച്ചത്. ഷർമിള ചില സെമിനാറുകളിൽ പങ്കെടുക്കാൻ ശ്രേയയുടെ

ഡിപ്പാർട്ട്മെന്റിൽ വന്നിട്ടുണ്ട്. ശ്രേയതന്നെ ഷർമിള മേനോനെ വിളിച്ച് അപ്പോയിന്റ്മെന്റ് എടുത്തു.

അമൃതയ്ക്ക് അതുകണ്ട് സന്തോഷം തോന്നി. ഒരാപത്തു വന്നപ്പോൾ ശ്രേയ ലയയെ ഒരു അനിയത്തിയായല്ല, മകളായിത്തന്നെ കാണുന്നു. അവൾക്ക് ഏറ്റവും നല്ല ചികിത്സ ലഭിക്കാൻ സൂക്ഷ്മത കാട്ടുന്നു. ശ്രേയ താൻ വിചാരിക്കുംപോലെ സ്വന്തം ലോകത്തേക്കു മാത്രം പറന്നുപോയിട്ടില്ല. അവളുടെ ആത്മാവിൽ ഇപ്പോഴും ഈ വീടുണ്ട്. അല്ലെങ്കിലും കൂട്ടത്തിൽ ഒരാൾ വീഴുമ്പോഴാണ് വീട്ടിലെ മറ്റംഗങ്ങളുടെ സ്നേഹവും കരുതലും അറിയുക. അവരുടെ വെപ്രാളത്തിൽ നിന്ന്, ഓട്ടപ്പാച്ചിലിൽ നിന്നു നമുക്കത് വായിച്ചെടുക്കാം. നല്ലതു മോളെ നല്ലത്. അമൃത സ്വയം മന്ത്രിച്ചു.

''അമ്മ പേടിക്കുകയൊന്നും വേണ്ട. വലിയ കുഴപ്പമൊന്നും ഉണ്ടായിട്ടില്ല. എന്തോ ഒന്നിന്റെ തുടക്കം. അത്രേയുള്ളൂ. പക്ഷേ, അമ്മ പെട്ടെന്ന് അറിഞ്ഞതു നന്നായി.''

അമൃതയുടെ കൈയിൽ മുറുകെ പിടിച്ചുകൊണ്ട് ശ്രേയ പറഞ്ഞു. അമൃത അപ്പോൾ ശ്രേയയുടെ തോളിൽ കൈവെച്ചു:

''മോളേ, ഞാനല്ല, ഞാനല്ല ഇതൊക്കെ കണ്ടുപിടിച്ചത്.''

''പിന്നെ?''

''നീ കുറ്റപ്പെടുത്താറില്ലേ, ആരോ ഒരാൾ അസമയത്തുപോലും അമ്മയെ വിളിക്കുന്നുണ്ടെന്ന്. അയാൾ, എബി - അയാളാണ് ഇതെല്ലാം എനിക്കു കാട്ടിത്തന്നത്.''

''എബി - അയാളാരാ അമ്മേ?''

ആ ചോദ്യത്തിനു മറുപടിയായി അമൃത നടന്നതെല്ലാം ഒരക്ഷരം വിടാതെ വ്യക്തമാക്കി. ആദ്യത്തെ കോൾ മുതൽ ഇന്നലെ രാത്രി ആ ചെറുപ്പക്കാരനെ കൈയോടെ പിടിച്ചതുവരെ. എന്നിട്ടും അയാളെക്കുറിച്ചു കൂടുതലൊന്നും അറിയില്ലെന്ന സത്യം വരെ.

അക്കൂട്ടത്തിൽ ശ്രേയ കൂടുതൽ ശ്രദ്ധിച്ചത് റനീഷുമായുള്ള തന്റെ അടുപ്പം എബി അമ്മയുടെ ശ്രദ്ധയിൽപെടുത്തിയതാണ്.

ആരാണ് എബി? എങ്ങനെയാണ് അയാൾ ഈ വീടിന്റെ സകല അകംരഹസ്യങ്ങളും കണ്ടെടുക്കുന്നത്? അടഞ്ഞുകിടന്ന ആ വീട്ടിൽ അയാൾ വന്നു താമസിക്കുന്നത് ഇതിനാണോ? എങ്കിൽ എന്താണ് അയാളുടെ ലക്ഷ്യം? മൂന്നു സ്ത്രീകളുടെ വീട്ടിലേക്ക് നുഴഞ്ഞുകയറാനുള്ള വാതിലായി അയാൾ അമ്മയെ ഉപയോഗിക്കുകയാണോ?

ശ്രേയയ്ക്കു തല പെരുത്തു.

സൈക്കോളജിസ്റ്റ് അമൃതയെയും ശ്രേയയെയും അകത്തേക്കു വിളിപ്പിച്ചു. ലയ അപ്പോൾ പുറത്തിറങ്ങുകയും ചെയ്തു.

ഷർമിള മേനോൻ പറഞ്ഞു:

''പേടിക്കുകയോ വറീഡ് ആവുകയോ ഒന്നും വേണ്ട. ചെറിയൊരു ഡിപ്രഷനിലേക്കു ലയ നീങ്ങുകയാണെന്നേ എനിക്കു തോന്നുന്നുള്ളൂ. ആ ചിത്രങ്ങളെ റഫ് ആർട്ടായൊന്നും കാണണ്ട. അവൾ അവളോടു തന്നെ സംസാരിക്കാൻ ശ്രമിച്ചതിന്റെ ഭാഗമായി എടുത്താൽ മതി. എന്നാൽ എന്നോടു കൂടുതലൊന്നും തുറന്നു പറഞ്ഞിട്ടില്ല. അടുത്താഴ്ച ഒന്നുകൂടി വരൂ. എന്റെ അടുത്ത് ലയ കംഫർട്ടബിൾ ആയാൽ അവൾ കൂടുതൽ മനസ്സു തുറന്നേക്കും.''

''ഞങ്ങളിനി സൈക്യാട്രിസ്റ്റിനെ വല്ലതും കാണിക്കണോ മാം?'' ശ്രേയ ആരാഞ്ഞു.

''അതിന്റെ ആവശ്യമുണ്ടെന്നു തോന്നുന്നില്ല. മെഡിസിൻസിന്റെ ഒന്നും ആവശ്യം ഇപ്പോ ലയയ്ക്ക് ഇല്ല. ഏതായാലും ഞാൻ ഒന്നുകൂടി ആ കുട്ടിയെ കാണട്ടെ.'' ഷർമിള പറഞ്ഞുനിർത്തി.

സൈക്കോളജിസ്റ്റുകളെപ്പോലെയല്ല സൈക്യാട്രിസ്റ്റുകൾ. അവർക്ക് മരുന്നു പ്രിസ്ക്രൈബ് ചെയ്യാം. പിന്നെ അതു കഴിക്കുന്നതാണു നല്ലത്. ഏതൊരു രോഗവും പോലെ തന്നെയാ മനസ്സിന്റെ രോഗവും. ശരീരത്തിനു രോഗം വരുമ്പോ മരുന്നു കഴിക്കുന്നതുപോലെയേ ഇതിനെയും കാണാവൂ. അതെല്ലാം അമൃതയ്ക്ക് അറിയാം. എന്നിട്ടും മരുന്ന് ഉപയോഗിക്കേണ്ടിവരുന്നത് അവളെ വൃഥാ പേടിപ്പെടുത്തിയിരുന്നു. തൽക്കാലമെങ്കിലും അതൊഴിവാക്കിയിട്ടുണ്ട്.

അന്ന് അമൃത കുട്ടികളെ രണ്ടുപേരെയുംകൊണ്ട് ഒരു സിനിമയ്ക്കു പോയി. എത്ര നാളായി താൻ അങ്ങനെയൊക്കെ ചെയ്തിട്ട്. രാത്രി തിരിച്ചുവരുമ്പോ ഒരു തട്ടുകടയുടെ മുൻപിൽ വണ്ടി നിർത്തി കുട്ടികൾക്കു ദോശയും ഓംലെറ്റും വാങ്ങിക്കൊടുത്തു. പണ്ട് മധുവിധുകാലത്ത് രതീഷ് ഇതു ചെയ്തിട്ടുണ്ട്.

''തട്ടുകടയിലെ ഓംലെറ്റിനേക്കാൾ സ്വാദുള്ള ഭക്ഷണം ലോകത്തിലില്ല ആമീ.'' എന്ന് ആ മനുഷ്യൻ എത്രയോവട്ടം പറഞ്ഞിട്ടുണ്ട്. ഇപ്പോൾ അദ്ദേഹത്തിന്റെ കുഞ്ഞുങ്ങൾ ഈ രാവിൽ ഇങ്ങനെ അതേ ഭക്ഷണം കഴിക്കുമ്പോൾ, ആ ഒരാളെയാണ് മനസ്സ് വല്ലാതെ തേടുന്നത്. അദ്ദേഹം ഉണ്ടായിരുന്നെങ്കിൽ തനിക്ക് ഇതൊക്കെ നേരിടാൻ കുറച്ചുകൂടി കരുത്തുണ്ടാകുമായിരുന്നു. ഇന്നു താൻ വല്ലാതെ പതറിപ്പോകുന്നു. വല്ലാതെ...

അവർ തിരികെ കൈനറ്റിക് ഹോണ്ടയിൽ കയറാൻ തുനിയവേ പവിത്രൻ എസ്.ഐയും സംഘവും ജീപ്പിൽ മുന്നിൽ വന്നു ചവിട്ടി. വണ്ടിയിൽ നിന്നു ചാടി പുറത്തിറങ്ങിക്കൊണ്ട് എസ്.ഐ. ചോദിച്ചു:

''പൊലീസ് കമ്മീഷണറുടെ ബന്ധുക്കൾ രാത്രിയും ഹെൽമറ്റ് വെക്കാതെ ട്രിപ്പൾസടിക്കുകയാണല്ലേ?'' അമൃതയ്ക്ക് എന്തു പറയണമെന്ന് അറിയാതെയായി.

പവിത്രൻ എസ്.ഐ. ചിരിച്ചു.

''പോട്ടെ. ഇത്തവണയും ഞാൻ കണ്ണടച്ചിരിക്കുന്നു.'' പിന്നെ അമൃതയോട് അദ്ദേഹം കണ്ണുകൊണ്ടു ചോദിച്ചു: ''എന്തായി ശ്രേയയുടെ കാര്യം?'' അത് അറിഞ്ഞു ശ്രേയയാണ് മറുപടി പറഞ്ഞത്:

''അങ്കിൾ, നാളെ റനീഷ് എത്തും. ഞാൻ ചെന്നു കാണും. പിന്നെ ഒരു തീരുമാനമെടുക്കും.'' ഒന്നു തലയാട്ടി എസ്.ഐ. ജീപ്പിൽ കയറിപ്പോയി.

രാത്രി കിടക്കുമ്പോൾ ലയ അമൃതയോട് ആകാവുന്നത്ര ചേർന്നു കിടന്നു. അമൃത അവളെ മുറുകെപ്പിടിച്ചു. അവളെന്തോ പറയാൻ ആഗ്രഹിക്കുന്നുണ്ടെന്ന് അമൃതയ്ക്ക് അറിയാം. പക്ഷേ, ഇപ്പോൾ താനും ചോദ്യങ്ങൾ ചോദിച്ച് അവളെ വിഷമവൃത്തത്തിലാക്കണ്ട. അവളായിട്ടു പറയുന്ന ഒരു നിമിഷം ഉടൻ ഉണ്ടാവട്ടെ. ഇപ്പോൾ കൂടെയുണ്ടെന്ന തോന്നലാണ് അവൾക്കു വേണ്ടത്. തനിക്കതു നൽകാനാവണം.

അമൃത ലയയുടെ നെറുകയിൽ ഉമ്മവെച്ചു. അപ്പോൾ അമൃതയെ പിറകിൽനിന്നു ശ്രേയ കെട്ടിപ്പിടിച്ചു. പൊടുന്നനെ കുഞ്ഞുങ്ങൾ രണ്ടും വളർന്നിട്ടില്ലെന്നും ഇരുവരും മുലപ്പാൽ നുണയുന്ന കാലത്താണെന്നും അമൃത വിചാരിച്ചു. അവളുടെ മുലകൾ പാലില്ലാതെയും ചുരന്നു. എന്നാലും ആ രാത്രി അമൃത ഉറങ്ങിയില്ല. നാളെ ശ്രേയ റനീഷിനെ കണ്ടശേഷം എന്തു തീരുമാനമാവും എടുക്കുക എന്ന് അവൾ പിന്നെയും ആലോചിച്ചുകൊണ്ടിരുന്നു.

രാവിലെ ഇറങ്ങിപ്പോയ ശ്രേയ വൈകീട്ടാണു തിരിച്ചെത്തിയത്. എത്രതന്നെ അടക്കിവെച്ചിട്ടും ആകാംക്ഷയും ആശങ്കയും അമൃതയിൽനിന്നു പുറത്തുചാടി.

''നീ റനീഷിനെ കണ്ടോ കുട്ടീ?''

''ഉവ്വ്.''

''എന്നിട്ട്?''

''അമ്മയ്ക്കോ പൊലീസുദ്യോഗസ്ഥനോ തെറ്റിയില്ല. ഒക്കെ ശരിയാണ് അമ്മേ.''

അതു പറയുമ്പോൾ ശ്രേയ ഇടറിയില്ല. അമ്മയ്ക്ക് അതുകേട്ടു സന്തോഷവും തോന്നിയില്ല.

''അമ്മേ, ഞാൻ ഒരൊറ്റ ചോദ്യമേ ചോദിച്ചുള്ളൂ. സ്വന്തമല്ലാത്ത വർക്ഷോപ്പ് എന്തിന് സ്വന്തമെന്നു റനീഷ് പറഞ്ഞു? അതിനയാൾക്ക് ഉത്തരമില്ലായിരുന്നു. പിന്നെ കൂടുതൽ ചോദ്യങ്ങൾ എന്തിന്? ആ ഒരു കള്ളം പറഞ്ഞ ആൾ ബാക്കി പറഞ്ഞതൊക്കെ കള്ളമാണെന്ന് ഊഹിക്കാമല്ലോ. ഒടുവിൽ ഞാനെങ്ങനെ ഇതൊക്കെ കണ്ടെത്തി എന്നയാൾ

ചോദിച്ചു. ഞാൻ അമ്മയെപ്പറ്റിയും അമ്മയ്ക്കു വിവരങ്ങൾ തന്നുകൊണ്ട് ഇവിടെ തൊട്ടരുകിൽ താമസിക്കുന്ന എബിയെക്കുറിച്ചും പറഞ്ഞു. അയാൾ അന്ധാളിച്ചു നിൽക്കുകയായിരുന്നു. പിന്നെ മെല്ലെ ഞാനിങ്ങു പോന്നു. അയാൾക്കൂഹിക്കാം, ഇനി ഒരിക്കലും ഞാൻ അയാളുടെ ഒരു കോൾ പോലും എടുക്കില്ല. അയാളെ കാണാൻ പോകില്ല. അതു തീർന്നു അമ്മേ.''

''മോൾക്കു വിഷമമുണ്ടോ?''

''അമ്മേ, പറ്റിക്കപ്പെടുന്നത് തീരാത്ത വേദനയാണ്. പ്രത്യേകിച്ചും ജീവിതത്തിൽ എല്ലാം ആവുമെന്നു കരുതിയ പുരുഷനാൽ ചതിക്കപ്പെടുക. അതിന്റെ വേദന പറഞ്ഞറിയിക്കാൻ ആവില്ല. ഞാൻ റനീഷിനെ കുറേവട്ടം കണ്ടിട്ടുണ്ട്. ഒന്നിച്ചു കൈപിടിച്ചു നടന്നിട്ടുണ്ട് എന്നല്ലാതെ, എനിക്കു മനസ്സിൽ നിന്നു കഴുകിക്കളയാൻ പറ്റാത്ത വേദനകൾ ഇല്ല. ഒരുപക്ഷേ, ഫിസിക്കലി കൂടി ഞങ്ങൾ അടുത്തിരുന്നേ. എനിക്കെന്നെത്തന്നെ വെറുപ്പായേനെ. ഒരിക്കൽ അയാളെന്നെ അതിനെല്ലാം നിർബന്ധിച്ചതാണ്. ഞാനപ്പോൾ എന്റെ അച്ഛനെയും അമ്മയെയും ഓർത്തു. എങ്ങനെയാണ് നിങ്ങൾ എന്നെയും ലയയെയും വളർത്തിയത് എന്നോർത്തു. അപ്പോ ഞാനോ ലയയോ ഒരിക്കലും നിങ്ങൾക്കൊരു വേദനയാകരുത് എന്നു തോന്നി. അന്ന് അങ്ങനെ ഒരു തോന്നൽ എന്നിൽ ഉണ്ടാക്കിയത് അച്ഛൻ തന്നെയാവാം അമ്മേ, മുകളിലെവിടെയോ ഇരുന്ന്... അല്ലെങ്കിൽ ഞാനിന്നു പെട്ടുപോയേനെ.''

അമൃതയുടെ കണ്ണുകൾ നിറഞ്ഞൊഴുകി.

മകളെ ചേർത്തുപിടിച്ചുകൊണ്ട് അവൾ പറഞ്ഞു:

''എടാ, നീ ഇങ്ങനെ വിഷമിക്കാതെ. നീ അയാളെ സ്നേഹിച്ചിട്ടല്ലേയുള്ളൂ. നിന്റെ സ്നേഹത്തിന്റെ വില, നിഷ്കളങ്കത അയാൾ അറിയാത്തതിനു നീ എന്തിനു സങ്കടപ്പെടണം? നീ എന്തിനു നിന്നെത്തന്നെ വെറുക്കണം? നിന്റെ കുറ്റമല്ലല്ലോ ഒന്നും?''

ശ്രേയ അപ്പോൾ അമ്മയുടെ നെഞ്ചിൽ മുഖമമർത്തി വിതുമ്പി.

''ഞാൻ വിചാരിച്ചതിലും എത്രയോ മുകളിലാണ് എന്റെ അമ്മ. ഞാനെങ്ങനാ അമ്മയോടിനി മാപ്പു ചോദിക്കണ്ടേ?''

''അരുത് എന്റെ കുട്ടീ. ഇങ്ങനെ ഉരുകാതെ. എനിക്കു വേണ്ടത് ഇതൊന്നുമല്ല. നീ പഴയതുപോലെ ചിരിക്കണം. ഈ വീട്ടിൽ ബഹളം വെച്ചു നടക്കണം. എന്നുവെച്ചാ നീ നിന്നെ തിരിച്ചുപിടിക്കണം. നിനക്കൊന്നും സംഭവിച്ചിട്ടില്ലെന്നു നിന്റെ മുൻപിൽ നീ തെളിയിക്കണം. അതുപോലെ ലയയെ തിരിച്ചുപിടിക്കാൻ അമ്മയെ സഹായിക്കുകയും വേണം.''

''വാക്ക് അമ്മേ. വാക്ക്. ഞാൻ അമ്മയ്ക്കൊപ്പം ഉണ്ട്. അല്ലെങ്കിൽ ഞാനെന്തിനാ അവളുടെ ചേച്ചിയായത്?''

പിന്നെ ശ്രേയ പൊട്ടിക്കരഞ്ഞു.

അമൃത തടഞ്ഞില്ല. കരയട്ടെ. കരച്ചിലിന്റെ ഒരു മലവെള്ളമുണ്ട് അവളുടെ മനസ്സിൽ. അതു പൊട്ടി ഒലിച്ചുപോകട്ടെ. ശേഷം എന്റെ കുട്ടി ശുദ്ധയാകും. സ്ഫടികം പോലെ. ആദ്യത്തെ കരച്ചിൽ കേട്ട് അവളെ വാരിയെടുത്ത ആ നിമിഷം അവൾ എത്ര ശുദ്ധയായിരുന്നോ, അതുപോലെ.

ഇടയ്ക്ക് അമൃത എബി താമസിക്കുന്ന വില്ലയിലേക്കു നോക്കി. അതടഞ്ഞു കിടക്കുകയാണ്. ആൾപ്പെരുമാറ്റമില്ലാത്തതുപോലെ. അമ്മ അങ്ങോട്ടു പാളി നോക്കുന്നതെല്ലാം ശ്രേയ ശ്രദ്ധിക്കാതിരുന്നില്ല.

ലയയെ കഴിയുന്നതും ഒറ്റയ്ക്കിരുത്താതിരിക്കാനാണ് അമൃത അന്നു ശ്രദ്ധിച്ചത്. അവളോട് കഴിയുന്നത്ര വർത്തമാനം പറഞ്ഞു. പാട്ടു കേൾപ്പിച്ചു. പറയാൻ ബാക്കിവെച്ചതെല്ലാം അല്ലെങ്കിൽ അവളെ അലട്ടുന്നതെല്ലാം അവൾ തുറന്നുപറയാൻ, ആദ്യം ലയ ഒന്നു റിലാക്സ്ഡ് ആവണമെന്നു തോന്നി. എന്നാൽ വൈകീട്ട് ഷട്ടിൽ കളിക്കാൻ പോകണ്ടേ എന്ന് അമ്മ ചോദിച്ചപ്പോൾ തനിക്കു മടിയാണെന്നായിരുന്നു ലയയുടെ മറുപടി. അതുകണ്ടു ശ്രേയ പറഞ്ഞു:

''അമ്മ അവളുടെ പിറകെ നടക്കണ്ട. മനസ്സെന്നു പറയുന്നതു നമുക്ക് ആർക്കെങ്കിലും കാണാനാവുന്ന കാര്യമല്ലല്ലോ. അല്ലെങ്കിൽ നമുക്കത് അഴിച്ചെടുത്തു തകരാറുകൾ നേരേയാക്കാം. ഒരാൾക്കേ അറിയൂ. അയാളുടെ മനസ്സ് എവിടെ നിൽക്കുന്നെന്ന്. ലയയ്ക്ക് അതും കൃത്യമായി പറയാനാവാത്ത നിലയും ഉണ്ടാവാം.''

ശ്രേയ പറഞ്ഞത് അമൃതയ്ക്കു മനസ്സിലായി. അതുകൊണ്ടു പിന്നെ ലയയെ കഴിയുന്നത്ര ശ്രദ്ധിക്കാതിരിക്കാനായി ശ്രമം. ഒരാളുടെ മനസ്സുലയുമ്പോൾ ഇതാണ് ഏറ്റവും വലിയ പ്രതിസന്ധി. കുടുംബാംഗങ്ങൾക്കറിയാതാവും എങ്ങനെയാണ് അയാളോടു പെരുമാറുക, എന്താണ് അയാളെ ആശ്വസിപ്പിക്കുക എന്നൊക്കെ.

മൂന്നുനാലു ദിവസം കഴിഞ്ഞപ്പോൾ ലയ കുറെയൊക്കെ എല്ലാവരോടും വർത്തമാനം പറയാൻ തുടങ്ങി. അതായത്, അവളെ ചൂഴ്ന്നുനിന്ന കനം കുറഞ്ഞതുപോലെ... അതിനിടയിൽ ശ്രേയ പറഞ്ഞു:

''ഇനി അവൾ പഴയ ലയയാവും അമ്മേ - താമസിയാതെ. പിന്നെ, എനിക്കു രണ്ടാഴ്ച കഴിഞ്ഞ് എക്സാം തുടങ്ങുവാ. അതു കഴിഞ്ഞാ ചെന്നൈയിലേക്കു പോകാൻ ആലോചിക്കുവാ.''

''എന്തിന്?''

''അവിടെ നല്ല പി.ജി. എൻട്രൻസ് കോച്ചിങ് സെന്ററുകളുണ്ട്. സ്വപ്നം കണ്ടപോലെ മുംബൈയിലോ കേരളത്തിനു പുറത്തെ ഏതെങ്കിലും യൂണിവേഴ്സിറ്റിയിലോ എനിക്കു പി.ജി. ചെയ്യണം. പഴയതുപോലെ നന്നായി പഠിക്കണം. ഇനി ഒരുകാലത്തും എനിക്കെന്നോട് അവമതിപ്പു തോന്നരുത്.''

അമൃതയ്ക്ക് അതുകേട്ടു മകളെക്കുറിച്ച് അഭിമാനം തോന്നി. ഇങ്ങനെയാണ് അവൾ ചിന്തിക്കേണ്ടത്. നന്നായി. നന്നായി...

''പക്ഷേ, ഞാൻ പോയാ അമ്മയ്ക്കു വിഷമമാകുമോ. പ്രത്യേകിച്ച് ലയ ഇങ്ങനെ...''

''ലയയുടെ കാര്യം വിടൂ. അവൾ അബ്നോർമൽ ഒന്നുമല്ലല്ലോ. അവൾ തിരിച്ചുവരും. ഒന്നുമില്ലേ നമ്മളൊക്കെ ഇങ്ങനെ കൂടെ നിൽക്കുന്നത് അവളറിയുന്നുണ്ടാവില്ലേ? പിന്നെ നീ പോയാ ഞാൻ വിഷമിക്കുമോന്നു ചോദിച്ചാ ആണെന്നു തന്നെയാ ഉത്തരം. എനിക്കു നീയും ലയയും രതീഷിന്റെ ബാക്കിയാ. നിങ്ങളിലാര് ദൂരെ പോയാലും എനിക്കു വേദന തന്നെയാണ്. മാത്രമല്ല നിങ്ങളെപ്പോലെ, ഒരമ്മയുടെ ഹൃദയത്തിനൊപ്പം നിൽക്കുന്ന കുട്ടികളെ വേറൊരമ്മയ്ക്കും കിട്ടിക്കാണില്ല.''

''അമ്മേ...''

''എന്നുവെച്ചു നിങ്ങളെ ഞാൻ തടയുകയുമില്ല. നിങ്ങൾ നിങ്ങളുടെ ആകാശം കണ്ടെത്തിയില്ലേപ്പിന്നെ എന്താ എന്റെ ജീവിതത്തിനൊരർത്ഥം. അതുകൊണ്ട് എങ്ങോട്ടു വേണേ പറന്നോളൂ. അമ്മയ്ക്കതു സന്തോഷം മാത്രമാണ്.''

ശ്രേയ വിചാരിച്ചു, എന്റെ പാവം അച്ഛൻ ഇപ്പോൾ ജീവിച്ചിരുന്നെങ്കിൽ!

ഈ അമ്മ ഈ നിമിഷം ഒരു ചുംബനം അർഹിക്കുന്നു.

തെല്ലു കഴിഞ്ഞ് ശ്രേയ മന്ത്രിച്ചു:

''അമ്മേ ആ എബിയെക്കുറിച്ച് എനിക്കുള്ള ഒരാശങ്ക കൂടി തുറന്നു പറയ്യാണ്.''

''അതിനെന്താ ആയിക്കോളൂ.''

''അയാൾ ഇതുവരെ അമ്മയ്ക്കുതന്ന എല്ലാ വിവരങ്ങളും നന്മയായിരുന്നു എന്നു ഞാൻ സമ്മതിക്കുന്നു.''

''ബാക്കികൂടി കേൾക്കട്ടെ.''

''റനീഷും ആദ്യം പറഞ്ഞ വാക്കുകളത്രയും നന്മയായാ എനിക്കു തോന്നിയേ.''

''എന്നുവെച്ചാ?''

''എനിക്കു തോന്നുന്നത്, അമ്മ അയാളെ ഒരുപാട് വിശ്വസിക്കരുത് എന്നുതന്നെയാ.''

രാത്രി ഉറക്കം കിട്ടാതെ കിടക്കുമ്പോൾ അമൃത ഓർത്തു. ശ്രേയ പറഞ്ഞതു ശരിയാവാം. ആരെയും പൂർണ്ണമായി അറിയാനാവില്ല. എബിയെ പ്രത്യേകിച്ച്. അയാളുടെ പശ്ചാത്തലം... എവിടെ നിന്നു വരുന്നു... അച്ഛനമ്മമാർ... വീട്... ഒന്നും തനിക്കറിയില്ല. പക്ഷേ, ഒരിക്കലും ഒരു വിവരം പറയാനല്ലാതെ അയാൾ വിളിച്ചിട്ടില്ല. ശൃംഗാരത്തോടെയോ കാമത്തോടെയോ ഒരു വാക്കു മിണ്ടിയിട്ടില്ല.

അമൃത ബാൽക്കണിയിൽ വന്നു നിന്നു വെറുതെ എബിയുടെ വീട്ടിലേക്കു നോക്കി. അതടഞ്ഞു കിടക്കുന്നു. തെല്ലുകഴിഞ്ഞ് ഒരു കാർ വന്ന് അവിടെ നിന്നു. അതിൽ നിന്നു കുറേ പേർ ചാടിയിറങ്ങി. അവരിലൊരാൾ കോളിങ് ബെല്ലടിച്ചു. പിന്നാലെ വരാന്തയിൽ വെളിച്ചം വീണു. അകത്തുനിന്ന് എബി ലൈറ്റിട്ടതാണ്. ആ വെട്ടത്തിൽ അമൃത കണ്ടു. വന്നത് റനീഷും കൂട്ടരുമാണ്.

അടുത്ത നിമിഷം വാതിൽ തുറന്ന് എബി പുറത്തുവന്നു. എന്താണ്, എന്താണ് അവിടെ സംഭവിക്കുന്നത്?

അമൃത പരിഭ്രാന്തയായി.

പതിനേഴ്

റനീഷും സംഘവും എബിയെ കയറിപ്പിടിച്ചു. വീട്ടിനകത്തേക്കു തള്ളിയിടുന്നതും പിന്നെ പൊതിരെ തല്ലുന്നതും അമൃത കണ്ടു. അവൾ സ്തബ്ധയായി. അഞ്ചാറു പേരുള്ള സംഘം ഒറ്റയ്ക്കൊരാളെ ക്രൂരമായി മർദ്ദിക്കുകയാണ്.

പിന്നെ അമൃത സ്വയം മറന്നു. അവൾ ആ വീട്ടിലേക്കോടി. അകത്തു കയറി അലറി:

''എന്താ ഈ കാട്ടുന്നത്? നിർത്ത്.''

റനീഷും കൂട്ടരും ഇതു പ്രതീക്ഷിച്ചിരുന്നതല്ല. അവർ പിന്നെ എബിയെ ഉപേക്ഷിച്ച് ഓടി പുറത്തിറങ്ങി വന്ന വണ്ടിയിൽ കയറി കടന്നുകളഞ്ഞു.

എബിയുടെ മൂക്കിൽനിന്നു ധാരയായി രക്തം പ്രവഹിക്കുന്നുണ്ടായിരുന്നു. ആകെ വിഷമിച്ച അമൃത പറഞ്ഞു:

''വേഗം ഹോസ്പിറ്റലിൽ പോകാം.''

''ഏയ്, വേണ്ട. ഇതൊന്നും സാരമില്ല.'' ചോര തുടച്ചുകൊണ്ട് എബി ഒഴിഞ്ഞു.

ബഹളം കേട്ട് രാമഭദ്രനും ഭാര്യ ഗീതയും ശ്രേയയും ലയയും അവിടെ എത്തി. എന്താണു സംഭവിച്ചതെന്നു രാമഭദ്രനു മനസ്സിലായില്ല. അയാൾ ആലോചിച്ചത് മറ്റൊന്നാണ് - പാതിരാത്രിയും അമൃത ഈ പയ്യൻസിനെ സഹായിക്കാൻ... പരിചരിക്കാൻ ഓടി എത്തിയിരിക്കുന്നു. താൻ വിചാരിക്കുന്നതിലും അപ്പുറമാണ് ഈ ബന്ധം. കണ്ണിലെണ്ണയൊഴിച്ചു സദാ അമൃത ഈ വീട്ടിലേക്കു നോക്കിയിരുന്നതുകൊണ്ടല്ലേ ഇവിടേക്കിപ്പോൾ അവൾക്ക് ഓടിയെത്താനായത്. ഈ ചെക്കൻ സുന്ദരനാണ്. അമൃതയെ മാത്രം കുറ്റം പറയാൻ പറ്റില്ല. എത്ര നാളായി അമൃത ഒറ്റയ്ക്കാണ്. ഈ സൗന്ദര്യത്തിൽ, ചെറുപ്പത്തിൽ ഏതു സ്ത്രീയും ആകർഷയാവാം.

ശ്രേയ ആലോചിച്ചതും അമ്മ എങ്ങനെ ഇവിടെ പാതിരാത്രി നടന്നതൊക്കെ അറിഞ്ഞു എന്നാണ്. എന്നാൽ അമൃത ആരെയും കാണുന്നുണ്ടായിരുന്നില്ല. അവൾ പിന്നെയും എബിയോട് ആശുപത്രിയിൽ

പോകാൻ നിർബന്ധിച്ചു. ഒടുവിൽ എബി വഴങ്ങി. അവനെ പിന്നെ അവരെല്ലാം ചേർന്ന് തൊട്ടടുത്ത ആശുപത്രിയിലേക്കു വിട്ടു.

രാമഭദ്രൻ പറഞ്ഞു: ''ആരെങ്കിലും കൂടെ പോകുന്നതു നല്ലതായിരുന്നു.''

അമൃത അതിൽ കയറിപ്പിടിച്ചു പോകുമോ എന്നറിയാനായിരുന്നു അയാൾ ചൂണ്ട ഇട്ടുകൊടുത്തത്.

എബി പറഞ്ഞു:

''ഏയ്, എനിക്കൊന്നുമില്ല. ആരും വരണ്ട. ഞാൻ തന്നെ പൊയ്ക്കോളാം.''

എബിയെയും കൊണ്ട് ആ ഓട്ടോ കടന്നുപോയപ്പോൾ അമൃതയ്ക്കു സങ്കടം തോന്നി. പൊതിരെ തല്ലു കിട്ടിയിട്ടും തനിക്കൊന്നുമില്ലെന്ന് ആ ചെറുപ്പക്കാരൻ ആവർത്തിക്കുന്നു. വേദന മറച്ച്, തന്റെ നിസ്സഹായത മറച്ച്... അവന്റെ കൂടെ ആശുപത്രിയിൽ പോകേണ്ടതായിരുന്നു.

പിറ്റേന്നു നേരം വെളുക്കും മുൻപേ അമൃത എഴുന്നേറ്റ് ബ്രേക്ഫാസ്റ്റുണ്ടാക്കി. അതിൽ ഒരു ഓഹരി ടിഫിൻ കാരിയറിൽ എടുത്തുവെച്ചു. അവധി ദിവസമായതുകൊണ്ടാവാം, ശ്രേയയും ലയയും നല്ല ഉറക്കത്തിലായിരുന്നു. 'ഞാനിപ്പോ വരും' എന്ന ഒരു കുറിപ്പ് ഡൈനിങ് ടേബിളിനു മുകളിൽ എഴുതിവെച്ച് അമൃത ആ ടിഫിൻ കാരിയറുമായി ഇറങ്ങി. അമൃത നേരേ ഹോസ്പിറ്റലിലേക്കാണ് പോയത്.

പേവാർഡുകളിലൊന്നിലെ ഒരു മുറിയിൽ എബിയുണ്ട്. അമൃത വാതിലിൽ തട്ടി. കതകു തുറന്ന എബി അമൃതയെ കണ്ടു ഞെട്ടി. ഒരു നിമിഷത്തിനുശേഷം അവൻ ചോദിച്ചു:

''ഞാൻ അഡ്മിറ്റ് ചെയ്യപ്പെട്ടിട്ടുണ്ടാകും എന്ന് എങ്ങനെ ഊഹിച്ചു?''

''വാങ്ങിച്ചുകെട്ടിയ ഇടിക്കും തൊഴിക്കും സാക്ഷിയാണല്ലോ ഞാൻ. മൂന്നുനാലു ദിവസം ഡോക്ടേഴ്സ് ഇവിടെ പിടിച്ചുകിടത്താതിരിക്കില്ലാന്ന് ഊഹിച്ചു.''

എബി ഉറക്കെ ചിരിച്ചു. മുഖത്തിപ്പോൾ നല്ല നീരുവെച്ചിട്ടുണ്ട്. അതുകൊണ്ട് ആ ചിരിയും അവനു നല്ല വേദന നൽകി.

''ഒരുപാടു ചിരിച്ചു ഹോസ്പിറ്റൽ ബിൽ കൂട്ടണ്ട.'' ടിഫിൻ കാരിയർ മേശപ്പുറത്തുവെച്ച് അമൃത പറഞ്ഞു.

''ആരാന്റമ്മയ്ക്കു ഭ്രാന്തു പിടിക്കുമ്പോ തമാശ പറയാൻ നല്ല രസാ അല്ലേ?'' എബി ചോദിച്ചു.

അത് അമൃതയെ വേദനിപ്പിച്ചു.

''എബീ, സോറി. എനിക്കറിയാം. എല്ലാം ഞാനും ശ്രേയയും കാരണാണ്. പക്ഷേ, ഞങ്ങൾക്കിടയിലേക്ക് ഇയാൾ വന്നു തലയിടുകയായിരുന്നു. അല്ലാന്നു പറയാമോ?''

''ശരിയാ. എനിക്കു കിട്ടാനുള്ളതാ കിട്ടി ബോധിച്ചത്. ഞാനതങ്ങനേ വിചാരിക്കാവൂ.''

''അങ്ങനെ ഞാൻ പറഞ്ഞില്ല. പിന്നെ ഇതൊക്കെ എന്തിനായിരുന്നു എന്നു ഞാൻ ചോദിക്കുന്നുണ്ട്, വൈകീട്ട്. ഉച്ചയ്ക്ക് ലഞ്ച് ഇവിടെ കാന്റീനിൽ നിന്നു കഴിക്കൂ. അത്താഴം ഞാൻ കൊണ്ടുവരാം. അപ്പോ ഞാൻ എല്ലാം ചോദിക്കാം. ഇനി ഒഴിഞ്ഞുമാറാതിരുന്നാ മതി.''

എബി ഒന്നും മിണ്ടിയില്ല.

''എനിക്കു ഷോപ്പിൽ പോകണം. അതിനിടയിൽ എന്താവശ്യമുണ്ടെങ്കിലും വിളിക്കാം.'' അമൃത മന്ത്രിച്ചു.

''എനിക്കുവേണ്ടി ബുദ്ധിമുട്ടരുത്. അത്താഴവും കൊണ്ടുവരരുത്. ഇതുതന്നെ വേണ്ടായിരുന്നു.'' ആ ടിഫിൻ ബോക്സിലേക്ക് ചൂണ്ടി എബി പറഞ്ഞു.

''ബുദ്ധിമുട്ടില്ല. ഇനി അങ്ങനെയാണേ ഇയാളുടെ അച്ഛനമ്മമാരെയോ ബന്ധുക്കളെയോ ഇങ്ങോട്ടു സഹായത്തിനു വിളിക്ക്.''

''അങ്ങനെയാരും എനിക്കില്ല.''

''ഇല്ലാതെ പിന്നെ?''

''എന്തായാലും വൈകീട്ടു വരുമല്ലോ. അപ്പോ സംസാരിക്കാം.'' എബി പിന്നെയും ഒഴിഞ്ഞു. അതെന്താണ് എബി അങ്ങനെ പറഞ്ഞത്? ആരുമില്ലാത്ത ഒരു കുട്ടിയാണോ ഇയാൾ. അമൃത പിന്നെ അസ്വസ്ഥതയോടെ വീട്ടിലേക്കു തിരിച്ചു.

തന്റെ വില്ലയുടെ വരാന്തയിൽ പത്രം വായിച്ചുകൊണ്ടു രാമഭദ്രൻ ഇരിപ്പുണ്ടായിരുന്നു. ആശുപത്രിയിൽ നിന്നു മടങ്ങിവരുന്ന അമൃതയെ കണ്ട് അയാൾ ചോദിച്ചു:

''ഇതെവിടെപ്പോയി ഇത്ര രാവിലെ?''

''ആ പയ്യനെ കാണാൻ, ആശുപത്രിയിൽ.'' അമൃത മടികൂടാതെ പറഞ്ഞു.

രാമഭദ്രൻ സ്തബ്ധനായി. അയാൾ പിന്നെയും അസൂയയുടെ ചതുപ്പിൽ വീണു. താൻ ഒളിഞ്ഞും തെളിഞ്ഞും തന്റെ ആഗ്രഹം അമൃതയോടു പ്രകടിപ്പിച്ചിരുന്നതാണ്. അമൃത അതു നിരന്തരം അവഗണിച്ചു. പക്ഷേ, ഏതാനും നാളുകളായി ഇവിടെ വന്നു താമസിക്കുന്ന ഒരു ചെറുപ്പക്കാരനിലേക്ക് അവൾ പൂർണ്ണമായും ചാഞ്ഞുകഴിഞ്ഞു. എത്ര കൂസലില്ലാതെയാണ് 'ആ പയ്യനെ കാണാൻ ആശുപത്രിയിൽ' എന്നവൾ പറഞ്ഞത്. എന്താണ് അമൃതയെ അവനിലേക്ക് ആകർഷിക്കുന്നത്?

തനിക്ക് അമൃതയോളം തന്നെ പ്രായമുണ്ട്. അവൻ പയ്യനാണ്. മധ്യവയസ്സിലെത്തിയ പല സ്ത്രീകളും പ്രായം കുറഞ്ഞ യുവാക്കളുടെ

കൂടെ ഒളിച്ചോടുന്ന വാർത്തകൾ ഇപ്പോൾ സാധാരണമാണ്. ആ സ്ത്രീകൾ ശരീരത്തിന്റെ ദാഹംകൊണ്ടാവും ഇങ്ങനെ ഓടിപ്പോവുന്നത്. അമൃത തനിക്കവനെപ്പോലെ കരുത്തില്ലെന്നു വിചാരിക്കുന്നുണ്ടാവും. തനിക്കു പ്രായമായല്ലോ.

രാമഭദ്രൻ അതോർത്ത് ആകെ സങ്കടപ്പെട്ടു. അയാൾക്കു കരച്ചിൽ വന്നു. എബിയുടെ യൗവ്വനത്തെ അയാൾ ശപിച്ചു. തനിക്കൊരിക്കലും ഇനി ആ യുവത്വം സ്വന്തമാവുകയില്ലല്ലോ എന്ന ഈറയാൽ അയാൾ വെന്തു.

അമൃത അന്ന് മാർജിൻ ഫ്രീ മാർക്കറ്റിലേക്കു പോയില്ല. അവധി വിളിച്ചുപറഞ്ഞു. ഉണർന്നുവന്ന ശ്രേയയോടും ലയയോടും താൻ ഹോസ്പിറ്റലിലേക്കാണു പോയതെന്ന് അമൃത അങ്ങോട്ടു കയറി പറഞ്ഞു. ശ്രേയ എന്തെങ്കിലും ചോദിക്കുമെന്ന് അവൾ കരുതി. അതുണ്ടായില്ല. അവൾ തന്റെ പഠനത്തിന്റെയും ടെക്സ്റ്റ് ബുക്കുകളുടെയും ലോകത്തേക്ക് ഇറങ്ങിപ്പോയി. താൻ പറയാനുള്ളതു പറഞ്ഞു, ഇനി അമ്മ അമ്മയുടെ ഇഷ്ടംപോലെ ചെയ്യട്ടെ എന്ന സന്ദേശമായിരുന്നോ ശ്രേയയുടെ ആ മൗനം. അമൃത ഒന്നു സംശയിച്ചു.

ലയയ്ക്ക് അന്ന് അപ്രസന്നതയുള്ളതായി അമൃതയ്ക്കു തോന്നിയില്ല. അത് ആശ്വാസമായി. ഇടയ്ക്കു ലയ വന്ന് അമൃതയോടു പറഞ്ഞു:

''എനിക്ക് ഒറ്റയ്ക്ക് ഇരിക്കാനാവുന്നില്ല അമ്മേ. എന്തോ അസ്വസ്ഥത തോന്നുന്നു.''

അമൃതയ്ക്കതു കേട്ട് നേരിയ ആശ്വാസം തോന്നി. ഒന്നും മിണ്ടാത്ത ലയ ചിലതൊക്കെ വന്നു പറയാൻ തുടങ്ങിയിരിക്കുന്നു. അമൃത പിന്നെ അവളെ തനിച്ചാക്കിയില്ല. കുക്കിങ്ങിനും തുണി അലക്കിനും ഒക്കെ കൂടെ കൂട്ടി. ശ്രേയയോട് ഇടയ്ക്കു ലയയോടൊപ്പമിരിക്കാൻ പറഞ്ഞു. ലയ അതെല്ലാം കണ്ട് അമ്മയെ നോക്കി. അവളുടെ കണ്ണുകളിൽ സ്നേഹം തുളുമ്പി. വൈകുന്നേരമായപ്പോഴേക്കും എബിക്കുള്ള അത്താഴം തയ്യാറാക്കിയിരുന്നു. എന്താണവന് ഇഷ്ടമെന്നറിയില്ല. തന്റെ ഇഷ്ടത്തിനു സ്വാദോടെ അവൾ പാകം ചെയ്തു.

''ഞാനിതു കൊണ്ടുപോയി കൊടുക്കാൻ പോവ്വാണ്.''

അമൃത കുട്ടികളോട് പറഞ്ഞു.

''നമ്മൾ കാരണമല്ലേ ഇതുണ്ടായത്. മാത്രമല്ല, എബി എന്തിനാണ് നമ്മളെ ഇങ്ങനെ സഹായിച്ചതെന്നുംകൂടി അറിയണം.''

''ഞങ്ങൾ കൂടെ വരണോ അമ്മേ?'' ശ്രേയ ചോദിച്ചു.

''വേണ്ട. തനിച്ചാവുമ്പോൾ അയാൾ കുറേക്കൂടി സംസാരിച്ചെന്നിരിക്കും.''

അമൃത ഉത്തരം നൽകി.

അമൃത കൈനറ്റിക് ഹോണ്ടയെടുത്തു പുറത്തിറങ്ങുമ്പോൾ രാമഭദ്രൻ തന്റെ വീട്ടിൽ നിന്നിറങ്ങി വന്നു.

''ഒരു മിനിറ്റ് അമൃതേ...''

അയാൾ ചുറ്റും നോക്കി. ആരും കാണുന്നില്ലെന്ന് ഉറപ്പു വരുത്തി പറഞ്ഞു.

ഇയാൾ എന്തിനുള്ള പുറപ്പാടാണ്. മാത്രമല്ല, തന്റെ വീട്ടിലേക്ക് കണ്ണുകളാഴ്ത്തിയാണോ ഇയാൾ സദാ സമയവും ഇരിക്കുന്നത്. അമൃതയ്ക്ക് കരച്ചിൽ വന്നു.

''ഞാൻ പറയുന്നതുകൊണ്ട് ഒന്നും തോന്നരുത്.''

രാമഭദ്രൻ മുഖവുരയോടെ ആരംഭിച്ചു.

''ആ ചെറുപ്പക്കാരൻ ഈ വില്ലയിൽ വന്നു താമസിക്കാൻ തുടങ്ങിയിട്ട് അധികം നാളായില്ല. ആർക്കും അയാളുടെ ഡീറ്റെയിൽസ് ഒന്നും അറിയുകേം ഇല്ല. അതുകൊണ്ട് അമൃത വളരെ ക്ലോസായി ഇടപെടുന്നതു നല്ലതല്ല എന്നാ ഒരയൽക്കാരൻ എന്ന നിലയിൽ എനിക്കു തോന്നുന്നത്.''

''ഒരു മനുഷ്യനെ ഒരുപാടു കാലമായി അറിയാമെങ്കിലും അയാളെക്കുറിച്ച് ഒന്നും അറിയില്ല എന്നു തോന്നുന്ന നിമിഷങ്ങൾ നമ്മുടെയൊക്കെ ജീവിതത്തിലുണ്ടാവാറില്ലേ? ഉദാഹരണത്തിനു രാമഭദ്രൻ. രാമഭദ്രനെ എനിക്കു കുറെക്കാലമായി അറിയാം. പക്ഷേ, എന്തറിയാം എന്നു ചോദിച്ചാൽ കുഴഞ്ഞില്ലേ. രാമഭദ്രന്റെ യഥാർത്ഥ മനസ്സിലിരിപ്പ്, ഉദ്ദേശ്യം ഇതൊക്കെ രാമഭദ്രനു മാത്രമല്ലേ അറിയൂ. അപ്പൊ ഒരാളെ അറിയുന്ന കാലയളവ് അയാളുടെ സ്വഭാവസർട്ടിഫിക്കറ്റാവില്ല എന്ന് ഉറപ്പല്ലേ? മാത്രമല്ല ഞാൻ ആരോടു കൂട്ടുകൂടണം, കൂടണ്ടാ എന്നൊക്കെ തീരുമാനിക്കാനുള്ള സ്വാതന്ത്ര്യം എനിക്കില്ലേ രാമഭദ്രാ. ഞാൻ എന്റെ ചെലവിലല്ലേ ജീവിക്കുന്നത്?''

അമൃത അളന്നു തൂക്കി പറഞ്ഞു.

രാമഭദ്രൻ വിഷണ്ണനായി.

അത്ര കൃത്യമായിരുന്നു അമൃതയുടെ ഓരോ വാക്കും. എന്നിട്ടും അയാൾ ഇത്രയുംകൂടി പറഞ്ഞുവെച്ചു.

''അമൃതാ, ഇപ്പോഴത്തെ ചെറുപ്പക്കാരെ നമ്മളെങ്ങനെയാ വിശ്വസിക്കുക? എത്രയോ മുതിർന്ന സ്ത്രീകളുമായി ബന്ധം സ്ഥാപിച്ച്, അവരുമായി ബന്ധപ്പെട്ട്, അവരുടെ പണം കൂടി കവർന്നു കടന്നുകളയുന്ന ചെറുപ്പക്കാരുടെ കഥകൾ ഓൺലൈനിൽ ഒക്കെ നമ്മൾ നിത്യവും വായിക്കാറുള്ളതല്ലേ? അതിനുശേഷം ആ ബന്ധത്തിൽ പെട്ടുപോയ സ്ത്രീകൾ ഫേസ്ബുക്കിലൊക്കെ പോസ്റ്റിടുന്നതും ശ്രദ്ധിച്ചിട്ടില്ലേ - എന്നെ വഞ്ചിച്ചു. ഞാൻ ഒറ്റയ്ക്കായി, തകർന്നു, എന്നിങ്ങനെ നിലവിളിക്കുന്ന പോസ്റ്റുകൾ. എന്തൊരു ഗതികേടാ അത്? അമൃത ഗീതയുടെയും

നല്ല ഫ്രണ്ടായതുകൊണ്ട് ഒരു മുന്നറിയിപ്പു നൽകണംന്നു തോന്നി. ഞാനതു ചെയ്തു, അത്രേയുള്ളൂ.''

അമൃത അപ്പോൾ ആസ്വദിച്ചു ചിരിച്ചു. പിന്നെ ശബ്ദം താഴ്ത്തി പറഞ്ഞു:

''കൊച്ചുപയ്യന്മാരുമായി ചുറ്റിക്കളി നടത്തുന്ന മുതുക്കികൾ ആ ബന്ധം ആയുഷ്കാലം ഉണ്ടാവണം എന്നു നിർബന്ധം പിടിക്കുന്ന തല്ലേ കുഴപ്പം. അതൊക്കെ ഇത്തിരി കടന്ന ആഗ്രഹമല്ലേ.''

അമൃത തന്റെ വണ്ടിയിൽ അവിടെനിന്നു പാഞ്ഞുപോയി.

രാമഭദ്രൻ അകമേ വിറച്ച് അതു നോക്കിനിന്നു.

എന്താണ് അമൃത ഈ പറഞ്ഞതിൽനിന്ന് ഉദ്ദേശിക്കുന്നത്? പ്രായ മായ സ്ത്രീകൾ ചെറുപ്പക്കാരിൽ നിന്നു താൽക്കാലികബന്ധം മാത്രമേ പ്രതീക്ഷിക്കാവൂ എന്നല്ലേ? എന്നുവെച്ചാൽ അമൃത ആ പയ്യൻസുമായി അടുപ്പത്തിലാണ്. എന്നാൽ അതു ദീർഘകാലബന്ധമൊന്നുമല്ല, താൽ ക്കാലികം മാത്രം, അതിൽ അമൃതയ്ക്കു പരാതിയൊന്നുമില്ല. അതിനെ ക്കുറിച്ചു താൻ വേവലാതിപ്പെടേണ്ട എന്നല്ലേ? രാമഭദ്രനു പിന്നെയും കരച്ചിൽ വന്നു. ആ ചെറുപ്പക്കാരനെ കഴുത്തു ഞെരിച്ചു കൊല്ലാൻ കൈ തരിച്ചു.

വണ്ടി ഓടിക്കുമ്പോൾ അമൃത ഉറക്കെ ഉറക്കെ ചിരിച്ചു. തനിക്കി ങ്ങനെയൊക്കെ സംസാരിക്കാൻ കഴിയുന്നുണ്ടല്ലോ എന്നോർത്ത്. അപ്പോൾ താൻ അത്ര പാവമൊന്നുമല്ല. വേണ്ടവർക്കു വേണ്ടവിധം മറുപടി കൊടുക്കാൻ തനിക്കറിയാം. അടുത്ത നിമിഷം അമൃതയ്ക്കു ഗീതയോടു വലിയ സഹതാപം തോന്നി. തന്റെ നല്ല അയൽക്കാരി യാണ് അവൾ.

അവരുടെ ഏക മകൾ തന്റെ ഇളയവൾ ലയയുമായി നല്ല കൂട്ടാണ്. താൻ ഉറക്കെ പ്രതികരിച്ചാൽ അതു ഗീതയ്ക്കും മകൾക്കും വലിയ നാണക്കേടാകും. അതു രാമഭദ്രൻ തിരിച്ചറിയുന്നേയില്ല. മാത്രമല്ല, രാമ ഭദ്രൻ എത്ര വലിയ വിടനാണെന്ന് അവർ അറിയുന്നേയില്ല. അല്ലെ ങ്കിലും പുരുഷന്മാർ ഇങ്ങനെയാണ്. അതിമനോഹരമായ ഒരു കുടുംബം സ്വന്തമായുണ്ടാവും. എന്നാലും കട്ടുതീറ്റയാണു ഹരം. രാമഭദ്രന് എന്തിന്റെ കുറവുണ്ടായിട്ടാണ്.

ഗീത തന്നേക്കാൾ ചെറുപ്പമാണ്. സുന്ദരിയാണ്. മിക്ക ആണു ങ്ങൾക്കും മുഖം മാത്രം സുന്ദരമായിരുന്നാൽ പോരല്ലോ. ശരീരവും വേണമല്ലോ. ഗീത ആ അർത്ഥത്തിലും സുന്ദരിയാണ്. എന്നിട്ടാണ് രാമഭദ്രൻ സദാ തന്റെ നേർക്കു കണ്ണയയ്ക്കുന്നത്. താൻ എബിയിൽ അനുരക്തയാണെന്നു ഭയന്നു തന്നെ ഉപദേശിക്കാൻ പിന്നാലെ കൂടു ന്നത്.

ആശുപത്രിയുടെ പാർക്കിങ് ഏരിയയിൽ വണ്ടി വെച്ച്, അമൃത എബിയുടെ മുറിയിലേക്കു നടന്നു. പക്ഷേ, അവിടെ പുതിയ ഒരു പേഷ്യന്റും കൂട്ടിരുപ്പുകാരുമാണ് ഉണ്ടായിരുന്നത്. അവർക്കാർക്കും എബിയെ അറിയില്ല.

അമൃത റിസപ്ഷനിലേക്കു ചെന്നു. അവിടെ ചോദിച്ചപ്പോൾ റിസപ്ഷനിസ്റ്റ് പറഞ്ഞു:

''അയാൾ അല്പം മുൻപ് ഡിസ്ചാർജ് ചെയ്തു പോയി.''

അമൃത അമ്പരന്നു നിൽക്കേ റിസപ്ഷനിസ്റ്റ് പെൺകുട്ടി കൂട്ടിച്ചേർത്തു:

''ഞങ്ങളായിട്ടു ഡിസ്ചാർജ് ചെയ്തതല്ല കേട്ടോ. ഡിസ്ചാർജ് വേണമെന്നു പേഷ്യന്റ് നിർബന്ധപൂർവ്വം ആവശ്യപ്പെടുകയായിരുന്നു.''

താൻ വരുമെന്ന് എബിക്കു കൃത്യമായി അറിയാം. അതുകൊണ്ട് ചോദ്യങ്ങൾ ഒഴിവാക്കാനാവാം അയാളങ്ങനെ ചെയ്തത്. പക്ഷേ, അവനുവേണ്ടി അത്താഴം ഉണ്ടാക്കിയത് വെറുതെ. അതിനുവേണ്ടി പ്രയത്നിച്ചതു വെറുതെ.

പിന്നെ അമൃത ഓർത്തു. എബി തിരികെ അയാളുടെ വില്ലയിൽ ചെന്നിട്ടുണ്ടെങ്കിലോ? എങ്കിൽ രണ്ടു വാക്കു ചോദിച്ചിട്ടുതന്നെ.

ആ വില്ല അടഞ്ഞുകിടക്കുകയായിരുന്നു. ഗേറ്റിൽ ലോക്കിട്ടിട്ടുണ്ട്. അതിനർത്ഥം എബി ഇവിടേക്കു തിരിച്ചുവന്നിട്ടില്ല എന്നുതന്നെയാണ്. അന്നു രാത്രി മുഴുവൻ അമൃത ആ വില്ലയിലേക്കു നോക്കിക്കൊണ്ടിരുന്നു. വെളിച്ചത്തിന്റെ പൊട്ടുപോലുമില്ലാതെ അത് അടഞ്ഞുതന്നെ കിടന്നു. ഇടയ്ക്ക് അമൃത തന്റെ ഫോണെടുത്തു നോക്കി ഒരു മിസ്ഡ് കോൾ എങ്കിലും... ഇല്ല. ഒന്നും ഉണ്ടായില്ല.

എന്തിനാണ് നീയെനിക്കു സന്ദേശങ്ങൾ നൽകിയത്. എന്നെ സഹായിച്ചത് - ഇങ്ങനെ അപ്രത്യക്ഷനാകാൻ ആയിരുന്നെങ്കിൽ.

ഓരോ നിമിഷവും അമൃത ഉള്ളിൽ ചോദിച്ചുകൊണ്ടിരുന്നു. അവളുടെ കണ്ണുകൾ നിറഞ്ഞു. ആ കണ്ണുനീർ ആരും കാണാതെ അമൃത ഒളിച്ചുപിടിച്ചു.

ഒളിച്ചു പിടിക്കുന്ന കണ്ണുനീരാണ് ഒരാളെ ഏറ്റവും നീറ്റുകയെന്നും അമൃത അറിഞ്ഞു.

പതിനെട്ട്

രണ്ടാഴ്ച കടന്നുപോയി. ശ്രേയയുടെ പരീക്ഷകൾ അതിനിടയിലായിരുന്നു.

പാഴാക്കിക്കളഞ്ഞ സമയത്തിനു പ്രായശ്ചിത്തം ചെയ്യുംപോലായിരുന്നു അവൾ. വായിക്കാവുന്നത്ര വായിച്ചു. പരീക്ഷയും ആകാവുന്നത്ര നന്നായി എഴുതി. രാത്രി അവൾ ഉറക്കമിളച്ചു പഠിക്കുമ്പോഴെല്ലാം അമൃത കൂട്ടിരുന്നു. ഇടയ്ക്കു കട്ടൻ കാപ്പിയിട്ടു കൊടുത്തു.

"അമ്മയും പരീക്ഷ എഴുതാൻ പോവ്വാണോ?" ഇടയ്ക്കു ശ്രേയ അമ്മയെ പരിഹസിച്ചു.

ലയയ്ക്കു വലിയ മാറ്റമൊന്നും ഉണ്ടായില്ല. ഒരു തവണ കൂടി ഷർമിള മേനോന്റെ അരികിൽ അവളെ കൗൺസിലിങ്ങിനു കൊണ്ടുപോയി. ലയ കാര്യമായി അവിടെ മനസ്സു തുറന്നില്ല.

കൃത്യമായി ഷട്ടിൽ പ്രാക്ടീസിനും പോയില്ല. ചെന്നപ്പോഴും അത്ര നന്നായി കളിച്ചുമില്ല. ചാമ്പ്യൻഷിപ്പ് അടുക്കുകയല്ലേ എന്നു കോച്ച് മിഥുൻ തോമസ് ഓർമ്മിപ്പിച്ചപ്പോഴും അവൾ കാര്യമായി പ്രതികരിച്ചില്ല. മെല്ലെ മെല്ലെ കോച്ചിന് അവളിലുള്ള പ്രതീക്ഷ ഇല്ലാതായി. ലയ അവളിലേക്കുതന്നെ ചുരുങ്ങുകയായിരുന്നു.

അമൃതയ്ക്കും ആ രണ്ടാഴ്ചക്കാലം കഠിനമായിരുന്നു. അവൾ ഇടയ്ക്കിടെ ഫോൺ എടുത്തു നോക്കി. പ്രൈവറ്റ് നമ്പർ എന്ന അക്ഷരങ്ങൾ അതിന്റെ സ്ക്രീനിൽ തെളിയുന്നുണ്ടോ - ഇല്ല.

ചില കോളുകൾ വരുമ്പോൾ അത് ആ നമ്പർ ആകുമെന്നു പ്രതീക്ഷിച്ച് അമൃത ഓടിച്ചെന്നു നോക്കി. നിരാശയായിരുന്നു ഫലം. ഇടയ്ക്കു ട്രീസ 'നമുക്കൊന്നു കാണാം അമൃതാ' എന്നു പറഞ്ഞിട്ടും അവൾക്ക് ഉത്സാഹം തോന്നിയില്ല. അവൾ ട്രീസയെ കാണാൻ പോയതേയില്ല.

എബി താമസിക്കുന്ന വില്ലയിൽ വെളിച്ചം കാണുന്നുണ്ടോ എന്ന് മിക്ക രാത്രികളിലും അമൃത അറിയാതെ ശ്രദ്ധിച്ചു. അവിടം ഇരുൾ മൂടിക്കിടക്കുന്നതുകണ്ട് ഓരോ തവണയും അവൾ നിരാശയായി.

അമൃത ജാലകത്തിലൂടെ ആ വീട്ടിലേക്കു നോക്കുന്നത് രാമഭദ്രൻ മാത്രമല്ല, ശ്രേയയും കാണുന്നുണ്ടായിരുന്നു.

അമ്മ ഇതേതു ലോകത്തിലേക്കാണു പോകുന്നതെന്ന് അപ്പോഴെല്ലാം അവൾ വിചാരിക്കും. അടുത്ത നിമിഷം അവൾ തിരുത്തും, അങ്ങനെയല്ല, അങ്ങനെ ഒന്നുമല്ല. ആരും തുണയ്ക്കാനില്ലാത്ത ഒരു ലോകത്തു ജീവിക്കുന്ന അമ്മയ്ക്ക് അയാളുടെ സഹായം വലിയ കാര്യമായി തോന്നുന്നതാണ്. അതുകൊണ്ട് അമ്മ അറിയാതെ അയാളെ തേടുന്നതാണ്. അല്ലാതെ മറ്റൊരർത്ഥവുമില്ല, തനിക്കറിയാമല്ലോ തന്റെ അമ്മയെ...

മാർജിൻ ഫ്രീ മാർക്കറ്റിൽ പോകുമ്പോഴെല്ലാം അമൃത റോഡരികിൽ വെറുതെ നോക്കും. എബി അവിടെ എവിടെയെങ്കിലും മറഞ്ഞുനിൽപുണ്ടോ, ആ പഴയ മാരുതി കാറിൽ. നിരത്തിൽ അത്തരം കാറുകൾ അപൂർവ്വമായി കണ്ടപ്പോഴെല്ലാം അമൃതയ്ക്ക് ഉദ്വേഗം വർദ്ധിച്ചു. പക്ഷേ, ഒന്നും എബിയുടെ കാറായിരുന്നില്ല.

പിന്നെപ്പിന്നെ അവൾ സ്വയം പറഞ്ഞു: എവിടെ നിന്നോ ഒരാൾ വന്ന്, ചില സഹായങ്ങൾ ചെയ്ത് മാഞ്ഞുപോയി. അല്ലാതെ ഇതിന് ആഴമുള്ള ഒരർത്ഥവും കാരണവുമില്ല. താനിങ്ങനെ അവനെ പ്രതീക്ഷിക്കുകയോ തിരയുകയോ ചെയ്യേണ്ടതില്ല. ചില മായക്കാഴ്ചകൾ തിരിച്ചു വരികയേ ഇല്ല. അതുതന്നെ ആയിരം വട്ടം പറഞ്ഞുപറഞ്ഞ് അമൃത മനസ്സിലുറപ്പിച്ചു. ഒപ്പം താനൊന്നുകൂടി റിലാക്സ് ചെയ്യണമെന്നും എന്തിനെയും പ്രസന്നതയോടെ നേരിടണമെന്നും അവൾ, തന്നെത്തന്നെ ഉപദേശിച്ചു.

ആ ഉപദേശം ശിരസാ വഹിക്കുന്നതിന്റെ ഭാഗമായി പിറ്റേന്ന് അവളൊരു ഷോപ്പിങ് മാളിലെ കോഫിഡേയിൽ കയറി. പൊള്ളുന്ന വിലയുള്ള ഒരു കോഫി ഓർഡർ ചെയ്ത് അമൃത കാത്തിരുന്നു. ചുറ്റും ടീനേജ് കുട്ടികളാണ്. പ്രണയത്തിന്റെ മധുരം നുണയുന്നവർ.

അവരെ നോക്കി അമൃത ചിരിച്ചു. നിങ്ങളാരും എന്റെ കുട്ടികളല്ലാത്ത സ്ഥിതിക്ക് എനിക്കീ പ്രണയം ആസ്വദിക്കുന്നതിൽ വിരോധമില്ല കുഞ്ഞുങ്ങളേ എന്നൊരു തമാശ മനസ്സിൽ പൊങ്ങുകയും ചെയ്തു. തന്റെ സ്വാർത്ഥതയും ഇടുങ്ങിയ മനോഭാവവും ഓർത്തപ്പോൾ അമൃതയ്ക്കു ചിരി വന്നു. എല്ലാ രക്ഷിതാക്കളും ഇങ്ങനെയാവാം. തങ്ങളുടെ മക്കൾ മാത്രം വേലി ചാടരുത്.

ഊറിച്ചിരിച്ചുകൊണ്ടിരുന്ന അമൃതയുടെ മുന്നിലേക്ക് പെട്ടെന്ന് എവിടെനിന്നോ എബി വന്നു കയറി.

അമൃതയ്ക്കു മുന്നിലേക്ക്, ഒരു കസേര വലിച്ചിട്ട് അതിലിരുന്ന് എബി ചോദിച്ചു:

''എന്തേ ഇത്ര ചിരിക്കാൻ. ഞാനും കേൾക്കട്ടെ ആ തമാശ.''

എല്ലാം ഒരു സ്വപ്നമാണെന്ന് അമൃതയ്ക്കു തോന്നി. അല്ലെന്ന് അടുത്ത നിമിഷം തിരിച്ചറിഞ്ഞെങ്കിലും എബി വീണ്ടും ചോദിച്ചു:

''അമൃത പറഞ്ഞില്ല, ആ തമാശ.''

ആ വിളി കേട്ട് അമൃതയ്ക്കു ദേഷ്യം വന്നു.

''നമ്മൾ തമ്മിൽ എത്ര വയസ്സിന്റെ വ്യത്യാസമുണ്ട്. അപ്പോൾ പിന്നെ പേരു വിളിക്കുന്നത് അത്ര നല്ല കാര്യമാണെന്നു തോന്നുന്നില്ല. എന്നോട് കുറച്ചുകൂടി മര്യാദയാവാം.''

''യൂറോപ്യന്മാരെ കണ്ടിട്ടുണ്ടോ. അവരെല്ലാവരേയും പേരാ വിളിക്കുക.''

''ഇതിപ്പോ യൂറോപ്പല്ലല്ലോ?''

''ശരി. അപ്പോ ഞാൻ ഇനി പേരു വിളിക്കുമ്പോ എന്നോടുള്ള വർത്തമാനം നിർത്തിക്കോളൂ.''

''ഒരു കാര്യംകൂടി എനിക്കു പറയാനുണ്ട്.''

''എനിക്കറിയാം അതെന്താന്ന്.''

''എന്താ?''

''താനാരാ, എന്താ, ഏതാന്നൊക്കെ വെളിപ്പെടുത്താതെ സംസാരിക്കാൻ തയ്യാറല്ല എന്ന്. എന്താ ശരിയല്ലേ?''

''അപ്പോ അറിയാഞ്ഞിട്ടല്ല.''

''തൽക്കാലം ഞാനതു പറയുന്നില്ല. കാരണം, അതിനു സമയമായില്ല. സമയമാകട്ടെ. ഉറപ്പായും പറയും.''

''അതു മാത്രമല്ല, ഇയാൾ എന്റെ ജീവിതത്തിൽ നടത്തിയ ഇടപെടലുകൾ എന്നെ സഹായിച്ചിട്ടുണ്ട്, ശരിതന്നെ. എന്നുവെച്ച് ഇങ്ങനെ തോന്നുമ്പോൾ അപ്രത്യക്ഷനാകുന്ന, തോന്നുമ്പോൾ പ്രത്യക്ഷപ്പെടുന്ന, എനിക്കൊരു പിടിയുമില്ലാത്ത ഒരാളുമായി ഇടപെടാൻ എനിക്കു ബുദ്ധിമുട്ടുണ്ട്.''

അമൃതയുടെ ശബ്ദത്തിൽ ദേഷ്യം കിനിഞ്ഞിരുന്നു.

''ഞാൻ എന്നെങ്കിലും ഒരു ഉപദ്രവമാകുമ്പോ എന്നെ മാറ്റിനിർത്തിക്കോളൂ. അല്ലാതെ എന്തിനാണ് ഇങ്ങനെ വാശിപിടിക്കുന്നത്?''

''ഇല്ല. എനിക്ക് ഇങ്ങനെ ഏകപക്ഷീയമായ ഒരു സൗഹൃദത്തിൽ താത്പര്യമില്ല. ഒരാൾക്ക് അയാൾക്കു തോന്നുമ്പോൾ എത്തിനോക്കാനും നിയന്ത്രിക്കാനുമുള്ളതല്ല എന്റെ ജീവിതം.''

''നമ്മളിങ്ങനെ വാദിച്ചാൽ, തർക്കിച്ചാൽ എവിടെയും എത്തില്ല. അതുകൊണ്ട് ഞാൻ വന്ന കാര്യം പറയാം.''

''പറയണ്ട. എബി ഇനി എന്നോട് ഒന്നും പറയണ്ട.''

''പറയും. ലയയോടു കൂട്ടുകൂടാൻ എന്നെ അനുവദിക്കണം. എനിക്കു നിങ്ങളെ സഹായിക്കാൻ പറ്റും. സത്യമായും പറ്റും.''

അമൃത അതുകേട്ടു പതറി. പിന്നെ അറിയാതെ ചോദിച്ചുപോയി:

''എബിയെന്താ ഉദ്ദേശിച്ചത്?''

''എനിക്കു ലയയെ സഹായിക്കാൻ പറ്റും എന്നുതന്നെ. മറ്റൊരു കാര്യം കൂടിയുണ്ട്. നിങ്ങളുടെ പാർട്ണേഴ്സ് നിങ്ങളെ പറ്റിക്കുന്നുണ്ടെന്നു പറഞ്ഞിട്ടും അതു ഗൗരവമായി എടുത്തില്ല. അതേക്കുറിച്ചു ചിന്തിച്ചിട്ടുണ്ടെന്നുപോലും തോന്നുന്നില്ല. പക്ഷേ, നിങ്ങളെ അവർ പറ്റിക്കുമ്പോൾ ശ്രേയയ്ക്കും ലയയ്ക്കും അവകാശപ്പെട്ട ചിലതൊക്കെയല്ലേ നഷ്ടമാകുന്നത്. ഒരമ്മ അതനുവദിക്കരുത്. ഒരമ്മ ഇത്ര പാവമാകരുത്.''

അതു പറഞ്ഞ് എബി എഴുന്നേറ്റ് മിന്നൽവേഗത്തിൽ കോഫിഡേയിൽ നിന്ന് ഒറ്റപ്പോക്ക്. അമൃതയ്ക്കു തടയാനായതേയില്ല.

'ഒരമ്മ ഇത്ര പാവമാകരുത്' എന്ന അവന്റെ വാക്ക് അമൃതയെ പിടിച്ചുലച്ചു. രണ്ടു പെൺകുട്ടികളെയും കൊണ്ടു ജീവിക്കാൻ നെട്ടോട്ടമോടുന്ന തനിക്ക് വളരെ കഴിവുള്ളയാൾ, തന്റേടി എന്നൊക്കെയുള്ള വിശേഷണങ്ങൾ ഉണ്ടെന്നവൾക്കറിയാം. അതുപോലെ, ഒന്നും പ്രശ്നമല്ലെന്ന തന്റെ ഭാവവും തന്റേടവുമൊക്കെ വെറും പടമാണെന്നും അമൃതയ്ക്കറിയാം. മറ്റുള്ളവർ തന്റെ നിസ്സഹായത കാണാതിരിക്കാനുള്ള ഒരു മറ.

ആദ്യമായാണ് ഒരാൾ തന്നെ ശരിക്കും തിരിച്ചറിഞ്ഞതെന്ന് അമൃതയ്ക്കു തോന്നി. അതും ഒരു പരിചയവുമില്ലാത്ത, ഇത്തിരിയില്ലാത്ത ഒരു പയ്യൻസ്.

അമൃതയ്ക്ക് അപ്പോൾ എബിയെക്കുറിച്ച് അറിയാനുള്ള ആകാംക്ഷ കൂടി.

അതിനെന്താണു മാർഗം എന്ന് ആലോചിച്ചപ്പോൾ അവൾക്കു പവിത്രൻ എസ്.ഐയുടെ മുഖം ഓർമ്മ വന്നു. വേണമെങ്കിൽ ആ മനുഷ്യനോടു പറയാം. പവിത്രൻ എസ്.ഐ. എബിയുടെ സകല ഡീറ്റെയിൽസും എടുത്തു തരാതിരിക്കില്ല. പക്ഷേ, അതു വേണോ? എന്തിനും ഏതിനും അദ്ദേഹത്തെ ബുദ്ധിമുട്ടിക്കണോ? മാത്രമല്ല, എബിയുടെ ആദ്യത്തെ കോൾ മുതൽ ഈ നിമിഷം വരെയുള്ള എല്ലാ കാര്യങ്ങളും വിവരിക്കേണ്ടി വരും. വേണ്ട, തനിക്കതൊന്നും വയ്യ. അമൃത ആശയക്കുഴപ്പത്തിലായി.

ഒരു ദിവസം രാത്രി എബിയുടെ വില്ലയിൽ വിളക്കുകൾ തെളിഞ്ഞിരിക്കുന്നത് അമൃത കണ്ടു. എന്നാലും അങ്ങോട്ടു ചെല്ലാനോ അവനെ കാണാനോ അമൃതയ്ക്കു തോന്നിയില്ല. പക്ഷേ, തന്റെ ബിസിനസ്

പങ്കാളികൾ തന്നെ മാത്രമല്ല, കുട്ടികളെക്കൂടി പറ്റിക്കുകയാണെന്ന എബിയുടെ വാക്കുകൾ അമൃത പലവട്ടം ഓർത്തു.

അതു കണ്ടുപിടിക്കണമെങ്കിൽ താൻ എല്ലാ അക്കൗണ്ടുകളും പരിശോധിക്കണം. അവയെല്ലാം സായിയുടെയും ദേവന്റെയും നിയന്ത്രണത്തിലാണ്. രാമൻകുട്ടിയോ താനോ അതു ശ്രദ്ധിക്കാറുപോലുമില്ല. അതുകൊണ്ട് പൊടുന്നനെ ചെന്നു തനിക്ക് അക്കൗണ്ട് പരിശോധിക്കണം എന്നൊക്കെ പറഞ്ഞാൽ അതത്ര എളുപ്പം നടക്കില്ല. എന്തിനാണത് എന്ന ചോദ്യം ഉയർന്നുവരാം. അപ്പോൾ പിന്നെ രഹസ്യമായി അക്കൗണ്ടുകൾ പരിശോധിക്കേണ്ടിവരും. അതീവരഹസ്യമായി. എങ്ങാനും അറിഞ്ഞാൽ തനിക്കു വിശ്വാസരാഹിത്യമുണ്ടെന്ന് എല്ലാവരും അറിയും. പിന്നീടങ്ങോട്ട് എങ്ങനെയാണ് ഒന്നിച്ചു ജോലി ചെയ്യുക.

ആലോചിച്ചിട്ട് ഒരു എത്തും പിടിയും കിട്ടിയില്ല. എന്നാലും അക്കൗണ്ടുകൾ പരിശോധിക്കുകതന്നെ വേണം. ഇതുവരെ തന്നോട് എബി പറഞ്ഞതൊന്നും കള്ളമല്ല. ഇതും നേരാകും. അവൻ നേരുള്ള ഒരാൾ തന്നെയാണ്.

അവന്റെ മുഖം കാണുമ്പോൾ, കണ്ണുകളിലേക്കു നോക്കുമ്പോൾ ഒരു കള്ളവുമില്ലാത്ത ഒരാകാശം തന്നെയാണു തന്റെ മുൻപിൽ നിൽക്കുന്നതെന്നു തോന്നാറുണ്ട്. അതുകൊണ്ടാണ് തനിക്കവനോട് വഴക്കിടാനും പിണങ്ങാനുമാവാത്തത്.

അമൃത അന്നു സാധാരണപോലെ ഷോപ്പിൽ നിന്ന് ഇറങ്ങി. രാമൻകുട്ടിയും സായിയും ദേവനും തൊട്ടുപിന്നാലെ ഇറങ്ങുന്നത് അവൾ പുറത്തൊരിടത്തു മറഞ്ഞുനിന്നു കണ്ടു. ഇനി ഉടൻ മാർജിൻ ഫ്രീ മാർക്കറ്റിന്റെ ഷട്ടറുകൾ അടയും. അതു സ്റ്റാഫിൽ ചിലരും സെക്യൂരിറ്റിയും ചേർന്നാണു ചെയ്യുക. ശേഷം ചാവി സെക്യൂരിറ്റിയെ ഏൽപിക്കും.

തന്റെ പങ്കാളികൾ അവരവരുടെ കാറിൽ കയറിപ്പോയി എന്നുറപ്പായതോടെ അമൃത സ്ഥാപനത്തിലേക്കു തിരിച്ചു ചെന്നു.

ജലജയും മറ്റൊരു സെയിൽസ് ഗേളായ അനുവും സെക്യൂരിറ്റി രാഘവേട്ടനും കൂടി കട അടയ്ക്കാനുള്ള പുറപ്പാടിലായിരുന്നു.

''ഇതെന്തേ ചേച്ചി മടങ്ങിയെത്തിയത്?'' ജലജ ചോദിച്ചു.

''ഞാൻ ഓഫീസ് മുറിയിൽ പേഴ്സ് മറന്നു.'' അമൃത കള്ളം പറഞ്ഞു.

''തപ്പിയെടുക്കാൻ സഹായിക്കണോ ചേച്ചീ?''

''വേണ്ട ജലജേ.''

പിന്നെ അമൃത ഷോപ്പിനുള്ളിലേക്കു കയറി. ജലജയോടും അനുവിനോടും പറഞ്ഞു:

''നിങ്ങൾ പൊയ്ക്കോളൂ. ഞാൻ അടച്ചോളാം. സഹായത്തിന് രാഘവേട്ടനുണ്ടല്ലോ?''

‘‘അല്ല, ചേച്ചി ഒറ്റയ്ക്ക് എങ്ങനെ?’’ ജലജ സംശയിച്ചു.

‘‘ഏയ്, സാരമില്ല. പൊയ്ക്കോളൂ.’’

അമൃത ഇരുവരെയും പറഞ്ഞുവിട്ടു.

ഓഫീസ് റൂമിൽ കയറി അമൃത ചുറ്റും നോക്കി. ആദ്യമായാണ് താൻ പങ്കാളികൾ അറിയാതെ ഒരു കാര്യം ഇവിടെ ചെയ്യാൻ പോകുന്നത്. അതു ശരിയല്ലെന്നറിയാം. പക്ഷേ, എബിയുടെ വാക്കുകളെ തള്ളിക്കളയാൻ വയ്യ. ഒരുപക്ഷേ, ഇപ്പോൾ മറ്റാരേക്കാളും താൻ എബിയെയാണു വിശ്വസിക്കുന്നത്. അത് എന്തുകൊണ്ട് എന്ന ചോദ്യത്തിന് അമൃതയ്ക്ക് ഉത്തരമില്ലായിരുന്നു. അല്ലെങ്കിലും ഉത്തരമില്ലാത്ത ഒരുപാടു ചോദ്യങ്ങളുടെ കളിയാണല്ലോ ജീവിതം.

അക്കൗണ്ട്സ് സൂക്ഷിക്കുന്ന കമ്പ്യൂട്ടറിന്റെ പാസ്‌വേഡ് എവിടെയോ കുറിച്ചുവെച്ചിട്ടുണ്ടെന്ന് അവൾക്ക് അറിയാം. ഇടയ്ക്കിടെ സായിയും ദേവനും അതു മാറ്റാറുള്ളതാണ്. മേശയ്ക്കുള്ളിൽ കുറേനേരം തപ്പി നോക്കിയപ്പോൾ ഒരു ഫയൽ കിട്ടി. അതിൽ പാസ്‌വേഡ് ആണെന്നു തോന്നിക്കുന്ന കുറെ വാക്കുകൾ എഴുതിവെച്ചിട്ടുണ്ട്. ചിലതൊക്കെ വെട്ടിയിട്ടുണ്ട്. ആദ്യം വെട്ടിയ വാക്കുകൾ പാസ്‌വേഡായി ടൈപ്പ് ചെയ്തുനോക്കാമെന്ന് അമൃതയ്ക്കു തോന്നി. അദ്ഭുതം! അമൃതയുടെ കണക്കുകൂട്ടലുകൾ തെറ്റിയില്ല. വെട്ടിയ വാക്കുകളിലൊന്ന് ടൈപ്പ് ചെയ്ത് എന്റർ ചെയ്തപ്പോൾ കമ്പ്യൂട്ടർ ഓപ്പണായി. അപ്പോൾ വാക്കുകൾ വെട്ടിയത് മനഃപൂർവ്വമായിരുന്നു.

പിന്നെ അമൃതയ്ക്ക് എല്ലാം എളുപ്പമായി തോന്നി. അവൾ കഴിഞ്ഞ ഒരു വർഷത്തെ കണക്കുകൾ പരിശോധിച്ചു. സംശയകരമായി ഒന്നും അവിടെ ഉണ്ടായിരുന്നില്ല. തന്നോടു പറഞ്ഞ ലാഭം മാത്രമേ എല്ലാ മാസവും ലഭിക്കുന്നുള്ളൂ. അത് ഓരോ മാസവും കുറയുന്നുമുണ്ട്.

അമൃതയ്ക്ക് എബിയോടു തെല്ല് ഈർഷ്യ തോന്നി.

എന്തിനാണ് അവനോട് ഈർഷ്യ? അവന്റെ വാക്കിനു പിന്നാലെ നടന്നു തന്റെ പങ്കാളികളെ സംശയിച്ച താനല്ലേ യഥാർത്ഥ പ്രതി? അമൃത കമ്പ്യൂട്ടർ ലോഗ് ഓഫ് ചെയ്തു. അപ്പോൾ ജലജ മുറിക്കകത്തേക്ക് കയറി വന്നു.

‘‘എന്താ ജലജേ?’’

‘‘ചേച്ചി ഒറ്റയ്ക്കായിപ്പോവണ്ടാന്നു കരുതി കാത്തുനിന്നതാ.’’

‘‘പേഴ്സ് കിട്ടി. പന്നെ ഞാൻ വെറുതെ... ചില കണക്കുകൾ ഓടിച്ചു നോക്കുവാരുന്നു.’’

‘‘ചേച്ചി അതൊന്നും ശ്രദ്ധിക്കാറേ ഇല്ലല്ലോ.’’

അതിന് ഉത്തരമായി അമൃത തിടുക്കം ഭാവിച്ചു:

''വേഗം പോകാം ജലജേ. ഇപ്പോത്തന്നെ വൈകി.''

ജലജയും രാഘവേട്ടനും അമൃതയും ചേർന്ന് ഷോപ്പ് അടച്ചു. അന്നു രാത്രി അമൃതയ്ക്ക് ജലജയുടെ ഒരു കോൾ വന്നു.

''ഞാനൊരു കാര്യം ചോദിച്ചാ ചേച്ചി സത്യം പറയുമോ?''

''ഞാൻ ജലജയോടു കള്ളം പറയാറില്ലല്ലോ.''

''ഇന്നു പേഴ്സ് മറന്നതുകൊണ്ടല്ല ചേച്ചി തിരിച്ചുവന്നതെന്നു തോന്നി. ചേച്ചി അക്കൗണ്ട്സ് പരിശോധിക്കുകയായിരുന്നു അല്ലേ?'' അമൃത ഉത്തരം മുട്ടി നിന്നു.

''അങ്ങനാണേ... സായിസാർ അയാളുടെ സീറ്റിനു പിന്നിലെ ഒരു രഹസ്യ അറയിൽ എന്തൊക്കെയോ ഒളിപ്പിക്കുന്നതു ഞാൻ യാദൃച്ഛിക മായി കണ്ടിട്ടുണ്ട്. ഒരുപക്ഷേ, അതു ചേച്ചി അന്വേഷിക്കുന്നതാവാം. അങ്ങനെ അല്ലെങ്കിൽ ഞാനിത് ഒരിക്കലും പറഞ്ഞിട്ടില്ലെന്നു കരുതുക. കേട്ടോ.''

ജലജ ഫോൺ വെച്ചു.

പിറ്റേന്നു ഷോപ്പിൽ നിന്ന് എല്ലാവരും പോകുന്നതുവരെ അമൃതയും ജലജയും കാത്തുനിന്നു. അതിനുശേഷം ആ രഹസ്യഅറ ജലജ കാണിച്ചുകൊടുത്തു. കുറച്ചു പാടുപെട്ടാണെങ്കിലും ഇരുവരും ചേർന്ന് അതു തുറന്നു. അകത്ത് ചില ഫയലുകൾ, പെൻഡ്രൈവുകൾ, ചില നോട്ട്ബുക്കുകൾ. ഫയലുകൾ. ഒറ്റ നോട്ടത്തിൽതന്നെ അമൃതയ്ക്കു തോന്നി, പുറത്തു കാണിക്കുന്ന കണക്കുകളല്ല യഥാർത്ഥം. ഒരു പെൻ ഡ്രൈവ് ഓപ്പൺ ചെയ്തപ്പോൾ കഴിഞ്ഞ ഒരു വർഷത്തെ കൃത്യമായ കണക്കുകൾ കമ്പ്യൂട്ടർ സ്ക്രീനിൽ തെളിയുകയും ചെയ്തു. അവയും തന്നെ ബോധ്യപ്പെടുത്തിയ കണക്കുകളും തമ്മിൽ അജഗജാന്തര മുണ്ടെന്ന് അമൃതയ്ക്കു ബോധ്യമായി.

''എന്താ ചേച്ചീ'' അമൃതയുടെ ഭാവമാറ്റം കണ്ടു ജലജ ആശങ്ക പ്പെട്ടു.

''ഒന്നുമില്ല ജലജേ. നമുക്കു പോകാം.''

കൂടുതലൊന്നും പറയാതെ അമൃത അവിടെ നിന്നിറങ്ങാൻ ശ്രമിച്ചു. അവിടെ നിന്നിറങ്ങിയ അമൃത നേരെ പോയത് എബിയുടെ വില്ലയി ലേക്കാണ്. കോളിങ് ബെൽ അമർത്തി തെല്ലുനേരം കാത്തുനിന്നപ്പോൾ എബി പുറത്തു വന്നു.

''ഇയാൾ ഒരിക്കൽകൂടി ശരിയാണ്.'' അമൃത പിറുപിറുത്തു.

''ഇനി എന്തു ചെയ്യാനാ ഭാവം?''

എല്ലാം മനസ്സിലായതുപോലെ ചിരിയോടെ എബി ചോദിച്ചു.

''അറിയില്ല. എന്നെ എന്റെ ഭർത്താവിന്റെ കൂട്ടുകാർ ഇങ്ങനെ പറ്റിക്കുമെന്നു ഞാനൊരിക്കലും കരുതിയില്ല.''

''നമ്മുടെ ഏറ്റവും അടുത്ത ആളുകളല്ലേ നമ്മളെ ഏറ്റവും കൂടുതൽ ചതിക്കുന്നേ. എന്റെ കഥയും അതാ. അങ്ങനാ ഞാനിവിടെ വരെ എത്തിയതും.''

''എന്താണ് ആ കഥ?''

''അതുപോട്ടെ. അമൃത മാഡം ഇനി എന്തു ചെയ്യാൻ പോകുന്നു എന്നു പറ.''

''മാഡം ഒന്നും വേണ്ട. നീയെന്നെ അമൃത എന്നുതന്നെ വിളിച്ചോളൂ.''

''നന്ദി. ഇവിടെ വെറുതെ ഇമോഷണലാവരുത്. ചതിച്ചവർക്കു നേരെ പട പൊരുതുക. ഞാൻ നേരത്തെ പറഞ്ഞപോലെ കുട്ടികൾക്കു വേണ്ടി കൂടിയാ അത്. കുട്ടികൾക്കുവേണ്ടിയാവുമ്പോ അമൃത ഏതറ്റംവരെയും പോകും എന്നെനിക്കറിയാം.''

''അങ്ങനെ ഞാൻ ഫൈറ്റ് ചെയ്യുമ്പോ എനിക്കൊരു സഹായം വേണ്ടിവന്നാ ഞാൻ വിളിച്ചോട്ടെ?''

''എന്റെ നമ്പർ വേണമെങ്കിൽ അതു തെളിച്ചു പറഞ്ഞാ പോരേ?' എബി നമ്പർ പറഞ്ഞുകൊണ്ടു ചിരിച്ചു. ആ നമ്പർ തന്റെ മൊബൈലിൽ ഫീഡ് ചെയ്ത് തിരിഞ്ഞു നടക്കുംമുമ്പ് അമൃത പറഞ്ഞു:

''നീയൊരു കള്ളത്തെമ്മാടിയാ.''

''പിന്നേ...'' എബി ഉറക്കെ ചിരിച്ചു.

''പക്ഷേ, ഒരു ദിവസം നിന്നെ എന്റെ കൈയിൽ കിട്ടും, തീർത്തും നിസ്സഹായനായി.''

അതുകേട്ട് എബി ഉച്ചത്തിൽ ചിരിച്ചു. ആ ചിരിയിൽ നിറയെ ഇഷ്ടമായിരുന്നു. അവളോടുള്ള തീരാത്ത, തീരാത്ത ഇഷ്ടം.

അമൃതയ്ക്ക് അതു മനസ്സിലാവുന്നില്ലെന്നു എങ്ങനെ പറയും?

പത്തൊമ്പത്

സായിയുടെ വീടിന് ഇല്ലാത്ത നിറങ്ങളില്ല. വർണങ്ങൾ വാരിപ്പൂശിയെ വീട്. വല്ലാത്ത വലുപ്പവും ഉണ്ട് അതിന്. ആഡംബരങ്ങളാണേ അതിലേറെ.

കൈനറ്റിക് ഹോണ്ടയിൽ വീടിനു മുന്നിൽ വന്നിറങ്ങിയ അമൃത അതെല്ലാം നോക്കി നിന്നുപോയി. തന്നെ പറ്റിച്ച കാശുകൂടി ഈ വീട്ടിലുണ്ടാവും, ഉറപ്പ്. അങ്ങനെ ആലോചിച്ചുകൊണ്ട് അമൃത കോളിങ് ബെല്ലിൽ വിരലമർത്തി.

സായിയുടെ ഭാര്യ ലതയാണ് വാതിൽ തുറന്നത്. പിന്നാലെ അവരുടെ മകൾ ദീപികയും വന്നു. ഇരുവരും അമൃതയെ കണ്ടു ചിരിച്ചു.

‘‘അമൃതയാന്റിയെ കണ്ടിട്ട് വർഷങ്ങളായി.’’ കൗമാരക്കാരിയായ ദീപിക ചിരിച്ചു.

‘‘അതെ. ഇടയ്ക്കൊക്കെ ഇങ്ങോട്ടു വരാലോ.’’ ലത പരിഭവിച്ചു.

‘‘സായിയില്ലേ?’’ അമൃത അതു ശ്രദ്ധിക്കാതെ ചോദിച്ചു.

‘‘പപ്പ കുളിക്കുകയാണ്.’’ ദീപിക.

‘‘സായിയേട്ടൻ വരുമ്പോഴേക്കും ഞാൻ അമൃതയ്ക്ക് നല്ല ഒരു കോഫി തരാം.’’ വേണ്ടെന്ന് അമൃത പറഞ്ഞെങ്കിലും അതു കേൾക്കാതെ ലത അടുക്കളയിലേക്കു നടന്നു.

അമൃത പിന്നെ വീടിനകത്തെ വിലപിടിച്ച വസ്തുവകകളൊക്കെ നോക്കി ഇരുന്നു. തന്റെകൂടി വിയർപ്പുണ്ട് ഇതിലെല്ലാം എന്ന് ഓർത്തപ്പോൾ അമൃതയ്ക്ക് അരിശം വന്നു.

‘‘എന്താ ആന്റി നല്ല മൂഡിലല്ലേ?’’ അതു ശ്രദ്ധിച്ച ദീപികയുടെ ചോദ്യം.

‘‘ഏയ്, ഒന്നുമില്ല കുട്ടീ.’’

അമൃത ഒഴിഞ്ഞു. അല്ലെങ്കിലും ദീപികയോട് എന്തിനാണു വഴക്കുണ്ടാക്കുന്നത്.

ദീപിക പണ്ടെ ശ്രേയയെയും ലയയെയുംകുറിച്ചു ചോദിച്ചു. അവരെയും കണ്ടിട്ട് കുറേക്കാലമായെന്ന് ഓർമ്മിപ്പിച്ചു. കുട്ടികൾ തമ്മിൽ പരസ്പര സ്നേഹമുണ്ട്. എന്നിട്ടാണു സായിയും ദേവനും അതൊന്നും ഓർക്കാതെ തന്നോടിതു ചെയ്യുന്നത്. മനുഷ്യരെന്താണ് ഇങ്ങനെ...

തെല്ലു കഴിഞ്ഞു തല തോർത്തിക്കൊണ്ടു സായിയെത്തി. കാപ്പിയുമായി ലതയും.

''ഇതു പ്രതീക്ഷിക്കാത്ത വരവാണല്ലോ അമൃതാ.'' സായി അത്ഭുതപ്പെട്ടു.

അളന്നു മുറിച്ചായിരുന്നു അമൃതയുടെ മറുപടി.

''അപ്രതീക്ഷിതമായി ചിലതൊക്കെ കാണേണ്ടി വന്നതുകൊണ്ടാ വരേണ്ടിവന്നത് സായീ.''

''എനിക്കു മനസ്സിലായില്ല അമൃതാ.''

അമൃത അപ്പോൾ ഓഫീസിലെ രഹസ്യഅറയിൽ നിന്നു കണ്ടെടുത്ത പെൻഡ്രൈവ് നീട്ടി ചോദിച്ചു: ''എന്താ ഇതിന്റെ അർത്ഥം?''

സായി ആ നിമിഷം പരുങ്ങി. അയാളുടെ നെറ്റിയിൽ വിയർപ്പു പൊടിഞ്ഞു.

''ഓരോ മാസവും എനിക്ക് ഇന്നു ലഭിക്കുന്നതിനേക്കാൾ ലാഭവിഹിതം ലഭിക്കേണ്ടതായിരുന്നു. സായിയും ദേവനും എന്റെ കണ്ണു വെട്ടിച്ചു കള്ളക്കണക്കുണ്ടാക്കി അല്ലേ? അതും എത്രയോ കാലമായി! പക്ഷേ, എത്ര കള്ളം കാട്ടിയാലും ഒരു ദിവസം അതെല്ലാം വെളിച്ചത്തു വരുമെന്നു പറയാറില്ലേ? അതു ശരിയാണ് സായീ.''

അമൃത കഴിയുന്നത്ര ശാന്തയായി പറഞ്ഞു. ഇതുകേട്ട് ലതയും ദീപികയും പരിഭ്രമിച്ചു.

''ഇതെന്താ ഈ കേൾക്കുന്നത്?''

''രണ്ടാളും അകത്തു പോ.'' സായി ശബ്ദമുയർത്തി. മടിച്ചുനിന്ന അവരോട് അയാൾ അലറി: ''പോകാനല്ലേ പറഞ്ഞത്?''

പിന്നെ അവർ നിന്നില്ല.

''എന്നെ പറ്റിച്ചതുപോലെ രാമൻകുട്ടിയെയും പറ്റിക്കുന്നുണ്ടോ? എങ്കിൽ ഞാനിതെല്ലാം അദ്ദേഹത്തോടും വിളിച്ചുപറയും.'' അമൃതയുടെ സ്വരം പതുക്കെ ഉയർന്നു.

''ഞങ്ങൾ രണ്ടും അമൃതയെ മാത്രാ പറ്റിച്ചോണ്ടിരുന്നത്. അത്... അമൃത ഇതൊന്നും കണ്ടുപിടിക്കില്ലെന്ന ധൈര്യത്തിലായിരുന്നു. എന്തായാലും അമൃത മിടുക്കിയാണ്. ഒടുവിൽ ഞങ്ങളെ കൈയോടെ പിടിച്ചല്ലോ. എന്നുവെച്ച് ഇത് മറ്റാരോടെങ്കിലും പറയാമെന്നോ. കുഴപ്പമുണ്ടാക്കാമെന്നോ അമൃത വിചാരിക്കണ്ട.'' സായി ഭീഷണി മുഴക്കി.

''അമൃതയ്ക്കു രണ്ടു പെൺകുട്ടികളാ. അവരെ ഈ സിറ്റിയിൽ വെച്ച് ഒന്നു തോണ്ടാൻ, അല്ലെങ്കിൽ അപമാനിക്കാൻ ഞാനും ദേവനും വിചാരിച്ചാ പറ്റും. അതിനു ഞങ്ങൾതന്നെ നേരിട്ടു പോകണമെന്നില്ല. പിന്നെ ആ കുട്ടികളുടെ ഭാവി അമൃത ഊഹിച്ചു നോക്കിക്കോളൂ. ഇനി കുട്ടികളെ മാത്രമല്ല അമൃതയെത്തന്നെയും ഉപദ്രവിക്കാനും ഞങ്ങൾക്കു മടിയില്ല. കാരണം ഇതു നിലനില്പിന്റെ പ്രശ്നമല്ലേ. രാമൻകുട്ടി അറിഞ്ഞാൽ ആകെ അലമ്പാവും. പിന്നെ, പാർട്ണർഷിപ്പിൽ നിന്നുതന്നെ അയാൾ പിന്മാറും. നമ്മുടെ ബിസിനസ് തകരും. എന്തിനാ ആ വഴിക്കൊക്കെ പോകുന്നേ? അത് അമൃതയുടെയും വരുമാനമാർഗം അടയ്ക്കില്ലേ? അതുകൊണ്ട് ഇതെല്ലാം മറന്നേക്കുക. കിട്ടുന്നതുകൊണ്ട് തൃപ്തിപ്പെട്ടു ചെറിയ രീതിയിൽ ജീവിച്ചാൽ പോരേ അമൃതയ്ക്ക്?''

സായി പിന്നെ എഴുപതുകളിലെ മലയാള സിനിമയിലെ വില്ലന്മാരെപ്പോലെ അട്ടഹസിച്ചു ചിരിച്ചു. അയാളുടെ കരണക്കുറ്റിക്കു നോക്കി ഒന്നു കൊടുക്കുകയാണു വേണ്ടതെന്ന് അമൃതയ്ക്കു തോന്നി.

എങ്കിലും അമൃത തളർന്നുപോയി. തന്റെ കുഞ്ഞുങ്ങളെ അപമാനിക്കുമെന്ന സായിയുടെ വാക്കുകൾ അവൾക്കു വിശ്വസിക്കാനായില്ല. മനുഷ്യർക്ക് ഇങ്ങനെ ചില മുഖങ്ങളുണ്ടോ?

ഇത്രനാൾ തോളോടുതോൾ ചേർന്നു നിന്നവർ ജയിക്കാനായി ഇത്രയും താഴുമോ? ഈ ബിസിനസ് എന്ന ആശയം മുന്നോട്ടുവെച്ചതു രതീഷാണ്. രതീഷ് ഇവരെ ഇത്രമേൽ വിശ്വസിച്ചത് എത്ര വിഡ്ഢിത്തമായിപ്പോയി. അമൃതയുടെ കണ്ണു നിറഞ്ഞു. അവൾ അറിയാതെ പറഞ്ഞു:

''നിങ്ങളുടെ സുഹൃത്തിന്റെ കുടുംബത്തോട് ഇങ്ങനെതന്നെ ചെയ്യണം. അതും അയാളില്ലാത്ത സാഹചര്യത്തിൽ.''

പിന്നെ അമൃത അവിടെനിന്നു പരാജിതയെപ്പോലെ ഇറങ്ങി നടന്നു. സായിയാവട്ടെ ഉള്ളിൽ ചിരിച്ചു. ഇത്രേയുള്ളൂ ഈ സ്ത്രീ. ഏറ്റവും നിസ്സാരമായ ഭീഷണിക്കു മുന്നിൽപോലും അവൾ ചകിതയാകുന്നു. പിന്നെ... അമൃതയ്ക്കു വേണ്ടി ചോദിക്കാനും ആരുമില്ലല്ലോ.

ആ സമയം ഷട്ടിൽ കോർട്ടിലായിരുന്നു ലയ. അന്നവൾ കുറച്ചുനേരം കളിച്ചു. പതിവുപോലെ പതുക്കെ അവൾക്ക് ഉത്സാഹവും ഊർജ്ജവും നഷ്ടമായി. ഇന്ദുമേനോൻ അതിനവളെ പരിഹസിക്കുകയും ചെയ്തു.

''തോൽക്കുമ്പോൾ തോൽവി സമ്മതിക്കുക. അല്ലാതെ മൂഡില്ലാത്തതുകൊണ്ടാ തോറ്റേ എന്നു ന്യായം പറയരുത്.''

ഇന്ദുവുമായുള്ള കളിയിൽ ലയ ആദ്യമെടുത്ത ലീഡ് നഷ്ടപ്പെട്ടു തുടങ്ങിയപ്പോഴായിരുന്നു ഈ കമന്റ്. അതോടെ കളി നിർത്തിയ ലയ ചെന്നു ഗാലറിയുടെ ഒരു കോണിലിരുന്നു. തെല്ലു കഴിഞ്ഞ് ആരോ

തൊട്ടു പിന്നിൽ വന്നു നിൽക്കുന്നതുപോലെ തോന്നി അവൾ തിരിഞ്ഞു നോക്കി. എബിയായിരുന്നു അത്.

''ങാഹാ, ഇന്നും പാതിവഴിക്കു കളി നിർത്തിയോ?'' എബി ചിരിയോടെ ചോദിച്ചു.

ലയ ഒന്നും മിണ്ടിയില്ല.

''എന്നെ മനസ്സിലായില്ലേ? എബി. ഞാൻ നിങ്ങളുടെ അടുത്താ താമസിക്കുന്നേ. കഴിഞ്ഞ ദിവസം എനിക്കു തല്ലു കിട്ടുമ്പോ കാണാൻ വന്നിരുന്നല്ലോ.''

''അല്ലാതെയും അമ്മ പറഞ്ഞറിയാം. അമ്മയുടെ ഫോണിലേക്ക് ഇടയ്ക്കിടെ വിളിക്കുന്ന പ്രൈവറ്റ് നമ്പറല്ലേ?''

''അതു പണ്ട്. ഇപ്പോ ശരിക്കുള്ള നമ്പർ അമ്മയ്ക്കു കൊടുത്തു.''

''ഒരു കാര്യം കൂടി ചോദിക്കാനുണ്ട്.''

''ചോദിക്കൂ.''

''എനിക്കു രണ്ടു കടലാസു വിമാനങ്ങൾ അയച്ചതും എബിയേട്ടനാ അല്ലേ? ചില മെസേജസ് ഒക്കെ അതിലെഴുതി.''

''എങ്ങനെ കണ്ടുപിടിച്ചു?''

''ഊഹിച്ചെടുത്തതാ.''

''സമ്മതിച്ചിരിക്കുന്നു. എന്നാൽ ഞാനും ചിലതെല്ലാം ഊഹിച്ചെടുത്തിട്ടുണ്ട്.''

''എന്ത്?''

''ഭയങ്കര പ്രതിഭയായ, അപാരമായ കഴിവുകളുള്ള ലയ മെല്ലെ ഷട്ടിൽ ബാഡ്മിന്റൻ എന്ന ഈ ഗെയിമിൽനിന്നുതന്നെ പിന്നോട്ടു പോകുന്നതിന്റെയും ഇപ്പൊ ഒരു സൈക്കോളജിസ്റ്റിന്റെ മുന്നിലെത്തിയതിന്റെയും കാരണം - അതു ഞാനും ഊഹിച്ചെടുത്തു.''

''എനിക്കതൊന്നും ഡിസ്കസ് ചെയ്യാൻ താത്പര്യമില്ല.''

''കാരണം?''

''ഒന്നാമതു ഞാൻ പ്രതിഭയാ, മിടുക്കിയാ എന്ന പറച്ചിലൊക്കെ വെറുതെയാ.''

''ഈ ചിന്തയാണ് എല്ലാത്തിന്റെയും ആദ്യകാരണം.''

''ഷർമിളാ മേനോൻ നല്ല സൈക്കോളജിസ്റ്റാ. അവരെനിക്ക് ആവശ്യത്തിൽ കൂടുതൽ കൗൺസിലിങ്ങും ഉപദേശങ്ങളും തരുന്നുണ്ട്. അതു തന്നെ എനിക്കു മടുത്തിട്ടുമുണ്ട്. അപ്പോ പിന്നെ ഇനി എന്നെ ഉപദേശിക്കാൻ ആരും വരരുത്.''

ലയ കൃത്യമായിത്തന്നെ എബിയുടെ മുന്നിൽ വാതിലടച്ചു. പക്ഷേ, എബി വിട്ടുകൊടുത്തില്ല.

''ഞാനതിനു ശ്രമിക്കുന്നില്ല. പക്ഷേ, എന്റെ കൂടെ ഒന്നു നടക്കാൻ വരുന്നോ. വെറുതേ.'' ലയ അതിനു പ്രതികരിച്ചില്ല.

''ഞാനൊരു ഉപദ്രവകാരിയാന്നു തോന്നുന്നുണ്ടോ? എങ്കിൽ വരണ്ട കേട്ടോ.'' എബി പിന്നെ കൂടുതലൊന്നും പറയാതെ തിരിച്ചുനടന്നു.

ആ ഇൻഡോർ സ്റ്റേഡിയത്തിനു പുറത്തുള്ള ഒരു ഐസ്ക്രീം ഷോപ്പിലാണ് ഇപ്പോൾ എബിയും ലയയും.

എബി തിരിഞ്ഞുനടന്നപ്പോൾ ലയയ്ക്കു ചിരി വന്നു. അങ്ങനെ അവൾ പിന്നാലെ ചെന്നതാണ്.

എബി ലയയ്ക്ക് ഒരു ഐസ്ക്രീമും തനിക്ക് ഒരു കോഫിയും ഓർഡർ ചെയ്തു. ആ നിമിഷം ലയ പറഞ്ഞു:

''അപ്നാ അപ്നാ.''

''എന്നുവെച്ചാ?''

''എന്റെ ഐസ്ക്രീമിന്റെ കാശ് ഞാൻ കൊടുക്കും.''

''അമ്മ ഇങ്ങനെയൊക്കെയാണു നിങ്ങളെ വളർത്തിയിരിക്കുന്നത് അല്ലേ?''

''അതെ. ആരുടെയും ഔദാര്യം പറ്റരുത് എന്ന് അമ്മ പറയും.''

''അമ്മ ഭയങ്കര ക്യാരക്ടർ ഉള്ള ആളാ. എനിക്കറിയാം.''

ലയ ചിരിച്ചു.

''പിന്നെ ലയ എന്നോട് ഇത്ര സംസാരിക്കുമെന്നോ, എന്നോടൊപ്പം ഇവിടെ ഇങ്ങനെ ഇരിക്കുമെന്നോ ഞാൻ കരുതിയില്ല.''

''അതിന്റെ റീസൺ എനിക്കറിയില്ല. പക്ഷേ, എബിയേട്ടൻ നേരത്തേ പറഞ്ഞപോലെ ഉപദ്രവകാരിയാന്നു തോന്നിയില്ല. ഇനി ആണോ?'' എബി അതുകേട്ട് ഉറക്കെ ചിരിച്ചു. പിന്നെ കോഫി കുടിച്ചുകൊണ്ടു പറഞ്ഞു:

''ഞാൻ ഉപദ്രവിക്കാൻ വന്നതേ അല്ല. മാത്രമല്ല ഉപദേശിക്കുന്നുമില്ല. പക്ഷേ, എന്റെ ഒരൊറ്റ ചോദ്യത്തിന് ഉത്തരം തരാമോ ലയ?''

ലയ അത്രയൊന്നും പരിചയമില്ലാത്ത ആ മനുഷ്യനെ ഒന്നു നോക്കി. പിന്നെ അറിയാതെ തലയാട്ടി.

''ഇന്ദു മേനോനെതിരെ ലയ കളിക്കുന്നതു ഞാൻ ശ്രദ്ധിച്ചിട്ടുണ്ട്. എതിരാളിക്ക് ഒരവസരവും നൽകാതെയാണ് ലയ ആദ്യം മുന്നേറുന്നത്. പിന്നെ ഇന്ദു നെറ്റിനു നേർക്കു നടന്നുവരും. ലയയോട് എന്തോ മന്ത്രിക്കും. അതോടെ ലയയുടെ ഫോക്കസ് നഷ്ടമാകും. കളി മോശമാകും. ഒടുവിൽ ദയനീയമായി തോൽക്കും. ഇത് ഒരിക്കലല്ല, എപ്പോഴും സംഭവിക്കുന്നു. തുടരെത്തുടരെയുള്ള ഈ തോൽവികളാ ലയയുടെ മൂഡു

കളഞ്ഞേ. കളിയിൽനിന്നു പതുക്കെ പിൻവാങ്ങുന്നതിനും ഉള്ള കാരണവും അതാ. പക്ഷേ, എന്റെ ചോദ്യം അതല്ല.''

''പിന്നെ?''

''ഇന്ദു നെറ്റിനടുത്തു വന്നു ലയയോട് എന്താണു പറയുന്നത്?'' ലയ അതുകേട്ട് അത്ഭുതത്തോടെ എബിയെ നോക്കി.

''എന്താ നോക്കുന്നേ?'' എബി ചോദിച്ചു.

''ഇത്ര സൂക്ഷ്മമായി എന്റെ കളി കണ്ടിട്ടുണ്ടോ?'' അവൾ ചോദിച്ചു.

''ഉണ്ട്.''

''എന്തിന്?''

''ലയ ജയിക്കുന്നതു കാണാൻ.''

''ഞാൻ തോറ്റാലെന്താ?''

''എന്തോ, എനിക്കത് ഇഷ്ടമല്ല.''

അമ്മയും ശ്രേയച്ചേച്ചിയെയും കൂടാതെ ഒരാൾകൂടി താൻ ജയിക്കാൻ കാത്തിരിക്കുന്നുണ്ടോ? അതു കൊള്ളാമല്ലോ എന്നു ലയയ്ക്കു തോന്നി.

''ഞാൻ ചോദിച്ചതിന് ഉത്തരം പറയൂ ലയ. ഇന്ദു അപ്പോഴൊക്കെ എന്താണു നിന്നോടു പറയുന്നത്? ഞാൻ എത്ര ശ്രദ്ധിച്ചിട്ടും അതു കേൾക്കാനായില്ല.''

''പറയാം. എനിക്കു കുറച്ചുകൂടി ടൈം വേണം.'' അതും പറഞ്ഞ് ലയ ഇറങ്ങി.

പോകുംമുമ്പ് നേരത്തേ വാക്കു നൽകിയതുപോലെ സ്വന്തം ഐസ്ക്രീമിന്റെ കാശ് അവൾ കൊടുക്കുകയും ചെയ്തു. അത്ഭുതത്തോടെയാണ് എബി അതു കണ്ടത്.

ലയയെ വല്ലാതെ തളർത്തുന്ന എന്തോ ആവും ഇന്ദു പറയുന്നത്. അതുകൊണ്ടാവാം അതിനുശേഷം അവൾ കളി തോൽക്കുന്നത്. മാത്രമല്ല, അവളത് ഓർക്കാൻപോലും ഇഷ്ടപ്പെടുന്നില്ല എന്നതിന്റെയും തെളിവാണ് ഈ ഒഴിഞ്ഞുമാറ്റം.

വീട്ടിലെത്തിയ ലയ വല്ലാതെ അസ്വസ്ഥയായിരുന്നു. അപ്പോൾത്തന്നെ ഇന്ദുവിന്റെ വാക്കുകളെന്തെന്ന് എബിയോടു പറയാമായിരുന്നെന്ന് അവൾക്കു തോന്നി. പക്ഷേ, എന്തോ, പറയാനായില്ല. പിന്നെ ലയ ഊഹിച്ചെടുത്തു. അമ്മയുടെ ഫോണിൽ ഇപ്പോൾ എബിയുടെ ഫോൺ നമ്പർ കാണും. നമ്പർ കൊടുത്തിട്ടുണ്ടെന്ന് അയാൾ പറഞ്ഞതും ആണല്ലോ. അതോടെ ലയ അമൃതയുടെ ഫോണിൽ നിന്ന് എബിയുടെ നമ്പർ തപ്പിയെടുത്ത് തന്റെ ഫോണിൽനിന്നു വിളിച്ചു.

''ഹലോ ലയയാണോ ഇത്?'' ലയയുടെ ഹലോ കേട്ടയുടൻ എബി ചോദിച്ചു.

ലയ മിണ്ടിയില്ല.

''ഞാൻ ശബ്ദം കേട്ട് ഊഹിച്ചതാ.''

''ഞാൻ കറുത്തത് എന്റെ കുറ്റമാണോ എബിയേട്ടാ?''

''എന്താ ലയാ?''

''അതാണ് ഇന്ദു നെറ്റിനടുത്തു വന്നു പറയുന്നത്. നീ കറുമ്പിയാ. നിന്നെ കാണാൻ അഗ്ലിയാ. നിന്റെ മുഖം കണ്ടാ പട്ടി വെള്ളം കുടിക്കില്ല. നിന്റെ കറുത്ത കാലുകൾ കണ്ടാൽ അറയ്ക്കും. അതൊക്കെയാ അവളെന്റെ മുഖത്തു നോക്കി ഛർദ്ദിക്കുന്നേ.''

എബി ഞെട്ടിപ്പോയി.

''എനിക്കപ്പോ സങ്കടം തോന്നും. എനിക്കു ഭംഗിയില്ലാത്തതു ഞാൻ കാരണമാണോ? അതിന് എനിക്കെന്തൊണു ചെയ്യാൻ പറ്റുക? എനിക്കു പിന്നെ കളിക്കാൻ എന്നല്ല, ഒന്നു ചലിക്കാൻപോലും തോന്നില്ല. അങ്ങനാ ജയിച്ച കളി ഞാൻ കൈവിടുന്നേ.''

വിതുമ്പിക്കൊണ്ട് ലയ ഫോൺ വെച്ചു.

എബിക്കു വല്ലാത്ത വിഷമം തോന്നി. സ്വന്തം ശരീരത്തിന്റെ പേരിൽ ആക്ഷേപിക്കപ്പെടുന്ന പാവം മനുഷ്യരുടെ കൂട്ടത്തിൽ ഒരാളാണു ലയ. ക്രൂരമായ ബോഡി ഷെയിമിങ്ങിന്റെ ഇര. അതവൾ അറിയുന്നില്ല. പകരം അവളുടേതല്ലാത്ത കുറ്റത്തിന്, വിഷാദത്തിലേക്കു വഴുതിവീണ് സ്വയം ഇല്ലാതാവുന്നു. എങ്ങനെയാണിത് ആ കുട്ടിയെ പറഞ്ഞു മനസ്സിലാക്കുക. എളുപ്പമല്ല, ഒട്ടും എളുപ്പമല്ല. ഒന്നാമത് അവൾക്ക് കൗൺസിലിങ് കാരണം ആകെ മടുത്തിട്ടുണ്ട്. അവളിനി ഒന്നും കേൾക്കാൻ മനസ്സിന്റെ വാതിൽ തുറക്കില്ല. എന്നാലും അവളെ മെല്ലെ തിരിച്ചു പിടിക്കണം.

അവൾക്കെവിടെയോ തന്നിൽ ഒരു വിശ്വാസമുണ്ട്. ആദ്യം അത് ഊട്ടിയുറപ്പിക്കണം. പിന്നെ മെല്ലെ മെല്ലെ അവൾ പോലുമറിയാതെ സഹായിക്കണം. ഒരാകാശം സ്വന്തമാക്കേണ്ട കുട്ടിയാണ്, വ്രണിതയായി തന്നെത്തന്നെ ഇല്ലാതാക്കുന്നത്.

എബി അടുത്ത ദിവസം ലയയെ വിളിച്ചു. ലയ ഫോണെടുക്കുകയും ചെയ്തു.

''താങ്ക് യൂ ലയാ.'' എബി തുടങ്ങി.

അതെന്തിനാണ് എന്നു മനസ്സിലാവാത്തതുകൊണ്ട് ഉടൻ വന്നു ലയയുടെ മറുചോദ്യം:

''എന്തിനാ താങ്ക്സ്?''

''ലയയോടു സംസാരിക്കുമ്പോൾ ഞാൻ എന്റെ കുടുംബത്തിലെ എനിക്കു പ്രിയപ്പെട്ട കുട്ടികളിലൊരാളോടു സംസാരിക്കുംപോലെ തോന്നി. എത്രയോ കാലമായി ഞാൻ അങ്ങനെ ഒരാളെ കണ്ടിട്ട്. സംസാരിച്ചിട്ട്.''

''എബിയേട്ടന്റെ കുടുംബത്തിൽ ആരൊക്കെയാ ഉള്ളത്?''

''അങ്ങനെ ചോദിച്ചാ... ഇപ്പോൾ ആരുമില്ല എന്നു വേണേ പറയാം.''

''എനിക്കു മനസ്സിലായില്ല.''

''അതു പറയാൻ തുടങ്ങിയാ നീണ്ട ഒരു കഥയാ. ഒരു ദിവസം അതു പറഞ്ഞേക്കാം. പിന്നെ ഒരു കാര്യംകൂടി ചോദിക്കട്ടെ. ഞാനിപ്പോ എന്റെ വില്ലയുടെ ബാൽക്കണിയിലാ. നിങ്ങളുടെ വരാന്തയിൽ ശ്രേയയുടെയും ലയയുടെയും അമ്മ ഇരിക്കുന്നതു കാണാം. ഭയങ്കര മൂഡോഫാണെന്നു തോന്നുന്നു. എന്തുപറ്റി അമ്മയ്ക്ക്?''

ലയ അപ്പോൾ അമ്മയ്ക്കു കഴിഞ്ഞ ദിവസം സായിയിൽ നിന്നുണ്ടായ അനുഭവം പറഞ്ഞു. അത് അമ്മ തീരെ പ്രതീക്ഷിച്ചിരുന്നില്ല. അച്ഛന്റെ സ്നേഹിതരെക്കുറിച്ചുള്ള അമ്മയുടെ സങ്കല്പങ്ങൾ തകിടം മറിഞ്ഞുപോയി. ഇനി അവരോടൊപ്പമൊക്കെ എങ്ങനെ ജോലി ചെയ്യുമെന്നാണ് അമ്മ ചോദിക്കുന്നത്? അതു പറയുമ്പോൾ ലയയും വിതുമ്പുന്നുണ്ടായിരുന്നു.

അന്നും അമൃത ജോലിസ്ഥലത്തേക്കു പോയില്ല. പോകാൻ തോന്നിയില്ല. ഉച്ചയ്ക്കു വെറുതെ വണ്ടിയെടുത്തു പുറത്തിറങ്ങി. ട്രീസയെ ഒന്നു കാണണം. സംസാരിക്കണം. തളർന്നുപോകുമ്പോൾ ആരോടെങ്കിലും മിണ്ടാതെ വയ്യ.

തെല്ലു കഴിഞ്ഞപ്പോൾ അമൃതയ്ക്കു മനസ്സിലായി. തന്നെ ആരോ പിന്തുടരുന്നുണ്ട്. തിരിഞ്ഞു നോക്കിയപ്പോൾ കണ്ടു ആ പാട്ട മാരുതി കാർ. അമൃത വണ്ടി ഒരു വശത്തേക്ക് ഒതുക്കി. അതോടെ ആ കാർ അരികിൽ വന്നുനിന്നു. അതിന്റെ ഡോർ തുറന്നുകൊണ്ട് എബി ആവശ്യപ്പെട്ടു:

''കയറൂ.''

ഒരു നിമിഷം അമൃത സംശയിച്ചു.

''ഞാൻ ലയയെ കണ്ടിരുന്നു. പിന്നെ ഫോണിലും സംസാരിച്ചു. അതു ലയ പറഞ്ഞുകാണുമല്ലോ?''

''പറഞ്ഞു.''

''ഇനിയെങ്കിലും ഞാൻ മോശമായി പെരുമാറില്ലെന്നു വിശ്വസിച്ചൂടേ?''

''എനിക്കിപ്പോ ജീവിതത്തിൽ ആരെയും വിശ്വാസമില്ല. ജീവിതത്തിൽ ത്തന്നെ വിശ്വാസമില്ല.''

‘‘ഇപ്പോ കയറൂ. പിന്നെ തർക്കിക്കാം.’’ എബി ഇത്തിരി ആജ്ഞാസ്വരത്തിൽ പറഞ്ഞു.

ആ നിമിഷം അമൃത സ്വയമറിയാതെ ആ കാറിൽ കയറി. അടുത്ത നിമിഷം അവൾക്കു തോന്നി, താനെന്തിനാണ് ഇതു ചെയ്തത്? താനീ കാറിൽ കയറാൻ നിശ്ചയിച്ചതേ അല്ലല്ലോ.

എബിയെ നിഷേധിക്കണമെന്നുതന്നെ വിചാരിച്ചിരുന്നതല്ലേ?

ആ നിമിഷം അമൃത കൃത്യമായി തിരിച്ചറിയുകയായിരുന്നു, തനിക്കു നിഷേധിക്കാനാവാത്ത, തന്നെ വലിച്ചടുപ്പിക്കുന്ന എന്തോ ഒരു ആകർഷണം സിബിയിലുണ്ട്. എത്ര അകറ്റി നിർത്തണമെന്നു കരുതിയാലും തനിക്കിവനെ അകറ്റാനാവുന്നില്ല. എത്ര മാറി നിൽക്കണമെന്നു വിചാരിച്ചാലും തനിക്കു മാറി നിൽക്കാൻ ആവുന്നില്ല.

എബി ഒരു സൂര്യനെപ്പോലെ തന്നെ വലിച്ചടുപ്പിക്കുന്നുണ്ട്. അവനിൽ അങ്ങനെ ഒരു കാന്തശക്തിയുണ്ട്. അതാണു നിരസിക്കാവുന്ന അവന്റെ കോളുകൾ എല്ലാം താൻ എടുത്തുപോകുന്നത്. അവന്റെ വാക്കുകളത്രയും അതനുസരിച്ചു പോവുന്നത്.

ഇപ്പോ മൃദുമന്ദഹാസത്തോടെ എബി ഡ്രൈവ് ചെയ്യുന്നു. താൻ കൂടെ ഇരുന്ന് അവനെ നോക്കുന്നു. ഈ പയ്യൻസ് തന്നെ എങ്ങോട്ടാണ്, ഏതു ലോകത്തേക്കാണു കൊണ്ടുപോകുന്നത്. അതെവിടേക്കാണെങ്കിലും താൻ പിന്നെയും അവനെ അനുസരിക്കുകയാണല്ലോ. അമൃത വിസ്മയിച്ചു.

ഇരുപത്

നഗരത്തോടു ചേർന്നുള്ള ഒരു പുഴയോരത്തേക്കാണ് എബി അമൃതയെ കൊണ്ടുപോയത്. വണ്ടി നിർത്തിയിട്ടും അവൻ കാറിൽ നിന്നിറങ്ങിയില്ല. അതുകൊണ്ട് അമൃതയും. കുറേനേരം മൗനമായി ഇരുന്ന ശേഷം എബി ചോദിച്ചു:

''നമ്മളെ ഒരാൾ പറ്റിക്കുകയാണെന്നറിഞ്ഞു. അതു ചോദ്യം ചെയ്തപ്പോ ഭീഷണിപ്പെടുത്തി. അതുകൊണ്ടു നമ്മൾ തളരുന്നതെന്തിന്?''

അമൃത അപ്പോൾ ആലോചിച്ചത്, എബി 'നമ്മൾ' എന്നു പ്രയോഗിച്ചതാണ്. അത് എന്തുദ്ദേശിച്ചാണ്! താനും കുട്ടികളും എബിയും എന്ന അർത്ഥത്തിലാണോ? അല്ലെങ്കിൽ നിങ്ങൾ എന്നു പറഞ്ഞാൽ പോരേ?

''തളരരുത്. ഇപ്പോ തളർന്നാ അമൃതയെയും കുട്ടികളെയും സായിയും ദേവനും എക്കാലവും വഞ്ചിച്ചുകൊണ്ടിരിക്കും. എല്ലാത്തിനും ഒരു അറുതി വേണ്ടേ?''

അതിനു താനെന്തു ചെയ്യാൻ എന്ന നിസ്സഹായതയിലായിരുന്നു അമൃത. സായി അവളെ അത്രമേൽ ഭീഷണിപ്പെടുത്തിയിരുന്നല്ലോ. അതറിഞ്ഞതുപോലെ എബി പറഞ്ഞു:

''സത്യത്തിൽ അമൃത തിരിച്ചു ഭീഷണിപ്പെടുത്തിയിരുന്നെങ്കിൽ അയാൾ ഭയന്നേനെ. ഇക്കാലത്തു നിയമങ്ങളെല്ലാം സ്ത്രീകളെ സഹായിക്കുന്നതാ. അവർക്കു വലിയ ആശ്വാസമാകുന്നതാ. അതറിയില്ലേ അമൃതയ്ക്ക്?''

അമൃതയ്ക്കു മറുപടി പറയാനായില്ല.

''അതുകൊണ്ട് അമൃത തിരിച്ചടിക്കാൻ തുടങ്ങുന്നു. ശ്രേയയ്ക്കും ലയയ്ക്കും വേണ്ടി.'' എബി ഉറപ്പിച്ചു പറഞ്ഞു.

എന്താണ് എബി പറഞ്ഞുവരുന്നതെന്ന് അവൾക്കു മനസ്സിലായില്ല. അതൊന്നും ശ്രദ്ധിക്കാതെ എബി തുടർന്നു:

''ദാ, ഈ വഴിയാ സായി വീട്ടിലേക്കു പോകുന്നേ. ഞാനതു പല ദിവസങ്ങളിലായി പിന്തുടർന്നു കണ്ടുപിടിച്ചതാ. ഒരു അഞ്ചുമിനിറ്റുകൂടി കഴിയുമ്പോ അയാൾ എത്തും. ബാക്കി ഒക്കെ അമൃതയുടെ കൈയിലാ.''

''എബീ... എബി എന്താ ഉദ്ദേശിക്കുന്നത്?'' അമൃത അമ്പരപ്പോടെ ചോദിച്ചു.

''ഒരു സ്ത്രീയായതുകൊണ്ടാ അയാൾ അമൃതയെ നിസ്സാരമായി ഒതുക്കാമെന്നു വിചാരിച്ചത്. സ്ത്രീകൾ അങ്ങനെ കീഴടങ്ങുന്നവരല്ലെന്നു തെളിയിക്കാനുള്ള അവസരമായി അമൃത ഇതിനെ കാണണം.''

''പക്ഷേ, എങ്ങനെ... എങ്ങനെ?''

അമൃതയുടെ ആ ചോദ്യത്തിന് എബി മറുപടി പറഞ്ഞില്ല. പകരം ഒരു കാർ തങ്ങളെ കടന്നുപോകുന്നതു ചൂണ്ടിക്കാട്ടി. ഉടൻ എബിയും കാറെടുത്തു. അതു സായിയുടെ കാറാണ്. മറ്റൊന്നുകൂടി അമൃതയ്ക്കു മനസ്സിലായി. എബി സായിയെ പിന്തുടരുകയാണ്. വാശിയോടെ. സായി അതറിയാതെ പതുക്കെയാണ് പോകുന്നത്.

തീർത്തും ആളൊഴിഞ്ഞ, മരങ്ങൾ നിറഞ്ഞ ഒരിടമെത്തിയപ്പോൾ എബി സായിയുടെ കാറിനെ മറികടന്നു. പിന്നാലെ അയാളുടെ വഴി മുടക്കുംവിധം തന്റെ കാർ ക്രോസ് ചെയ്തിട്ടു. അമൃത ഞെട്ടിപ്പോയി. എന്താണ് ഈ കുട്ടി ചെയ്യുന്നത്? പിന്നെ അമൃതയെ നോക്കി എബി ആജ്ഞാപിച്ചു:

''ചെല്ല്, ചെന്ന് നട്ടെല്ലു നിവർത്തി ഒന്ന് അവനോട് സംസാരിക്ക്.''

എബി അമൃതയുടെ വശത്തെ ഡോർ തുറന്നുകൊടുത്തു. നിവൃത്തിയില്ലാതെ അമൃത ഇറങ്ങി. പിന്നിൽനിന്ന് എബി വീണ്ടും ഒച്ചവെച്ചു:

''ചെല്ല്... ചെല്ലാൻ.''

ആ സ്വരത്തിലെ തീവ്രമായ ആജ്ഞാശക്തിയിൽ വീണ്, അമൃത സ്വയമറിയാതെ മുന്നോട്ടു നടന്നു.

തീരെ പ്രതീക്ഷിക്കാതെ തന്നെ ബ്ലോക്ക് ചെയ്ത കാറിൽ നിന്ന് അമൃത ഇറങ്ങി വരുന്നതു കണ്ട് സംശയത്തോടെ സായി തന്റെ കാറിൽ നിന്നു പുറത്തിറങ്ങി.

''ഇതെന്താ ഈ കാണിക്കുന്നേ അമൃതാ? എനിക്കു മനസ്സിലാകുന്നില്ല.'' സായി ചോദിച്ചു.

'നീ എന്നോടു കാട്ടിയതിനെല്ലാം തിരിച്ചു ചോദിക്കാനാണ് എന്റെ വരവ്' എന്നു മനസ്സിൽ പറഞ്ഞെങ്കിലും എന്തോ, അവളുടെ നാവിൽ നിന്ന് ഒരു വാക്കുപോലും പുറത്തേക്കു വന്നില്ല. അതോടെ സായി ഒച്ചയെടുത്തു:

''അമൃതാ, എന്റെ വഴി തടഞ്ഞതെന്തിനാന്നാ ഞാൻ ചോദിച്ചത്?''

എല്ലാം തീർന്നു എന്ന് എബിക്കു മനസ്സിലായി. അമൃതയ്ക്കു സായിയെപ്പോലെ ഒരു പുരുഷനെ അടിച്ചിരുത്താനുള്ള ആത്മബലമില്ല. അമൃത തീർത്തും പതറിക്കഴിഞ്ഞു.

വീണ്ടും സായി ഒച്ചയെടുത്തു:

''എന്തിനാ ഇയാളെന്റെ വഴി തടഞ്ഞതെന്നാ ചോദിച്ചത്?'' പിന്നെ സായി കേട്ടത് അതിനേക്കാൾ വലിയ ഒരലർച്ചയാണ്. അയാൾക്ക് തീർത്തും അപരിചിതനായ ഒരാളുടെ 'നിനക്കതറിയില്ല അല്ലേടാ...' എന്ന് ആക്രോശിച്ചുകൊണ്ട് തന്റെ കാറിന്റെ ഡോർ തുറന്ന് എബി പുറത്തിറങ്ങി സായിയുടെ നേർക്കു കുതിച്ചു.

ആരാ, എന്താ എന്നു തിരിച്ചറിയും മുൻപ് സായിയുടെ കഴുത്തിൽ എബിയുടെ ബലിഷ്ഠമായ കൈകൾ പിടിമുറുക്കി.

''നിന്നെക്കൊണ്ടു പറയിപ്പിക്കാം ഞാൻ നായേ...'' എന്ന് അലറിക്കൊണ്ട് എബി അയാളെ പിടിച്ചുവലിച്ചു പുഴയിലേക്കു കൊണ്ടുപോയി വെള്ളത്തിൽ മുക്കിപ്പിടിച്ചു. അതും നൊടിയിടയിൽ. പ്രതിരോധിക്കാൻ എതിരാളിക്ക് ഒരവസരവും നൽകാതെ.

അമൃത നിന്നിടത്തുനിന്ന് അനങ്ങാൻ പോലുമാകാതെ സ്തബ്ധയായി. ഇതുവരെ നിഷ്കളങ്കനായ ഒരാറുവയസ്സുകാരന്റെ സൗമ്യത ഉണ്ടായിരുന്നു എബിക്ക്. പക്ഷേ, കണ്ണുചിമ്മുന്ന വേഗത്തിലാണ് അവൻ രൗദ്രഭാവം പൂണ്ട് ഒത്ത ഒരു പുരുഷനായ സായിയെ തൂക്കിയെടുത്തു കൊണ്ടുപോയി പുഴയിൽ മുക്കിയത്.

''ജീവിതകാലം മുഴുവൻ ഇവരെ പറ്റിക്കാമെന്നു കരുതി അല്ലേടാ നായേ, ജീവിക്കാൻ സമ്മതിക്കില്ല നിന്നെ ഞാനിനി.''

ഒന്നുകൂടി സായിയുടെ തല വെള്ളത്തിൽ മുക്കിപ്പിടിച്ച് എബി ആക്രോശിച്ചു. സായി, ഏറുകൊണ്ട ഒരു ചാവാലിപ്പട്ടിയെപ്പോലെ മോങ്ങി.

''കൊല്ലരുത്. ദയവുചെയ്ത് എന്നെ കൊല്ലരുത്. ഞാൻ എന്തു വേണേലും ചെയ്യാം. എന്നെ കൊല്ലരുത്. എനിക്കു ഭാര്യയും മകളുമുള്ളതാ.'' തല ഉയർത്താൻ അവസരം കിട്ടിയപ്പോൾ സായി നിലവിളിച്ചു.

''അതുപോലെ തന്നെയല്ലേ അമൃതയും. എന്നിട്ടും നീ അവരെ ചതിച്ചതോ?''

''ഇനി ചെയ്യില്ല. ചെയ്യില്ല. മാപ്പ്.'' സായി യാചിച്ചുകൊണ്ടിരുന്നു.

''അങ്ങനെ നിന്നെ ഞാൻ വിശ്വസിക്കില്ല.'' എബി ഒന്നുകൂടി സായിയെ തല വെള്ളത്തിൽ മുക്കിപ്പിടിച്ചു.

''എബീ അരുത്... അരുത്. അയാൾ ചത്തുപോകും.'' അമൃത നിലവിളിച്ചു.

എബി വിടാതെ ഒന്നുകൂടി സായിയെ വെള്ളത്തിൽ മുക്കിക്കൊണ്ടു പറഞ്ഞു:

''വിടാം. ഒന്നുകൂടി അവൻ ഇനി അമൃതയെ ചതിക്കില്ലെന്നു വാക്കു തരട്ടെ.''

ഒരുവിധം തല വെള്ളത്തിനു മുകളിലേക്ക് ഉയർത്തിപ്പിടിച്ചുകൊണ്ട് സായി കരഞ്ഞു.

''ഇല്ല, ചതിക്കില്ല. ഞാൻ മാത്രമല്ല ദേവനും ഇനി അമൃതയെ ചതിക്കില്ല. എന്റെ മോളാണേ വാക്ക്.''

തളർന്ന് അവശനായ സായിയെ കരയിലേക്കു വലിച്ചെടുത്തു തറയിലിട്ടു ചവിട്ടി എബി പറഞ്ഞു:

''ഈ വാക്കു പാലിച്ചാ നിനക്കു കൊള്ളാം. അല്ലേ, നിന്റെ കുടുംബത്തു ഞാൻ കയറിവരും. നിന്റെ പെണ്ണുമ്പിള്ളേടേം മോൾടേം മുമ്പീവെച്ചു നിന്നെ ഞാൻ വെട്ടി കണ്ടിച്ചു പട്ടിക്കിട്ടു കൊടുക്കും. കേട്ടോടാ നായിന്റെ മോനേ.''

ആ പ്രഖ്യാപനം കേട്ടു സായി മാത്രമല്ല, അമൃതയും കിടുങ്ങി. താനത് ഉറപ്പായും പ്രവർത്തിക്കുമെന്ന ദാർഢ്യം എബിയുടെ വാക്കുകളിൽ തെളിഞ്ഞിരുന്നു. അത്ര ശക്തമായിരുന്നു അവന്റെ ശബ്ദം.

''ഇല്ല. വാക്ക്, വാക്ക്.''

സായി വീണുകിടക്കുന്നിടത്തുനിന്ന് എബിയെ തൊഴുതു. എബിയുടെ കാലു പിടിച്ചു. അതോടെ എബി സായിയുടെ നെഞ്ചിൽ നിന്നു കാലെടുത്തു. പിന്നെ അയാളെ പൊക്കിയെടുത്ത്, അയാളുടെ കാറിൽ തന്നെ കൊണ്ടിട്ടശേഷം ഒന്നുകൂടി അലറി:

''ഇവിടന്നു നേരെ പൊലീസ് സ്റ്റേഷനിലേക്കാ പോകുന്നതെങ്കിൽ, എന്റെ നേർക്കു പൊലീസ് വരും മുമ്പ് നിന്നെ ഞാൻ തീർത്തിരിക്കും. എനിക്ക് ഒന്നും നഷ്ടപ്പെടാനില്ല. മേലുകീഴു നോക്കാനില്ല. ഒറ്റത്തടിയാ ഞാൻ.''

പിന്നെ എബി തന്റെ കാറിനു നേർക്കു നടന്നു. സമനില വീണ്ടെടുക്കാൻ സായിക്കു നിമിഷങ്ങൾ വേണ്ടിവന്നു. ഒടുവിൽ വണ്ടി സ്റ്റാർട്ട് ചെയ്തു പോകുംമുൻപ് അയാൾ അമൃതയോടു ചോദിച്ചു:

''ആരാ ഇയാൾ?''

''എനിക്കു കൃത്യമായി അറിയില്ല.''

അമൃത പറഞ്ഞു. പക്ഷേ, അതവൾ തന്നെ പരിഹസിച്ചു പറഞ്ഞതായാണു സായിക്കു തോന്നിയത്. സായിയുടെ കാർ കാഴ്ചയിൽ നിന്നു മറഞ്ഞതോടെ എബി കാർ സ്റ്റാർട്ട് ചെയ്തു. അമൃത ആ കാറിൽ വന്നിരുന്നു. ശേഷം അവരിരുവരും ആ പുഴയോരത്തൂടെ തിരിച്ചു പൊയ്ക്കൊണ്ടിരിക്കേ, പരസ്പരം മിണ്ടിയില്ല. പുഴയിൽനിന്നുള്ള കാറ്റു മാത്രം അവർക്കിടയിൽ വീശിയടിച്ചുകൊണ്ടിരുന്നു. അതിനിടയിൽ അമൃത ആലോചിച്ചുകൊണ്ടിരുന്നത് എബി ഈ കാണിച്ചതത്രയും എത്രമാത്രം ശരിയാണെന്നാണ്. ഒടുവിൽ അമൃത പറഞ്ഞു:

''വണ്ടി നിർത്ത്.'' എബി അതു കേട്ടില്ലെന്നു തോന്നി. അതോടെ അമൃത ഒന്നുകൂടി ഉറപ്പിച്ചു പറഞ്ഞു: ''വണ്ടി നിർത്താൻ.''

ഇത്തവണ എബി അനുസരിച്ചു. കാറിൽ നിന്നിറങ്ങി അമൃത പറഞ്ഞു:

''ഇതുവരെ ചെയ്ത സഹായങ്ങൾക്കെല്ലാം നന്ദി.''

എബി അമ്പരന്ന് അവളെ നോക്കി.

''ഇനി മേലാൽ എന്റെ കാര്യങ്ങളിൽ ഇടപെടരുത്.'' എബിക്ക് അമ്പരപ്പു മാറിയില്ല.

''കാണിച്ചതു വലിയ ഹീറോയിസമാണെന്നു ധാരണ ഉണ്ടാവും. എനിക്കതില്ല. ശരിക്കും ആലോചിക്കുമ്പോ ഇതിനെ ശുദ്ധ തെമ്മാടിത്തരമായേ കാണാൻ പറ്റൂ. സത്യത്തിൽ ഞാൻ ഞെട്ടി നില്ക്കുകയല്ല ചെയ്യേണ്ടിയിരുന്നത്. ഇയാളെ തടയണമായിരുന്നു. ഞാനതു ചെയ്യാത്തതിൽ ഖേദിക്കുന്നു. ഒന്നുമില്ലെങ്കിലും സായി എന്റെ ഭർത്താവിന്റെ സുഹൃത്തല്ലേ. ഇതുവരെ ഒന്നിച്ചു ജോലി ചെയ്തവരല്ലേ? അയാളോട് ഇങ്ങനെ പെരുമാറാൻ പാടില്ലായിരുന്നു. അയാളോടെന്നല്ല ആരോടും ഇങ്ങനെ ശാരീരികാക്രമണം ശരിയല്ല. ഇയാളിങ്ങനെ പെരുമാറാൻ പോവുകയാണെന്ന് എനിക്കൊരു ഊഹവുമില്ലായിരുന്നു. ഇപ്പോ നടന്നതിൽ ഞാൻ ഖേദിക്കുന്നു.''

''വണ്ടിയിൽ കയറിയാൽ ഞാൻ വീട്ടിൽ ഡ്രോപ്പ് ചെയ്യാം.'' എബി അതൊന്നും ശ്രദ്ധിക്കാതെ ശാന്തമായി പറഞ്ഞു.

''വേണ്ട. ഞാൻ നടന്നു പൊയ്ക്കോളാം. ഞാൻ പറഞ്ഞല്ലോ - ഇനി ഒരു സഹായവും വേണ്ട. തമ്മിൽ കാണാനോ, സംസാരിക്കാനോ താത്പര്യവുമില്ല എന്നെ വിളിക്കാനും ശ്രമിക്കരുത്.'' അമൃത നടന്നു തുടങ്ങി.

എബി നിമിഷങ്ങളോളം അവളെ നോക്കി നിന്നു. അമൃത ഒന്നു തിരിഞ്ഞുനോക്കുന്നുപോലുമില്ല. നടന്നകലുകയാണ്. അതൊരു ഉറച്ച തീരുമാനമാണെന്ന് എബിക്കു മനസ്സിലായി. പിന്നെ അവൻ കാറെടുത്ത് അമൃതയെ കടന്നുപോയി. അവനും അവളെ തിരിഞ്ഞുനോക്കിയില്ല. അവനെ വിഷാദം വന്നു തൊടാതിരുന്നില്ല. പിന്നെ അവൻ വിചാരിച്ചു, സാരമില്ല. സാരമില്ല. എക്കാലത്തും അർഹിക്കുന്നതൊന്നുമല്ല ലോകം തനിക്കു വെച്ചുനീട്ടുന്നത്. ഇതും അങ്ങനെതന്നെ.

അതു വല്ലാത്ത ഒരു രാത്രിയായിരുന്നു. അമൃതയ്ക്ക് ഒന്നും ചെയ്യാൻ തോന്നിയില്ല. ചിന്തകൾ കടന്നലുകളായി അവളുടെ തലച്ചോറിൽ വട്ടം ചുറ്റി. ഒന്നിനു പിറകേ ഒന്നായി ചിന്തകളുടെ വല്ലാത്ത ചിറകടികൾ. ഇടയ്ക്കു ശ്രേയ വന്നു പറഞ്ഞു:

''അമ്മാ, ചെന്നൈയിലെ ട്യൂഷൻ സെന്ററിൽ അഡ്മിഷൻ ശരിയായിട്ടുണ്ട്. ഓൺലൈനായി ഫീസടയ്ക്കണം. അടുത്തയാഴ്ച ക്ലാസ് തുടങ്ങും. പിന്നെ ഞാനങ്ങു പോകും.''

ചെന്നൈയ്ക്കു പോകാനും ഫീസടയ്ക്കാനും അമൃത സമ്മതിച്ചു. എന്നാലും ശ്രേയയുടെ ആവേശമൊന്നും അമൃതയെ അത്ര സ്പർശിച്ചില്ല.

റനീഷിൽ നിന്നു മോചനം നേടിയ ശ്രേയ പുതിയ തീരുമാനങ്ങളിലേക്കു ചുവടുവെയ്ക്കുകയായിരുന്നിട്ടുകൂടി.

അമൃത അപ്പോഴും എബിയിൽ തങ്ങിനിൽക്കുകയായിരുന്നു. തന്റെ ജീവിതത്തിൽ എന്തെന്ത് ഇടപെടലുകളാണ് എബി ഇതേവരെ നടത്തിയിരിക്കുന്നത്. കുട്ടികൾ അടുത്ത സുഹൃത്തുക്കളാണെന്നായിരുന്നു തന്റെ വിശ്വാസം. എന്നിട്ടും ശ്രേയ കരകയറാൻ പ്രയാസമുള്ള ഒരു ചതുപ്പിൽ ആണ്ടുപോകുന്നതു താൻ കണ്ടില്ല. എബിയാണ് അതു കണ്ടത്. തന്നെ അതു കാട്ടിത്തന്നത്. ഒടുവിൽ ലയ വിഷാദത്തിലാവുന്നതു കണ്ടുപിടിച്ചതും താനല്ല. എബിയാണതു ചൂണ്ടിക്കാട്ടിയത്. ഇപ്പോൾ അവൻ ലയയോടു സംസാരിക്കാനും അവളെ കളിയിലേക്കു തിരിച്ചുകൊണ്ടുവരാനും ശ്രമിക്കുന്നുണ്ടെന്നും തനിക്കറിയാം. അപ്പോൾ പിന്നെ താനിന്ന് അവനോടു വല്ലാതെ പൊട്ടിത്തെറിച്ചത് എത്രത്തോളം ശരിയാണ്. ഇപ്പോഴും അവൻ ചെയ്തത് എന്താണ്?

തന്നെയും കുട്ടികളെയും നിരന്തരം ചതിച്ചുകൊണ്ടിരുന്ന ഒരാളെ കടന്നുപിടിച്ചു. ഒത്ത ഒരു പുരുഷനെപ്പോലെ. അയാൾക്കൊരവസരവും നൽകാതെ നേരിട്ടു. തനിക്കു ചോദിക്കാൻ ആരുമില്ലെന്നു ധരിക്കരുതെന്നു കൃത്യമായി ബോധ്യപ്പെടുത്തി. രതീഷ് ജീവിച്ചിരിപ്പുണ്ടായിരുന്നെങ്കിൽ ഇതുതന്നെയല്ലേ ചെയ്യുക. ശ്രേയയ്ക്കുവേണ്ടി, ലയയ്ക്കുവേണ്ടി, തനിക്കുവേണ്ടി, കുടുംബത്തിനുവേണ്ടി രതീഷ് ഇങ്ങനെതന്നെ പോരാടുമായിരുന്നില്ലേ? അപ്പോൾ, എബി എത്തിപ്പിടിക്കാൻ ശ്രമിക്കുന്നത് രതീഷിന്റെ ഇടമാണോ? അങ്ങനെ എന്തെങ്കിലും അവന്റെ മനസ്സിലുണ്ടോ? ഏയ്, അങ്ങനെ ഇതുവരെ തോന്നിയിട്ടില്ല.

പക്ഷേ, ഓരോരുത്തരുടെയും മനസ്സ് അവരുടെ ഉള്ളിലാണ്. അതവർക്കു മാത്രമേ അറിയൂ. പക്ഷേ, തന്നെ തനിക്കറിയാം - ഇപ്പോൾ ജീവിക്കുന്ന ജീവിതത്തിൽ ഒരു അസംതൃപ്തിയും താൻ അനുഭവിക്കുന്നില്ല. രതീഷ് പോയതിൽ പിന്നെ ഒരു പുരുഷന്റെ ശരീരത്തിനു താൻ ആഗ്രഹിച്ചിട്ടില്ല. രതീഷിന്റെ നിശ്വാസത്തിന്റെ ഗന്ധവും കരുത്തിന്റെ ലഹരിയും ഇപ്പോഴും ഓർമ്മയിലുണ്ട്. ചില രാവുകളിൽ അതിന്റെ ലഹരിയിൽ താൻ ഉണർന്നുപോകാറുമുണ്ട്. അല്ലാതെ പകരമൊരാൾ തന്റെ അരികിൽ വേണമെന്നോ അങ്ങനെ ഒരാൾ തന്നെ പുണരണമെന്നോ ചുംബിക്കണമെന്നോ താൻ മോഹിച്ചിട്ടില്ല. മനസ്സു മാത്രമല്ല ശരീരവും ഒരിക്കലും അതിനായി ഒരുങ്ങിയിട്ടില്ല. അമൃത അങ്ങനെ ഓർത്തിരിക്കേ ട്രീസ വിളിച്ചു.

‘‘എന്താടോ ഇയാൾടെ ശബ്ദം വല്ലാതിരിക്കുന്നേ?’’ അമൃതയുടെ ദുർബലമായ ‘ഹലോ’ കേട്ടു ട്രീസ ചോദിച്ചു.

‘‘ഏയ് ഒന്നുമില്ല.’’

‘‘എന്താണെങ്കിലും പറയെടോ.’’

‘‘ഏയ്...’’ അമൃത പിന്നെയും ഒഴിഞ്ഞു.

''എന്നാൽ ഞാനൊരു കാര്യം പറയാം. എന്റെ ഹസ്ബൻഡിന്റെ ഒരു കസിൻ ശ്യാം തന്നെ അവിടെയും ഇവിടെയും ഒക്കെ വെച്ചു കണ്ടിട്ടുണ്ട്. അവന്റെ ഭാര്യ കുറച്ചുനാൾ മുമ്പു പിരിഞ്ഞുപോയി. അവന്റെ കുറ്റമല്ല കേട്ടോ. കുട്ടികളൊന്നുമില്ല. നിങ്ങൾ ഒരേ പ്രായാ. നിന്നോടു താൽപര്യമുള്ള ഒരാളുണ്ടെന്നു ഞാൻ പറഞ്ഞതു ശ്യാമിനെക്കുറിച്ചാ.''

കൂടുതൽ സംസാരിക്കാൻ ട്രീസയെ അവൾ അനുവദിച്ചില്ല. ഫോണങ്ങു വെച്ചു. പടപേടിച്ചു പന്തളത്തു ചെന്നപ്പോൾ... എന്നു പറഞ്ഞതുപോലെയായി ഇതെന്ന് അമൃത ഓർത്തു.

ഇടയ്ക്ക് അവൾ ബാൽക്കണിയിൽ ചെന്ന് എബിയുടെ വില്ലയിലേക്കു നോക്കി. എബി ബാൽക്കണിയിലെ ഇരുട്ടിൽ നിൽപുണ്ടെന്ന് അമൃത കണ്ടു. അവനിങ്ങോട്ടു നോക്കിനിൽക്കുകയാണ്. തന്റെ വാക്കുകൾ എബിയെ വേദനിപ്പിച്ചിട്ടുണ്ടാവണം. എബി പിന്നെ അകത്തേക്കു തിരിച്ചുനടന്ന്, വാതിൽ അടച്ചു. താനവന്റെ മുൻപിൽ വാതിലടച്ചതുപോലെ അവനും അടയ്ക്കുകയാവാം.

തെല്ലു കഴഞ്ഞു കോളിങ് ബെല്ലിന്റെ ശബ്ദം മുഴങ്ങി. കുട്ടികൾ ഉറങ്ങിക്കഴിഞ്ഞിരുന്നു. ആരാണ് ഈ പാതിരാത്രിയിൽ?

അമൃത ആശങ്കയോടെ വാതിൽക്കലേക്കു നടന്നു. പിന്നെ ഡോർ ലെൻസിലൂടെ പുറത്തേക്കു നോക്കി. പുറത്തു സായിയും ദേവനും നിൽക്കുന്നു.

അമൃത പകച്ചു.

അവരെന്തിനാണ് ഈ സമയത്ത് തന്നെത്തേടി വന്നിരിക്കുന്നത്? എബി ഉണ്ടാക്കിയ കുഴപ്പങ്ങൾക്കു മറുപടി പറയാൻ. ഒന്നിനു പത്തായി തിരിച്ചുതരാൻ? അല്ലാതെന്തിന് ഈ രാത്രിതന്നെ വരണം? ഒന്നു വിളിക്കുകപോലും ചെയ്യാതെ.

അമൃത ജനാലയിലൂടെ എബിയുടെ വില്ലയിലേക്കു നോക്കി - അവിടം ഇരുട്ടു മാത്രമേയുള്ളൂ. എല്ലാ കുഴപ്പങ്ങളും കാണിച്ചുവെച്ചിട്ട് മൂടിപ്പുതച്ചുറങ്ങുകയായിരിക്കും അവൻ.

അമൃതയ്ക്ക് ദേഷ്യവും സങ്കടവും വന്നു. വീണ്ടും കോളിങ് ബെൽ മുഴങ്ങുകയാണ്. സായിയും ദേവനും ഉറച്ചുതന്നെയാണ്. അല്ലെങ്കിൽ പ്രതികരണമില്ലാത്തതുകണ്ട് അവരിപ്പോൾ തിരിച്ചുപോയേനേ. അവർ ഇങ്ങനെ ബെല്ലടിച്ചുകൊണ്ടിരുന്നാൽ കുട്ടികൾ ഉണരും. അതിലും നല്ലത് താൻ വാതിൽ തുറക്കുന്നതല്ലേ? എന്താണെങ്കിലും സായിയെയും ദേവനെയും ഒറ്റയ്ക്കു നേരിടുകതന്നെ. പാവം കുട്ടികൾ. അവരെ ഇതിലേക്കു വലിച്ചിഴയ്ക്കണ്ട.

അമൃത രണ്ടും കല്പിച്ചു വാതിൽ തുറന്നു.

ഇരുപത്തിയൊന്ന്

സായിയും ദേവനും അതീവഗൗരവത്തിലായിരുന്നു. എങ്ങനെ അവരെ അഭിമുഖീകരിക്കണം, എന്തു പറഞ്ഞുതുടങ്ങണം എന്ന് അമൃതയ്ക്ക് അറിയില്ലായിരുന്നു.

''ഞങ്ങൾ അകത്തേക്കു വരട്ടെ അമൃതാ?'' സായി ചോദിച്ചു.

സായിയുടെ സ്വരത്തിൽ കണ്ണുകളിലുള്ള അത്ര ഗൗരവമില്ല. ഏതാണ്ട് ഒരുപേക്ഷയുടെ ഭാവമുണ്ടെന്ന് അമൃതയ്ക്കു തോന്നി. അതോ അതു തന്റെ തോന്നലോ?

ആ ആശയക്കുഴപ്പത്തിനിടയിലും അമൃത പറഞ്ഞു:

''വരൂ...''

സ്വീകരണമുറിയിൽ ഇരുവരും കയറി ഇരുന്നു. ഇനി അവർ പൊട്ടി ത്തെറിക്കുമെന്നും ചിലപ്പോൾ ആക്രമിച്ചേക്കുമെന്നും വരെ അമൃത ഭയന്നു. ഇതിനെല്ലാം വഴിമരുന്നിട്ട ആളുടെ പൊടിപോലുമില്ല ഇപ്പോൾ. എന്തിന് അവനെ കുറ്റം പറയണം? താൻ ഒരാളാണ് അവനെ ദൂരേക്കു തള്ളിമാറ്റിയത്.

കുറേനേരം മിണ്ടാതിരുന്നശേഷം സായി തന്നെ പറഞ്ഞു:

''അമൃതാ, നടന്നതൊന്നും രാമൻകുട്ടി അറിയരുത്.'' സായി എന്തി നാണു തുടക്കമിടുന്നതെന്ന് അപ്പോഴും അമൃതയ്ക്ക് പിടികിട്ടിയില്ല. അടുത്ത നിമിഷം ദേവൻ പറഞ്ഞുതുടങ്ങി.

''ഞാനും സായിയും ചേർന്ന് അമൃതയെ പറ്റിച്ചിട്ടുണ്ട്. അമൃതയ്ക്ക് അർഹതയുള്ള പണം കള്ളക്കണക്കെഴുതി സ്വന്തമാക്കിയിട്ടുണ്ട്. പക്ഷേ, അതൊക്കെ രാമൻകുട്ടി അറിഞ്ഞാൽ ഏകപക്ഷീയമായി അദ്ദേഹം പാർട്ണർഷിപ്പിൽനിന്നു പിന്മാറും. പിന്നെ നമ്മുടെ ബിസിനസ് എന്നെ ന്നേക്കുമായി തകരും. അതുണ്ടാകരുത്.''

അമൃതയ്ക്ക് അമ്പരപ്പു തോന്നി. താൻ ആദ്യം കരുതിയപോലല്ല. സായിയും ദേവനും. യു-ടേൺ അടിക്കുകയാണ് അവർ. താനെല്ലാം

രാമൻകുട്ടിയോടു പറയുമെന്നു ഭയക്കുന്നു. അങ്ങനെ ബിസിനസ് തകർന്നാൽ അവരുടെ ജീവിതമാർഗവും അടയും. അതവരെ പേടിപ്പിക്കുന്നുണ്ട്.

''അതിന് എന്തു പ്രായശ്ചിത്തവും ഞങ്ങൾ ചെയ്യാം അമൃതാ.'' സായി ദയനീയമായി മന്ത്രിച്ചു.

''എനിക്കു മനസ്സിലായില്ല.''

കാര്യങ്ങൾ തന്റെ കൈയിലേക്കു വരികയാണെന്നു കണ്ട അമൃത ഇത്തിരി സ്വരമുയർത്തി.

''ഞങ്ങൾ അമൃതയിൽ നിന്ന് അപഹരിച്ച പണമത്രയും തിരിച്ചു തരാം.'' സായി പറഞ്ഞു.

''ഒറ്റയടിക്കു തരാൻ ഞങ്ങളുടെ കൈയിലില്ല. ഗഡുക്കളായി ഓരോ മാസവും തന്ന് ഞങ്ങൾ അണപൈസ ബാക്കിയില്ലാതെ തീർത്തോളാം.'' ദേവൻ.

അമൃതയ്ക്കു തന്റെ ബിസിനസ് പങ്കാളികൾ ഇങ്ങനെ താണുകേണ് അപേക്ഷിക്കുന്നതുകണ്ട് ചിരിവന്നു.

''ഞാൻ രണ്ടാൾക്കും ചായയെടുക്കട്ടെ?'' ചിരി അമർത്തിക്കൊണ്ട് അവൾ ചോദിച്ചു.

''ഒരുപാട് രാത്രിയായില്ലേ?'' അതിഥികൾ ഒഴിഞ്ഞു.

''സാരമില്ല.'' അതും പറഞ്ഞ് അമൃത അടുക്കളയിലേക്കു നടന്നു.

തെല്ലുകഴിഞ്ഞു മൂന്നുപേർക്കുമുള്ള ചായയുമായാണ് അവൾ മടങ്ങി വന്നത്.

മൂവരും ചായ കുടിക്കാൻ ആരംഭിച്ചു. അസുഖകരമായ മൗനം അവർക്കിടയിലേക്ക് ഒഴുകി വന്നു. ഒടുവിൽ അമൃത പറഞ്ഞു:

''എനിക്കു സായിയോടും ദേവനോടും ദേഷ്യമോ പകയോ ഇല്ല. പരിഭവം മാത്രമേയുള്ളൂ. നിങ്ങളെന്റെ രതീഷിന്റെ പ്രിയപ്പെട്ട സുഹൃത്തുക്കളാണ്. അതുകൊണ്ട് ആ വാത്സല്യവും സ്നേഹവും വിശ്വസ്തതയും എന്നോടും കാട്ടുമെന്നു കരുതി. അതില്ലാതെ പോയതിന്റെ പരിഭവം. സങ്കടം... പക്ഷേ, ഞാനതു മറക്കുന്നു. എനിക്കിതുവരെ നഷ്ടമായ പണമൊന്നും തിരിച്ചു വേണ്ട. ഇനി എന്നെപ്പറ്റിക്കാതെ, കൃത്യമായ ലാഭം തന്നാൽ മതി. നടന്നതൊന്നും രാമൻകുട്ടിയെന്നല്ല ആരും ഇനി അറിയില്ല.'' സായിയും ദേവനും അവിശ്വസനീയതയോടെ അവളെ നോക്കി.

''എനിക്കീ ജീവിതത്തിൽ കുട്ടികൾക്കു പുറമെ നിങ്ങൾ മൂന്നുപേരാ സ്വന്തമായുള്ളതെന്നാ എന്നും തോന്നാറുള്ളത്. അതിൽ മാറ്റം വരണമെന്ന് ആഗ്രഹമില്ല.'' അമൃത അത് ആത്മാർത്ഥമായാണ് പറഞ്ഞത്.

''എന്നാലും ആരാ ആ പയ്യൻസ് അമൃതാ.'' പോകും മുമ്പ് സായി ചോദിച്ചു.

''സത്യമായും എനിക്കറിയില്ല സായീ.'' അമൃത തുറന്നു പറഞ്ഞു. അതു സായിയോ ദേവനോ വിശ്വസിച്ചില്ലെങ്കിലും.

''ആരായാലും ഭീകരനാ. നാളെ മുതൽ ഇവൻ ആയുർവേദ ചികിത്സയ്ക്കു പോവുകയാ.'' കഴുത്ത് തിരുമ്മിക്കൊണ്ടിരുന്ന സായിയെ നോക്കി ദേവൻ പറഞ്ഞു.

''കുറച്ചുകൂടി അവനെന്നെ വെള്ളത്തിൽ മുക്കിപ്പിടിച്ചിരുന്നേ എന്റെ വീടിനു നാഥനില്ലാതായേനെ.'' സായി സങ്കടപ്പെട്ടു. അമൃത ചിരിയടക്കാൻ പാടുപെട്ടു.

അവർ പോയി. താൻ എബിയോട് അങ്ങനെ പെരുമാറിയത് അനീതിയായില്ലേ എന്ന് അമൃത ആലോചിച്ചു. എത്ര പെട്ടെന്നാണ് എബി വിചാരിച്ചിടത്തു കാര്യങ്ങൾ എത്തിയത്. തന്നെ ഭീഷണിപ്പെടുത്തിയ ആൾ, കൂട്ടുപ്രതിയേയും കൊണ്ടുവന്ന് തന്റെ കാൽക്കൽ സാഷ്ടാംഗം നമസ്കരിക്കുന്നു. അതും അവിശ്വസനീയമാംവിധം. എബി ഇതൊക്കെ കണക്കുകൂട്ടിയിരിക്കുമോ? ഉണ്ടാകാം. എന്തോ ഒരു കൃത്യതയുണ്ട്. എബിയുടെ ഓരോ വാക്കിലും പ്രവൃത്തിയിലും. താനത് നേരത്തേ അറിയേണ്ടതായിരുന്നു.

പൊടുന്നനെ അമൃതയ്ക്ക് എബിയെ കാണണമെന്നു തോന്നി. അവൾ എബിയുടെ വില്ലയിലേക്കു നോക്കി. അതടഞ്ഞുകിടക്കുകയാണ്. ഇപ്പോൾ ഇറങ്ങിച്ചെന്നാൽ ഒരുപക്ഷേ രാമഭദ്രൻ കാണും. സംശയിക്കും. എന്നാലെന്താ? കാണട്ടെ. സംശയിക്കട്ടെ. തനിക്കിപ്പോൾ എബിയെ കണ്ടേ തീരൂ.

അമൃത വീടിന്റെ വാതിൽപോലും അടയ്ക്കാതെ, സ്വയം മറന്ന് എബിയുടെ താമസസ്ഥലത്തേക്കു നടന്നുതുടങ്ങി. കോളിങ് ബെൽ അമർത്തി അവൾ കാത്തുനിന്നു. പെട്ടെന്നുതന്നെ എബി വന്നു വാതിൽ തുറന്നു, ചോദ്യഭാവത്തിൽ അവളെ നോക്കി.

''എനിക്കൊന്നു സംസാരിക്കണം.'' അമൃത പറഞ്ഞു.

''കേൾക്കാൻ എനിക്കു താത്പര്യമില്ല.''

എബി അകത്തുകയറി വാതിലടച്ചു. അമൃത അതു പ്രതീക്ഷിച്ചിരുന്നില്ല. അവളെ സങ്കടം വരിഞ്ഞുമുറുക്കി.

പിറ്റേന്ന് മാർജിൻ ഫ്രീ മാർക്കറ്റിൽ സായിയുടെ ഭാര്യ ലതയും മകൾ ദീപികയും വന്ന് അമൃതയെ കണ്ടു.

''ഞങ്ങൾക്കൊന്നുമറിയില്ലായിരുന്നു. അന്ന് അമൃത വന്നപ്പോഴാ ചിലതൊക്കെ മനസ്സിലായത്. ഇനി അങ്ങനൊന്നും ഉണ്ടാവില്ല. ശ്രേയയോടും ലയയോടും കൂടി ഞങ്ങൾ മാപ്പു ചോദിച്ചൂന്ന് പറയണം.''

ലതയും ദീപികയും കരഞ്ഞു. ഒരുപക്ഷേ ചെയ്തതു തെറ്റാണെന്ന് അവരും സായിയോടു പറഞ്ഞിരിക്കണം. നന്നായി.

അമൃത ആ നിമിഷവും എബിയെ ഓർത്തു. നീ എന്നെ എന്തിനാണ് ഇടയ്ക്കിടെ ഇങ്ങനെ തോൽപിച്ചുകൊണ്ടിരിക്കുന്നത് ചെക്കാ എന്ന വനോടു ചോദിക്കണം.

പക്ഷേ, അവൻ തനിക്ക് അവസരം തരുന്നില്ല. താൻ നൽകിയ അതേ നാണയത്തിൽ അവൻ തിരിച്ചടിക്കുന്നു. തന്റെ മുന്നിൽ വാതി ലടയ്ക്കുന്നു. അതിന്റെ വേദനയ്ക്കിടയിലും അമൃതയ്ക്ക് അവനോട് ആരാധന തോന്നി.

ആണുങ്ങളായാൽ അങ്ങനെ വേണം. കിട്ടിയാ അതുപോലെ തിരിച്ചു കൊടുക്കണം. അല്ലാതെ എല്ലാം സഹിക്കുന്ന സീതയാവരുത്. എബി എന്തായാലും ഉള്ളിൽ തീയുള്ള ചെക്കൻ തന്നെ. അമൃതയ്ക്കു ചിരി വന്നു. പിന്നെ അവൾ വെറുതേ എബിയുടെ നമ്പറിൽ ഡയൽ ചെയ്തു. അങ്ങേയറ്റത്തു നിന്നു നിർദാക്ഷിണ്യം അത് കട്ട് ചെയ്യപ്പെടുന്നത് അവ ളറിഞ്ഞു. അതുകണ്ട ജലജ ചോദിച്ചു:

''ഏതോ പ്രിയപ്പെട്ട ആൾ ഫോണെടുക്കുന്നില്ലാന്നു തോന്നുന്നു?''

''പിന്നെ... എന്റെ കാമുകൻ. ഒന്നു പോ ജലജേ.'' അമൃത ചൂടായി.

''കാമുകൻ എന്നു ഞാൻ പറയില്ല. പക്ഷേ, അതുപോലെ പ്രിയ പ്പെട്ട ഒരാൾന്ന് ഒറപ്പാ.'' ജലജ വിടാനുള്ള ഭാവമില്ല.

''പോയേ, പോയേ...'' നിവൃത്തിയില്ലാതെ അമൃത അവളെ ഓടിച്ചു.

അന്നു സ്കൂൾ കഴിഞ്ഞു ഷട്ടിൽ കോർട്ടിലേക്കു പോകാൻ ലയ ഒരുങ്ങിയതാണ്. പക്ഷേ കൈനീട്ടിയിട്ടും പല ഓട്ടോകളും നിർത്താതെ പോയി. അങ്ങനെ അവൾ അത്ര തിരക്കില്ലാത്ത ഒരു പ്രൈവറ്റ് ബസ്സിൽ കയറി. ടിക്കറ്റ് എടുത്തു പുറത്തെ കാഴ്ചകൾ കണ്ടിരിക്കെ പിറകിൽ നിന്നൊരു വിളി.

''ലയാ...'' അവൾ തിരിഞ്ഞുനോക്കി. പിൻസീറ്റിൽ എബി ചിരി ക്കുന്നു.

''കണ്ടിട്ട് നന്നായി പ്രാക്ടീസ് ചെയ്യാൻ പോകുന്ന പോലുണ്ടല്ലോ?''

''ഏയ് അങ്ങനെയൊന്നുമില്ല. എന്നാലും പോകാതിരിക്കാൻ തോന്നുന്നില്ല. അത്രമാത്രം.'' ലയ മെല്ലെ പറഞ്ഞു.

''ഡിസ്ട്രിക്റ്റ് ചാമ്പ്യൻഷിപ്പ് അടുത്തുവരല്ലേ ലയാ. അതുകൊണ്ടു നല്ല മൂഡില്ലെങ്കിലും എന്നും പോകണം.''

''എന്റെ കാര്യങ്ങളിൽ താൽപര്യമെടുക്കുന്നതുകൊണ്ട് ഞാൻ എബി യേട്ടനോടു തുറന്നു പറയ്വാണ്. ഞാൻ ചാമ്പ്യൻഷിപ്പിൽ പങ്കെടുക്കു കയില്ല. എന്തോ എനിക്കതിനു തോന്നുന്നില്ല.''

''എന്തിനും ഏതിനും ഒരു കാരണമുണ്ടാവില്ലേ ലയാ?''

''അവിടെയും ഞാനും ഇന്ദുവും തമ്മിൽ ഏറ്റുമുട്ടേണ്ടി വരും. അപ്പോഴും അവളെന്നെ ബ്ലാക്കീ ബ്ലാക്കീ എന്ന് ആക്ഷേപിക്കും. ഞാൻ തളരും. പിന്നെ എല്ലാവരുടെയും മുൻപിൽ ഞാൻതോൽക്കും. എന്തിന്, എന്തിന് ഞാൻ ആ അപമാനം കൂടി ഏറ്റുവാങ്ങണം. ഇപ്പോൾത്തന്നെ എനിക്ക് അപമാനങ്ങൾ ആവശ്യത്തിലേറെയായി.''

എബി അപ്പോൾ ലയയുടെ സീറ്റിൽ അവളോടൊപ്പം വന്നിരുന്നു.

''അങ്ങനെ തോൽക്കാതിരിക്കാൻ ഒരു വഴിയുണ്ട് ലയാ.''

''എന്തുവഴി എബിയേട്ടാ?''

''അതൊരു സർപ്രൈസാണ്. വൈകാതെ ഞാനാ സർപ്രൈസ് ലയക്കുട്ടിയുടെ മുന്നിലെത്തിക്കാം.''

''ചുമ്മാ.'' ലയ അങ്ങനെ സംശയിക്കുമ്പോഴും അവളിൽ പ്രതീക്ഷ കിനിഞ്ഞിരുന്നു.

''ചുമ്മാതല്ല. ലയയുടെ അച്ഛനു വേണ്ടിയെങ്കിലും ലയ ഈ ചാമ്പ്യൻ ഷിപ് ജയിക്കണം. പിന്നെ ലയ പിടിച്ചുകേറിക്കോളും. ആകാശത്തോളം. അത് എനിക്കൊറപ്പാ.''

''അച്ഛനുവേണ്ടി മാത്രമല്ല അമ്മയ്ക്കും ശ്രേയച്ചേച്ചിക്കും വേണ്ടി കൂടി എനിക്കു ജയിക്കണമെന്നുണ്ട്. അതാ സത്യം. പക്ഷേ പറ്റണ്ടേ.''

ലയ എബി കാണാതെ കണ്ണുനീർ തുടച്ചു.

''പറ്റിക്കാം. നമുക്കു പറ്റിക്കാം.''

''പക്ഷേ, എന്നെ പറ്റിക്കരുത്.'' ആ കണ്ണീരിനിടയിലും അവൾ തമാശ പറഞ്ഞു.

അതുകേട്ട് എബി ഉച്ചത്തിൽ ചിരിച്ചു. അമൃതയുടെ അതേ ഹ്യൂമർ സെൻസ് ഈ മകൾക്കുമുണ്ട്. പിന്നെ ലയ ആകാംക്ഷയോടെ ചോദിച്ചു:

''അമ്മയുമായി വഴക്കിലാണോ?''

''എന്തേ അങ്ങനെ തോന്നാൻ?''

''അമ്മ ഒട്ടും നല്ല മൂഡിലല്ല. പിന്നെ ഏതാണ്ടു കളഞ്ഞ അണ്ണാനെപ്പോലെ ഇടയ്ക്ക് എബിയേട്ടന്റെ വീട്ടിലേക്ക് നോക്കിനിൽക്കുന്നതു കാണാം.''

''നെടുവീർപ്പിടുന്നുണ്ടോ?''

''ഇല്ലാണ്ടില്ല.''

''അപ്പോ കുറച്ചുകൂടി ഇടട്ടെ.''

''കാര്യം പറ.''

''എന്നോടൊന്നു ചൂടായി. ഞാനും വിട്ടുകൊടുക്കാൻ പോയില്ല.''

''എന്റെ അമ്മ ഒരു പാവാണ് ട്ടൊ.''

''ആണോ?''

''ആണ്.''

''എനിക്കറിയാം ലയാ.''

അപ്പോഴേക്കും ലയയുടെ സ്റ്റോപ്പ് എത്തി. അവളിറങ്ങുമ്പോൾ എബി വിളിച്ചു പറഞ്ഞു:

''പ്രാക്ടീസിൽ കഴിയുന്നത്ര ഫോക്കസ് ചെയ്യണംട്ടോ. അല്ലേ എന്റെ കൂടെ പ്രാക്ടീസ് ചെയ്യുന്നോ, നമ്മുടെ വില്ലയിലെ ഷട്ടിൽ കോർട്ടിൽ. അതിരാവിലെ?''

അതു കേൾക്കാഞ്ഞിട്ടാണോ എന്തോ, ലയ ഒരക്ഷരം മിണ്ടിയില്ല.

എന്നാലും പിറ്റേന്ന് ആ വില്ലാ പ്ലോട്ടിലെ ഔട്ട്ഡോർ ഷട്ടിൽ കോർട്ടിൽ റാക്കറ്റുമായി എബി കാത്തിരുന്നു. അത്യാവശ്യം കളിക്കു മെന്നല്ലാതെ, വലിയ താരമൊന്നുമല്ല എബി. ഇതിപ്പോൾ ലയയ്ക്കു വേണ്ടി മനഃപൂർവ്വം റാക്കറ്റ് കൈയിലെടുക്കുകയാണ്. അല്പനേരം കഴിഞ്ഞപ്പോൾ ലയ വന്നു. അതുകണ്ട് എബി പറഞ്ഞു:

''ലയ വരുമെന്ന് എനിക്കറിയാമായിരുന്നു.'' ലയ ചിരിച്ചു.

കളിക്കിടയിൽ എബി പറഞ്ഞു:

''ഇന്ദു നെറ്റിനടുത്തു വന്നു ബോഡി ഷെയിമിങ് നടത്തിയശേഷം അവളുടെ സ്മാഷുകൾ ലയ ലിഫ്ട് ചെയ്യുന്നത് നെറ്റിനടുത്തേക്കാ. ഇന്ദുവിന് സ്മാഷ് ചെയ്യാൻ പാകത്തിൽ. അവിടെ നിന്നാണ് ഇന്ദുവിന്റെ ആധിപത്യം ആരംഭിക്കുന്നത്. പവർഫുള്ളായി ബാക്ക് കോർട്ടിലേക്ക് ലിഫ്ട് ചെയ്തുകൂടേ? അതിനു പറ്റാത്തത് ശരീരത്തിന് അതിനു കഴി വില്ലാഞ്ഞിട്ടല്ല. മനസ്സ് തോറ്റുതുടങ്ങുന്നതുകൊണ്ടാ. അതായത് ലയയെ തോല്പിക്കുന്നത് ഇന്ദുവല്ല, ലയയുടെ മനസ്സാ.'' അതുകേട്ട് ലയ ചൂടായി.

''ഇതൊരു വലിയ കണ്ടുപിടിത്തമൊന്നുമല്ല. എനിക്കും അറിയാം ഇതൊക്കെ.''

''നന്നായി. രോഗം അറിയാമെങ്കിൽ ചികിത്സ വളരെ എളുപ്പ മാണല്ലോ.''

''ഷർമിളാ മേനോൻ ചികിത്സിച്ചിട്ട് ഒന്നും നടന്നില്ല. പിന്നെയാ...''

''എന്നാൽ നാളെ രാത്രി ഉറങ്ങാതിരിക്കണം. ഞാൻ എന്റെ വക ഒരു ചികിത്സ വിധിക്കാം. ആ ചികിത്സയാ ഞാൻ നേരത്തേ പറഞ്ഞ സർപ്രൈസ്. എന്തു പറയുന്നു?''

എബി എന്താണുദ്ദേശിക്കുന്നതെന്നു മനസ്സിലായില്ലെങ്കിലും ലയ വെറുതെ തലയാട്ടി.

എബിക്കു സന്തോഷം തോന്നി. തന്നോടു ചൂടാകുമ്പോഴും എതിരു പറയുമ്പോഴും ലയ തന്നെ അനുസരിക്കാതിരിക്കുന്നില്ല. എവിടെയോ അവൾ താൻ ഒരു ശരിയാണെന്നു കരുതുന്നുണ്ടാവാം. അത്രയും ആശ്വാസം.

ലയ എബിയുമായി ഷട്ടിൽ കളിക്കുന്നതും വർത്തമാനം പറയുന്നതും അമൃത തന്റെ ബാൽക്കണിയിൽ നിന്നു കാണുന്നുണ്ടായിരുന്നു. അവൾക്ക് എബിയോട് ദേഷ്യം തോന്നി. ലയയോടു മിണ്ടാം. തന്നോടു പറ്റില്ല. ഇപ്പോ വേണമെങ്കിൽ തനിക്കിതു തടയാം. പക്ഷേ, അതു ചെയ്യാനും തോന്നുന്നില്ല.

അപ്പോൾ ശ്രേയ അങ്ങോട്ടു വന്നു.

''അമ്മാ, നാളെയോ മറ്റന്നാളോ ചെന്നൈയ്ക്കു പോകാനാ എന്റെ പ്ലാൻ. അവിടെ ട്യൂഷൻ ക്ലാസ് തുടങ്ങാറായി.''

അമൃതയ്ക്ക് അവളെ പിടിച്ചുനിർത്താൻ തോന്നിയില്ല. പിറ്റേന്നു തന്നെ പൊയ്ക്കോളാൻ പറഞ്ഞു. തനിക്കൊന്നും സംഭവിച്ചിട്ടില്ലെന്ന മട്ടിലാണ് ശ്രേയ പെരുമാറുന്നതെങ്കിലും തന്റെ പ്രണയപരാജയം അവളെ തകർത്തിട്ടുണ്ടെന്ന് അമൃതയ്ക്ക് അറിയാമായിരുന്നു.

അവൾ പോകട്ടെ. ആ അന്തരീക്ഷം പഴയ അവളെ തിരികെ പിടിക്കാൻ അവളെത്തന്നെ സഹായിച്ചേക്കും. പിറ്റേന്ന് ഫ്ളൈറ്റിനു ടിക്കറ്റുണ്ടായിരുന്നു. പോകുംമുമ്പ് ശ്രേയ ലയയോടു പറഞ്ഞു: ''നീ ഡിസ്ട്രിക്റ്റ് ചാമ്പ്യനാവുന്നത് എന്റെയും സ്വപ്നാ കുട്ടീ.''

ലയ തലയാട്ടി. പക്ഷേ, എന്തോ ലയയുടെ കണ്ണുകൾ ഒഴുകി.

ശ്രേയ പോയപ്പോൾ അവളുടെ മുറിയിൽനിന്ന് അസംഖ്യം കൗതുകവസ്തുക്കൾ അമൃതയ്ക്കു കിട്ടി. റനീഷ് സമ്മാനിച്ചതാവാം. അവനും ഇതുപോലെ നൂറുനൂറു സമ്മാനങ്ങൾ ശ്രേയയും നൽകിയിട്ടുണ്ടാകും, താനറിയാതെ, തന്റെ പണമെടുത്ത്. ഒരർത്ഥവുമില്ലാത്ത കോമാളിത്തം. എന്നാലും അവൾ എല്ലാം ക്ഷമിച്ചു. ഒടുവിൽ ശ്രേയ ശരിയായ പാത തിരഞ്ഞെടുത്തല്ലോ. തനിക്ക് അതുമതി.

അമൃത ആ കൗതുകവസ്തുക്കളെല്ലാം എടുത്ത് വേസ്റ്റ് ബാസ്കറ്റിലിട്ടു. ശ്രേയ തിരിച്ചുവരുമ്പോൾ ഒന്നും, അവളുടെ ആ കാലം ഓർമ്മിപ്പിക്കുന്നതായ ഒന്നും ഇവിടെ ഉണ്ടാകരുത്. ഓർമ്മകളാണ് ഒരു മനുഷ്യനെ അയാളുടെ ഭൂതകാലത്തിലേക്കു നടത്തിക്കൊണ്ടുപോകുന്നത്. ഒരാളെ പഴയതിലേക്കുതന്നെ തള്ളിയിടുന്നത്. ചിലപ്പോൾ ഓർമ്മകളേ ഉണ്ടായിരിക്കരുത് എന്ന് അമൃതയ്ക്കു തോന്നി.

ചെന്നൈയിൽ എത്തിയപ്പോൾ ശ്രേയ അമ്മയെ വിളിച്ചു:

''ആമീ...''

എത്രയോ നാളായി ശ്രേയ അങ്ങനെ വിളിച്ചിട്ട് എന്ന് അമൃത ഓർത്തു. കുസൃതിയും സ്നേഹവും കലർന്ന വിളി.

''ഞാൻ ആമിയെ നിരാശപ്പെടുത്തിയിട്ടുണ്ട് എന്നറിയാം. ഇനി ഒരിക്കലും അതുണ്ടാവില്ല. ഇത് ഈ അമ്മയുടെ മോൾടെ വാക്കാ.''

''എനിക്കറിയാം മോളേ.''

''ഐ ലവ് യൂ ആമീ. യു ആർ ആൻ എക്സലന്റ് മദർ. ആക്ച്വലീ ലോകത്തിലെ ഏറ്റവും നല്ല അമ്മ.'' അമൃത അതുകേട്ട് കരഞ്ഞു. നിർത്താതെ നിർത്താതെ.

മതി. ഈ നിമിഷം മതി തനിക്ക്. ഇനിയും എത്രയോ കാലം ഈ ഭാരമെല്ലാം ഒറ്റയ്ക്കു വലിക്കാനുള്ള ഊർജ്ജമായി തനിക്ക് ഇതു മതി. മകളുടെ കറയറ്റ സ്നേഹം, ആദരം.

അപ്പോഴും തന്നെ ഇങ്ങനെ ജയിപ്പിക്കുന്ന ഒരാൾ ഇതൊന്നും അറിയുന്നില്ലല്ലോ എന്നോർത്ത് അമൃതയ്ക്കു വേദനിച്ചു. അവൾക്ക് അവളോടു തന്നെ ദേഷ്യം വന്നു.

അമൃത അറിയാതെ എബിയുടെ വില്ലയിലേക്കു നോക്കി. അവിടെ ഒരു വീഡിയോ പ്രോജക്ടറുമായി എന്തൊക്കെയോ ജോലി ചെയ്തുകൊണ്ടിരിക്കുകയാണ് അവൻ. അവളെ കണ്ടു മുഖം തിരിച്ച് എബി അകത്തേക്കു നടന്നു. കൊച്ചുകുട്ടികൾ മുഖം വീർപ്പിച്ചുനടക്കും പോലെ.

അമൃതയ്ക്കു ചിരിയും ദേഷ്യവും ഒന്നിച്ചുവന്നു. അമൃതയുടെ നോട്ടവും കണ്ണുകളിൽ വിരിഞ്ഞ പരിഭവവും രാമഭദ്രൻ തന്റെ വരാന്തയിൽ നിന്നു കാണുന്നുണ്ടായിരുന്നു. പതിവുപോലെ അസൂയയിൽ വെന്ത അയാൾ എബിയുടെ വില്ലയിലേക്കു നടക്കാൻ തുടങ്ങി. ചിലതൊക്കെ മനസ്സിലുറപ്പിച്ച്...

ഇരുപത്തിരണ്ട്

രാമഭദ്രൻ കോളിങ് ബെൽ അമർത്താനൊന്നും നിന്നില്ല. നേരെ എബിയുടെ വീടിന്റെ അകത്തേക്കു കയറിച്ചെന്നു. കമ്പ്യൂട്ടറിൽനിന്ന് എതൊക്കെയോ ദൃശ്യങ്ങൾ ഡൗൺ ലോഡ് ചെയ്യുകയായിരുന്ന എബി അതു കണ്ടു ചിരിച്ചു.

''ആരിത് രാമഭദ്രേട്ടനോ!''

ഇവൻ ആളു ബഹുകേമനാണെന്ന് രാമഭദ്രൻ വിചാരിച്ചു. അടുത്തകാലത്തായി താനിവനെ നിത്യവും കാണുന്നുണ്ട്. നേരിട്ടു പരിചയപ്പെട്ടിട്ടൊന്നുമില്ല. കാണുമ്പോൾ ചിരിക്കും. ചിലപ്പോൾ കൈവീശും. പക്ഷേ, ഇവനു തന്റെ പേരറിയാം. കണ്ടില്ലേ, താൻ അലിയുംവിധമല്ലേ രാമഭദ്രേട്ടാ എന്നു വിളിച്ചത്.

അല്ലെങ്കിലും തല്ലിപ്പൊളികൾ അങ്ങനെയാണ്. ചുറ്റുപാടുമുള്ളവരുടെ വിശദവിവരങ്ങൾ അന്വേഷിച്ചു കണ്ടുപിടിച്ചുവച്ചിരിക്കും. ഒരാളെ വീഴ്ത്താനോ ഒതുക്കാനോ ഒക്കെ അതു വല്യ സഹായമാകുമല്ലോ? പിന്നെ കഴിയുന്നതും സൗമ്യമായേ അവരിടപെടൂ.

തികട്ടി വന്ന ദേഷ്യം രാമഭദ്രൻ പുറത്തു കാട്ടിയില്ല. പകരം ഇങ്ങനെ പറഞ്ഞു:

''ഇയാൾ ഇവിടെ താമസിക്കാൻ തുടങ്ങിയതു മുതൽ കാണുന്നു. പക്ഷേ, നേരിട്ടു കണ്ടു വിശദമായി പരിചയപ്പെട്ടില്ലല്ലോ.''

''അതിനെന്താ.'' എബി ചിരിച്ചു: ''ഞാൻ എബി. കുറച്ചു വടക്കാ വീട്. ചില്ലറ ബിസിനസ് ഒക്കെയാ.''

എന്തു ബിസിനസ്സ് എന്നൊക്കെ ചോദിക്കണമെന്നുണ്ട്. ചെറുക്കൻ ഒരു ഗ്യാപ് തരണ്ടേ. അതിനാൽ നിന്റെ ബിസിനസ് ഒക്കെ തനിക്കറിയാമെടാ എന്ന് അയാൾ മനസ്സിൽ പല്ലിറുമ്മി.

''രാമഭദ്രേട്ടനെ എനിക്കറിയാം. ഏട്ടനെ മാത്രമല്ല, ഗീതച്ചേച്ചിയെയും മോളെയും എല്ലാം.''

ഇവിടെ ഒരവസരം കിട്ടിയതുപോലെ രാമഭദ്രൻ ആദ്യത്തെ അസ്ത്രം തൊടുത്തു: ''എന്നെയും എന്റെ ഫാമിലിയെയും മാത്രമേ അറിയൂ.

അതോ ഈ കോളനിയിലെ എല്ലാവരെയും ഇയാൾക്കു നല്ല പരിചയമാണോ?''

''അതെന്താ ചേട്ടാ അങ്ങനെ ചോദിച്ചത്?'' എബി അപകടം മണത്തു.

''അല്ല, ചില അയൽക്കാരുമായി ഇയാൾക്കു നല്ല മുൻപരിചയമുള്ളപോലെ. അതും വർഷങ്ങളുടെ പരിചയം. അല്ലേ പൈങ്കിളി ഭാഷയിൽ പറഞ്ഞാൽ ജന്മജന്മാന്തരബന്ധം.''

എബി പിന്നെ മൊബൈലെടുത്തു തിരിച്ചും മറിച്ചും നോക്കി, ഒന്നുമറിയാത്ത ഭാവത്തിൽ ചോദിച്ചു: ''അത് ആരുമായിട്ടാ ചേട്ടാ?''

രാമഭദ്രൻ സന്തോഷത്തിലായി. തനിക്ക് ആഞ്ഞടിക്കാവുന്ന മുഹൂർത്തം ഇതാ സമാഗതമായിരിക്കുന്നു. എന്തോ അതിലേക്കു താൻ വളരെ എളുപ്പം എത്തിച്ചേർന്നിരിക്കുന്നു.

''അല്ല... നമ്മുടെ അമൃതയുമായിട്ട്.'' രാമഭദ്രൻ ചിരി അമർത്തി.

''ങേ.'' എബി ഞെട്ടി.

''ഞെട്ടൽ അഭിനയിക്കണ്ട. ഞാൻ നിത്യവും എന്നപോലെ കാണുന്നതാ, നിങ്ങളുടെ പരസ്പരമുള്ള നോട്ടവും വർത്തമാനവും. മാത്രമല്ല ഇയാളെ പാതിരാത്രി ആരോ തല്ലിയപ്പോ വന്നു താങ്ങിയതും അവർ ഒരാളാണല്ലോ.''

രാമഭദ്രൻ താൻ വിചാരിച്ചതിലും അലവലാതിയാണെന്ന് എബിക്കു മനസ്സിലായി. അയാൾ അയാളുടെ അസൂയ നിറഞ്ഞ ഹൃദയത്തിന്റെ റഡാർ സദാ തന്റെയും അമൃതയുടെയും മേൽ തിരിച്ചുവച്ചിരിക്കുകയാണ്. തങ്ങളുടെ ഓരോ ചലനവും അവിടെ രേഖപ്പെടുത്തപ്പെടുന്നുണ്ട്. അത് അയാളെ ഭ്രാന്തുപിടിപ്പിക്കുന്നുമുണ്ട്. എന്നാൽ പിന്നെ അയാളെ പരമാവധി ഭ്രാന്തുപിടിപ്പിച്ചുകളയാം എന്നുകൂടി തീരുമാനിച്ച് എബി പറഞ്ഞു:

''അല്ല ചേട്ടാ. ചേട്ടൻ ഉദ്ദേശിക്കുന്നത് എന്താ, ഏതാന്ന് എനിക്കൊരു പിടിയും കിട്ടുന്നില്ല.''

രാമഭദ്രൻ ചൂടായി.

''താനെന്താ പൊട്ടൻ കളിക്ക്യാ? എനിക്കറിയാം ഇതിന്റെ ഒക്കെ പിന്നിലുള്ള വികാരം. അല്ലെങ്കിലും ഇക്കാലത്തു പ്രായമുള്ള ആന്റിമാരും കൊച്ചുപയ്യന്മാരും തമ്മിൽ പലവിധ ബന്ധങ്ങളും ഉണ്ടാവാറുണ്ട്. ഇതും അതുതന്നെയാ. അത് അറിയാതിരിക്കാൻ മാത്രം ഞാനത്ര മണ്ടനൊന്നുമല്ല.''

അപ്പോ അതാണു കാര്യം. തന്റെ പ്രായമാണു പ്രതി.

ചെറുപ്പമായ താൻ മധ്യവയസ്സിൽ എത്തിനിൽക്കുന്ന അമൃതയുമായി ഇടപെടുന്നത് അവിഹിതബന്ധമായി രാമഭദ്രൻ വായിക്കുന്നു.

അങ്ങനെയല്ലാതെ വായിക്കാൻ അയാളുടെ മനസ്സ് അയാളെ സമ്മതിക്കുന്നില്ല. എബിക്കു ചിരി വന്നു. പക്ഷേ, ഇയാളെ അങ്ങനെ വെറുതെ വിടരുത്. കുറച്ചു നേരം തട്ടിക്കളിക്കണം. അതൊരു രസമാണ്. എബി അത് ഉറപ്പിച്ചു.

''പൊന്നു ചേട്ടാ, ചേട്ടൻ വഴിവിട്ട് ആലോചിക്കുകയാന്നാ എനിക്കു തോന്നുന്നേ.''

''പിന്നേ... നീ എന്നെ പൊട്ടനാക്കല്ലേ.''

''എന്നാൽ ഉള്ള കാര്യം ഞാൻ തുറന്നു പറയാം. എനിക്കീ വിഷയത്തിൽ താൽപര്യമില്ല.''

അതു പറയുമ്പോൾ രാമഭദ്രനിൽ നേരിയ പ്രതീക്ഷ ഉണർന്നിരുന്നു. ഇനി ഇവൻ ഈ പറയുന്നതാകുമോ നേര്. അങ്ങനെയാണെങ്കിൽ എത്ര നന്നായിരുന്നു. രാമഭദ്രനെ ഒന്നുകൂടി ആശ്വസിപ്പിച്ചുകൊണ്ട് എബി പറഞ്ഞു:

''അതെ ചേട്ടാ. എനിക്ക് എന്റെ പ്രായത്തിലുള്ളവരുമായി പ്രണയത്തിലാവാനേ താൽപര്യമുള്ളൂ. അവരെയല്ലേ കല്യാണം കഴിക്കാൻ പറ്റൂ.''

''എന്നിട്ടു നീ പിന്നെ എന്തിനാ അമൃതയോട് ഇത്ര അടുത്തിടപഴകുന്നേ?''

''അതൊക്കെ തികച്ചും യാദൃച്ഛികമായി സംഭവിച്ചതല്ലേ. അല്ലാതെ ഇത്രേം പ്രായമുള്ള അവരുമായിട്ട് എന്നെപ്പോലെ യങ് ആയ ഒരാൾ, ശ്ശെ... ശ്ശെ... എനിക്ക് ആലോചിക്കാൻകൂടി വയ്യ.''

''അങ്ങനാണോ?''

''സംശയിക്കേണ്ട. ആണ്.''

രാമഭദ്രന് സമാധാനമായി. താൻ വിചാരിച്ചതുപോലെ ഈ പയ്യൻ അത്ര കുഴപ്പക്കാരനല്ല. ഡീസന്റാണെന്നും പറയാം.

''പക്ഷേ എനിക്കിപ്പോ ഒരു ഡൗട്ടുണ്ട്.'' രാമഭദ്രന്റെ കണ്ണുകൾ സസൂക്ഷ്മം നിരീക്ഷിക്കുകയായിരുന്ന എബി പറഞ്ഞു.

''എന്താ അത്?''

''ചേട്ടന് ആ ഏരിയയിൽ ചില്ലറ താൽപര്യം ഉണ്ടോന്ന്?''

''ശ്ശെ.''

''അങ്ങനെ ശ്ശേ വെക്കണ്ട. നമ്മൾ ഇത്രയും കാര്യങ്ങൾ അങ്ങോട്ടും ഇങ്ങോട്ടും തുറന്നുപറഞ്ഞു നല്ല സുഹൃത്തുക്കളായ സ്ഥിതിക്ക് ഇനി എന്തെങ്കിലും പരസ്പരം മറച്ചുവയ്ക്കണോ. ഒള്ള കാര്യം ഒള്ളപോലെ തുറന്നു പറയരുതോ? മാത്രമല്ല, ഇതൊക്കെ തികച്ചും മനുഷ്യസഹജമല്ലേ?''

''അല്ല...''

''ഒരു അല്ലായും പറയണ്ട. ഇതൊക്കെ തുറന്നുപറഞ്ഞല്ലേ നമ്മൾ കൂടുതൽ കൂടുതൽ അടുക്കുക.''

എബി രാമഭദ്രനെ കൈമെയ് മറന്നു പ്രോത്സാഹിപ്പിച്ചു. രാമഭദ്രൻ കൃത്യമായി ആ ചൂണ്ടയിൽ കൊത്തുകയും ചെയ്തു.

''ഞാൻ പറയാം. പക്ഷേ, നീ ഇതു പുറത്തൊന്നും പറയരുത്.''

''ഏയ്... ഞാൻ തലപോയാ പറയ്യോ?''

''എന്നാ മറച്ചുവെക്കുന്നില്ല. ഈ അമൃതയെ പണ്ടേ എനിക്കിഷ്ടാ. എന്തൊരു സ്ട്രക്ചറാ. എന്റമ്മച്ചിയേ.''

അതുകേട്ട് എബി അന്തംവിട്ടു. അമൃതയെ കൊതിയോടെ പൂർണ നഗ്നയായി മുന്നിൽ കാണുന്നതുപോലെയായിരുന്നു രാമഭദ്രന്റെ വിവരണം. ഇങ്ങനെ ഒക്കെ പുരുഷന്മാർ ഒരു സ്ത്രീയെ ഉള്ളിൽ കാണുമോ? ഇത്രയേറെ കാമപരവശരാകുമോ? എബിക്ക് അതിശയം തോന്നി. എന്നാൽ എബിയെ ശ്രദ്ധിക്കുകപോലും ചെയ്യാതെ രാമഭദ്രൻ തുടർന്നു:

''പക്ഷേ, എന്തു കാര്യം. എന്നെ അമൃത ഒന്ന് അടുപ്പിച്ചിട്ടുവേണ്ടേ?''

''അതെന്താ ചേട്ടാ അങ്ങനെ? ചേട്ടനെന്താ ഒരു കുറവ്? പണത്തിനു പണം, സൗന്ദര്യത്തിനു സൗന്ദര്യം, ആരോഗ്യത്തിന് ആരോഗ്യം. സത്യം പറഞ്ഞാ ഇതെല്ലാം ആവശ്യത്തിലും കൂടുതൽ ഉണ്ടുതാനും. ഇതിൽ പരം ഒരു പെണ്ണിന് എന്താ വേണ്ടേ? എനിക്കു മനസ്സിലാകുന്നില്ല.''

''അതാ എബീ എനിക്കും മനസ്സിലാകാത്തത്.''

''കഷ്ടം!''

''എന്നുവെച്ച് ഞാനങ്ങനെ തളരാനൊന്നും ഉദ്ദേശിച്ചിട്ടില്ല.''

''ഒരിക്കലും തളരരുത്. ആവശ്യം നമ്മുടെ ആണല്ലോ.'' എബി പിന്നേയും എരിവു കയറ്റി.

''അതെ. മാത്രമല്ല, മുട്ടുവിൻ തുറക്കപ്പെടും എന്നൊരു പ്രമാണവുമുണ്ടല്ലോ?''

''വളരെ ശരിയാ.''

''പിന്നെ... നീ ചെറുപ്പമാണല്ലോ. അതുകൊണ്ടു ചോദിക്കാ. വേറൊന്നും തോന്നരുത്.''

''ഒരിക്കലും തോന്നില്ല ചേട്ടാ. ഇത്രേം നേരമായിട്ടും ചേട്ടനെന്നെ വിശ്വാസമായില്ലേ?''

''വിശ്വാസമില്ലാഞ്ഞിട്ടല്ല.''

''എന്നാ പറയാനുള്ളതു മുഴുവൻ തുറന്നു പറ. നമുക്കു പരിഹാരമുണ്ടാക്കാമെന്നേ.''

''ഇങ്ങനെ ഒരു സാഹചര്യത്തിൽ ഞാനെങ്ങനെ മുന്നോട്ടു പോകണം?''

''എന്നുവെച്ചാ?''

''അല്ലാ, അമ്പിനും വില്ലിനും അടുക്കാത്ത അമൃത ഒന്നു വളയാൻ എന്തെങ്കിലും ടിപ്സ് പറഞ്ഞുതരാൻ പറ്റ്വോ? നിങ്ങൾ ചെറുപ്പക്കാർക്ക് ഇതൊക്കെ അറിയാമായിരിക്കുമല്ലോ?''

''ചേട്ടൻ പേടിക്കണ്ട. ഞാൻ അയച്ചുതരാം.''

''അയച്ചുതരാമെന്നോ?''

''അതെ. ചേട്ടൻ ഇപ്പോ ഇവിടെ നിന്നിറങ്ങുന്നു. ഇതിനിടയിൽ ചേട്ടന്റെ ആവശ്യം ഈ രംഗത്തെ തിരുമാലികളായ എന്റെ ചില സുഹൃത്തുക്കളുമായി ഞാൻ സംസാരിക്കുന്നു. ശേഷം അവർ സജസ്റ്റ് ചെയ്യുന്ന ടിപ്സ് മുഴുവൻ ഒരു വോയ്സ് മെസ്സേജ് ആയി ഞാൻ ചേട്ടനു വാട്സ് ആപ് ചെയ്യുന്നു. എങ്ങനെയുണ്ട് എന്റെ ഐഡിയ?''

''പക്ഷേ, താമസിക്കരുത്. ഒട്ടും.''

''ഒരിക്കലുമില്ല. ചേട്ടന്റെ അത്യാവശ്യം എനിക്കല്ലേ ഏറ്റവും നന്നായി അറിയുന്നേ. ഞാനിതൊക്കെ വെച്ചു താമസിപ്പിക്കോ?''

''അപ്പോ ഒകെ. വേഗം അയച്ചേക്ക്.''

രാമഭദ്രൻ ഇറങ്ങിനടന്നു.

അപ്പോൾ ചിരിക്കണോ കരയണോ എന്നറിയാതെ എബി നിന്നു. തൊട്ടയൽപക്കത്തു ജീവിക്കുന്ന ഒരു പുരുഷൻ, തീർത്തും തനിച്ചായിപ്പോയ അമൃതയെ ഇങ്ങനെയാണു കാണുന്നതെങ്കിൽ, ജീവിതത്തിൽ അവരെന്തെല്ലാം നേരിട്ടിരിക്കാം. എത്രപേർ അവരോടു മോശമായി പെരുമാറിയിരിക്കാം. ഒറ്റയ്ക്കു ജീവിക്കുന്ന സ്ത്രീകളുടെയെല്ലാം കഥയും ഇതൊക്കെത്തന്നെയാകാം.

ഒരു മണിക്കൂർ കഴിഞ്ഞില്ല. രാമഭദ്രൻ എബിയെ വിളിച്ചു.

''നീ എന്തൊക്കെയോ അയയ്ക്കുംന്നു പറഞ്ഞിട്ട് ഒരനക്കവുമില്ലല്ലോ.''

''ആരു പറഞ്ഞു? ഞാൻ ചേട്ടന്റെ വാട്സ്ആപ്പിൽ വോയ്സ് മെസേജല്ല, വ്യക്തമായ ഒരു വീഡിയോ തന്നെ അയച്ചിട്ടുണ്ടല്ലോ? ചേട്ടൻ നോക്കാഞ്ഞിട്ടല്ലേ?''

വെപ്രാളത്തോടെ രാമഭദ്രൻ ഫോൺ കട്ട് ചെയ്ത് വാട്സ്ആപ് ഓൺ ചെയ്തു. ശരിയാണ്, അതിൽ ഒരു വീഡിയോ ഉണ്ട്. ആകാംക്ഷയോടെ അയാളതു തുറന്നു. പക്ഷേ, അത് അയാൾ തൊട്ടുമുൻപ് എബിയോടു നടത്തിയ സംഭാഷണമായിരുന്നു. അമൃതയെ വളയ്ക്കാൻ തനിക്ക് ഒരു വഴി പറഞ്ഞുതരണമെന്ന് അയാൾ എബിയോട് അഭ്യർത്ഥിക്കുന്ന ദയനീയദൃശ്യങ്ങൾ. അപ്പോൾ എബി മൊബൈൽ എടുത്തു തിരിച്ചും മറിച്ചും നോക്കിയത് ഇതിനായിരുന്നു. ഇത് റിക്കോർഡ് ചെയ്യാൻ.

ആ നിമിഷം എബിയുടെ കോൾ വന്നു.

''എങ്ങനുണ്ട്, പൊളിയായിട്ടില്ലേ?''

''എന്താടാ നീ ഇതുകൊണ്ട് ഉദ്ദേശിക്കുന്നത്?'' രാമഭദ്രന് ആത്മ നിയന്ത്രണം നഷ്ടമായി.

''വളരെ സിമ്പിളല്ലേ ചേട്ടാ. ചേട്ടൻ ഇനി ആ പാവം സ്ത്രീയെ ശല്യപ്പെടുത്തിയാ ഞാനീ വീഡിയോ ചേട്ടന്റെ ഭാര്യയ്ക്ക് അയച്ചു കൊടുക്കും.''

''എടാ നാറീ.''

''ചേട്ടാ ആ വിളി എന്നേക്കാൾ ചേട്ടനല്ലേ ചേരുക? ഒരു താൽപര്യവു മില്ലാതെ ഒഴിഞ്ഞിട്ടും ആ സ്ത്രീയെ പിറകേ നടന്നു ശല്യപ്പെടുത്തുന്ന ചേട്ടനല്ലേ നാറി.''

''എടാ.''

''ഇനി എടാ പോടാ എന്നൊക്കെ വിളിച്ചാ എന്റെ സ്വഭാവം നീ അറിയും. വയ്ക്കെടാ നായേ ഫോൺ.'' എബി അലറി.

എബിയുടെ ക്രുദ്ധമായ സ്വരം കേട്ട് പേടിച്ചരണ്ട രാമഭദ്രൻ ഫോൺ കട്ട് ചെയ്തു. ഒപ്പം അത് അറിയാതെ കൈയിൽ നിന്നു താഴെ വീഴുകയും ചെയ്തു. ശബ്ദം കേട്ട് ഓടിവന്ന ഗീത ചോദിച്ചു: ''എന്താ ചേട്ടാ, എന്തുപറ്റി?''

രാമഭദ്രൻ എന്തു പറയാൻ?

രാമഭദ്രൻ ഏതാണ്ട് ഒതുങ്ങിയെന്ന് എബിക്കു തോന്നി. അതിന്റെ ഹരം എബിയുടെ തലച്ചോറിൽ ഒരു ലഹരിയായി പടർന്നു. പക്ഷേ, ഒരാളുടെ മുൻപിൽ താൻ ദയനീയമായി തോറ്റുപോയില്ലേ? താൻ അമൃതയ്ക്കു വേണ്ടി, ശ്രേയയ്ക്കുവേണ്ടി ചെയ്തതു നല്ല കാര്യമായി രുന്നു. അതിനു റനീഷ് തനിക്കു തിരിച്ചുനൽകിയത്.

റനീഷും കുറേ ഗുണ്ടകളും ഈ വീട്ടിലേക്ക് ഇരച്ചുകയറിവരുമെന്ന് ഒരിക്കലും കരുതിയില്ല. അമൃത തന്റെ ഇടപെടലിനെക്കുറിച്ചു ശ്രേയ യോടു പറഞ്ഞിരിക്കണം. അതു ശ്രേയ കാമുകന്റെയടുത്ത് അതുപോലെ വിളമ്പിക്കാണണം. അതിനു പ്രതികാരമായി ഇരുട്ടടി തനിക്കു കിട്ടുന്നതു ന്യായം. പക്ഷേ, ഇത്... നേരേ വീട്ടിൽ കയറിവന്നു പരസ്യമായി തല്ലി. അതും അമൃതയുടെ കൺമുന്നിലിട്ട്. റനീഷിനു തിരിച്ചുകൊടുക്കാൻ തനിക്കിതുവരെ പറ്റിയിട്ടുമില്ല.

റനീഷിന്റെ കണക്കു തനിക്കു തീർക്കാനായില്ലല്ലോ. ഈ രാവിൽ റനീഷിനെ ഒന്നു കണ്ടാലോ? അവനും അമ്മയും നഗരത്തിനു പുറത്തെ ഒരു ചേരിയോടു ചേർന്ന ഒരു വീട്ടിലാണു താമസം എന്നറിയാം. വേണ മെങ്കിൽ ചെല്ലാം. അമ്മയുടെ മുൻപിലിട്ടു രണ്ടു കൊടുക്കാം. പക്ഷേ,

അവൻ അവന്റെ ആളുകളെ വിളിച്ചുകൂട്ടിയാൽ എല്ലാം പാളും. വരുന്നതു വരട്ടെ. പോകുകതന്നെ.

പിന്നെ വേഷം മാറാൻപോലും നിൽക്കാതെ എബി ഇറങ്ങി. കാറെടുത്ത് റനീഷിന്റെ വീടു ലക്ഷ്യമാക്കി ഡ്രൈവ് ചെയ്തു.

ആ ചേരി ഉറങ്ങിക്കിടക്കുകയായിരുന്നു.

റനീഷിന്റെ വീടിനടുത്തുതന്നെ എബി കാർ നിർത്തി. എവിടെയും ആളനക്കമില്ല. നന്നായി... വളരെ നന്നായി. എബി ചിരിച്ചു.

പിന്നെ എബി ആ വീടിനു നേർക്കു ചുവടുവെച്ചു. വളരെ ചെറിയ വീട്. ഒന്നുരണ്ടു മുറികളും ഒരടുക്കളയും ആയിരിക്കും അകത്ത്. ഈ വീട്ടിൽനിന്നു വരുന്ന റനീഷിനെ സംബന്ധിച്ചിടത്തോളം ശ്രേയ വലിയ വീട്ടിലെ കുട്ടിയാണ്. അങ്ങനെ ഒരു കുട്ടിയോട് അവനു ഹൃദയം കൊണ്ടുള്ള പ്രണയമായിരുന്നെങ്കിൽ അമൃത അതിന് എതിരു നിൽക്കില്ലായിരുന്നു. താൻ ആകട്ടെ റനീഷിനെക്കുറിച്ച് ഒരു മുന്നറിയിപ്പും അമൃതയ്ക്കു നൽകുകയുമില്ല. ആ പ്രണയം ഒരു നേരല്ലേ? അങ്ങനെ ഓരോന്നാലോചിച്ചുകൊണ്ട് എബി കതകിൽ തട്ടി.

''ആരാ അത്?'' അകത്തുനിന്ന് സ്ത്രീ ശബ്ദം. അതു റനീഷിന്റെ അമ്മയാവും.

''ഇതു ഞാനാമ്മാ. റനീഷിന്റെ ഒരു സുഹൃത്ത്.'' എബി തന്ത്രപൂർവ്വം മറുപടി നൽകി.

''അവൻ നല്ല ഉറക്കാണല്ലോ. നിങ്ങളെന്താ ഈ രാത്രിയിൽ?''

''ഞാനവനു കുറച്ചു പണം കൊടുക്കാനുണ്ട്. ഇന്നു വെളുപ്പിന് മുംബൈയീ പോവ്വാ. ആറുമാസം കഴിഞ്ഞേ വരൂ. കടം തീർത്തിട്ടു പോകാംന്നു കരുതി.''

''ഞാനവനെ വിളിക്കാം മോനേ.''

''വേണ്ടമ്മേ. ഉറക്കല്ലേ. പണം ഞാനമ്മയുടെ കയ്യീ തന്നിട്ട് മടങ്ങിക്കോളാം.'' എബി ആവുന്നത്ര ആർദ്രമായി പറഞ്ഞു.

ഒന്നുരണ്ടു നിമിഷങ്ങൾ കഴിഞ്ഞപ്പോൾ ഒരു വൃദ്ധ കതകു തുറന്നു. അവർക്കുനേരെ എബി കുറച്ചു പണം നീട്ടി. അവരതു വാങ്ങിച്ചു. പിന്നെ എബി പറഞ്ഞു:

''എന്തായാലും ഒന്നു കണ്ടിട്ടു പൊയ്ക്കോളാം അമ്മേ.''

''ഞാൻ വിളിക്കാം.''

''വേണ്ട. ഞാൻതന്നെ വിളിച്ചോളാം.''

അതു പറഞ്ഞ് എബി അകത്തു കയറി. പിന്നെ വാതിലടച്ചു. അമ്പരന്നുനിന്ന ആ അമ്മയോട് എബി പറഞ്ഞു:

''അമ്മേ, അമ്മ ക്ഷമിക്കണം. ഞാൻ ഇതുവരെ പറഞ്ഞതത്രയും കളവാ. ഞാൻ അമ്മേയുടെ മോനെ ഒന്നു വൃത്തിയായി കൈവയ്ക്കാൻ വന്നതാ.''

''മാതാവേ...''

''അമ്മ ഒച്ചയും ബഹളവും ഒന്നും വയ്ക്കരുത്. വെച്ചാ റനീഷിനെ എനിക്കു കൊല്ലേണ്ടി വരും. അതിന് എന്റെ അരയിൽ ആയുധവുമുണ്ട്. അവൻ ഒരു പാവം പെങ്കൊച്ചിനെ വഴിപിഴപ്പിക്കാനും ആ കൊച്ചിന്റെ അമ്മയെ വേദനിപ്പിക്കാനും ശ്രമിച്ചു. അതരുത് എന്നു പറഞ്ഞ എന്നെ തല്ലി ആശുപത്രിയിലാക്കി. ഒന്നു നമ്മളിങ്ങോട്ടു കിട്ടിയാ രണ്ട് എങ്കിലും അങ്ങോട്ടു കൊടുക്കണമല്ലോ. എനിക്ക് അത്രേ ഉദ്ദേശ്യമുള്ളൂ. എനിക്കു കിട്ടിയ അത്രയും ഇടിയുടെ ഇരട്ടി തിരിച്ചുകൊടുക്കുക. അമ്മ ഒച്ചയും ബഹളവും ഉണ്ടാക്കാതെ, ആളെ കൂട്ടാതെ, സഹകരിച്ചാ എല്ലാം ഇവിടം കൊണ്ടങ്ങു തീരും. അല്ലെങ്കിൽ പറഞ്ഞപോലെ എനിക്കവന്റെ നെഞ്ചിൽ കത്തി ഇറക്കേണ്ടിവരും. ഇനി ഒക്കെ അമ്മേടെ ഇഷ്ടം. അമ്മേടെ മോനെ ഞാൻ തല്ലണോ? അതോ കൊല്ലണോ?''

''തല്ലിയാ മാത്രം മതി.''

''എനിക്കും അതു മതി.''

''ഇരട്ടി വേണ്ട. കിട്ടിയതുമാത്രം തിരിച്ചു കൊടുത്താ മതി.''

''അമ്മ ആദ്യായിട്ട് എന്നോട് ഒരു വാക്കു പറയുന്നതല്ലേ. അത്രയേ കൊടുക്കുന്നുള്ളൂ. പക്ഷേ, അമ്മയും വാക്കു തെറ്റിക്കരുത്ട്ടോ.''

''ഞാൻ വാക്കു പറഞ്ഞാ വാക്കാ. അല്ലേ മോൻ എന്റെ മോൻ റനീഷിനോടു ചോദിച്ചോ.''

''അതിനൊന്നും ടൈമില്ല അമ്മേ.'' എബി പറഞ്ഞു.

പിന്നെ അവൻ റനീഷിനെ വിളിച്ചുണർത്തി. രാത്രി നന്നായി കഴിച്ചിട്ടാണു കിടന്നതെന്നു വ്യക്തം. എഴുന്നേൽക്കുമ്പോഴും മദ്യത്തിന്റെ ഹാങ്ങോവറുണ്ടായിരുന്നു. എന്നാലും അവിടെ ഒട്ടും പ്രതീക്ഷിക്കാതെ എബിയെ കണ്ടപ്പോൾ അവൻ ഞെട്ടി. പിന്നെ റനീഷിന്റെ അമ്മയെ നോക്കി എബി പറഞ്ഞു.

''ഇനി ഞാൻ വെച്ചുതാമസിപ്പിക്കുന്നില്ല അമ്മേ.''

പറഞ്ഞതും റനീഷിന് ഒരവസരവും നൽകാതെ എബി അവനെ കട്ടിലിൽ നിന്നു വലിച്ചിട്ടു ചവിട്ടിക്കൂട്ടി. തലേന്നത്തെ മദ്യത്തിന്റെ അളവു തിരിച്ചടിക്കാനുള്ള അവന്റെ കഴിവിനെയും ധൈര്യത്തെയും സാരമായി ബാധിച്ചിരുന്നു. ഒടുവിൽ എബി അമ്മയോടു കൈകൂപ്പി പറഞ്ഞു:

''അമ്മയാണമ്മേ അമ്മ. മകന്റെ ജീവനുവേണ്ടി അമ്മ കൃത്യമായി വാക്കു പാലിച്ചല്ലോ. ഒരായിരം നന്ദി.''

പിന്നെ എബി ഇറങ്ങി മിന്നൽവേഗത്തിൽ കാർ സ്റ്റാർട്ട് ചെയ്ത് ഒറ്റപ്പോക്ക്. പിന്നിൽ ആ അമ്മയുടെ നിലവിളിയും റനീഷിന്റെ ആക്രോശവും ഉയരുന്നത് അതിനിടയിലും അവനു കേൾക്കാമായിരുന്നു. പക്ഷേ, എബി അതിനേക്കാൾ ഉച്ചത്തിൽ ചിരിച്ചു. വഴിനീളേ ചിരിച്ചു. തിരിച്ചുകൊടുക്കാൻ പറ്റാത്ത ഓരോ ഇടിയും നഷ്ടക്കച്ചവടമാണ്. ഇതു ഗംഭീര ലാഭമായിപ്പോയി. ഒരു ബംപർ ലോട്ടറിതന്നെ. അമൃതയുടെ മുന്നിലിട്ടു തല്ലിയതിന് അവന്റെ പെറ്റ തള്ളയുടെ മുൻപിൽ വെച്ചല്ലേ തിരികെ തല്ലിയത്. അവൻ പണ്ടു കുടിച്ച അമ്മിഞ്ഞപ്പാൽ വരെ ഛർദ്ദിപ്പിച്ചത്.

ലയ അപ്പോൾ ഇരുട്ടിലാണ്ടു കിടന്ന വീട്ടിലൂടെ നടക്കുകയായിരുന്നു.

നടന്നുനടന്ന് മുറി തുറന്ന് അവൾ വീടിന്റെ ടെറസ്സിലെത്തി. പിന്നെയും അറിയാതെ മുന്നോട്ടുതന്നെ നടന്നു. രണ്ടാംനിലയിൽ നിന്ന് അവൾ നേരെ താഴേക്ക്. മുറ്റത്തു തലയിടിച്ച് അവൾ വീണു. ചോര നാലുപാടും ചിതറിത്തെറിച്ചു. ആ നിമിഷം ലയ 'അമ്മേ' എന്ന നിലവിളിയോടെ ഉറക്കത്തിൽ നിന്നു ചാടിയെഴുന്നേറ്റു.

'എന്താ മോളേ' എന്ന ചോദ്യവുമായി അമൃത അവളെ പൂണ്ടടക്കം പിടിച്ചു. അപ്പോഴാണ് കണ്ടത് ഒരു സ്വപ്നമാണെന്നു ലയ അറിഞ്ഞത്. അവൾ പിന്നെ കരച്ചിലിന്റെ അകമ്പടിയോടെ ആ സ്വപ്നം എന്തെന്ന് അമ്മയോടു പറഞ്ഞു. മകൾ ഡിപ്രഷനിലേക്ക് പോവുകയാണോ എന്ന് അമൃതയ്ക്കു സംശയം തോന്നി. ആ നിമിഷം ലയ അമ്മയോടു പറഞ്ഞു:

''എനിക്ക് എബിയേട്ടനോടൊന്നു സംസാരിക്കണം.''

''ഈ രാത്രിയിലോ?'' അമൃത അമ്പരന്നു.

''എന്തോ, അതൊരു റിലീഫ് ആണ് അമ്മാ.''

അമൃത എന്തു ചെയ്യണമെന്നറിയാതെ നിൽക്കേ ലയയുടെ ഫോണിൽ ഒരു മെസേജ് വന്നു. ''ബാൽക്കണിയിലേക്ക് വരൂ. അമ്മ അറിയണ്ട'' എന്ന മെസേജ്.

എബിയുടെ മെസേജ് ആയിരുന്നു അത്.

ഇരുപത്തിമൂന്ന്

ലയ തിരിച്ച് മെസേജ് അയച്ചു.

''എനിക്കൊരു പത്തു മിനിറ്റ് വേണം.''

അമ്മ ഉറങ്ങാനായിരുന്നു അത്.

അവൾ പിന്നെ താൻ തനിച്ചു കിടക്കട്ടെ എന്ന് അമൃതയോടു ചോദിച്ചു.

''അതു വേണോ മോളേ?'' അമൃത ആരാഞ്ഞു.

''അങ്ങനെ തോന്നുന്നു അമ്മാ.'' എന്നു പറഞ്ഞ് ലയ തനിച്ച് ഒരു മുറിയിൽ പോയി കിടന്നു. കുറച്ചു കഴിഞ്ഞ് അവൾ എഴുന്നേറ്റ് അമ്മയെ നോക്കി. അമ്മ ഉറക്കം പിടിച്ചു തുടങ്ങിയെന്ന് അവൾക്കു തോന്നി. ഇത്തിരി കൂടി സമയമെടുത്തശേഷം അവൾ ബാൽക്കണിയിലേക്കിറങ്ങി. എതിർബാൽക്കണിയിൽ എബിയുണ്ട്.

''ഞാൻ ദാ അങ്ങോട്ടു വരാൻ പോവുകയാണ്.'' എബി മെല്ലെ പറഞ്ഞു.

ലയയ്ക്കു നേരിയ പരിഭ്രമം തോന്നി.

''ലയയ്ക്ക് എന്നെ പേടിയുണ്ടോ?'' എബി ചോദിച്ചു. ഇല്ലെന്നവൾ തലയാട്ടി. അടുത്ത നിമിഷം കൈയിൽ ഒരു വീഡിയോ പ്രൊജക്ടറും ലാപ്ടോപ്പും വയറുകളും കണക്ടറുകളുമായി പൈപ്പ് വഴി എബി ബാൽക്കണിയിലേക്കു വന്നു. അതും നൊടിയിടകൊണ്ട്. പിന്നെ ലയയോട് ഒന്നും മിണ്ടാതെ എബി അവളുടെ മുറിയിൽ കയറി ആ വീഡിയോ പ്രൊജക്ടർ സെറ്റ് ചെയ്യാൻ ആരംഭിച്ചു.

''ഇതെന്താ കാട്ടാൻ പോണേ?'' ലയ സംശയത്തോടെ അന്വേഷിച്ചു.

ലയയുടെ മുറിയുടെ ഭിത്തിയിലേക്ക്, വീഡിയോ പ്രൊജക്ടറിൽ നിന്നുള്ള വെളിച്ചം വീണു. ലയയ്ക്കു മനസ്സിലായി, തന്റെ ഭിത്തി ഒരു വെള്ളിത്തിരയാവാൻ പോവുകയാണ്. ലാപ്ടോപ്പിൽ നിന്നുള്ള ചില വീഡിയോസ്, വീഡിയോ പ്രോജക്ടർ വഴി പ്രൊജക്ട് ചെയ്ത ഒരു ചലച്ചിത്രം പോലെ എബി തന്നെ കാണിക്കാൻ പോവുകയാണ്.

''ഇനി ലയ ഒരു കസേരയിൽ ഇരിക്കൂ.''

ലയ അനുസരിച്ചു.

''ഇനി ഒക്കെ നന്നായി ശ്രദ്ധിച്ചു കാണുക. ഇതാണ് എബിയേട്ടൻ പറഞ്ഞ പ്രോമിസ്. ഇന്ദുവിനെ തറപറ്റിക്കാൻ ലയയെ സഹായിക്കാൻ പോകുന്ന മാജിക് മെഡിസിൻ.''

ലയയ്ക്ക് ഒന്നും മനസ്സിലായില്ല.

ആ നിമിഷം ഭിത്തിയിൽ ഒരു ഫുട്ബോൾ താരത്തിന്റെ ദൃശ്യങ്ങൾ പ്രത്യക്ഷപ്പെട്ടുതുടങ്ങി.

''ഇതാരാന്നറിയോ മോൾക്ക്.'' ആ ദൃശ്യങ്ങളിലേക്കു ചൂണ്ടി എബി ചോദിച്ചു.

''പിന്നെ അറിയില്ലേ, പെലെ.'' ഉടൻ വന്നു ഉത്തരം.

പെലെ ബ്രസീലിനുവേണ്ടി കളിക്കുന്ന ദൃശ്യങ്ങളാണു ഭിത്തിയിൽ മിന്നിമറഞ്ഞുകൊണ്ടിരുന്നത്. ഒരു മാന്ത്രികനെപ്പോലെ പന്തു കാലിലെടുത്ത് എതിരാളികളെ വെട്ടിച്ചു മുന്നേറി എതിർ ഗോൾമുഖം വിറപ്പിക്കുന്ന പോലെ, ആ മനുഷ്യന്റെ കരുത്ത്. അതങ്ങനെ സ്ക്രീനിൽ തുള്ളിത്തുളുമ്പുകയാണ്.

അതിനൊപ്പം എബി പറഞ്ഞു: ''വെറും പതിനാറു വയസ്സും ഒൻപതു മാസവും ഉള്ളപ്പോഴാ പെലെ ആദ്യമായി ബ്രസീൽ ദേശീയ ടീമിന്റെ കുപ്പായമണിയുന്നത്. പിന്നെ ആ പ്രതിഭയുടെ അത്ഭുതപ്രകടനങ്ങൾ കൊണ്ടാ 1958ലും 1962ലും 1970ലും ബ്രസീൽ ലോകകപ്പ് കിരീടം നേടുന്നത്.''

''എനിക്കറിയാം എബിയേട്ടാ, ഞാൻ വായിച്ചിട്ടുണ്ട്.'' ലയ പറഞ്ഞു.

''ഇന്നും ലോകം കണ്ട ഏറ്റവും മികച്ച ഫുട്ബോളറായി നാം വിലയിരുത്തുന്നത് ഈ മനുഷ്യനെയാ. കണ്ടില്ലേ അദ്ദേഹത്തിന്റെ ഡ്രിബ്ലിങ് സ്കിൽ, പാസുകളുടെ കൃത്യത. ഫിനിഷിങ് മികവ്.'' ദൃശ്യങ്ങൾ ഓരോന്നു ചൂണ്ടിക്കാട്ടി എബി ചോദിച്ചു.

ശരിയാണ്. ഇപ്പോഴത്തെ റൊണാൾഡോയും ലയണൽ മെസ്സിയും നെയ്മറും ഒന്നും പെലെയുടെ ഈ കഴിവുകളുടെ അടുത്തെത്തുകയില്ലെന്നു തോന്നുന്നു. എബിയേട്ടൻ പറയുന്നത് ഒട്ടും കള്ളമല്ല - ലയ വിചാരിച്ചു.

പിന്നെ ഭിത്തിയിൽ പ്രത്യക്ഷപ്പെട്ടത് ഒരു അത്‌ലറ്റിന്റെ ദൃശ്യങ്ങളാണ്. അതാരാണെന്നു ലയയ്ക്കു മനസ്സിലായില്ല.

എബി പറഞ്ഞു കൊടുത്തു: ''ഇതാണ് ജെസ്സീ ഓവൻസ്. 1936ലെ ബെർലിൻ ഒളിംപിക്സിൽ ആര്യന്മാരാണ് ലോകത്തിലെ ഏറ്റവും മികച്ചവർ എന്നു വാദിച്ചുകൊണ്ടിരുന്ന ഹിറ്റ്ലറുടെ മുൻപിൽ വെച്ചാ ജെസ്സീ ഓവൻസ് 100 മീറ്ററിലും 200 മീറ്ററിൽ 4x100 മീറ്റർ റിലേയിലും ലോങ്ജംപിലും സ്വർണം നേടിയത്. ലോകം കണ്ട ഏറ്റവും മികച്ച അത്‌ലീറ്റ് എന്ന് ഇന്നും ഈ താരം വാഴ്ത്തപ്പെടുന്നു.''

ലയയ്ക്ക് ആവേശം തോന്നി. താൻ ആരുടെ മുന്നിലും കീഴടങ്ങില്ല എന്ന നിശ്ശബ്ദമായ പ്രഖ്യാപനമുണ്ട് ആ കരുത്തനായ മനുഷ്യന്റെ കണ്ണുകളിൽ.

പിന്നാലെ എബി കാണിച്ചു കൊടുത്തതു ബോക്സിങ്ങിലെ ചില ദൃശ്യങ്ങളാണ്. മിന്നൽ വേഗത്തിൽ എതിരാളികളെ ഇടിച്ചു വശം കെടുത്തുന്ന ഒരു ബോക്സറെ ചൂണ്ടി എബി ആരാഞ്ഞു: ''അതാരാ ലയാ?''

''മുഹമ്മദലി.''

''ശരിയാണ്. ഒരുകാലത്തെ ലോക ബോക്സിങ് ചാമ്പ്യൻ. എന്തൊരു വേഗമാണ്. എന്തൊരു വഴക്കമാണ് ആ മനുഷ്യന്. മുഹമ്മദലിയെയും അദ്ദേഹത്തിന്റെ രംഗത്തെ ഏറ്റവും വലിയ പ്രതിഭയായി ഇന്നും ലോകം വിലയിരുത്തുന്നു. ശരിയാ. മുഹമ്മദലിക്കു തുല്യം മുഹമ്മദലി മാത്രം.''

എതിരാളിയെ വീഴ്ത്തി ആകാശത്തേക്കു കൈകളുയർത്തുന്ന മുഹമ്മദലിയെ കാണുമ്പോൾ ലയയ്ക്കും തോന്നി. ശരിയാണ് എബി പറഞ്ഞതെല്ലാം ശരിയാണ്.

അടുത്ത നിമിഷം ലയയുടെ തൊട്ടരികിൽ വന്ന് എബി മന്ത്രിച്ചു:

''ഇനിയാണ് ഞാൻ എത്രയോ കാലമായി ലയയോടു ചോദിക്കാൻ കാത്തിരുന്ന ചോദ്യം പുറത്തെടുക്കാൻ പോകുന്നത്.''

''ആയിക്കോളൂ.'' ലയ സമ്മതിച്ചു.

''മോൾ ഇക്കണ്ട ലോകജേതാക്കളുടെ, കായികേതിഹാസങ്ങളുടെയെല്ലാം തൊലിയുടെ നിറമെന്താ?''

ലയ സ്വയമറിയാതെ ഒന്നു സ്തബ്ധയായശേഷം മന്ത്രിച്ചു: ''കറുപ്പ്.''

എബി പിന്നെ ശാന്തനായി പറഞ്ഞു തുടങ്ങി: ''എന്റെ കുട്ടീ, ക്രിക്കറ്റിൽ വിവിയൻ റിച്ചാർഡ്സ്, ടെന്നീസിൽ സെറീനാ വില്യംസ്. എന്തിനാ നമ്മൾ ലോകത്തിലേക്ക് ഇറങ്ങിപ്പോണേ. ഹിറ്റ്ലറുടെ ജർമ്മനിയെ ഹിറ്റ്ലറുടെ കൺമുന്നിൽ വെച്ചു തകർത്തുവിട്ട ഇന്ത്യൻ ഒളിംപിക് ഹോക്കി ടീമിന്റെ ക്യാപ്റ്റൻ, ഹോക്കി മാന്ത്രികൻ എന്നു വിശേഷിപ്പിക്കപ്പെടുന്ന ധ്യാൻ ചന്ദ്, ക്രിക്കറ്റിലെ നമ്മുടെ ഒരേയൊരു സച്ചിൻ തെൻഡുൽക്കർ, ഇപ്പോ ഷട്ടിൽ ബാഡ്മിന്റനിൽ ലോകം ഭയക്കുന്ന പി.വി. സിന്ധു... ഇവരൊക്കെ വെളുപ്പാണോ, ഇവരെ ഒക്കെ കറുമ്പന്മാരായല്ലേ സായിപ്പ് എണ്ണിയിരിക്കുന്നേ?''

ലയയ്ക്ക് ഉത്തരമില്ലായിരുന്നു. ശരിയാണ്. ഇന്ത്യക്കാരും കറുമ്പന്മാരാണ്, ലോകത്തിന്റെ കണ്ണിൽ.

''ഇപ്പോ മനസ്സിലായോ ലയയ്ക്ക്, കറുപ്പ് ഒരു കുറവല്ലാന്ന്. ഒരു കായികതാരത്തിന്റെയോ മനുഷ്യന്റെ തന്നെയോ സൗന്ദര്യത്തിന്റെ അടിസ്ഥാനം അയാളുടെ നിറമല്ല. മറിച്ച് അയാളുടെ കഴിവാണ്. പ്രതിഭയാണ്. ഒരാൾ ജോലി ചെയ്യുന്ന മേഖലയിൽ കാട്ടുന്ന ആത്മാർപ്പണവും

അതുവഴി അയാൾ നേടിയെടുക്കുന്ന വിജയവുമാണ് അയാളുടെ സൗന്ദര്യം. അല്ലെന്നു പറയാൻ കഴിയുമോ ഇനി ലയയ്ക്ക്?''

ലയയ്ക്ക് ഉത്തരം മുട്ടി. ലയയുടെ മനസ്സിൽ പിന്നെയും പെലെയും ജെസ്സി ഓവൻസും മുഹമ്മദലിയും ധ്യാൻചന്ദും ഒക്കെ നിറഞ്ഞാടി.

''ഇനി ശരിയായ കാര്യത്തിലേക്കു വരാം. കളിക്കളത്തിൽ മോളെ ഒരാൾ മോൾടെ നിറത്തിന്റെ പേരിൽ ആക്ഷേപിക്കുന്നുണ്ടെങ്കിൽ അതിനർത്ഥം അയാൾക്കു സ്പോർട്സ്മാൻ സ്പിരിറ്റില്ലെന്നാ. അയാൾ ഒരു മനുഷ്യനാകാൻ പോലും അർഹതയില്ലാത്ത ആളാന്നാ. ഈ കണ്ട കായികതാരങ്ങൾ ഒക്കെ അവരുടെ ജീവിതകാലത്തു നിറം കറുപ്പായതിന്റെ പേരിൽ ആക്ഷേപിക്കപ്പെട്ടിട്ടുണ്ട്. പക്ഷേ, ആക്ഷേപിച്ചവർ തെറ്റാണെന്ന് അവർ തെളിയിച്ചു. അവർ ആ പരിഹാസത്തിൽ ഒരു കാലവും തളർന്നില്ല. പൊരുതി ജയിച്ചു. ലോകത്തിനു കാട്ടിക്കൊടുത്തു, തങ്ങൾ ആരാന്ന്. പക്ഷേ, മോളോ?''

ലയയുടെ കണ്ണുകൾ നിറഞ്ഞു.

''മോളേ, നിറത്തിന്റെ പേരിൽ ആക്ഷേപിക്കപ്പെടുമ്പോൾ തളരാൻ മോൾക്ക് അവകാശമില്ല. നിറം മോളുടെ കുറ്റമല്ല. ഒരാളുടെയും കുറ്റമല്ല. മാത്രമല്ല, മോൾ വളരെ പ്രതിഭയുള്ള കളിക്കാരിയാണ്. മോൾ മോളോടും മോളുടെ കുടുംബത്തോടും ഈ ഗെയിമിനോടുതന്നെ നീതി ചെയ്യുന്നത് എങ്ങനെ ആക്ഷേപിക്കപ്പെട്ടാലും അതവഗണിച്ച് ഉറച്ചുനിന്നു പോരാടി ജയിക്കുമ്പോഴാണ്.''

ലയ, 'എബിയേട്ടാ' എന്നു വിളിച്ചു, അറിയാതെ വിതുമ്പി. ആ കണ്ണുനീർ സങ്കടത്തിന്റേതായിരുന്നില്ല എന്ന് എബി അറിഞ്ഞു. അതു തിരിച്ചറിവിന്റേതാണ്. അതോടെ എബി എല്ലാം മതിയാക്കി. വീഡിയോ പ്രൊജക്ടറും ലാപ്ടോപ്പും ഒക്കെ എടുത്തു തിരിച്ചുപോയി.

''ഇനി എല്ലാം ലയ സ്വയം തീരുമാനിക്കട്ടെ. അതുണ്ടാവണം, അതുണ്ടാവും.'' എന്നുതന്നെ എബി വിചാരിച്ചു. ഒരാൾ ആദ്യം ജയിക്കേണ്ടതു സ്വയമാണ്. തന്നെ പിടിച്ചുവയ്ക്കുന്ന, തന്നെ തടയുന്ന ഉള്ളിലെ സംഘർഷങ്ങൾ മറികടന്നുവേണം അയാൾ ലോകത്തെ ജയിക്കാൻ പുറപ്പെടാൻ. ലയയ്ക്ക് ഇനി അതിനു കഴിയുമായിരിക്കാം.

ഇതെല്ലാം കണ്ട് ഒരാൾകൂടി കണ്ണുകൾ തുളുമ്പി നിന്നു - അമൃത. അവൾ ഉറങ്ങിയിട്ടുണ്ടായിരുന്നില്ല. ആശങ്കയോടെ, എബിയുടെ വരവും ആ വീഡിയോ പ്രൊജക്ഷനും ഒക്കെ അവൾ മറഞ്ഞുനിന്നു കാണുകയായിരുന്നു. തന്റെ ആരുമല്ലാത്ത ഒരു കുട്ടിക്കുവേണ്ടി എബി എന്തൊക്കെ ചെയ്യുന്നു എന്ന് അമൃത വിചാരിച്ചു. രാത്രി അപകടം വകവയ്ക്കാതെ പൈപ്പുവഴി ലയയുടെ മുറിയിൽകയറി, അവളെ ബോധ്യപ്പെടുത്താൻ ഒരു അച്ഛനെപ്പോലെയോ, ഏട്ടനെപ്പോലെയോ ഒക്കെ അവൻ പാടുപെടുകയാണ്. ഇതല്ലേ നന്മ, ഒരു കളങ്കവുമില്ലാത്ത സ്നേഹം. അമൃതയ്ക്കു കരച്ചിൽ വന്നു. എന്നിട്ടും താനവനോട് ഇതുവരെ ഒരു നന്ദി

വാക്കുപോലും പറഞ്ഞില്ല. നന്ദി പറഞ്ഞില്ലെന്നതുപോകട്ടെ, ആവുന്നത്ര ആക്ഷേപിച്ചു. ശകാരിച്ചു.

അമൃതയുടെ തലയണ അന്നു രാത്രി കണ്ണീരുകൊണ്ടു കുതിർന്നു. പിറ്റേന്ന് ജോലിക്കിടയിൽ, അമൃതയുടെ ഫോണിലേക്ക് ലയയുടെ ഫോൺ വന്നു.

''അമ്മാ, ഞാൻ ഡിസ്ട്രിക്ട് ചാമ്പ്യൻഷിപ്പിൽ പങ്കെടുക്കാൻ തീരുമാനിച്ചു. പേരും രജിസ്റ്റർ ചെയ്തു.''

''എനിക്കറിയാമായിരുന്നു.'' മറുപടി പറയാൻ ബുദ്ധിമുട്ടിയ അമൃത പറഞ്ഞൊപ്പിച്ചു. ''നീ നിന്റെ അച്ഛന്റെ മോളല്ലേ.''

അതു കേട്ടു ലയ ചിരിച്ചു.

അടുത്ത ദിവസങ്ങളിലെല്ലാം ലയ കൃത്യമായി പ്രാക്ടീസ് ചെയ്തു. നന്നായി ഭക്ഷണം കഴിച്ചു. ഇടയ്ക്കു ശ്രേയയെ വിളിച്ചു:

''ചേച്ചീ, ഇത്തവണ ഞാൻ ഉറപ്പിച്ചാ കേട്ടോ.'' എന്നു വാശിയോടെ പറഞ്ഞു.

ശ്രേയയ്ക്കും സന്തോഷമായി. തന്റെ അനിയത്തി ഇനി വീണുപോവുകയില്ലെന്ന് അവൾ സമാധാനിപ്പിച്ചു.

ചാമ്പ്യൻഷിപ്പിന്റെ ഫിക്സ്ചർ വന്നു.

ലയയും ഇന്ദുമേനോനും രണ്ടു ഗ്രൂപ്പിലാണ്. ആദ്യറൗണ്ടുകളിലൊന്നും അവർ തമ്മിൽ ഏറ്റുമുട്ടേണ്ടതില്ല. എന്നാൽ തങ്ങളുടെ എല്ലാ കളികളും ജയിച്ചാൽ അവരിരുവരും ഫൈനലിലെത്തും.

''നിന്നെ എനിക്കു ഫസ്റ്റ് റൗണ്ടിൽ കിട്ടിയാൽ അപ്പോഴേ തോൽപിക്കാമായിരുന്നു.'' എന്ന് ഇന്ദു, ലയയെ കാണുമ്പോഴെല്ലാം പരിഹസിച്ചു. ലയ പ്രതികരിക്കാൻ പോയതേയില്ല. പക്ഷേ, അവളിൽ അമർഷം പതഞ്ഞുപൊങ്ങി.

ആദ്യറൗണ്ടുകളിൽ ഇന്ദുവും ലയയും അനായാസം ജയിച്ചു. ലയ പ്രത്യേകിച്ച് എതിരാളികൾക്ക് ഒരവസരവും നൽകിയില്ല. ഗ്രൗണ്ടിലിറങ്ങുന്ന നിമിഷം മുതൽ അവൾ മറ്റൊരാളായി. 'കില്ലർ ഇൻസ്റ്റിങ്ന്റ്' എന്നു വിശേഷിപ്പിക്കാവുന്ന വിജയദാഹം അവളിൽ കത്തിനിന്നിരുന്നു. കോച്ച് മിഥുൻ തോമസ് ഇതുകണ്ടു ഞെട്ടിപ്പോയി.

കഴിഞ്ഞ ദിവസം വരെ കണ്ട ലയയല്ല ഇതെന്ന് അയാൾക്കു മനസ്സിലായി. ഇതു ജയിച്ചേ മടങ്ങൂ എന്നു തീരുമാനിച്ചുറച്ച ഒരാളാണ്. അതുപോലെ എബിയും അമൃതയും ലയയുടെ എല്ലാ കളിയും കാണാനെത്തിയിരുന്നു.

അമൃത മുൻനിരയിൽതന്നെ ഇരുന്നു മകളെ പ്രോത്സാഹിപ്പിച്ചു. അവൾ അസാധ്യമായ പ്ലേസിങ്ങുകൾ നടത്തുമ്പോൾ, അപാരമായ സ്മാഷുകൾ ഉതിർക്കുമ്പോൾ അമൃത രതീഷിനോട് ഉറക്കെത്തന്നെ പറഞ്ഞു - രതീഷ്, നീ കണ്ടോ, ഇതാ നിന്റെ കുഞ്ഞ് ആകാശത്തോളം

ഉയരാൻ തുടങ്ങുന്നു. പറക്കാൻ തുടങ്ങുന്നു. നീയിതു ദയവായി കാണൂ. അടുത്ത നിമിഷം അവൾ എബിയെയും ഓർക്കും. അവൻ ഒരാളാണ് വീണുപോയ എന്റെ മകളെ താങ്ങിയത്. അതും തീരാത്ത വാത്സല്യത്തോടെ.

അമൃത അപ്പോൾ തിരിഞ്ഞുനോക്കും. അവൾക്കു കാണാം. ഗാലറിയുടെ ഒരു കോണിൽ തനിച്ചിരിപ്പുണ്ട് അവൻ. സശ്രദ്ധം. അമൃതയ്ക്കറിയാം, രാത്രി അവൻ ലയയെ വിളിക്കുന്നുണ്ട്. ശേഷം അന്നത്തെ കളിയുടെ വിശകലനം നടത്തുന്നുണ്ട്. ലയയ്ക്കു വരുന്ന ഓരോ പിഴവും ചൂണ്ടിക്കാട്ടുന്നുണ്ട്. ലയയെ പിന്നെയും താങ്ങിനിർത്തുന്നുണ്ട്.

ലയ അതു തന്നോടു പറയാത്തതാണ്. ആവട്ടെ. എന്തും ആവട്ടെ. തന്റെ മകൾ ജയിക്കുന്നത്, ചിരിക്കുന്നതു മാത്രം കണ്ടാൽ മതി തനിക്ക്. എബിയും ഇടയ്ക്കിടെ അമൃതയുടെ നോട്ടം കാണുന്നുണ്ട്. എന്നാലും താനതറിയുന്നേയില്ല എന്ന മട്ടിലിരുന്നു അവൻ. പിന്നെ ഓരോ നിമിഷവും അവനു വല്ലാത്ത സന്തോഷം തോന്നി. ലയ ഒരു കായിക താരത്തിനുണ്ടാവേണ്ട ഏറ്റവും വലിയ മേന്മ കൈവരിച്ചിരിക്കുന്നു. തന്റെ ഗെയിമിനപ്പുറമുള്ള ഒരു കാര്യവും അവളെ ബാധിക്കുന്നില്ല. അവളുടെ കണ്ണിൽ കോർട്ടിൽ പറന്നുയരുന്ന ഷട്ടിലേയുള്ളൂ. അവളുടെ ശരീരം കുതിക്കുന്നത്, അതു ലക്ഷ്യമാക്കി മാത്രമാണ്. അതും അവൾ പോലുമറിയാതെ. അത്രയും ഏകാഗ്രതയില്ലാത്ത, ലക്ഷ്യബോധമില്ലാത്ത ഒരാൾക്കു കായികരംഗത്തു വിജയിക്കാനാവില്ല. സ്വയമറിയാതെ വേണം അയാൾ കളിക്കളത്തിൽ നിൽക്കാൻ, ചലിക്കാൻ, പറക്കാൻ.

എബി എന്നും മറ്റൊരാളുടെ സാന്നിധ്യം കൂടി ആ ഗാലറിയിൽ കണ്ടു. രാമഭദ്രന്റെ. പക്ഷേ, അയാൾ ലയയെയോ അവളുടെ അതിമനോഹരമായ കളിയോ ശ്രദ്ധിക്കുന്നില്ലെന്ന് എളുപ്പം എബി കണ്ടുപിടിച്ചു. അയാളുടെ ശ്രദ്ധ മുഴുവൻ മുൻനിരയിലിരിക്കുന്ന അമൃതയിലാണ്. അമൃതയുടെ വടിവുള്ള ശരീരം കണ്ടുകൊണ്ടു കൊത്തിവിഴുങ്ങുകയാണ് അയാൾ. അയാൾക്കു വെറിപിടിച്ചിരിക്കുന്നെന്നും വരും ദിവസങ്ങളിലൊന്നിൽ അയാൾ കെട്ടുപൊട്ടിച്ച്, നിയന്ത്രണം വിട്ട് അമൃതയോടു പെരുമാറുമെന്നും എബി ഭയന്നു.

സെമിയിൽ ഇന്ദു പാടുപെട്ടാണ് ജയിച്ചത്. തോൽവിയുടെ വക്കിൽ നിന്നു കയറിവന്ന് എതിരാളിയെ വീഴ്ത്തി അവൾ ഫൈനലിലെത്തി. രണ്ടാം സെമിയിൽ ലയ, വിജി ഗോപിനാഥിനെയാണ് നേരിട്ടത്. വിജിയും കഴിവുള്ള താരമായിരുന്നു. പക്ഷേ, ആദ്യം മുതൽ ലയ ആക്രമിക്കുകയായിരുന്നു. നീണ്ട റാലികളോ, പ്ലേസിങ്ങുകൾക്കോ ഒന്നും ഇത്തവണ ലയ മുതിർന്നില്ല. പവർ ഗെയിമായിരുന്നു ലയ പുറത്തെടുത്തത്. വിജി, അതിൽ പതറി. ആ അവസരം ലയ കൃത്യമായി മുതലെടുക്കുകയും ചെയ്തു. അങ്ങനെ വിജി ഗോപിനാഥ് വലിയ പ്രതിരോധമില്ലാതെ കീഴടങ്ങി.

എല്ലാവരും പ്രതീക്ഷിച്ച ഫൈലനാണ് ഇനി. ഇന്ദു മേനോനും സ്ഥിരം എതിരാളി ലയയും തമ്മിലുള്ള കലാശക്കളി. കളിയുടെ തലേന്ന് ഉച്ചയോടെ എബിയെ ലയ വിളിച്ചു:

''ഹലോ, എബിയേട്ടാ.''

''ഞാനങ്ങോട്ടു വിളിക്കാനിരിക്കയായിരുന്നു കുട്ടീ.''

''എന്തേ?''

''നിനക്കു പേടിയുണ്ടോന്നു ചോദിക്കാൻ.''

''അതുകൊണ്ടുതന്നാ ഞാൻ അങ്ങോട്ടു വിളിച്ചത്. എനിക്ക് ഇത്തിരി ധൈര്യം നഷ്ടപ്പെടുവാ.''

''നീ ഇങ്ങനെയാവരുത് ലയാ.''

''ഇന്ദു എന്നും എന്നെ ആക്ഷേപിക്കും. അതെങ്ങനാ ഞാൻ ഫെയ്സ് ചെയ്യുക എന്നെനിക്കറിയില്ല എബിയേട്ടാ.''

''മോളേ, മോൾ തോറ്റാൽ ആരാ ഏറ്റവും വേദനിക്കാന്നറിയോ?''

''എന്റെ അമ്മ.''

''അതെ. അവർ നിങ്ങൾ കുട്ടികൾക്കുവേണ്ടിയാ ജീവിക്കുന്നത്. അവരെ തോൽപിക്കുവാൻ ലയയ്ക്ക് അവകാശമുണ്ടോ? ലയ അങ്ങനെ ചെയ്യുമോ?''

കുറച്ചുനേരം എടുത്തശേഷം ലയ ഉറപ്പിച്ചു പറഞ്ഞു:

''ഇല്ല.'' അല്പം കഴിഞ്ഞ് ലയ വീണ്ടും പറഞ്ഞു. ഇത്തവണ കൂടുതൽ വാശിയോടെ ''ഇല്ല എബിയേട്ടാ. നാളെ ഞാൻ തോൽക്കുകയേയില്ല.''

''വാക്ക്.''

''വാക്ക്.''

''പിന്നെ ഒരു കാര്യം കൂടി പറയാനുണ്ട്.''

''പറയൂ.''

''അതു ഞാൻ ഫൈനൽ കഴിഞ്ഞു പറയാം. അത് എബിയേട്ടനോടു മാത്രായി പറയാനുള്ളതാ.''

''ശരി. ഞാൻ കേൾക്കാം.''

പിന്നെ ലയ ഫോൺ വെച്ചു.

ആ വേള എബി ഭയന്ന ഒരു കാര്യം കൂടി നടക്കാൻ പോവുകയായിരുന്നു. അതിനായി രാമഭദ്രൻ മാർജിൻ ഫ്രീ മാർക്കറ്റിലേക്കു കയറിച്ചെന്നു. അവിടെ വലിയ തിരക്കുണ്ടായിരുന്നില്ല. അമൃത തനിച്ച് ഓഫീസ് മുറിയിലിരിക്കുകയായിരുന്നു. ആരോടൊക്കെയോ ചോദിച്ചു ചോദിച്ച്, രാമഭദ്രൻ ആ മുറിയിലേക്കു മെല്ലെ പ്രവേശിച്ചു. വെറിയോടെ.

ഇരുപത്തിനാല്

അമൃത തലയുയർത്തി നോക്കിയപ്പോൾ രാമഭദ്രനെ കണ്ട് അത്ഭുതപ്പെട്ടു. ഇയാളെന്തു ഭാവിച്ചാ ഇവിടെ? രാമഭദ്രൻ അമൃതയ്ക്ക് എതിരേയുള്ള സീറ്റിൽ ഇടംപിടിച്ചു.

''എന്തേ രാമഭദ്രാ.'' അമൃത സങ്കോചത്തോടെ ആരാഞ്ഞു.

''എനിക്കിതു പറയാതിരിക്കാൻ പറ്റാത്തതുകൊണ്ടു വന്നതാണ്.'' രാമഭദ്രൻ അതു പറയുമ്പോൾ കിതച്ചു. പിന്നെ അവിടെ കണ്ട കസേരയിൽ ചാടിയിരുന്നു.

''എബിയുമായി എനിക്കെന്തോ വഴിവിട്ട അടുപ്പമുണ്ടെന്നു സംശയിച്ച് ഉപദേശിക്കാനാണു പുറപ്പാടെങ്കിൽ നോ. എനിക്കു കേൾക്കാൻ താത്പര്യമില്ല.''

''അതല്ല.''

''പിന്നെ?''

മറുപടി പറയാൻ ഒരുപാടു സമയമെടുത്തശേഷം രാമഭദ്രൻ അപേക്ഷിച്ചു.

''എനിക്കു പറയാനുള്ളതു മുഴുവൻ അമൃത കേൾക്കണം.''

കേൾക്കാമെന്ന് അവൾ തലയാട്ടി.

''ഓരോരുത്തർക്കും ഓരോ കമ്പമല്ലേ അമൃതാ. എനിക്കും അതേ. അതിനു പ്രത്യേകിച്ച് എന്താ കാരണം എന്നു ചോദിച്ചാൽ അറിയുകയില്ല. പിന്നെ ഞാൻ എന്നെ നിയന്ത്രിക്കാൻ ശ്രമിച്ചിട്ടു സാധിക്കുന്നുമില്ല.''

അമൃതയ്ക്കു രാമഭദ്രൻ എങ്ങോട്ടാണു പോകുന്നതെന്നു മനസ്സിലായിത്തുടങ്ങി.

''എന്റെ ആ വല്ലാത്ത കമ്പം അമൃതയാ. അതൊരു വൺ നൈറ്റ് സ്റ്റാൻഡ് ആണെന്ന് അമൃത തെറ്റിദ്ധരിക്കണ്ട. നമുക്കു കഴിയുന്നിടത്തോളം ഒന്നിച്ചു ജീവിക്കാം. പക്ഷേ, രഹസ്യമായി. വെറുതെ വേണ്ട.

അമൃതയുടെ ചെലവുകൾ എല്ലാം, അല്ലേ അമൃതയ്ക്കു വേണ്ടതെല്ലാം ഇനി ഞാൻ തരാം. അതും അമൃത ആഗ്രഹിക്കുന്ന കാലത്തോളം.''

രാമഭദ്രനെ ചൂഴ്ന്നു നോക്കിക്കൊണ്ട് അമൃത പറഞ്ഞു: ''എഴുന്നേൽക്ക്.''

അതിനു തയ്യാറാകാതെ രാമഭദ്രൻ യാചിച്ചു: ''അമൃതാ പ്ലീസ്...''

ആ നിമിഷം അമൃത അയാളുടെ മുഖത്തു തുപ്പി.

''ഫ നായേ... വേണ്ടാ വേണ്ടാന്നു വെയ്ക്കുമ്പോ പിന്നെയും പിന്നെയും എന്റെ നേർക്കു കുരയ്ക്കുകയാ അല്ലേ? ഇറങ്ങെടാ വെളിയിൽ.''

അമൃത പ്രതീക്ഷിച്ചതുപോലെ രാമഭദ്രൻ ഭയന്നതേയില്ല. അയാൾ നിമിഷങ്ങളോളം അമൃതയെ നോക്കി ഇരുന്നശേഷം എഴുന്നേറ്റു. പിന്നെ പാന്റ്സിന്റെ പോക്കറ്റിൽ നിന്നു ടവ്വൽ എടുത്തു തന്റെ മുഖത്തെ തുപ്പൽ തുടച്ച് ഉറപ്പിച്ചു പറഞ്ഞു:

''ഞാനിതോടെ വാലും ചുരുട്ടി ഓടും എന്നായിരിക്കും അമൃത ധരിച്ചിട്ടുണ്ടാവുക. അതു വെറുതെയാ അമൃതാ. അത് അമൃതയുടെ വെറുമൊരു സ്വപ്നാ. ഞാൻ ഇതിന് ഒന്നിനു പത്തായി പകരം വീട്ടും. അല്ലേ നോക്കിക്കോ. അല്ലേ എന്റെ പേര് അമൃത ഒരു പീറപ്പട്ടിയെ വാങ്ങി അതിന് ഇട്ടു വിളിച്ചോ.''

അതു പറയുമ്പോൾ അയാളുടെ കണ്ണുകൾ ഒഴുകുന്നുണ്ടായിരുന്നു. കാമം കരഞ്ഞു തീർക്കുക എന്നു പറയുന്നത് ഇതാവാം. ഇയാൾ, ഇയാൾ എന്തു ജന്മമാണ്. അമൃത അസ്വസ്ഥയായി.

ഇനി മൂന്നുനാലു മണിക്കൂറേയുള്ളൂ ഫൈനലിന്. അവിടെ നല്ല മാനസികാവസ്ഥയിൽ പോയിരിക്കണം. അല്ലെങ്കിൽ അതു ലയയെയും അസ്വസ്ഥയാക്കും. അവളിപ്പോൾ എങ്ങനെയൊക്കെയോ അവളെ തിരിച്ചുപിടിച്ചുകൊണ്ടിരിക്കുകയാണ്. താനായിട്ട് അത്... പക്ഷേ, ഈ മൂഡൊന്നു മാറ്റിയെടുത്തേ പറ്റൂ. തനിക്ക്. അമൃത പിന്നെ അവിടെ ഇരുന്നില്ല. പുറത്തേക്കിറങ്ങി ആരെയാണ് ഒന്നു വിളിക്കുക. ജലജയോടും ട്രീസയോടും മാത്രമേ തനിക്കു കുറച്ചെങ്കിലും അടുപ്പമുള്ളൂ.

അമൃതയുടെ ഫോൺ കിട്ടി ഒരു പതിനഞ്ചു മിനിറ്റിനുള്ളിൽ ആ ഇന്ത്യൻ കോഫി ഹൗസിൽ ട്രീസ എത്തി. വലിയ തിരക്കില്ലായിരുന്നു. ഒരു മൂലയിൽ തനിച്ചിരിക്കുന്ന അമൃതയെ ട്രീസ കണ്ടു.

''എന്തുപറ്റി നിനക്ക്? ശബ്ദം അത്ര വല്ലാതിരുന്നു.''

ട്രീസ അമൃതയുടെ കൈയിൽ പിടിച്ചുകൊണ്ട് ചോദിച്ചു.

അമൃത പിന്നെ രാമഭദ്രനെക്കുറിച്ചു പറഞ്ഞു. അതിനിടയിൽ എബിയെപ്പറ്റിയും. തുടക്കം മുതൽ തൊട്ടു മുൻപു സംഭവിച്ചതുവരെ അവൾ

വിവരിച്ചു. പിന്നെ അമൃതയ്ക്ക് ഒന്നും പറയേണ്ടി വന്നില്ല ട്രീസ സംസാരിച്ചുതുടങ്ങി:

''സാരമില്ല. നീ ഈ സിറ്റ്വേഷൻ നന്നായി കൈകാര്യം ചെയ്തു. നിന്റെ അനിഷ്ടം രാമഭദ്രനോടു തുറന്നു പറഞ്ഞതാണ്. പിന്നെയും പിന്നെയും പിറകെ വന്നപ്പോ ആട്ടിയിറക്കി, മുഖത്തു തുപ്പി. അത്രയല്ലേയുള്ളൂ. പിന്നെ നീ എന്താണു ചെയ്യുക? അതിൽ അസ്വസ്ഥയാവണ്ട. അതേക്കുറിച്ച് ഇനി ഓർക്കണ്ട.''

''അതല്ല. അയാൾ പകവീട്ടും എന്ന വാശിയിലാ.''

''എന്തു പക വീട്ടാനാ. അയാളോടു പോകാൻ പറ.'' ട്രീസ അതു നിസ്സാരമായി തള്ളി.

''കാമം മാത്രമല്ല. എബിയും താനും തമ്മിലുള്ള അടുപ്പംകൂടി അയാളെ ഭ്രാന്തു പിടിപ്പിക്കുന്നുണ്ട്. അയാൾ എബിയെ ഉപദ്രവിച്ചേക്കാം ട്രീസാ. എബിക്കു ഞാൻ കാരണം മറ്റൊരാളിൽ നിന്നു മോശം അനുഭവം ഉണ്ടായതല്ലേ? വീണ്ടും ഞാനാ കുട്ടിക്ക് ഒരു കുരിശാവുകയാണ്.''

''നീ ഇപ്പോ നിന്നെക്കുറിച്ചല്ല വേവലാതിപ്പെടുന്നത്, മറ്റൊരാളെപ്പറ്റിയാ.''

''അതിലെന്താ തെറ്റ്. ഇനി രാമഭദ്രനും ആ കുട്ടിയെ കൈവെയ്ക്കുന്നതിനു ഞാൻ സാക്ഷി നിൽക്കണോ?''

''അങ്ങനെ സംഭവിക്കുമെന്ന് ആരു പറഞ്ഞു. ഇതു നീ വെറുതെ ഭയക്കുകയാണ്. അല്ലേ സങ്കല്പിക്കുകയാണ്. ആധിപ്പെടുകയാണ്. ഈ പറഞ്ഞ എബി എന്ന ചെറുപ്പക്കാരനോടുള്ള വല്ലാത്ത സ്നേഹമോ അടുപ്പമോകൊണ്ട്.''

''ട്രീസ എന്താ ഈ പറഞ്ഞുവരുന്നേ?''

''ഞാൻ തുറന്നു ചോദിച്ചോട്ടെ. ഇങ്ങനെ ഒരു ആധി അമൃതയ്ക്ക് ഉണ്ടാവണേ, എബിയോട് പരിധിയിൽ കവിഞ്ഞ അടുപ്പം ഉണ്ടാവണം. അതും തീക്ഷ്ണമായ അടുപ്പം.''

അമൃത ആ നിമിഷം ആലോചിച്ചു. അനേകം തവണ ആലോചിച്ചു. അതേ കാര്യം തന്നെ. അങ്ങനെ താൻ എബിയുമായി വല്ലാതെ അടുത്തിട്ടുണ്ടോ? ശരിയാണ്. അവന്റെ ഫോൺ കോളുകൾ, വർത്തമാനം, സാന്നിധ്യം ഒക്കെ താൻ പതുക്കെ പതുക്കെ ആസ്വദിച്ചിട്ടുണ്ട്. അവന്റെ കോളുകൾ അസ്തമിച്ചപ്പോൾ, അവന്റെ വർത്തമാനം കേൾക്കാതായപ്പോൾ, അവന്റെ സാന്നിധ്യം ലഭിക്കാതായപ്പോൾ താൻ വല്ലാതെ വല്ലാതെ അസ്വസ്ഥയുമാണ്. അവൻ ഒന്നു വിളിച്ചിരുന്നെങ്കിൽ, സംസാരിച്ചിരുന്നെങ്കിൽ എന്നു താൻ ആരും അറിയാതെ മോഹിച്ചിട്ടുണ്ട്. പക്ഷേ, അതിനു ട്രീസ പറയുന്ന അർത്ഥമാണോ? തനിക്കറിയില്ല എന്ന് അമൃത പിടഞ്ഞു.

''അമൃതയുടെ ഉത്തരം മൗനം ആണെന്നതുതന്നെ എന്റെ ചോദ്യം ശരിവയ്ക്കലാണ്.''

''ട്രീസാ...''

''അമൃത പരിഭ്രമിക്കുന്നതെന്തിന്? ഇക്കാലത്ത് ഇതൊന്നും ഒരു തെറ്റല്ല. ഒരുപക്ഷേ, എബി അമൃതയേക്കാൾ ഇളയതാണ് എന്നതാവാം അമൃതയെ പരിഭ്രമിപ്പിക്കുന്നത്. ലോകത്തിൽ ആദ്യമായാണോ ഇങ്ങനെ ഒരു ബന്ധം രൂപപ്പെടുന്നത്? ഇന്നലെയും ഇന്നും ഒക്കെ അതുണ്ട്. സ്വാഭാവികമായും നാളെയും അതുണ്ടാവും.''

ഇതൊന്നും പോരാഞ്ഞ് ട്രീസ തന്റെ ജീവിതത്തിലെ ചില സ്വകാര്യങ്ങളും അമൃതയുടെ മുൻപിൽ നിരത്തി.

''അമൃത തനിച്ചാ. ഒരു പാർട്ണറില്ല. എന്റെ കാര്യം അതാണോ? എനിക്കു ശിവനുണ്ട് ഹസ്ബൻഡായി. പക്ഷേ, കഴിഞ്ഞ കുറേക്കാലമായി ഞങ്ങൾ ഉള്ളുകൊണ്ട് അകന്നുതുടങ്ങി. ഇതിനിടയിൽ എനിക്കൊരു സീരിയൽ നടനുമായി സൗഹൃദമുണ്ടായി. ഫെയ്സ്ബുക്കിലൂടെ. ആദ്യമൊക്കെ അതു കേവലസൗഹൃദം മാത്രമായിരുന്നു. പിന്നെ എന്റെ വന്യമായ ചില സ്വപ്നങ്ങൾ അയാൾ യാഥാർത്ഥ്യമാക്കി. എനിക്കു കള്ളുകുടിക്കണം എന്നു ചെറുപ്പത്തിലേ ആഗ്രഹമുണ്ടായിരുന്നു. അതും ബാറിൽ കയറി. ശിവന് അതു കേൾക്കുന്നതേ അലർജിയാ. എനിക്കു കാറിൽ പോകുന്നതിനേക്കാൾ ബൈക്കിൽ ടൂറു പോകുന്നതാ ഇഷ്ടം. ശിവനു പക്ഷേ, അതു സുരക്ഷിതമല്ലെന്ന പല്ലവിയാ. ഈ മനുഷ്യൻ എന്നെ ബാറിൽ കൊണ്ടുപോയി. ഞങ്ങൾ ശിവനറിയാതെ ബൈക്കിൽ ദൂരയാത്ര പോകാറുണ്ട്. അതിനും അപ്പുറമുള്ള എല്ലാ ബന്ധങ്ങളും ഞങ്ങൾക്കിടയിലുണ്ട്. ഇതൊക്കെ തെറ്റല്ലേ എന്നു ചോദിച്ചാ അല്ലാ എന്നാ ഞാൻ പറയുക. ആകെ ഒരു ജീവിതമേ ഉള്ളൂ. അപ്പോൾ പിന്നെ ഈ ആഗ്രഹങ്ങളൊന്നും സാധിക്കാതെ ഞാനങ്ങു മരിച്ചുപോയാ അതാ എനിക്ക് ഒരു തെറ്റായി തോന്നുക. അതുകൊണ്ട് അമൃതയോടുള്ള എന്റെ ഉപദേശം. ഇതാ, എന്താണു മനസ്സു പറയുന്നത് അതുപോലെ ജീവിക്കുക. എബിയെ ഇഷ്ടമാണെങ്കിൽ ആ ബന്ധം ആസ്വദിക്കുക. അതു പാപമേ അല്ല.''

ഒരു പെരുമഴപോലെ ഇങ്ങനെ പെയ്ത് ട്രീസ അങ്ങിറങ്ങിപ്പോയി. അമൃതയുടെ തല പെരുത്തു. താൻ ട്രീസയെ വിളിച്ചതു വലിയ വിഡ്ഢിത്തമായിപ്പോയി. ഇതൊന്നും കേൾക്കാനല്ല താൻ ആഗ്രഹിച്ചത്. ''ദൈവമേ... ഒരുപാടു നേരം വേണ്ടിവന്നു പിന്നെ അമൃതയ്ക്ക് അമൃതയെ വീണ്ടെടുക്കാൻ.

അമൃത ഷട്ടിൽ കോർട്ടിലെത്തുമ്പോൾ എബി അവിടെ ഇടം പിടിച്ചിരുന്നു - ഇത്തവണ മുൻനിരയിൽ. അയാളുടെ അടുത്തേ സീറ്റ്

ഒഴിവുള്ളൂ. അമൃത അവിടെ ചെന്നിരുന്നു. എബി അതു കണ്ടെങ്കിലും മിണ്ടിയില്ല. അവളും മിണ്ടാൻ പോയില്ല.

ഫൈനലിസ്റ്റുകൾ കോർട്ടിലേക്കു വരാനുള്ള അനൗൺസ്മെന്റ് മുഴങ്ങി. ഗാലറിക്കിടയിലുള്ള വഴിയിലൂടെ അവർ കടന്നുവന്നു. ആ വേള അമൃതയുടെ ഫോണിലേക്കു ശ്രേയയുടെ കോൾ വന്നു.

''അമ്മേ, കളി തുടങ്ങിയോ?''

''തുടങ്ങാൻ പോണു.''

''അവൾക്കൊന്നു കൊടുക്കോ?''

''മോളേ...'' എന്ന വിളിയോടെ അമൃത ഫോൺ ലയയ്ക്കു നേരെ നീട്ടി. ലയ അതു വാങ്ങിയപ്പോൾ ശ്രേയ പറഞ്ഞു:

''ഇന്നു നീ തോൽക്കില്ല മോളേ.''

''എന്തേ?'' ലയ ചോദിച്ചു.

''നമ്മുടെ അച്ഛൻ ഇന്നു നിന്റെ കൂടെ ഉണ്ട്. ആ ഗ്രൗണ്ടിൽ. അവിടുത്തെ കാറ്റിൽ. എനിക്കുറപ്പാ.''

ലയ തലയാട്ടി. അവളുടെ കണ്ണുനിറഞ്ഞു. പിന്നെ അവൾ ഫോൺ അമ്മയ്ക്കു തിരിച്ചു കൊടുത്തു. ഈ വേള എബി മന്ത്രിച്ചു:

''ഇനി കോർട്ടിലെത്തുംവരെ ലയ കളി ജയിച്ചു ട്രോഫി വാങ്ങുന്ന നിമിഷം മാത്രം മനസ്സിൽ കാണുക. പിന്നെ ശരീരവും തലച്ചോറും അതിനുവേണ്ടി പോരാടാൻ ലയയെ തയ്യാറാക്കും. അതൊരു തിയറിയാ.'' തലകുലുക്കി ലയ കോർട്ടിലേക്ക് ഓടിക്കയറി.

പതിവുപോലെ ലയ തന്നെയാണു ലീഡെടുത്തത്. ഇന്ദുവിന് ഒരവസരവും നൽകാതെ ആദ്യ സെറ്റ് 15-4നു ലയ സ്വന്തമാക്കി. അടുത്ത സെറ്റ് കൂടി ജയിച്ചാൽ ലയയാണു പുതിയ ചാമ്പ്യൻ. അമൃത ആ വിവരം ശ്രേയയ്ക്കു വാട്സ്ആപ് ചെയ്തു. ഒപ്പം കളംനിറഞ്ഞ് അനിയത്തി കളിക്കുന്ന ചില ഫോട്ടോകളും അവർ ചേച്ചിക്ക് അയച്ചുകൊടുത്തു.

രണ്ടാംസെറ്റ് തുടങ്ങാൻ കളിക്കാർ പരസ്പരം കോർട്ട് മാറവേ, എബി ഏറ്റവും ഭയന്ന നിമിഷം എത്തി. അതിനിടയിൽ ഇന്ദു ലയയെ പിടിച്ചുനിർത്തി പറഞ്ഞു: ''ബ്ലാക്കീ, ഇനി നീ തോൽക്കും. അപ്പോ നിന്റെ മുഖം ഒന്നുകൂടി കറുക്കും. ഞാനപ്പോ അതിൽ തൊട്ട് കൺമഷി എഴുതും, ബ്ലാക്കീ.''

ലയ ശാന്തമായി പറഞ്ഞു:

''ബ്ലാക്കി നിന്റെ അമ്മേടെ നായര്.''

ഇന്ദു ഞെട്ടിപ്പോയി.

എബിയും. ലയയ്ക്ക് ഇങ്ങനെ പ്രതികരിക്കാനാവുമെന്ന് എബി കരുതിയതേയില്ല. ക്രിക്കറ്റിൽ ഓസ്ട്രേലിയക്കാരാണ് എതിരാളികളെ

ചീത്തവിളിച്ച്, ആത്മവീര്യം കെടുത്തി തോൽപിക്കുന്നതിൽ മിടുക്കർ. സൗരവ് ഗാംഗുലി ക്യാപ്റ്റനായതോടെ ഇന്ത്യൻ ടീമും തിരിച്ചു ചീത്ത വിളി തുടങ്ങി. അങ്ങനെയങ്ങനെയാണ് ഓസ്ട്രേലിയ ഇന്ത്യയുടെ മുൻപിൽ പതറിത്തുടങ്ങിയത്. ലയ ഒരു കുഞ്ഞു ഗാംഗുലി ആവുക യാണ്.

തിരിച്ചു തന്റെ കോർട്ടിൽ കയറി ലയ എബിയെ നോക്കി ചിരിച്ചു. ഇന്ദു ആകെ വിളറിയാണ് തന്റെ കോർട്ടിലേക്കു ചെന്നത്. എബി ഇതി നിടയിലും ഫോക്കസ് ചെയ്യാൻ ആംഗ്യംകൊണ്ടു ലയയോടു നിർദ്ദേ ശിച്ചു. ലയ അതു കാണുകയും ചെയ്തു.

രണ്ടാംസെറ്റിൽ ലയയുടെ ശൗര്യം അവസാനിക്കുമെന്നാണ് കോച്ച് മിഥുൻ തോമസ് കണക്കുകൂട്ടിയത്.

എന്നാൽ മുറിവേറ്റ മൃഗത്തെപ്പോലെയായിരുന്നു ലയ. ഇന്ദുവിനെ തിരേ പ്ലേസ് ചെയ്യാനോ ഡ്രോപ് ചെയ്യാനോ അവൾ ശ്രമിച്ചില്ല. ബാക്ക് കോർട്ടിലേക്കു നീണ്ട റാലികൾ. ഇന്ദു ഏതെങ്കിലും റിട്ടേൺ ലയയുടെ മിഡ്കോർട്ടിലാണു ചെയ്യുന്നതെങ്കിൽ ലയ ചാടി ഉയരും. പിന്നെ തീ പാറുന്ന സ്മാഷാണ്. അവളുടെ ഓരോ സ്മാഷും പോയിന്റായി മാറുമ്പോൾ കാണികൾ കയ്യടിച്ചു. മിഥുനു മനസ്സിലായി താനിതുവരെ കരുതിയ തെല്ലാം വെറുതേയാണ്. ഈ ലയ ഒരു ഇഞ്ച് പോലും വിട്ടുകൊടു ക്കാത്ത ശരിയായ താരമാണ്.

ഒടുവിൽ 14-2നു ലയ സെറ്റ് പോയിന്റിനടുത്തെത്തി. ഒരു പോയിന്റ് കൂടി ലഭിച്ചാൽ രണ്ടു സെറ്റും സ്വന്തമാക്കി അവൾ ചാമ്പ്യനാകും. അവ സാന പോയിന്റിലും ഇന്ദു പൊരുതിനോക്കി. പക്ഷേ, അവൾ തളർന്നു തുടങ്ങിയെന്നു കൃത്യമായി അളന്ന ലയ തലങ്ങും വിലങ്ങും ഷട്ടിൽ പ്ലെയ്സ് ചെയ്തു. അവ റിട്ടേൺ ചെയ്യാൻ ഇന്ദു വല്ലാതെ ബുദ്ധിമുട്ടി. ഒടുവിൽ നെറ്റിനടുത്തേക്കു ലയയുടെ ഒരു ഡ്രോപ്. അതെടുക്കാൻ ശ്രമിച്ച ഇന്ദു മൂക്കുകുത്തി വീണു. ലയ 15-2ന് സെറ്റും ഗെയിമും സ്വന്ത മാക്കി. ആകാശത്തേക്ക് ഇരുകൈകളും ഉയർത്തി. പിന്നെ അവൾ ഗാലറിയിലേക്കോടി അമ്മയുടെ കൈപിടിച്ചു.

''അമ്മയ്ക്കു സന്തോഷമായോ അമ്മാ?''

''എനിക്കു മാത്രമല്ല, അച്ഛനും.'' അമൃത കരഞ്ഞു.

ഈ വേള ശ്രേയ അമൃതയുടെ ഫോണിൽ വിളിച്ചു. അമൃത ഫോൺ ലയയ്ക്കു കൊടുത്തു. അവൾ ഫോണെടുത്തു പറഞ്ഞു:

''ചേച്ചീ, ഇപ്പോ പുതിയ ചാമ്പ്യനോടാ സംസാരിക്കുന്നേ.'' അതിനു മറുപടി ഒറ്റക്കരച്ചിലായിരുന്നു. ശ്രേയ നിർത്താതെ പൊട്ടിക്കരഞ്ഞു. ലയ ഒരു കളിയല്ല, തന്റെ ജീവിതം തന്നെയാണു ജയിച്ചതെന്നു ശ്രേയ യ്ക്കു കൃത്യമായി അറിയാമായിരുന്നു. ഇതെല്ലാം നിശ്ശബ്ദം കണ്ടുനിന്ന

എബിയുടെ നേർക്കു ലയ നടന്നു. പിന്നെ എബിയെ കെട്ടിപ്പിടിച്ചു ലയ വിതുമ്പി:

''എബിയേട്ടൻ ജയിപ്പിച്ചത് ആരെയാന്നറിയോ? ആരുമില്ലാത്ത മൂന്നു സ്ത്രീകളെയാ.''

എബിയുടെയും കണ്ണു നിറഞ്ഞു. അവൻ ലയയുടെ നെറുകയിൽ ചുംബിച്ചു.

''അല്ല മോളേ. മോൾടെ നിശ്ചയദാർഢ്യാ ജയിച്ചത്. പ്രതിഭയുണ്ടായതുകൊണ്ടു മാത്രം കാര്യമില്ല. എന്തും തരണം ചെയ്യാനുള്ള നിശ്ചയദാർഢ്യം വേണം. ഞാനതിന് ഒരു കുഞ്ഞു നിമിത്തം ആയതേയുള്ളൂ. മോൾ ജയിച്ചത് ഒറ്റയ്ക്കാട്ടോ.''

അതുകേട്ട് അമൃതയുടെ കണ്ണുകൾ നിറഞ്ഞു. എത്ര മാന്യമായാണ് എബി ക്രെഡിറ്റ് എല്ലാം തന്റെ മകൾക്കു നൽകുന്നത്. ഈ പയ്യൻസ് ആരാണ്? എന്തിനാണ് ഇങ്ങനെ ഓരോന്നു തനിക്കും കുഞ്ഞുങ്ങൾക്കും വേണ്ടി ചെയ്യുന്നത? ആ നിമിഷം അറിയാതെ അമൃത വിളിച്ചു:

''എബീ...'' അവനതു കേൾക്കാത്തതുപോലെ ലയയെ ഒന്നുകൂടി ഉമ്മ വെച്ചു പുറത്തേക്കു നടന്നു. ഒരു ലോകം തന്റെ മുന്നിൽ തകർന്നു വീഴുന്നതായി അമൃതയ്ക്കു തോന്നി.

ഇരുപത്തിയഞ്ച്

ഒരുപാടു സന്തോഷത്തോടെ ലയ വീട്ടിൽ തിരിച്ചെത്തി. വാടിക്കരിഞ്ഞ് അമൃതയും. സത്യത്തിൽ അവർ എത്രയോ കാലമായി കാത്തുകാത്തിരുന്ന ദിവസമാണിത്. എന്നിട്ടും അമൃതയ്ക്ക് ഉറക്കെ ചിരിക്കാനായില്ല.

തന്റെ മകൾ ജീവിതം തന്നെ തിരിച്ചുപിടിച്ച ദിവസം. അവൾ ഉയരങ്ങളുടെ പടവുകൾ കയറിത്തുടങ്ങിയ ദിവസം. ഇന്നല്ലെങ്കിൽ പിന്നെ എന്താണ് താനൊന്നു സന്തോഷിക്കുക. അമൃത സ്വയം ചോദിച്ചു. അതോടെ അമൃത ഒരു കാര്യം ഉറപ്പിച്ചു. ശേഷം ലയയോടു പറഞ്ഞു:

''മോൾ ഒന്നു കുളിച്ചു ഫ്രഷാവ്. നല്ല ഡ്രസ്സ് ഇട്ടു നിൽക്കൂ. അമ്മ ഇപ്പോ വരാം.''

''എന്താ അമ്മേ?''

''പറയുന്നതു കേൾക്കൂ മോളേ, വേഗം.''

ലയ പിന്നെ ഒന്നും ചോദിച്ചില്ല. നേരെ കുളിമുറിയിൽ കയറി. ഷവർ ഓൺ ചെയ്തു. അവളുടെ ശിരസ്സിലും ശരീരത്തിലുമെല്ലാം തണുപ്പുള്ള വെള്ളം പെയ്തിറങ്ങി. ലയയ്ക്കു വല്ലാത്ത സന്തോഷം തോന്നി. ഒടുവിൽ താൻ തനിക്കു മുന്നിലുണ്ടായിരുന്ന വലിയ ഒരു കോംപ്ലക്സ് മറികടന്നിരിക്കുന്നു.

അമൃത അപ്പോൾ എബിയുടെ വില്ലയിലേക്കു നടക്കുകയായിരുന്നു. രാമഭദ്രൻ അയാളുടെ വീട്ടിൽ നിന്ന് ഇതു ശ്രദ്ധിക്കുന്നത് അമൃത കണ്ടു. രാമഭദ്രാ, ഇനി നീ എന്റെ വിഷയമല്ല. എനിക്കിപ്പോൾ എബിയെ കാണണം എന്നത് എന്റെ തീരുമാനമാണ്. ഞാനിനി എന്റെ തീരുമാനങ്ങളിൽ ഉറച്ചുനിൽക്കും. മറ്റാരെയും എന്നെ സ്വാധീനിക്കാൻ ഞാൻ അനുവദിക്കുകയില്ല. അതുകൊണ്ട് നിന്റെ നോട്ടത്തെ ഞാൻ അവഗണിക്കുന്നു. അതിനി നിന്റെ മാത്രം തലവേദനയാണ്. അമൃത സ്വയം പറഞ്ഞു.

എബിയുടെ വീടിന്റെ വാതിൽ തുറന്നുകിടക്കുകയായിരുന്നു. ഒരു സങ്കോചവും കൂടാതെ നേരെ അവൾ അകത്തു കയറി. എവിടെയും എബിയെ കണ്ടില്ല. അടുത്ത നിമിഷം ബാത്റൂമിൽ നിന്ന് ഷർട്ടിടാതെ,

തല തുവർത്തിക്കൊണ്ടു മൂളിപ്പാട്ടും പാടി എബി പ്രത്യക്ഷനായി. അവൻ പാട്ടിന്റെ ലഹരിയിലാണ്. അമൃതയെ ശ്രദ്ധിക്കുന്നേയില്ല.

''ബാക്കിയുള്ളവരുടെ ജീവിതത്തിൽ തോന്നുംപോലെ ഇടപെട്ടു. പിന്നെ മാറിനിന്ന് ഇയാൾ രസിക്കയാണല്ലേ?'' അമൃത ചൂടായി.

ഞെട്ടി നോക്കിയ എബി അവളെ കണ്ട്, തോർത്തുകൊണ്ട് രോമാവൃതമായ നെഞ്ചു മറച്ചു.

അമൃതയ്ക്കു ചിരി വന്നു. എന്താ ഇവന്റെ ഭാവം. ഇവന്റെ നെഞ്ചു കണ്ടാൽ ഞാൻ കമിഴ്ന്നു വീഴുമെന്നോ. ഒന്നു പോടാ ചെറുക്കാ.

''എനിക്കൊന്നും മനസ്സിലായില്ല.'' എബി പറഞ്ഞു.

''ഒന്നുമറിയാത്ത പാവം. നീയെന്താ എന്നോടു മിണ്ടാതെ നടക്കുന്നേ. എന്നെ കാണുമ്പോ പിള്ളേരു കൂട്ടുവെട്ടീന്നു പറഞ്ഞു തിരിഞ്ഞു നടക്കുംപോലെ മുഖം വീർപ്പിക്കുന്നേ.''

''അതിപ്പോ എന്റെ കുറ്റമാണോ?''

''പിന്നെ എന്റെ കുറ്റമാണോ?'' അമൃത തികട്ടി വന്ന ചിരിയമർത്തി.

''പിന്നല്ലേ; എന്റെ ഒരു സഹായവും വേണ്ടെന്നു പ്രഖ്യാപിച്ചതു ഞാൻ മറന്നിട്ടില്ല.''

''മറന്നല്ലോ. അതുകൊണ്ടാണല്ലോ എന്റെ മോൾക്ക് അവളുടെ സ്വപ്നം കൈയെത്തിപ്പിടിക്കാൻ വേണ്ടതെല്ലാം ചെയ്തു കൊടുത്തത്.''

''ഞാനൊന്നും ചെയ്തില്ല.''

''നീ രാത്രി ആ വീഡിയോ പ്രദർശനം നടത്തുന്ന പോലും ഞാൻ കണ്ടു.''

''എന്നാ ഇറങ്ങിപ്പോകാൻ പറയാമായിരുന്നില്ലേ?''

''പറയണംന്ന് ആയിരംവട്ടം വെച്ചതാ. പറ്റണ്ടേ?''

''അതെന്താ പറ്റാത്തേ?''

''എടാ ചെറുക്കാ. നിന്നെ എനിക്കു പ്രതിരോധിക്കാൻ പറ്റുന്നില്ല. അതെന്താണെന്നൊന്നും എനിക്കറിയില്ല. പിന്നെ നീ ഇങ്ങനെ മിണ്ടാതെ നടക്കുമ്പോ എനിക്കു ഭ്രാന്തും വരുന്നു. നീ ആരായാലും എന്തായാലും എനിക്കൊന്നുമില്ല. ഞാനത് അന്വേഷിക്കുന്നുമില്ല. പക്ഷേ, ഇങ്ങനെ കടന്നൽ കുത്തിയ മുഖവുമായി നടക്കണ്ട. പിന്നെ... നിന്നെ ഞാൻ വേദനിപ്പിച്ചിട്ടും ഉണ്ട്. സത്യത്തിൽ അതു പേടിച്ചിട്ടാ. നീ ഓരോന്നും ചെയ്യുമ്പോ, എനിക്കെന്തേ എതിർക്കാൻ പറ്റാത്തേ എന്നു പേടിച്ചിട്ട്.''

''എന്നിട്ടിപ്പോ പേടി മാറിയോ?''

''നീ പോടാ.''

എബി ഉറക്കെ ചിരിച്ചു.

''ചിരിക്കണ്ട. ഞാനെന്റെ മോൾക്ക് ഇന്ന് ഒരു ഡിന്നർ കൊടുക്കാൻ പോവാ. പുറത്ത് ഏതെങ്കിലും നല്ല ഹോട്ടലിൽ നിന്ന്. എനിക്ക് ഒരു പഴയ പാട്ട മാരുതി കാറും ഒരു ഡ്രൈവറും വേണം ഡിന്നറിനു പോകാൻ. പിന്നെ ഡ്രൈവർക്കും ഞാൻ ഡിന്നറിന്റെ പങ്കു കൊടുക്കും.''

''ഞാൻ വരുന്നില്ല. എന്റെ കാറും എടുക്കില്ല.''

''നീ അല്ല, നിന്റെ അപ്പൂപ്പൻവരെ വരും.''

''പിന്നേ...''

''എന്നാ നോക്കാം. ഒരു മണിക്കൂർ. ഒരു മണിക്കൂറിനുള്ളിൽ ഈ ദേഹത്തു വല്ല തുണിയും ഒക്കെ ചുറ്റി കാറുമായി എന്റെ വീടിനു മുന്നിൽ വന്നു നിന്നോണം.''

അങ്ങനെ ഒരു ഉത്തരവിട്ടശേഷം അമൃത അങ്ങിറങ്ങിപ്പോയി.

എബി ഞെട്ടിപ്പോയി. ഇവർ സോറി പറയുന്നതുപോലും ചീത്ത വിളിച്ചിട്ടാണ്. അതിൽപോലും ഒരു മയവുമില്ല.

അമൃത അന്നു തനിക്ക് ഏറ്റവും പ്രിയപ്പെട്ട പച്ചയും മഞ്ഞയും കലർന്ന സാരി ഉടുത്തു. ലയയെയും ഭംഗിയായി ഒരുക്കി. പിന്നെ അവളെയും കൂട്ടി വരാന്തയിൽ വന്നുനിന്നു. എബിയുടെ പൊടി പോലുമില്ല. അമൃതയിൽ വേദന കിനിഞ്ഞു. ഈ ചെക്കനു താൻ ചീത്ത പറഞ്ഞതിന്റെ അർത്ഥം മനസ്സിലായില്ലേ? പിശാച്. എടാ ചെറുക്കാ അതെന്റെ സ്നേഹമല്ലേ, ഇഷ്ടമല്ലേ, വാത്സല്യമല്ലേ, പരിഭവമല്ലേ, എല്ലാ മല്ലേ?

പക്ഷേ, മെല്ലെ മെല്ലെ ആ പാട്ടക്കാർ അമൃതയുടെയും ലയയു ടെയും മുന്നിൽ വന്നു നിന്നു. 'ഡ്രൈവർ' ഫ്രണ്ട് ഡോർ തുറന്നു കൊടുത്തു. ലയ അവിടേക്കു ചാടിക്കയറി. അമൃത പിന്നിൽ. അപ്പോൾ 'ഡ്രൈവർ എബി' ഉച്ചത്തിൽ പറഞ്ഞു: ''മീറ്ററില്ല. അതുകൊണ്ട് പറയുന്ന ചാർജ് തന്നേക്കണം.''

''നീ പോടാ.''

അമൃത ഒച്ചവെച്ചു. ലയ അതുകേട്ടു ചിരിച്ചു.

രാമഭദ്രൻ ഇതിനുകൂടി സാക്ഷിയായി. അയാൾക്കു ലോകം തനിക്കു മുന്നിൽ അതിവേഗം വട്ടം കറങ്ങുന്നതായി തോന്നി. ആ ചെക്കൻ അമൃതയെ കീഴ്പെടുത്തിയിരിക്കുന്നു. അവർ തമ്മിൽ എല്ലാ തരത്തി ലുള്ള ബന്ധവും ആരംഭിച്ചിരിക്കുന്നു. ഒന്നുകൂടി അയാൾക്കു മനസ്സി ലായി. ഈ രാത്രി തനിക്ക് ഉറങ്ങാനാവില്ല. ചിലപ്പോൾ ഇനിയുള്ള രാത്രികളിലൊന്നും.

നഗരത്തിലെ ഏറ്റവും നല്ല ഹോട്ടലിലേക്കാണ് അമൃത അവരെ കൊണ്ടുപോയത്. അവിടെ കാൻഡിൽ ലൈറ്റ് ഡിന്നർ.

അരണ്ട വെളിച്ചത്തിൽ ഹൃദയം നിറഞ്ഞു മൂന്നുപേർ ഒന്നിച്ചിരുന്നു ഭക്ഷണം കഴിക്കാൻ ആരംഭിച്ചു. അമൃത എബിക്കു വേണ്ടതെന്താണെന്ന്

അന്വേഷിച്ചാണ് ഓർഡർ ചെയ്തത്. പക്ഷേ, അവൻ എല്ലാം അമൃതയ്ക്കു വിട്ടു. അമൃത തിരഞ്ഞെടുത്തതെല്ലാം അവനിഷ്ടമാവുകയും ചെയ്തു. അത് അമൃത ശ്രദ്ധിച്ചു.

ഭക്ഷണത്തിനിടയിൽ അമൃത അറിയാതെ സ്വന്തം ജീവിതം കൂടി വിളമ്പി. എബി അതെല്ലാം കേട്ടിരുന്നു. രതീഷ് - അയാളുമായുള്ള പ്രണയം, വിവാഹം, ജീവിതം, സന്തോഷങ്ങൾ. അയാൾ അധികം മിണ്ടാതായതിന്റെ പരിഭവം, സങ്കടം. അക്കാലത്ത് തന്റെ ഏറ്റവും കുഞ്ഞ് ഇഷ്ടങ്ങൾ പോലും അയാളോടു പറയാൻ മടിച്ചിട്ടുണ്ടെന്നും അമൃത ഓർത്തെടുത്തു. ഒരിക്കൽകൂടി അയാൾ കളിച്ച കോളേജിലെ ഷട്ടിൽ കോർട്ടിൽ പോകാൻ മോഹിച്ചിട്ടുണ്ട്, അയാളുടെ കൈപിടിച്ച്. പക്ഷേ, രതീഷിനോടു പറഞ്ഞാൽ അതു സാധിച്ചു തരില്ലേ. അയാൾ ആ കാലത്തിൽ നിന്ന് എങ്ങോ നടന്നുമറഞ്ഞോ എന്നൊക്കെ ആശങ്കപ്പെട്ടു പിൻവാങ്ങി. പിന്നെ അതെല്ലാം തുറന്നു പറഞ്ഞ രാത്രിയിലാണു രതീഷിന് അപകടമുണ്ടായതും അയാൾ പോയതും. അതു പറയവേ അമൃത വിതുമ്പി.

എബി വിചാരിച്ചു, എന്തൊരു സ്നേഹമുള്ള സ്ത്രീയാണിത്. ഇവർ പ്രണയത്തിൽ മുങ്ങിയാണു ജീവിച്ചത്. രതീഷ് അത് അത്രയൊന്നും കാണാതിരുന്നതെന്തേ. ഇങ്ങനൊരാൾ തന്റെ ജീവിതത്തിലുണ്ടായിരുന്നെങ്കിൽ താനിങ്ങനെ ഊരില്ലാതെ, ബന്ധങ്ങളില്ലാതെ അലയേണ്ടി വരുമായിരുന്നോ. അനാഥനെപ്പോലെ ജീവിക്കേണ്ടിവരുമായിരുന്നോ?

ലയയും ഇടയ്ക്ക് അച്ഛനെക്കുറിച്ച് ഓരോന്നു പറഞ്ഞു. അവരുടെ വീട് ആ ഗൃഹനാഥനെ ഇപ്പോഴും എന്തുമാത്രം സ്നേഹിക്കുന്നുണ്ടെന്നു എബിക്കു മനസ്സിലായി. ഭൂമിയിൽ ഇപ്പോഴും ഇങ്ങനെ ആവേശത്തോടെ സ്നേഹിക്കാനറിയുന്ന മനുഷ്യർ ഉണ്ട്. എന്തൊരു നന്മയാണത്.

താൻ എന്തിനാണു തന്റെ ജീവിതം മുഴുവൻ എബിയോടു പറഞ്ഞതെന്ന് ഇടയ്ക്ക് അമൃത അത്ഭുതപ്പെട്ടു. എന്തോ, എബി തന്നെക്കുറിച്ച് എല്ലാം അറിയണമെന്ന് ആരോ തന്റെ ഉള്ളിലിരുന്നു പറയുന്നുണ്ട്. അവനറിയാത്തതായി ഒന്നും ഇനി തന്റെ ജീവിതത്തിലുണ്ടാവരുത്. അതെന്തേ എന്നു ചോദിച്ചാൽ അമൃതയ്ക്ക് ഉത്തരമില്ല.

തിരിച്ചുപോകുമ്പോൾ അമൃത ഒരു തട്ടുകടയുടെ മുൻപിൽ വണ്ടി നിർത്താൻ പറഞ്ഞു.

''നമ്മൾ ആവശ്യത്തിലേറെ കഴിച്ചല്ലോ.''

''തട്ടുകടയിലെ ഓംലറ്റ് ഞങ്ങളുടെ വീടിന്റെ ഒരു വീക്നെസ്സാ. അതുകൂടി ഈ ചെക്കനു മേടിച്ചു തന്നേക്കാം.''

അമൃത ചിരിച്ചു.

അമൃത വാങ്ങിക്കൊടുത്ത ആ ഓംലെറ്റ് ആസ്വദിച്ചു കഴിക്കുമ്പോൾ എബി ചോദിച്ചു:

''ഇനി എനിക്കൊരവസരം തരുമോ?''

''എന്തിന്?'' അമൃത.

''ഈ വിരുന്നിനു തിരിച്ചെന്തെങ്കിലും ചെയ്യാൻ.''

''അതു വേണ്ട.''

''അമൃത ആഗ്രഹിച്ചിരുന്നില്ലേ ആ പഴയ ഷട്ടിൽ കോർട്ടിൽ ഒന്നു പോകാൻ. ഇപ്പോ ഈ നിമിഷം വരുവാണേ ഞാൻ കൊണ്ടുപോകാം.''

''എബീ, അതു പത്തുനാല്പതു കിലോമീറ്റർ ദൂരെയാ.''

''എനിക്ക് ഇന്ന് ഭൂമിയുടെ അറ്റത്തേക്കു ഡ്രൈവ് ചെയ്യാനും മടിയില്ല അമൃതാ.''

അപ്പോൾ ലയ ഇടപെട്ടു.

''നമുക്കു പോകാം അമ്മേ. ഒരു രസല്ലേ.''

അമൃത മറുത്തു പറഞ്ഞില്ല.

പിന്നെ, ഇരുട്ടിലൂടെ, തണുപ്പിലൂടെ എബി ആവേശപൂർവ്വം ഡ്രൈവ് ചെയ്തു. അമൃതയും അവരുടെ പ്രണയവും ഒരുകാലത്ത് ഒന്നിച്ചു പഠിച്ച കോളേജിലേക്ക്.

''നമ്മളെങ്ങനെ അകത്തു കയറും?''

അവിടെ എത്തിയപ്പോൾ അമൃത വേവലാതിപ്പെട്ടു.

''അന്നത്തെ സെക്യൂരിറ്റി ഒരു ദാമുവേട്ടനായിരുന്നു. അന്നേ നല്ല പ്രായമുണ്ട്. പക്ഷേ, ഭയങ്കര സ്ട്രിക്റ്റാ.''

''അങ്ങേരൊക്കെ ഇപ്പോ റിട്ടയർ ചെയ്തു കാണും. സാരല്ല. വഴിയുണ്ടാക്കാം.''

അതും പറഞ്ഞ് എബി കാറിൽ നിന്നിറങ്ങി നടന്നു. അമൃതയും ലയയും പിന്നാലെ ചെന്നു.

എബി സെക്യൂരിറ്റിയുടെ കൈയിൽ അഞ്ഞൂറു രൂപയുടെ നോട്ട് പിടിപ്പിച്ചു. ഒപ്പം ആഗമനോദ്ദേശ്യവും ചുരുക്കത്തിൽ വെളിപ്പെടുത്തി. ആ മനുഷ്യൻ ഗേറ്റ് തുറന്നു കൊടുത്തു. പിന്നെയും തന്റെ ക്യാബിനിൽ കിടന്നുറങ്ങി.

പിന്നെ ലയയെയും അമൃതയെയും എബി ആ ഗ്രൗണ്ടിൽ കൊണ്ടു നിർത്തി. അച്ഛൻ കളിച്ച മണ്ണാണ് ഇത്. അച്ഛനും അമ്മയും തമ്മിൽ കാണുന്നതും പ്രണയത്തിലാവുന്നതും ഇവിടെ വെച്ചാണ്. ലയ ഓർത്തു.

അമൃതയാവട്ടെ കരഞ്ഞുപോയി. ആ മൈതാനത്ത് രതീഷ് നിറഞ്ഞു കളിക്കുകയാണെന്ന് അവൾക്കു തോന്നി. താൻ രണ്ടാംനിലയിൽ നിന്ന് ആ ചെക്കനെ നോക്കുകയാണ്. ഇടയ്ക്കയാൾ തന്നെയും നോക്കുന്നു. തങ്ങളുടെ കണ്ണുകൾ ഇടയുന്നു.

ദൈവമേ, എന്തൊരു കാലമായിരുന്നു അത്. ആ ഓർമ്മകൾക്ക് ഇന്നും എന്തു സുഗന്ധമാണ്. രതീഷ് ഒരിക്കൽ തന്നെ ഇവിടെ കൊണ്ടു വന്നിരുന്നെങ്കിൽ.... അത് എന്തൊരു അനുഭവമാകുമായിരുന്നു. പക്ഷേ, ഇപ്പോ അതിനു മറ്റൊരാൾ ഉണ്ടായിരിക്കുന്നു. രതീഷിനെപ്പോലെ നന്മ നിറഞ്ഞ ഒരാൾ. പ്രായത്തിന്റെ ഒരു ചാപല്യവുമില്ല. ആരാണ് ഈ കുട്ടി? എന്തിനാണ് ഇവനിങ്ങനെ തന്നോടു ചേർന്നു നിൽക്കുന്നത്? താൻ മോഹിക്കുന്നിടത്തൊക്കെ തന്നെ കൊണ്ടുചെന്നു നിർത്തുന്നത്.

അമൃത അപ്പോൾ സംഗീത ജയ എന്ന കവയിത്രി ഫെയ്സ്ബുക്കിൽ എഴുതിയ കവിത ഓർത്തു.

''ഇത്രയടുത്തു നിൽക്കാതെ

നിന്നെ പ്രണയം മണത്തിട്ടു വയ്യ.''

ആണോ, ഇവനെ പ്രണയം മണക്കുന്നുണ്ടോ? വല്ലാതെ വല്ലാതെ പ്രണയം മണക്കുന്നുണ്ടോ?

ഏയ്, ഇല്ല. അങ്ങനെയില്ല, അങ്ങനെയില്ല.

തിരിച്ചുപോകുമ്പോൾ അമൃത ഒരക്ഷരം മിണ്ടിയില്ല. എബിയും. ലയ ഉറക്കത്തിലേക്കു വഴുതിവീണിരുന്നു.

ഒടുവിൽ എബി പറഞ്ഞു:

''ഞാൻ വർത്തമാനകാലത്തിൽ വിശ്വസിക്കുന്ന ഒരാളാ. ഇന്നെന്ത് ആഗ്രഹിക്കുന്നോ അത് ആർക്കും വേദന ഉളവാക്കുന്നതല്ലെങ്കിൽ നാളേക്കു മാറ്റിവെക്കാതിരിക്കുക. ആ ആഗ്രഹം അങ്ങു സാധിക്കുക. നാളെ നമ്മളാരും ജീവിച്ചിരിക്കണമെന്നില്ല. അതിന് ഒരു ഉറപ്പുമില്ല. അതുകൊണ്ടുകൂടിയാ ഇന്ന് അമൃതയെ ഇവിടെ കൊണ്ടുവന്നത്. എത്ര കാലമായി ഈ ആഗ്രഹം ഉള്ളിൽ കൊണ്ടുനടക്കുന്നു.''

ഇപ്പോൾ അമൃതയ്ക്ക് എബി തന്നെ പേരു വിളിച്ചതിൽ കലഹി ക്കാൻ തോന്നിയില്ല. അവനെന്തും വിളിക്കട്ടെ. തനിക്കിനി പരാതിയില്ല. ഒടുവിൽ അമൃത ചോദിച്ചു: ''നിനക്കെങ്ങനെയാ ഒരാളുടെ, അല്ല ഒരു സ്ത്രീയുടെ മനസ്സു കാണാൻ പറ്റുന്നേ? അതും ഇത്ര തെളിമയോടെ.''

''അങ്ങനെ ചോദിച്ചാ എനിക്കറിഞ്ഞൂടാ അമൃതാ. എനിക്കൊന്നും അറിഞ്ഞൂടാ.''

തെല്ലു കഴിഞ്ഞ് എബി മന്ത്രിച്ചു: ''ഇന്ന് ഈ ദിവസം ഞാനും വല്ലാതെ ആസ്വദിച്ചു. എന്റെ ജീവിതത്തിലെ ഏറ്റവും മനോഹരമായ ദിവസം ഒരുപക്ഷേ, ഇതാണ്. സത്യം.''

അമൃത അവനെതന്നെ നോക്കിയിരുന്നു. എന്തൊരു സൗന്ദര്യമാണ് ഇവന്റെ മനസ്സിനും കണ്ണുകൾക്കും.

വില്ലയിലെത്തിയപ്പോൾ ലയ ഗാഢനിദ്രയിലാണ്.

എബി പറഞ്ഞു: ''ഉണർത്തണ്ട.''

‘‘അല്ലാതെന്തു ചെയ്യും?’’

‘‘നമുക്കവളെ എടുത്തുകൊണ്ടുപോയി കിടത്താം.’’

‘‘ഇത്ര വലിയ കുട്ടിയെയോ?’’

‘‘സാരമില്ല.’’

പിന്നെ എബി അവളെ എടുക്കാൻ തുനിഞ്ഞു. അമൃത ഒപ്പം ചേർന്നു.

ഇരുവരും ചേർന്ന് അവളെ അകത്തു കൊണ്ടുപോയി കിടക്കയിൽ കിടത്തി.

ഉറങ്ങാതെ തന്റെ വരാന്തയിലിരുന്ന് ഇതു കണ്ടുകൊണ്ടിരുന്ന രാമഭദ്രൻ അസൂയയാലും പകയാലും നിന്നു വിറച്ചു.

‘‘ഇനി ഞാനിറങ്ങുവാ.’’

‘‘എബി യാത്ര പറഞ്ഞു.

‘‘എബീ...’’

‘‘എന്താ?’’

‘‘ഒന്നുമില്ല, ഒന്നുമില്ല.’’

തനിക്ക് എന്താണു പറയാനുള്ളതെന്ന് അമൃതയ്ക്ക് അറിയില്ലാതായി.

എബി കാറിൽ കയറാൻ തുടങ്ങുമ്പോഴും അമൃത അവനെ നോക്കി വരാന്തയിൽ നിൽക്കുകയായിരുന്നു. ഇമയടയ്ക്കാതെ. അടുത്ത നിമിഷം അമൃത ഭ്രാന്തുപിടിച്ചതുപോലെ എബിക്കു നേരെ ഓടി. പിന്നിൽനിന്ന് അവനെ മുറുകെ പിടിച്ചു. വിടാതെ വിടാതെ പുണർന്നു.

‘‘അമൃതാ...’’

എബി വിളിച്ചു.

‘‘നന്ദി പറയാൻ എനിക്കു വാക്കുകളില്ല. ഈ കണ്ണുനീരേയുള്ളൂ. പിന്നെ എനിക്കറിയാത്തത്... നീ എന്തിനാ ഇത്ര നല്ല കുട്ടിയായയേന്നാ? നീ ഇത്തിരി മോശമായിരുന്നെങ്കിൽ എന്നെ എനിക്ക് അകത്തിനിർത്താമായിരുന്നു. എനിക്കതിനു പറ്റുന്നില്ലല്ലോ. നിന്ന ഞാൻ പിന്നെയും പിന്നെയും ഇഷ്ടപ്പെടുകയാണല്ലോ.’’

‘‘ഏയ്. അമൃതാ കരയാതെ... കരയാതെ.’’ എബി അമൃതയെ ആശ്വസിപ്പിക്കാൻ ശ്രമിച്ചു.

രാമഭദ്രൻ അപ്പോൾ തന്റെ മൊബൈൽ കൈയിലെടുത്തു. ഇതാണ് താൻ തക്കംപാർത്ത അവസരം. അയാൾ ഉറപ്പിച്ചു. അമൃതയെ ഒന്നുകൂടി ആശ്വസിപ്പിച്ച് എബി കാറെടുത്തു വീട്ടിലേക്കു പോയി. അമൃതയാകട്ടെ ആ പോക്കു നോക്കി വിതുമ്പി.

ഇരുപത്തിയാറ്

രാമഭദ്രനു പിന്നെ പിടിപ്പതു പണിയായിരുന്നു. അയാൾ മൊബൈൽ കൈയിലെടുത്തത് അമൃത എബിയെ ആലിംഗനം ചെയ്യുന്ന ചിത്രം എടുക്കാനായിരുന്നു. ആ ഇരുട്ടിലും വ്യക്തമായി അതു കിട്ടി. പോരാത്തത് രാമഭദ്രൻ എഡിറ്റ് ചെയ്ത് ഭംഗിയാക്കി. പിന്നെ പ്രണയചിഹ്നങ്ങളുടെ സ്റ്റിക്കറുകൾ കൂടി ആഡ് ചെയ്ത് അവിടുള്ള വില്ലകളിലെ താമസക്കാരുടെയെല്ലാം വാട്സ്ആപ്പിലേക്ക് അയച്ചു. വിവിധ ഗ്രൂപ്പുകളിലും അതു പോസ്റ്റ് ചെയ്തു.

''ഇതെപ്പോ, എങ്ങനെ?'' എന്നിങ്ങനെയുള്ള ചോദ്യങ്ങൾ വന്നപ്പോൾ രാമഭദ്രൻ കൃത്യമായി മറുപടി നൽകി. മാത്രമല്ല, എത്രയോ കാലമായി ഇവിടെ ഇതു നടക്കുകയാണെന്നും അന്തസ്സോടെ ജീവിക്കുന്ന തങ്ങൾക്കെല്ലാവർക്കും ഇത് അപമാനമാണെന്നും പ്രത്യേകം സൂചിപ്പിച്ചു. ഓരോ ആളിലും പതിയിരിക്കുന്ന സദാചാരപൊലീസിനെ പുറത്തുചാടിക്കാൻ അങ്ങനെ രാമഭദ്രൻ കിണഞ്ഞു പരിശ്രമിച്ചു. അതൊന്നും ഫലം കാണാതെയുമിരുന്നില്ല.

ഇതൊന്നുമറിയാതെയാണ് അമൃത അന്നു ജോലിസ്ഥലത്തേക്കു പോയത്. പോകുംവഴി നഗരത്തിലെ ഒരു റോഡിൽ പവിത്രൻ എസ്.ഐയും സംഘവും. അമൃത വണ്ടി നിർത്തി ചിരിച്ചു.

''ഇപ്പൊ പൊലീസ് കമ്മീഷണറുടെ ഭാര്യയുടെ അനിയത്തിയെ കാണാനേ ഇല്ല?'' പവിത്രൻ എസ്.ഐ. ചിരിയോടെ ചോദിച്ചു.

''ഇനി അതു പറഞ്ഞു കൊല്ലണ്ട.'' അമൃതയും ചിരിച്ചു.

''ശരി.''

''പക്ഷേ, ഞാൻ കാണാൻ വിചാരിച്ചതാ.''

''എന്നിട്ടു മടിച്ചെന്നാണോ?''

''അതെന്തേ?''

''ഒരു പയ്യൻസിനെക്കുറിച്ച് അന്വേഷിക്കാനായിരുന്നു.''

''അതിനെന്താ അന്വേഷിക്കാമല്ലോ.''

''വേണ്ട. ഇനി അവനെക്കുറിച്ച് എനിക്ക് ഒന്നും അറിയണ്ട.''

''അതെന്താ?''

''അവൻ പറയുന്ന വാക്കാണു സത്യം. അല്ലേ അവൻ തന്നെയാണു സത്യം.''

''അതാരാ അങ്ങനെ ഒരു ഹരിശ്ചന്ദ്രൻ.''

''അതൊരു രഹസ്യാ.''

പിന്നെ ഉച്ചത്തിൽ ചിരിച്ച് അമൃത പറന്നു പോയി. പവിത്രൻ എസ്.ഐയ്ക്ക് ഒന്നും മനസ്സിലായില്ല. അല്ലെങ്കിലും സ്ത്രീകളെ മനസ്സിലാക്കാൻ വല്യ പാടാ എന്നൊരു സ്ഥിരം ഫിലോസഫി പറഞ്ഞു പവിത്രൻ സ്വയം ആശ്വസിച്ചു.

മാർജിൻ ഫ്രീ മാർക്കറ്റിൽ അമൃത എത്തിയതു നേരത്തെ വിരിഞ്ഞ ചിരിയുടെ ബാക്കിയുമായാണ്. പക്ഷേ, സായിയും ദേവനും തന്നെ തെല്ലു പരിഹാസത്തോടെയാണു നോക്കുന്നതെന്ന് അമൃതയ്ക്കു തോന്നി. ഇടയ്ക്ക് എപ്പോഴോ 'അപ്പോ അതു സ്വന്തം പയ്യൻസാ അല്ലേ' എന്നൊരു കമന്റ് സായി പറയുകയും ചെയ്തു.

''എന്താ സായി?'' എന്നു ചോദിച്ചപ്പോൾ ''ഒന്നുമില്ലേ?'' എന്നു നീട്ടിപ്പറഞ്ഞ് അയാളവിടെ നിന്നു കടന്നു. പിന്നെ ചില സ്റ്റാഫംഗങ്ങളും തന്നെ വല്ലാതെ നോക്കുന്നതായി അമൃതയ്ക്ക് തോന്നി.

ഇതെന്താണു സംഭവിച്ചത്? അവൾ വേവലാതിയിലേക്കു വീണു.

അപ്പോഴാണ് ജലജ അമൃതയെ മാറ്റിനിർത്തി പറയുന്നത്, ''ചേച്ചിയുടെ എന്തോ ഫോട്ടോ വാട്സ്ആപ്പിൽ ഇറങ്ങിയിട്ടുണ്ട്.''

''എന്റെയോ... എന്തു ഫോട്ടോ?''

''എന്തോ. അത്ര നല്ലതല്ലാത്ത പടാ.''

''ഒന്നു പോ ജലജേ. ഞാൻ അങ്ങനെ ഒരാളല്ല.''

''എന്നാ വിട്ടേക്ക് ചേച്ചീ. ഇവിടെ സായി സാർ ഒന്നുരണ്ടു സ്റ്റാഫിനെ അതു കാണിച്ചെന്നൊക്കെ പറയുന്നതു കേട്ടു.''

അമൃതയ്ക്ക് ഉടൻതന്നെ സായിയോടു ചോദിക്കാൻ തോന്നി. അവളതിനു തുനിയവേയാണ് ശ്രേയയുടെ കോൾ വന്നത്.

''അമ്മാ, ഞാൻ എയർപോർട്ടിൽനിന്നാണ്.''

''എന്തേ, നീ എങ്ങോട്ടു പോകുന്നു?''

''ഞാൻ അങ്ങോട്ടു വരുന്നു.''

''എന്തേ പെട്ടെന്ന്?''

''ഒരു പ്രധാന കാര്യമുണ്ട്. അമ്മ വീട്ടിലുണ്ടാവണം. ഞാനിതാ ഫ്ളൈറ്റിൽ കയറുകയാണ്.'' ശേഷം ശ്രേയ ഫോൺ കട്ട് ചെയ്തു.

എന്താണ് ആ പ്രധാനപ്പെട്ട കാര്യം? എന്തായാലും ശ്രേയ രണ്ടു മണിക്കൂറിനുള്ളിൽ എത്തുമല്ലോ. അതിനു മുൻപ് അവൾക്കിഷ്ടമുള്ള

ഭക്ഷണമുണ്ടാക്കണം. അമൃത പിന്നെ മറ്റെല്ലാം വിട്ടു. സ്വന്തം ഷോപ്പിൽ നിന്നു ബീഫും മീനും ഒക്കെ എടുത്തു വീട്ടിലേക്കു പോയി.

ടാക്സിയിലാണു ശ്രേയ വന്നത്. സാധാരണ ശ്രേയ അങ്ങനെ കാശു ചിലവാക്കുന്നവളല്ല. എയർപോർട്ടിൽനിന്നു ലോഫ്ളോർ ബസ്സിൽ കയറി നഗരത്തിലിറങ്ങി, അവിടെ നിന്നു മറ്റൊരു ബസ് പിടിച്ച്, അങ്ങനെയൊക്കെയേ അവൾ വരൂ എന്നാണ് അമൃത കണക്കുകൂട്ടിയിരുന്നത്.

''ഇതെന്താ മോളേ ഇങ്ങനെ ധൃതിപിടിച്ച്?'' അവൾക്കു ചായയും പലഹാരവുമൊക്കെ എടുത്തുകൊണ്ട് അമൃത ചോദിച്ചു.

''അമ്മയുടെ സൽക്കാരം ഒക്കെ അവിടെ നിൽക്കട്ടെ. എനിക്കു സംസാരിക്കാനുണ്ട്.'' ശ്രേയ ഗൗരവത്തിലായിരുന്നു.

അപ്പോൾ ലയ അങ്ങോട്ടെത്തി. തന്നോടു നേരിട്ടു ചേച്ചി ഒരു അഭിനന്ദനം പറയുമെന്ന് അവൾ വിചാരിച്ചു. ശ്രേയ അവളെ ശ്രദ്ധിച്ചതു പോലുമില്ല. പകരം അമ്മയെ തുറിച്ചുനോക്കിക്കൊണ്ടിരുന്നു. ഒടുവിൽ തന്റെ മൊബൈൽ എടുത്ത് വാട്സ്ആപ്പ് ഓപ്പൺ ചെയ്തു. അതിലൊരു ചിത്രം നീട്ടി ശ്രേയ ശബ്ദമുയർത്തി:

''അമ്മാ, എന്താ ഇതിനർത്ഥം?''

അതു രാമഭദ്രന്റെ ഭാര്യ ഗീത അയച്ചുകൊടുത്തതായിരുന്നു. രാമഭദ്രൻ അതു കാട്ടി, എബിയും അമൃതയും തമ്മിലുള്ള ബന്ധം താൻ കൈയോടെ പിടിച്ചെന്നു ബോധ്യപ്പെടുത്തിയതിന്റെ അടിസ്ഥാനത്തിൽ ഗീത ഒന്നു ധാർമ്മികരോഷം കൊണ്ടതായിരുന്നു.

''ഇങ്ങനെ ഒരു ചെറിയ ചെക്കനുമായി, പരസ്യമായി കെട്ടിപ്പിടിച്ചും ഉമ്മവെച്ചും നടന്നാ നിനക്ക് ഒരു നല്ല വിവാഹാലോചന വരുമോ മോളേ?'' എന്ന നല്ല അയൽക്കാരിയുടെ ആശങ്ക നിറഞ്ഞ ചോദ്യവും വാട്സ് ആപ്പിൽ ഗീത അയച്ചുകൊടുത്തിരുന്നു.

താനിന്നലെ സ്വയം അറിയാതെ എബിയെ പുണർന്നതിന്റെ ചിത്രം ശ്രേയയുടെ മൊബൈലിൽ കണ്ടപ്പോൾ ബാക്കിയെല്ലാം അമൃത വായിച്ചു - ഇതാണു സായിയും ദേവനും സ്റ്റാഫിൽ ചിലരും തന്നെ ഇന്നു വല്ലാതെ നോക്കിയതിന്റെ ഹേതു.

അമൃത എന്തെങ്കിലും പറയുംമുൻപ് ശ്രേയ പൊട്ടിത്തെറിച്ചു: ''അമ്മയ്ക്ക് ഒരു ബന്ധം വേണമെങ്കിൽ, അമ്മയുടെ പ്രായത്തിലുള്ള ഒരാളുമായിട്ട് ആയിക്കൂടേ. ശേഷം വിവാഹമോ ദാമ്പത്യമോ എന്തു വേണേ ആയിക്കോളൂ. അതിന് എതിരുനിൽക്കുന്ന സ്വാർത്ഥത എനിക്കില്ല. ഇനി ലയയ്ക്കുണ്ടാവുമെന്നും എനിക്കു തോന്നുന്നില്ല. പക്ഷേ, ഇത്... ഈ ചെക്കന് ഞങ്ങളേക്കാൾ ഒന്നോ രണ്ടോ വയസ്സല്ലേ കൂടൂ. എന്നുവെച്ചാ അമ്മയുടെ മകനാവാനുള്ള പ്രായം. ഇതു കാണുമ്പോ ത്തന്നെ എന്റെ തൊലിയുരിഞ്ഞുപോകുന്നു.''

ആ ചിത്രം ചൂണ്ടിയാണ് അവളുടെ ഈ ആക്രോശം.

''ഇവിടുള്ള മിക്ക വീടുകളിൽ നിന്നും എനിക്കു കോൾ വന്നിരുന്നു. അമ്മ എല്ലാർക്കും നാണക്കേടായീന്ന്. ഞാനാദ്യം മുതൽ അമ്മയെ വാൺ ചെയ്യുന്നതാ. ആ ചെക്കനുമായുള്ള ബന്ധം നല്ലതിനല്ല, സൂക്ഷിക്കണംന്ന്. അപ്പോഴൊക്കെ കൃത്യമായി ഒരു ഉത്തരം തരാതെ അമ്മ ഒഴിഞ്ഞു. ഞങ്ങളെ നേർവഴി നടത്താൻ സാമർത്ഥ്യം കാട്ടുന്ന ആൾ നടക്കുന്ന വഴി വളഞ്ഞതാവരുത്.''

അമൃതയ്ക്കു മുഖമടച്ച് ഒരടി കിട്ടിയതുപോലെ തോന്നി. എന്താണു ശ്രേയ പറഞ്ഞുവരുന്നത്. അതും ലയയുടെ മുന്നിൽ വെച്ച്. മാത്രമല്ല, അയൽവീടുകൾ കേൾക്കുംവിധം ഉച്ചത്തിൽ.

അടുത്ത നിമിഷം അമൃത തന്നെത്തന്നെ വിചാരണ ചെയ്തു. ഇങ്ങനെ ഒരു ചിത്രം കണ്ടാൽ ആരും ഈ ധാരണയിലൊക്കെയല്ലേ എത്തൂ. അതിൽ എന്തെങ്കിലും കുറ്റമുണ്ടോ? ഇനി ഇതു മറ്റുള്ളവരുടെ ധാരണ മാത്രമാണോ? താനെന്തിനാണ് ഇന്നലെ എബി വിളിച്ചിടത്തേക്ക് പാതിരാത്രി പോയത്? താനെന്തിനാണ് അവനെ ഓടിച്ചെന്ന് ആലിംഗനം ചെയ്തത്? തന്റെ ഉള്ളിൽ അവൻ ഒരു മുല്ലവള്ളിപോലെ പടരുകയാണോ? ആ മുല്ല പൂത്ത സുഗന്ധം താൻ സദാ അറിയുന്നുണ്ടോ? അത് ആസ്വദിക്കുന്നുണ്ടോ?

അമൃത പിന്നെ താമസിച്ചില്ല. ഫോണെടുത്ത് എബിയെ വിളിച്ചു: ''എബീ, ഒന്നിവിടം വരെ വരാമോ?''

''ഇപ്പോഴോ?'' അവൻ സംശയിച്ചു. അവൻ തന്റെ വസ്തുവകകളെല്ലാം പായ്ക്ക് ചെയ്യുകയായിരുന്നു.

''ഇപ്പോത്തന്നെ. ഈ നിമിഷം.'' അമൃത പാരുഷ്യത്തോടെ ഫോൺ വെച്ചു.

എബിയെ അമൃതയുടെ സ്വരത്തിലെ മാറ്റം അത്ഭുതപ്പെടുത്തിയെങ്കിലും മടിക്കാതെ അവനങ്ങോട്ടു ചെന്നു. അവിടെ അമൃതയും പിന്നിലായി ശ്രേയയും ലയയും നിൽക്കുന്നു. ശ്രേയയെ കണ്ട് എബി ചിരിച്ചു:

''ഇതെപ്പോൾ എത്തീ സഖാവ്?''

''ഞാനിയാളോട് അനുവാദം ചോദിച്ചിട്ടു വേണോ എന്റെ വീട്ടിൽ കയറിവരാൻ? അത്രത്തോളം ആയോ ഇയാൾടെ അധികാരം?'' ശ്രേയ ചൂടായി. എബിക്കു മനസ്സിലായി എന്തോ എവിടെയോ കുഴപ്പമുണ്ട്. അതാണ് ഈ മറുപടി. മാത്രമല്ല, അമൃതയും ലയയും ഇന്നലെ കണ്ട ആളുകളല്ല. ഒരു രാത്രി പുലർന്നു നേരം വെളുക്കുംമുൻപ് തനിക്കു തീർത്തും അപരിചിതരായ മനുഷ്യരായി പരിണിച്ചാണ് അവരിപ്പോൾ തന്റെ മുന്നിൽ നിൽക്കുന്നത്. തന്നെ തുറിച്ചുനോക്കുന്നത്. അതിനു താനെന്തു ചെയ്തു? എബി അങ്ങനെ സംശയിക്കേ അമൃത പറഞ്ഞു.

''എബീ, എന്റെ കുട്ടികൾ ഇന്നെന്നെ ചോദ്യം ചെയ്യുന്ന അവസ്ഥ യുണ്ടായി. വേണേ നീ കാരണമാണെന്നു പറയാം.''

''ഞാൻ കാരണോ?'' എബി അറിയാതെ തിരിച്ചുചോദിച്ചു.

''നീ കാരണമാണോ എന്നു ചോദിച്ചാൽ അല്ല. എന്റെ മനഃ സാക്ഷിക്ക് അങ്ങനെ പറയാനാവില്ല. പക്ഷേ, നമ്മൾ തമ്മിൽ അടുപ്പ മുണ്ടെന്നും പ്രണയമുണ്ടെന്നും അതല്ല അതിനുമപ്പുറമുണ്ടെന്നും ഇപ്പോ എല്ലാവരും ധരിക്കുന്നു. ശരിയാണ്. നീയല്ല, അതിനു ഞാൻ തന്നെ യാണ് കാരണം.''

എബിക്ക് ഒന്നും പിടികിട്ടിയില്ല.

''അതെ. ഞാൻ തന്നെയാ എല്ലാത്തിനും അവസരം ഉണ്ടാക്കിയത്. എനിക്കു നിന്റെ ഫോൺകോളുകൾ എടുക്കാതിരിക്കാമായിരുന്നു. നിന്നെ കാണാതിരിക്കാമായിരുന്നു. നിന്റെ കൂടെ എങ്ങും വരാതിരിക്കാ മായിരുന്നു. ഇന്നലെ നിന്നെ കെട്ടിപ്പിടിക്കാതിരിക്കാമായിരുന്നു. അങ്ങനെ രാമഭദ്രൻ ഫോട്ടോയെടുക്കാനുള്ള സാഹചര്യം ഒഴിവാക്കാമായിരുന്നു. അങ്ങനെ എന്റെ കുട്ടികൾക്കു നാണക്കേടാവാതിരിക്കാമായിരുന്നു.''

എബിക്കിപ്പോൾ കാര്യങ്ങൾ തെളിഞ്ഞു.

''എന്നിട്ടും ഞാനിതെല്ലാം ചെയ്തു. എന്തുകൊണ്ട്? എന്തുകൊണ്ട് - കുറച്ചു നേരമായി ഞാനീ ചോദ്യം എന്നോടുതന്നെ ചോദിക്കുന്നു. എനിക്ക് ഇപ്പോൾ ഉത്തരവും കിട്ടി. അതെ, എനിക്കു നിന്നോട് എന്തോ ഒരടുപ്പമുണ്ട്. അതു നേരാണ്.''

ശ്രേയയും ലയയും ഞെട്ടി.

''ഒന്നോർത്താൽ ആദ്യം മുതലേ എനിക്കതു തോന്നിയിരുന്നു. എത്ര അരുതെന്നു ഞാൻതന്നെ എന്നെ വിലക്കിയാലും നിന്നിലേക്ക് എന്നെ വലിച്ചടുപ്പിക്കുന്ന എന്തോ ഒന്നുണ്ട്. അതെ, അങ്ങനെ എനിക്കറിയാത്ത എന്തോ ഒന്ന് നിന്നിലുണ്ട്. പലവട്ടം എനിക്കതു തോന്നുകയും ചെയ്തു. അതുകൊണ്ടാ ഞാൻ നിന്റെ വാക്കിനു മുന്നിൽ, നോക്കിനു മുന്നിൽ അലിഞ്ഞുപോകുന്നെ. നിന്നോട് ഒന്നിനും അരുതെന്നു പറയാനാ വാത്തെ. അകറ്റി നിർത്താൻ കഴിയാതെ ഞാൻ നിന്നിലേക്കുതന്നെ പ്ര വഹിക്കുന്നെ.''

ശ്രേയയും ലയയും സ്തബ്ധരായി.

അമ്മ ഇതെന്തൊക്കെയാണ് ഈ പറഞ്ഞുവരുന്നത്? അടുത്ത നിമിഷം അവരെ ആശ്വസിപ്പിക്കുംവിധം അമൃത പറഞ്ഞു:

''പക്ഷേ, ഞാനെല്ലാത്തിനും പൂർണവിരാമം ഇടുകയാണ്. എനി ക്കങ്ങനെ നിന്നോട് അടുക്കണ്ട. കാരണം എന്റെ ജീവിതം ഈ രണ്ടു കുട്ടികളാണ്. അവരെന്റെ രതീഷിന്റെ കുഞ്ഞുങ്ങളാണ്. അവരെ മറന്ന്

ഒന്നും ജീവിതത്തിൽ ഇപ്പോൾ എനിക്കു നേടണ്ട. അവരെ വേദനിപ്പിക്കുന്നതോ അവർക്കു നാണക്കേടുണ്ടാക്കുന്നതോ ഞാൻ ഇനി ചെയ്യില്ല. അതെനിക്ക് എത്രമേൽ പ്രിയപ്പെട്ടതായാൽ കൂടി.''

അമൃതയുടെ കണ്ണുകൾ നിറഞ്ഞു.

''പറയാൻ പ്രയാസമുണ്ടെങ്കിലും ഞാൻ തുറന്നു പറയുകയാണ്. ഇനി എന്നെ വിളിക്കരുത്. കാണാൻ ശ്രമിക്കരുത്.''

''അമൃതാ...''

എബി അറിയാതെ വിളിച്ചു.

''അമ്മ കാര്യങ്ങൾ പറഞ്ഞുകഴിഞ്ഞല്ലോ.'' ശ്രേയ ചോദിച്ചു.

അത് ഇറങ്ങിപ്പോകാനുള്ള ഏറ്റവും മാന്യമായ നിർദ്ദേശമാണെന്ന് എബിക്കു മനസ്സിലായി. ഇനി എന്തിനാണ് താനിവിടെ നിൽക്കുന്നത്.

എബി ഇറങ്ങി.

അമൃത അതു നോക്കി തളർന്ന് ഒരു കസേരയിലിരുന്നു. തിരിച്ച് ഒരക്ഷരം മിണ്ടാതെ ഈ യുവാവ് ഇറങ്ങിപ്പോകുമ്പോഴും ആ മാന്യതയോടു തനിക്ക് വല്ലാത്ത ആദരവു തോന്നുന്നല്ലോ. അവനെ എനിക്കു പിന്നെയും ഇഷ്ടമാകുന്നല്ലോ എന്ന് അമൃത ഉള്ളിൽ വിതുമ്പി.

പാവം. വാക്കുകൊണ്ടുപോലും ഒരു പാപവും ചെയ്യാതിരുന്നിട്ടും അവനെ താൻ ഹൃദയം നുറുക്കിയാണ് ഈ വീട്ടിൽ നിന്നിറക്കിവിട്ടത് എന്ന് അമൃതയ്ക്കു മനസ്സിലായി. അതിനവൾക്ക് ഉറക്കെ കരയാനുമായില്ല.

എബി തിരിച്ചു തന്റെ വില്ലയിലെത്തി ഹൗസ് ഓണറെ വിളിച്ചു:

''പറഞ്ഞപോലെ ഞാനിറങ്ങ്വാണ് കേട്ടോ.''

ഹൗസ് ഓണർ അതു ശരിവെച്ചു. അവനു യാത്രാമംഗളം പറഞ്ഞു. വീണ്ടും പായ്ക്കിങ് തുടരവേ എബി വല്ലാതെ അസ്വസ്ഥനായി. അവൻ പിന്നെ നേരെ അമൃതയുടെ വീട്ടിലേക്കു കുതിച്ചു, ഒരുതരം വാശിയിലെന്നപോലെ.

അവിടെ സ്വീകരണമുറിയിൽ അമൃതയും കുട്ടികളും അങ്ങനെതന്നെ ഇരിക്കുന്നുണ്ടായിരുന്നു. എബി ഒരു മുഖവുരയ്ക്കും നിൽക്കാതെ പറഞ്ഞുതുടങ്ങി:

''യാത്രപോലും പറയാതെ പോകണം എന്നു കരുതിയതാ ഞാൻ. അതിനു തയ്യാറെടുക്കുകയായിരുന്നു ഇപ്പോ. പക്ഷേ, ചിലതു പറഞ്ഞേ പോകുന്നുള്ളൂ. അത് എനിക്കുവേണ്ടിയല്ല, എന്നെ ന്യായീകരിക്കാനല്ല. ഇപ്പോൾ നിങ്ങൾ രണ്ടും രാമഭദ്രന്റെ കണ്ണുകളോടെ, ഇവിടുള്ള എല്ലാവരുടെയും കണ്ണുകളോടെ അമ്മയെ നോക്കിയല്ലോ - അമ്മയെ സംശയിച്ചല്ലോ. അതുകൊണ്ടു മാത്രം.''

എബി തങ്ങളുടെ നേർക്കു വിരൽ ചൂണ്ടിയാണു സംസാരിക്കുന്ന തെന്നു ശ്രേയയും ലയയും കണ്ടു.

''എന്നാൽ നിങ്ങൾ കരുതുംപോലെ ഞാനും നിങ്ങളുടെ അമ്മയും തമ്മിൽ അതിരുവിട്ട ഒരു ബന്ധവുമില്ല. അങ്ങനെ ഉണ്ടാവുകയുമില്ല. കാരണം നിങ്ങളുടെ അമ്മ തന്ന ദാനമാണ് എന്റെ ജീവിതം.''

അമൃതയും ശ്രേയയും ലയയും അമ്പരന്നു.

''ഞാനൊരു കഥ പറയാം.'' ആരെയും ശ്രദ്ധിക്കാതെ എബി തുടർന്നു: ''ഏഴു വർഷത്തെ പ്രണയത്തിനുശേഷം ഒരു ചെറുപ്പക്കാരൻ അയാ ളുടെ വിവാഹത്തിനു തയ്യാറെടുക്കുന്നു. അപ്പോഴാണ് അയാളുടെ ഹൃദയത്തിന് ഗുരുതരമായ തകരാറുകൾ ഉണ്ടെന്നു കണ്ടെത്തുന്നത്. അതുവരെ അയാളുടെ ആത്മാവായിരുന്ന പ്രതിശ്രുതവധു അയാളെ കൈവിടുന്നു. പിന്നെ ജ്യേഷ്ഠസഹോദരന്മാർ അധികം ജീവിച്ചിരിക്കാ നിടയില്ലാത്ത അയാളുടെ സ്വത്തുവകകൾ ആവശ്യപ്പെടുന്നു. ഓരോന്നും അവരുടെ പേരിൽ എഴുതിവയ്ക്കാൻ. അതിനുവേണ്ടി അവർ തമ്മിൽ കലഹിക്കുന്നത് മരണക്കിടക്കയിൽ വച്ച് അയാൾ കണ്ടു. ആ നിർഭാഗ്യ വാനായ ചെറുപ്പക്കാരനാ നിങ്ങളുടെ മുന്നിൽ നിൽക്കുന്നത്.''

എബിയുടെ കണ്ണുകൾ തുളുമ്പി.

''അയാൾക്ക് ജീവിതത്തിലേക്കു തിരിച്ചുവരാൻ തകരാറുള്ള ഹൃദയ ത്തിനു പകരം ഒരു ഹൃദയം വേണം. പണം അയാൾക്ക് ആവശ്യത്തി നുണ്ട്. പക്ഷേ, ആരു ഹൃദയം നൽകാൻ. അങ്ങനെയിരിക്കെ ഒരു ദിവസം അയാളോട് ഒരു ഡോക്ടർ പറയുന്നു, അപകടത്തിൽ ബ്രെയിൻ ഡെത്തായ ഒരാളുടെ ഭാര്യയോടു ചോദിച്ചുനോക്കട്ടെ. അദ്ദേഹത്തിന്റെ ഹൃദയം നിനക്കു മാച്ചാവും. പക്ഷേ, അവർ... അവർ അനുവദിക്കണം.''

ഈ നിമിഷം അമൃതയുടെ ഹൃദയത്തിൽ രതീഷ് ഭൂമി വിട്ടുപോയ നിമിഷം കടന്നുവന്നു. അന്നാണ് ആ ആശുപത്രിയിലെ ഡോക്ടർ അമൃതയോടു വല്ലാത്ത ഒരു ചോദ്യം ചോദിച്ചത്:

''എന്തായാലും അമൃതയുടെ ഭർത്താവ് ജീവിതത്തിലേക്കു തിരിച്ചു വരില്ല. പക്ഷേ, ആ ഹൃദയം ഒരു പാവം ചെറുപ്പക്കാരന്റെ ജീവൻ രക്ഷി ക്കാൻ ഉതകുമെങ്കിൽ അതിനു മനസ്സുവെച്ചുകൂടേ?''

''ഡോക്ടർ പിന്നാലെ എന്നെ വിളിച്ചുപറഞ്ഞു.'' എബി വിതുമ്പി.

''നന്മയുടെ നിറകുടമാണ് ആ സ്ത്രീ. ഞാൻ ലക്ഷങ്ങൾ നൽകാ മെന്ന് അവർക്കു വാഗ്ദത്തം നൽകി. ഒരു രൂപ പോലും വേണ്ടെന്നാ യിരുന്നു മറുപടി. മാത്രമല്ല, താനാണു ഹൃദയം നൽകിയതെന്നു ഹൃദയം ഏറ്റുവാങ്ങുന്ന ആൾ അറിയുകപോലും അരുതെന്ന് അവർ വാശിപിടിക്കുന്നു.''

അമൃതയും ശ്രേയയും ലയയും ഇതുകേട്ടു ഞെട്ടി.

''അങ്ങനെയാണ് ഞാൻ ജീവിതത്തിലേക്കു തിരിച്ചുവന്നത്. എനിക്കു ജീവൻ നഷ്ടമാകും എന്നുറപ്പായപ്പോൾ എന്റെ ബന്ധുക്കൾക്കു വേണ്ടിയിരുന്നത് എന്റെ സമ്പാദ്യമായ ലക്ഷങ്ങളാണ്. പക്ഷേ, അതുപോലെ ലക്ഷങ്ങൾ ആവശ്യപ്പെടാവുന്ന സന്ദർഭമായിരുന്നിട്ടും ഒരാൾ എന്നിൽ നിന്ന് ഒരു ചില്ലിക്കാശുപോലും ഈടാക്കാതെ ഹൃദയം തരുന്നു. ജീവൻ തിരിച്ചുവരുന്നു. സ്വാഭാവികമായും ഞാനവരെ ഒരു നോക്കെങ്കിലും കാണാൻ ആഗ്രഹിക്കില്ലേ? ഞാനും ഒരു സാധാരണ മനുഷ്യനല്ലേ?''

എബി കരഞ്ഞുതുടങ്ങി.

ആർക്കും, ആർക്കും അയാളെ ആശ്വസിപ്പിക്കാനായില്ല. പിന്നെ തേങ്ങലടക്കി എബി മന്ത്രിച്ചു:

''അങ്ങനെ ഞാനാ ഡോക്ടറുടെ കാലുപിടിച്ചു. എന്റെ നിരന്തരമായുള്ള നിർബന്ധത്തിനു വഴങ്ങി ഒടുവിൽ അദ്ദേഹം അമൃതയുടെ വിലാസം തന്നു. അങ്ങനാ, ഞാനാദ്യം ആ വീടിന്റെയും മാർജിൻഫ്രീ മാർക്കറ്റിന്റെയും പരിസരത്ത് വന്നത്. എന്നെ ജീവിതത്തിലേക്ക് തിരിച്ചുകൊണ്ടുവന്ന നന്മയെ ദൂരെ നിന്ന് ഒന്നു കാണാൻ. പക്ഷേ, അങ്ങനെ കണ്ടപ്പോ മനസ്സിലായി. അവർ വെറുമൊരു പാവമാണെന്നും അവരെ എല്ലാവരും പറ്റിക്കുകയാണെന്നും. അവരുടെ കുടുംബം തന്നെ താമസിയാതെ തകർന്നുപോകും എന്ന് തോന്നിയപ്പോൾ തിരിച്ചുപോകാൻ തോന്നിയില്ല. എനിക്കു ജീവിതം തന്ന ആൾ പ്രശ്നങ്ങളുടെ ആഴങ്ങളിൽ ചെന്നു പതിക്കുകയാണെന്ന് അറിഞ്ഞുകൊണ്ട് ഞാനെങ്ങനെ തിരിച്ചുപോകും? പക്ഷേ, നേരിട്ടു ചെന്നു പറയാനും വയ്യല്ലോ. അവർക്ക് അവരുടെ ദാനത്തിന്റെ ക്രെഡിറ്റ് വേണ്ട. ഒരു പ്രതിഫലവും വേണ്ട. അപ്പോൾ പിന്നെ ഞാൻ പ്രൈവറ്റ് നമ്പറായി അവരെ വിളിച്ചു. ബാക്കി ഒക്കെ നിങ്ങൾക്കെല്ലാം അറിയാം. ഞാൻ ഏറ്റവും ബഹുമാനിക്കുന്ന ആളെ എനിക്കു പറ്റുംവിധം സഹായിക്കാനേ ശ്രമിച്ചിട്ടുള്ളൂ. അല്ലാതെ അവരെന്നെ മോഹിച്ചിട്ടില്ല. ഞാനവരെയും. പിന്നെ അവർക്കെന്നോട് അടുപ്പം തോന്നിയിട്ടുണ്ടെങ്കിൽ, അവർക്കെന്നെ പ്രതിരോധിക്കാൻ പറ്റിയിട്ടില്ലെങ്കിൽ അതിനു കാരണം എന്റെ ഉള്ളിൽ തുടിക്കുന്ന അവരുടെ പ്രിയപ്പെട്ടവന്റെ ഹൃദയമാണ്. അതു വീണ്ടും മിടിക്കുമ്പോൾ അവരുടെ ആത്മാവ് അതറിയില്ലേ. അതെന്റെയോ അവരുടെയോ കുറ്റമാണോ?''

എബി അലറിക്കരഞ്ഞു. പിന്നെ അവനവിടെനിന്ന് ഇറങ്ങിപ്പോയി. അമൃത മാത്രമല്ല, ശ്രേയയും ലയയും തകർന്നു.

ഈശ്വരാ, ജീവിതം ഇങ്ങനെ ആഴവും പരപ്പുമുള്ള കടലാണോ, തങ്ങളറിഞ്ഞില്ലല്ലോ.

അവരുടെയെല്ലാം ഹൃദയം നുറുങ്ങി.

അന്ന് എബിക്കു പുറത്തിറങ്ങാനായില്ല. പിറ്റേന്നു പ്രഭാതമായപ്പോൾ അവൻ തന്റെ സാധനങ്ങളെല്ലാം ആ മാരുതി കാറിൽ കയറ്റി. ചിലതൊക്കെ മുകളിൽ വെച്ചുകെട്ടി. ആരോടും ഇനി യാത്ര പറയാനില്ലാത്തതുകൊണ്ട് അവൻ വണ്ടിയെടുത്തു.

അമൃതയുടെ വീടിനടുത്തെത്തിയപ്പോൾ അവൻ കണ്ടു. അമൃത വീട്ടിൽ നിന്നിറങ്ങി വരുന്നു. രണ്ടു കൈകളും ഉയർത്തി, കാറിന്റെ വഴി മുടക്കി, വഴിയിൽ നിൽക്കുന്നു. പിന്നാലെ ശ്രേയും ലയയും കൂടി ഓടി വരുന്നുണ്ട്.

ഇതെല്ലാം കണ്ട് രാമഭദ്രനും ആ കോളനി നിവാസികളത്രയും തെല്ല കലെയായി ചുറ്റും നിരക്കുന്നുണ്ട്. ഇതിനകം അവരെല്ലാം കഥ മുഴുവൻ അറിഞ്ഞിരുന്നു.

അമൃതയുടെ നില്പു കണ്ട് എബി കാറിൽ നിന്നിറങ്ങി. ആ നിമഷം അമൃത, ആ കോളനിയെ മുഴുവൻ സാക്ഷിനിർത്തി അവനെ കെട്ടിപ്പിടിച്ചു. പിന്നെ അവന്റെ നെഞ്ചിൽ തന്റെ ചെവി ചേർത്തു. അമൃതയ്ക്കിപ്പോൾ തന്റെ കുഞ്ഞുങ്ങളുടെ അച്ഛന്റെ ഹൃദയം മിടിക്കുന്നതു വീണ്ടും കേൾക്കാം.

''ഡബ്ബ്... ലബ്ബ്... ഡബ്ബ്... ലബ്ബ്...''

സത്യത്തിൽ അമൃത ഇപ്പോൾ വേറൊന്നും കേൾക്കുന്നില്ല.

''ഡബ്ബ്... ലബ്ബ്... ഡബ്ബ്... ലബ്ബ്...'' അതു മാത്രം.

ശ്രേയയും ലയയും കൂടി വന്ന് എബിയെ കെട്ടിപ്പിടിച്ചു. ആ കുടുംബം, ആരെയും ഗൗനിക്കാതെ ആ നേരിനെ മുറുകെ പുണർന്നു. ഒടുവിൽ എബി തിരിച്ചു കാറിൽ കയറാൻ ഒരുങ്ങി.

ആ നിമിഷം ആത്മാവിന്റെ ആഴങ്ങളിൽ നിന്നു ശ്രേയ ചോദിച്ചു: ''ഇനി വരോ?''

എബി എന്തോ ഉത്തരം പറഞ്ഞു. അത് അമൃത വ്യക്തമായി കേട്ടില്ല. കാരണം കോളനിവാസികളെല്ലാം അപ്പോൾ ഉച്ചത്തിൽ കയ്യടിക്കുകയായിരുന്നു. രാമഭദ്രനും ഗീതയും ഒഴികെ. അവർ കുനിഞ്ഞ ശിരസ്സുകളുമായി എബി കാറിൽ കയറിപ്പോകുന്നതും നോക്കി നിന്നു.

അമൃതയാകട്ടെ പിന്നെ ഓരോ നിമിഷവും വിചാരിച്ചു, വരും എന്നാവും എബി പറഞ്ഞത്.

നമ്മുടെ എല്ലാം ജീവിതവും അതാണല്ലോ. നമുക്കു പ്രിയപ്പെട്ടതെല്ലാം തിരിച്ചുകിട്ടും എന്ന നിറഞ്ഞ പ്രതീക്ഷ.

■

www.ingramcontent.com/pod-product-compliance
Lightning Source LLC
LaVergne TN
LVHW100810051026
849519LV00006B/2033
* 9 7 8 9 3 9 0 4 2 9 6 2 2 *